ವಿಶ್ವ ಕಥಾಕೋಶ

ಸಂಪುಟ - ೨೩

ಪ್ರಧಾನ ಸಂಪಾದಕ

ನಿರಂಜನ

ಮರಳುಗಾಡಿನ ಮದುವೆ

ಪಶ್ಚಿಮ ಏಷ್ಯ ಕಥೆಗಳು

ಅನುವಾದ

ವಾಸುದೇವ

ನವಕರ್ನಾಟಕ ಪ್ರಕಾಶನ

MARALUGAADINA MADUVE (Kannada)
An anthology of short stories from the Countries of West Asia, being the twenty third volume of Vishwa Kathaa Kosha, a treasury of world's great short stories in 25 volumes in Kannada. Translated by Vasudeva. Editor-in-Chief : Niranjana. Editors : S. R. Bhat, C. R. Krishna Rao, C. Sitaram. Secretary : R. S. Rajaram.

Fifth Print : 2022 Pages : 170 Price : ₹ 175
Paper : 75 gsm NS Maplitho 20 kg ($^1/_8$ Demy Size)

ಮೊದಲನೇ ಮುದ್ರಣ : 1982
ಮರುಮುದ್ರಣಗಳು : 2011, 2012, 2012
ಐದನೇ ಮುದ್ರಣ : 2022

ಪ್ರಧಾನ ಸಂಪಾದಕ : ನಿರಂಜನ
ಸಂಪಾದಕರು : ಎಸ್. ಆರ್. ಭಟ್, ಸಿ. ಆರ್. ಕೃಷ್ಣರಾವ್, ಸಿ. ಸೀತಾರಾಮ್
ಕಾರ್ಯದರ್ಶಿ : ಆರ್. ಎಸ್. ರಾಜಾರಾಮ್
ಕಲಾ ಸಲಹೆಗಾರರು : ಎಸ್. ರಮೇಶ್, ಕಮಲೇಶ್, ಅಮಿತ್

ಕೃತಿಸ್ವಾಮ್ಯ : ಆಯಾ ಕಥೆಗಳ ಲೇಖಕರದ್ದು / ಲೇಖಕರ ವಾರಸುದಾರರದ್ದು

ಬೆಲೆ : ₹ 175

ಮುಖಚಿತ್ರ : ರಾ. ಸೂರಿ

ಪ್ರಕಾಶಕರು
ನವಕರ್ನಾಟಕ ಪಬ್ಲಿಕೇಷನ್ಸ್ ಪ್ರೈವೆಟ್ ಲಿಮಿಟೆಡ್
ಎಂಬೆಸಿ ಸೆಂಟರ್, ಕ್ರೆಸೆಂಟ್ ರಸ್ತೆ, ಬೆಂಗಳೂರು – 560 001
ದೂರವಾಣಿ : 080–22161900 / 22161901 / 22161902

ಶಾಖೆಗಳು/ ಮಳಿಗೆಗಳು
ನವಕರ್ನಾಟಕ, ಕ್ರೆಸೆಂಟ್ ರಸ್ತೆ, ಬೆಂಗಳೂರು – 1, ✆ 080–22161913/14, Email : nkpsales@gmail.com
ನವಕರ್ನಾಟಕ, ಕೆಂಪೇಗೌಡ ರಸ್ತೆ, ಬೆಂಗಳೂರು – 9, ✆ 080–22203106, Email : nkpkgr@gmail.com
ನವಕರ್ನಾಟಕ, ಶರವು ದೇವಸ್ಥಾನ ರಸ್ತೆ, ಮಂಗಳೂರು – 1, ✆ 0824–2441016, Email : nkpmng@gmail.com
ನವಕರ್ನಾಟಕ, ಬಲ್ಮಠ, ಮಂಗಳೂರು – 1, ✆ 0824–2425161, Email : nkpbalmatta@gmail.com
ನವಕರ್ನಾಟಕ, ರಾಮಸ್ವಾಮಿ ವೃತ್ತ, ಮೈಸೂರು–24, ✆ 0821–2424094, Email : nkpmysuru@gmail.com
ನವಕರ್ನಾಟಕ, ಸ್ಟೇಷನ್ ರಸ್ತೆ, ಕಲಬುರಗಿ – 2, ✆ 08472–224302, Email : nkpglb@gmail.com

ಮುದ್ರಕರು : ರಿಪ್ರೋ ಇಂಡಿಯಾ ಲಿಮಿಟೆಡ್, ಮುಂಬಯಿ

0511226310 **ISBN 978-81-8467-222-0**

Published by Navakarnataka Publications Private Limited, Embassy Centre Crescent Road, Bengaluru - 560 001 (India). Email : navakarnataka@gmail.com)

ಅರ್ಪಣೆ

ನಿರಂಜನ
(1924–1991)

ಇವರ ನೆನಪಿಗೆ

ಪರಿವಿಡಿ

ಪ್ರಕಾಶಕರ ನುಡಿ

ಕನ್ನಡ ನಾಡು ನುಡಿಗಳಿಗೆ ನಮ್ಮ ಹೆಮ್ಮೆಯ ಕೊಡುಗೆ ವಿಶ್ವಕಥಾ ಕೋಶ. ಶ್ರೀ ನಿರಂಜನ ಪ್ರಧಾನ ಸಂಪಾದಕತ್ವದಲ್ಲಿ ಹೊರಬರುತ್ತಿರುವ ಈ ಬೃಹತ್ ಸಂಕಲನ ಜಗತ್ತಿನ ಸಾರಸ್ವತ ಭಂಡಾರದ ಒಂದು ಭಾಗವನ್ನು ಕನ್ನಡ ಓದುಗರ ಮುಂದೆ ತಂದಿಡುತ್ತದೆ. ಇದು ಕನ್ನಡದ ಇತ್ತೀಚಿನ ಮಹತ್ವದ ಪ್ರಕಟನೆಗಳಲ್ಲೊಂದೆಂದು ಸಹೃದಯರಾದ ಕನ್ನಡ ಓದುಗರೂ ವಿಮರ್ಶಕರೂ ಈಗಾಗಲೇ ಹೇಳಿರುವುದು ನಮಗೊಂದು ಸಂತಸದ ವಿಷಯ.

ವಿಶ್ವಕಥಾಕೋಶದ 25 ಸಂಪುಟಗಳನ್ನು 1980ರ ಯುಗಾದಿಯಿಂದ ಮೊದಲ್ಗೊಂಡು ಒಟ್ಟು ಆರು ಕಂತುಗಳಲ್ಲಿ ಪ್ರಕಟಿಸಲಾಗುವುದೆಂದು ನಾವು ಹಿಂದೆ ಹೇಳಿದ್ದೆವು. ಅದರಂತೆ ಈಗಾಗಲೇ 20 ಸಂಪುಟಗಳನ್ನು ನಾವು ಬಿಡುಗಡೆ ಮಾಡಿದ್ದೇವೆ.

ಈಗ ಕಥಾಕೋಶದ ಕೊನೆಯ ಐದು ಸಂಪುಟಗಳನ್ನು ಓದುಗರ ಕೈಗಿಡಲು ನಮಗೆ ಹರ್ಷವೆನಿಸುತ್ತದೆ. ಇವು ಈ ವರ್ಷದ – 1982ರ – ದೀಪಾವಳಿಯ ಕಾಣಿಕೆ.

ಈ ಐದರಲ್ಲೊಂದು 'ಮರಳುಗಾಡಿನ ಮದುವೆ'. ಇದರಲ್ಲಿ ಪಶ್ಚಿಮ ಏಷ್ಯದ ಕಥಾ ಸಾಹಿತ್ಯದಿಂದ ಆಯ್ದ ಹೃದಯಂಗಮವಾದ ಹದಿಮೂರು ಕಥೆಗಳಿವೆ. ಇದು ಕಥಾ ಕೋಶದ ಇಪ್ಪತ್ತಮೂರನೆಯ ಸಂಪುಟ ಈ ಸಂಪುಟವನ್ನು ಕನ್ನಡಕ್ಕೆ ಅನುವಾದಿಸಿದವರು ಶ್ರೀ ವಾಸುದೇವ.

ಈ ಸಂಪುಟಕ್ಕೆ ಸೊಗಸಾದ ಮುಖಚಿತ್ರವನ್ನು ಬರೆದುಕೊಟ್ಟವರು ಕಲಾವಿದ ಶ್ರೀ ರಾ. ಸೂರಿ. ಹಿಮ್ಮೈವಿನ್ಯಾಸ ಶ್ರೀ ಕಮಲೇಶ್ ಅವರದು. ಇದನ್ನು ಉತ್ತಮವಾಗಿ ಮುದ್ರಿಸಿದ ಶ್ರೇಯಸ್ಸು ಜನಶಕ್ತಿ ಮುದ್ರಣಾಲಯದ ನಮ್ಮ ಬಂಧುಗಳಿಗೆ ಸಲ್ಲಬೇಕು. ಇದರ ರಕ್ಷಾಕವಚದ ಮುದ್ರಣ ಕಾರ್ಯವನ್ನು ನಿರ್ವಹಿಸಿದವರು ಶಿವಕಾಶಿಯ ಜೇಯೇಮ್ ಆಫ್‌ಸೆಟ್ ಪ್ರಿಂಟರ್ಸ್ ಅವರು. ಇವರಿಗೆಲ್ಲ ಈ ಸಂದರ್ಭದಲ್ಲಿ ನಮ್ಮ ಹೃತ್ಪೂರ್ವಕ ಕೃತಜ್ಞತೆಗಳು ಸಲ್ಲುತ್ತವೆ.

ಇವರಲ್ಲದೆ ಈ ಸಂಪುಟವನ್ನು ಹೊರತರಲು ಇನ್ನೂ ಅನೇಕ ಮಂದಿ ಮಿತ್ರರು ನಮಗೆ ನೆರವಾಗಿದ್ದಾರೆ. ಸುಂಪುಟದ ಕೊನೆಯಲ್ಲಿ ಅವರಿಗೆ ನಮ್ಮ ವಿಶೇಷ ಕೃತಜ್ಞತೆಗಳನ್ನು ಸಮರ್ಪಿಸಲಾಗಿದೆ.

ಈ ಸಂಪುಟದಲ್ಲಿ ಬಳಸಲಾದ, ಕೃತಿಸ್ವಾಮ್ಯವನ್ನು ಹೊಂದಿರುವ ಎಲ್ಲ ಕಥೆಗಳ ಕರ್ತೃಗಳಿಂದ ಅಥವಾ ಅವರ ವಾರಸುದಾರರಿಂದ ಅವುಗಳ ಪ್ರಕಟನೆಗೆ ಅನುಮತಿ ಪಡೆಯಲು ನಾವು ಆದಷ್ಟು ಪ್ರಯತ್ನಿಸಿದ್ದೇವೆ. ಅವರೆಲ್ಲರಿಗೂ ನಾವು ಋಣಿಗಳು. ಆದರೆ ಒಂದು ವೇಳೆ ಯಾರದಾದರೂ ಅನುಮತಿ ಬಿಟ್ಟುಹೋಗಿದ್ದರೆ, ಈ ಯೋಜನೆಯ ಮಹತ್ವವನ್ನು ಮನಗಂಡು ಅವರು ನಮ್ಮನ್ನು ಕ್ಷಮಿಸುವರೆಂದು ನಂಬಿದ್ದೇವೆ.

ಈ ಸಲದ ಬಿಡುಗಡೆಯೊಂದಿಗೆ ವಿಶ್ವಕಥಾಕೋಶದ ಎಲ್ಲ ಸಂಪುಟಗಳನ್ನೂ ನಾವು ಹೊರತಂದಂತಾಯಿತು. ಕೋಶದ ಹಿಂದಿನ ಸಂಪುಟಗಳಿಗೆ ಓದುಗರು ನೀಡಿದ ಆದರದ ಸ್ವಾಗತ ಈ ಸಂಪುಟಗಳಿಗೂ ದೊರೆಯುವುದೆಂದು ನಾವು ನಂಬಿದ್ದೇವೆ.

ಬೆಲೆ ಏರಿಕೆಯ ಇಂದಿನ ದಿನಗಳಲ್ಲಿ ವಿಶ್ವಕಥಾಕೋಶದಂಥ ಬೃಹತ್ ಯೋಜನೆಯ ಪ್ರಕಟನೆ ಬಹಳ ಕಷ್ಟಸಾಧ್ಯವಾದ ಕಾರ್ಯ. ಆದರೂ ಓದುಗರ ಹಿತದೃಷ್ಟಿಯಿಂದ ಕಥಾ ಕೋಶದ ಬೆಲೆಯನ್ನು ನಾವು ಹೆಚ್ಚಿಸಿಲ್ಲ. ಬಿಡಿ ಸಂಪುಟಗಳ ಬೆಲೆ ಹಿಂದಿನಂತೆಯೇ ರೂ. 10–00. 25 ಸಂಪುಟಗಳಿಗೆ ರೂ. 250–00. ಅದೇ ರೀತಿಯಲ್ಲಿ ಇಡೀ ಕೋಶವನ್ನು ಕೊಳ್ಳಬಯಸುವವರಿಗೆ ಡಿಸೆಂಬರ್ 31, 1982ರವರೆಗೆ ರೂ. 50/– ರಿಯಾಯಿತಿಯೂ ಇದೆ. ಆದುದರಿಂದ 'ನವಕರ್ನಾಟಕ ಪಬ್ಲಿಕೇಷನ್ಸ್ (ಪ್ರೈ) ಲಿಮಿಟೆಡ್' – ಈ ಹೆಸರಿಗೆ 200/– ರೂ. ಗಳನ್ನು ಡ್ರಾಫ್ಟ್ ಮೂಲಕ ಇಂದೇ ಕಳುಹಿಸಿಕೊಡಿ, ಎಲ್ಲ ಸಂಪುಟಗಳನ್ನೂ ನಮ್ಮ ವೆಚ್ಚದಲ್ಲಿ ನಿಮ್ಮ ಮನೆ ಬಾಗಿಲಿಗೆ ತಕ್ಷಣ ತಲಪಿಸಲಾಗುವುದು. ನೆನಪಿಡಿ, ಈ ರಿಯಾಯಿತಿ ಈ ವರ್ಷದ ಅಂತ್ಯದ ಬಳಿಕ ಇರುವುದಿಲ್ಲ.

ಕೊನೆಯದಾಗಿ, ಕಥಾಕೋಶದ ಪ್ರಕಟಣೆ ಆರಂಭವಾದಂದಿನಿಂದ ಇಂದಿನ ತನಕ ಈ ಯೋಜನೆಗೆ ಪ್ರೋತ್ಸಾಹ ನೀಡಿದ ಎಲ್ಲ ಓದುಗರಿಗೆ, ವಿಮರ್ಶಕರಿಗೆ, ಪತ್ರಕರ್ತರಿಗೆ ಹಾಗೂ ಇದನ್ನು ಯಶಸ್ವಿಯಾಗಿ ಸಂಪೂರ್ಣಗೊಳಿಸಲು ನಾಲ್ಕು ವರ್ಷ ಕಾಲ ಎಡೆಬಿಡದೆ ಶ್ರಮಿಸಿದ ಪ್ರಧಾನ ಸಂಪಾದಕರಿಗೆ, ಅವರೊಡನೆ ಸಹಕರಿಸಿದ ಸಂಪಾದಕ ಮಂಡಲಿಗೆ, ಅನುವಾದಕರಿಗೆ, ಕಲಾವಿದರಿಗೆ ಮತ್ತು ಈ ಕಾರ್ಯದಲ್ಲಿ ನಮಗೆ ನೆರವಾದ ಇತರ ಎಲ್ಲ ಮಿತ್ರರಿಗೆ ಈ ಸಂದರ್ಭದಲ್ಲಿ ಮತ್ತೊಮ್ಮೆ ನಮ್ಮ ಹಾರ್ದಿಕ ಕೃತಜ್ಞತೆಗಳನ್ನು ಸಲ್ಲಿಸುತ್ತೇವೆ.

ದೀಪಾವಳಿ, 1982
ಬೆಂಗಳೂರು

ಆರ್. ಎಸ್. ರಾಜಾರಾಮ್
ವ್ಯವಸ್ಥಾಪಕ ನಿರ್ದೇಶಕ
ನವಕರ್ನಾಟಕ ಪಬ್ಲಿಕೇಷನ್ಸ್ (ಪ್ರೈ) ಲಿಮಿಟೆಡ್

ಪ್ರಕಾಶಕರ ನುಡಿ

(ಎರಡನೇ ಮುದ್ರಣ)

ನವಕರ್ನಾಟಕ ಪ್ರಕಾಶನದ 50ರ ಸಂಭ್ರಮದಲ್ಲಿ, 'ವಿಶ್ವಕಥಾಕೋಶ'ದ ಇಪ್ಪತ್ತೈದು ಸಂಪುಟಗಳನ್ನು ಪುನರ್ಮುದ್ರಿಸಿ ಓದುಗರ ಕೈಗಿಡುತ್ತಿದ್ದೇವೆ. ಮೂವತ್ತು ವರ್ಷಗಳ ಕಾಲ ಅಲಭ್ಯವಾಗಿದ್ದ ಜಗತ್ತಿನ ಸಾಹಿತ್ಯ ಕಥಾ ಕಣಜ ಬೆಳಕು ಕಾಣುವ ಈ ಸಮಯದಲ್ಲಿ ಈ ಯೋಜನೆಯ ಹೊಣೆ ಹೊತ್ತ ಶ್ರೇಷ್ಠ ಕಥೆಗಾರ, ಸಾಹಿತಿ ನಿರಂಜನರು ನಮ್ಮೊಂದಿಗೆ ಇದ್ದಿದ್ದರೆ, ನವಕರ್ನಾಟಕದ ಚಿನ್ನದ ಹಬ್ಬ ಹೆಚ್ಚು ಅರ್ಥಪೂರ್ಣವಾಗುತ್ತಿತ್ತು. ಈ ಸಂಪುಟಗಳನ್ನು ಅವರಿಗೆ ಅರ್ಪಿಸಿ, ಅವರನ್ನು ನೆನೆಯುತ್ತೇವೆ.

ಸಂಪುಟಗಳನ್ನು ಅನುವಾದಿಸಿ ನೆರವಾದ ಅನೇಕ ಲೇಖಕ ಮಿತ್ರರು ಈ ಮೂರು ದಶಕಗಳಲ್ಲಿ ನಮ್ಮನ್ನು ಅಗಲಿದ್ದಾರೆ. 'ವಿಶ್ವಕಥಾಕೋಶ'ದ ಎಲ್ಲಾ ಅನುವಾದಗಳನ್ನು ಓದಿ, ಪರಿಷ್ಕರಿಸಿ, ಮುದ್ರಣಕ್ಕೆ ಸಿದ್ಧಗೊಳಿಸಿದ ಸಂಪಾದಕರಲ್ಲಿ ಒಬ್ಬರಾದ ಶ್ರೀ ಎಸ್. ಆರ್. ಭಟ್ಟರ ಅಗಲಿಕೆಯ ನೆನಪು ಈ ಸಂದರ್ಭದಲ್ಲಿ ನಮ್ಮನ್ನು ಕಾಡುತ್ತಿದೆ.

ಮೂವತ್ತು ವರ್ಷಗಳ ಹಿಂದೆ 25 ಸಂಪುಟಗಳನ್ನು ರೂ. 250ಕ್ಕೆ ನೀಡಿದ್ದೆವು. ಬೆಲೆಯೇರಿಕೆಯ ಇಂದಿನ ದಿನಗಳಲ್ಲಿ ಮರುಮುದ್ರಿಸಿದಲ್ಲಿ, ಅದರ ಬೆಲೆಯನ್ನು ಎಂಟು-ಹತ್ತು ಪಟ್ಟು ಏರಿಸಬೇಕಾಗಬಹುದು ಎನ್ನುವ ಭೀತಿಯೂ ವಿಳಂಬಕ್ಕೆ ಕಾರಣವಾಯಿತು. ಈ ಸಂದರ್ಭದಲ್ಲಿ ಈ ಸಂಪುಟಗಳನ್ನು ಸುಲಭ ಬೆಲೆಗೆ ನೀಡಲು ನೆರವಾದವರು ಇನ್ಫೋಸಿಸ್ ಫೌಂಡೇಷನ್‌ನ ಅಧ್ಯಕ್ಷೆ ಶ್ರೀಮತಿ ಸುಧಾ ಮೂರ್ತಿಯವರು. ಅವರಿಗೆ ನಾವು ಕೃತಜ್ಞರಾಗಿದ್ದೇವೆ.

ಈ ಯೋಜನೆಯ ಲೇಖಕರು ಈ ಅವಧಿಯಲ್ಲಿ ಸಾಕಷ್ಟು ಹೊಸ ಬರೆಹಗಳನ್ನು ಮಾಡಿದ್ದಾರೆ, ಗೌರವ ಪುರಸ್ಕಾರಗಳಿಗೆ ಪಾತ್ರರಾಗಿದ್ದಾರೆ. ಕೆಲವರು ನಮ್ಮೊಂದಿಗಿಲ್ಲ. ಈ ಎಲ್ಲ ಲೇಖಕರ ಪರಿಚಯಗಳಿಗೆ ಹೊಸ ಸೇರ್ಪಡೆಗಳನ್ನು ಮಾಡಿಕೊಟ್ಟ ಡಾ|| ಆರ್. ಪೂರ್ಣಿಮಾ ಮತ್ತು ಶ್ರೀಮತಿ ರೋಸಿ ಡಿ'ಸೋಜಾ ಅವರ ನೆರವನ್ನು ಸ್ಮರಿಸುತ್ತೇವೆ.

ಮರುಮುದ್ರಣದ ಈ ಕಾರ್ಯದಲ್ಲಿ ನೆರವಾದ ಎಲ್ಲರನ್ನೂ ನೆನೆಯುತ್ತೇವೆ.

ಯುಗಾದಿ, 2011 — **ಆರ್. ಎಸ್. ರಾಜಾರಾಮ್**
ಬೆಂಗಳೂರು — ವ್ಯವಸ್ಥಾಪಕ ನಿರ್ದೇಶಕ, ನವಕರ್ನಾಟಕ ಪ್ರಕಾಶನ

ಪ್ರಸ್ತಾವನೆ

1

ಕತ್ತೆಗಳು ಅರಚುತ್ತವೆ ; ತೋಳಗಳು ಊಳಿಡುತ್ತವೆ ; ಒಂಟೆಗಳು ಹೇರು ಹೊತ್ತು ಸಾಲುಗಟ್ಟಿ ಸಾಗುತ್ತವೆ. ನೀಲಿ ಆಕಾಶದಲ್ಲಿ, ವೇಳೆಗೆ ಅನುಗುಣವಾಗಿ, ಸೂರ್ಯ ಚಂದ್ರ ನಕ್ಷತ್ರಗಳು ವೈಭವದ ದರಬಾರು ನಡೆಸುತ್ತವೆ. ದೂರದಲ್ಲಿ ಒಮ್ಮೊಮ್ಮೆ ಇದ್ದಕ್ಕಿದ್ದಂತೆ ಮರಳರಾಶಿ ಮೇಲೆದ್ದು, ಅರುವತ್ತು ಮೈಲು ಅಗಲದ ಬೆಟ್ಟವಾಗಿ, ರಭಸದಿಂದ ಚಲಿಸುತ್ತ ಬರುತ್ತದೆ. ಬೀಳಲಿರುವ ಒಂದಿಷ್ಟು ಮಳೆಗೆ ಅದು ಮುನ್ಸೂಚನೆ.

ಅಲ್ಲಿ ಬದುಕುತ್ತಿರುವ ಸಂಚಾರೀ ಜನಾಂಗದ ಭಾಷೆಯಲ್ಲಿ ಬದವ್ ಎಂದರೆ ಮರುಭೂಮಿ. ಬದವ್‌ನ ನಿವಾಸಿಗಳೇ ಬದವಿನ್ ಜನ (ಬೆದೂ ಈನ್ ಎಂಬ ಪ್ರಯೋಗವೂ ಇದೆ.) ಅರಬ್ ಎಂದರೂ ಮರುಭೂಮಿಯೇ. ಇವರತ್ತ ಬೊಟ್ಟು ಮಾಡಿ ಇತರರೆಂದರು : "ಅರಬರು." "ಈ ನೆಲ ಅರೇಬಿಯ."

ಯಾರು ಈ ಅರಬರ ಪೂರ್ವಜರು ? ಅರೇಬಿಯ, ಪಶ್ಚಿಮ ಏಷ್ಯ ಭೂಭಾಗದೊಂದು ವಿಸ್ತಾರ ಪ್ರದೇಶ. ಅಲ್ಲಿ ಹಲವೆಡೆ 70,000 ವರ್ಷ ಹಿಂದೆ ಮನಷ್ಯರಿದ್ದರು. (ಜರ್ಮನಿಯಲ್ಲೂ ಇದ್ದ ನಿಯಾಂಡರ್ಥಲ್ ಬಣ.) ನಾಲ್ವತ್ತು ಸಾವಿರ ವರ್ಷಗಳಾದ ಮೇಲೆ ಹೊಸ ಮುಖಗಳು ಕಾಣಿಸಿಕೊಂಡುವು. (ಕಳೆದ ಶತಮಾನದಲ್ಲಿ ಫ್ರಾನ್ಸಿನಲ್ಲಿ ಆಧುನಿಕರು ಗುರುತಿಸಿದ ಕ್ರೊ-ಮಾಗ್ನನ್ ಜನ.) ಸುಧಾರಿಸಿದ ಶಿಲಾ ಉಪಕರಣಗಳು. ಬೇಟೆಯಾಡಬೇಕಾದ ಮಿಕಗಳ ಮೇಲೆ ಕಣ್ಣಿಟ್ಟು ಇವರ ಚಲನೆ. ಋತು ಕ್ರಮದಂತೆ ಕೃಷಿ. ತೊಗಲಿನ ಉಡುಗೆ. ಗೂಡಾರದಲ್ಲೇ ಸತ್ತವನ ದಫನ. ಆಗಿನ ಪರಿಸ್ಥಿತಿಯಲ್ಲಿ ಮನುಷ್ಯ ನಾಲ್ವತ್ತು ವರ್ಷ ಬದುಕಿದ್ದರೆ ದೊಡ್ಡದು. ಆದರೆ, ಎಂದೂ "ಸೋತೆ" ಎಂದವನಲ್ಲ ಆತ. ಕಾಡು, ಗುಡ್ಡ, ಕಣಿವೆ, ಬಯಲು, ಮರಳು ನೆಲ, ವಿಸ್ತಾರ ಕಡಲು. ಕತ್ತೆಯೊ, ಕುದುರೆಯೊ, ಒಂಟೆಯೊ, ದೋಣಿಯೊ – ಸವಾರಿ ಮಾಡಿದ್ದೇ ಮಾಡಿದ್ದು.

ಮರುಭೂಮಿಯಲ್ಲಿ ದ್ರಾಕ್ಷಿ ತೋಟ, ಮರಗಳ ಮೇಲೆ ಖರ್ಜೂರ, ಗಿಡಗಳಲ್ಲಿ ಕಾಫಿ ಬೀಜ... ಅಲ್ಲಲ್ಲಿ ಜನ ಬೀಡು ಬಿಟ್ಟರು. ಪುಟ್ಟ ಮನೆಗಳ ಗುಂಪು ಪಟ್ಟಣವಾಯಿತು. ವಾಣಿಜ್ಯ ಮಾರ್ಗದಲ್ಲಿ,

ಮಾರ್ಗಗಳು ಕೂಡುವಲ್ಲಿ ನಗರಗಳು ನಕ್ಕುವು. ಇದು ಮೂರು ಸಾವಿರ ವರ್ಷ ಈಚಿನ ಬೆಳವಣಿಗೆ.

ಕ್ರಮೇಣ ಬಿಳಿ ಮರಳಿನಲ್ಲಿ ಸ್ಫುಟಗೊಳ್ಳುತ್ತದೆ ಒಂದು ದೇಶದ ನಕಾಶೆ – 'ಅರಿಬಿ.'

ಇವರ ಅಂಡಾಕಾರದ ಪುಟ್ಟ ದೋಣಿಗಳು ಕಲಕದ ನೀರಿಲ್ಲ. ಮುಸಲ್ಮಾನರಾಗುವುದಕ್ಕೂ ಮೊದಲೇ ಅರಬರು ನಮ್ಮ ದೇಶದ ಪಶ್ಚಿಮತೀರಕ್ಕೆ ಬಂದಿದ್ದರು. ಅದರ ದಕ್ಷಿಣ ತುದಿಯನ್ನು ಮುಟ್ಟಿದ್ದರು. (ಪ್ರಾಚೀನ ಭಾರತದ ದೋಣಿಗಳೂ ಅರಬರ ನಾಡಿನತ್ತ ತೇಲುತ್ತಿದ್ದುವು.) ದ್ರಾಕ್ಷಿ ಖರ್ಜೂರಗಳ ದೇಶಕ್ಕೆ ಗ್ರೀಕರು ಬಂದರು, ವಾಣಿಜ್ಯಕ್ಕಾಗಿ. ಬಳಿಕ ರೋಮನರು. ಆ ವರ್ತಕರ ಜತೆ ಅವರ ದೇಶದ ದಂಡೂ ಬಂತು. ಕುದುರೆಗಳ ಮೇಲೂ ಒಂಟೆಗಳ ಮೇಲೂ ಕುಳಿತು ಬದವಿನರು ಹೋರಾಡಿದರು. ರೋಮನರ ಆಟ ನಡೆಯಲಿಲ್ಲ.

ಇಸ್ಲಾಂ ಪೂರ್ವಕಾಲದಲ್ಲೇ ಬದವಿನ್ ಅರಬರು ಕಟ್ಟಿದ ದೊಡ್ಡ ನಗರಗಳು : ಮೆಕ್ಕಾ ಮತ್ತು ಯಾಥ್ರಿಬ್ ; ಆಗ ಈ ಜನ ಆರಾಧಿಸುತ್ತಿದ್ದ ಹಲವು ದೇವದೇವತೆಗಳಲ್ಲಿ ಮುಖ್ಯರು : ಚಂದ್ರ ದೇವ (ಗಂಡಸು), ಸೂರ್ಯ ದೇವತೆ (ಹೆಂಗಸು), ಮರಗಳನ್ನೂ ಪೂಜಿಸುತ್ತಿದ್ದರು. ಪೂಜೆಗಾಗಿ ಮಂದಿರಗಳೂ ಇದ್ದುವು. ಬೈಜಾಂಟಿಯಮ್ ಸಾಮ್ರಾಜ್ಯದ ಮೂಲಕ, ಕ್ರಿಸ್ತಶಕ ನಾಲ್ಕನೆಯ ಶತಮಾನದಲ್ಲಿ, ಅರಬರಿಗೆ ಕ್ರಿಸ್ತಧರ್ಮದ ಪರಿಚಯವಾಯಿತು. ಸುಮಾರು ಅದೇ ಸಮಯದಲ್ಲಿ ಯೆಹೂದಿ ಧರ್ಮದ ಪರಿಚಯವೂ ಅವರಿಗಾಯಿತು. ದೇವರನ್ನು ಈ ಅರಬರು ಸಂಬೋಧಿಸುತ್ತಿದ್ದುದು 'ಅಲ್ಲಾಹ್' ಎಂದು. 'ಸ್ವರ್ಗಗಳ ಪ್ರಭು' (ಧು ಸಮಾರಿ) ಎಂದೂ ಕರೆಯುತ್ತಿದ್ದರು.

ಅರಬರ ಮರುಭೂಮಿ ಸ್ಫೋಟಿಸಿದ್ದು ಏಳನೆಯ ಶತಮಾನದಲ್ಲಿ, ಮಹಮ್ಮದ್* ಹೊಸ ಧರ್ಮವನ್ನು ಬೋಧಿಸಿದಾಗ. ಕರೆ ಪ್ರತಿಧ್ವನಿಸಿತು : "ಅಲ್ಲಾಹ್ ಬಿಟ್ಟು ಬೇರೆ ದೇವರಿಲ್ಲ ; ಮಹಮ್ಮದ್ ಆತನ ಪ್ರವಾದಿ." ತನ್ನ ಕೈಹಿಡಿದ ವಿಧವೆಯ ವಾಣಿಜ್ಯ ವ್ಯವಹಾರಗಳನ್ನು ಮೆಕ್ಕಾ ನಗರದಲ್ಲಿ ದಕ್ಷತೆಯಿಂದ ನೋಡಿಕೊಳ್ಳುತ್ತಿದ್ದ ಮಹಮ್ಮದ್ ತನ್ನ ನಾಲ್ವತ್ತನೆಯ ವರ್ಷದಲ್ಲಿ ಪ್ರವಾದಿಯಂತೆ ಮಾತನಾಡತೊಡಗಿದ. ತನಗಿಂತ ಹಿಂದಿನವರಾದ ಮೋಸೆಸ್, ಈಸಯ್ಯ, ಯೇಸುರನ್ನೂ ಪ್ರವಾದಿಗಳೆಂದು ಮಹಮ್ಮದ್ ಒಪ್ಪಿಕೊಂಡುದು ಗಮನಾರ್ಹ. ಅವನ ಬೋಧನೆ ಸರಳವಾಗಿತ್ತು. "ದೇವರೇ ಈ ವಿಶ್ವದ ಸೃಷ್ಟಿಕರ್ತ ಮತ್ತು ಅರಸ.

---

* ಪೂರ್ತಿ ಹೆಸರು : 'ಮಹಮದ್ ಇಬ್ನ್ ಅಬ್ದುಲ್ಲಾ ಇಬ್ನ್ ಅಬ್ದಲ್ ಮುತ್ತಲಿಬ್ ಇಬ್ನ್ ಹಿಷೀತು.'

ಅವನ ಎದುರು ಎಲ್ಲ ಮನುಷ್ಯರೂ ಸಮಾನರು. ವಿಗ್ರಹಗಳ ಆರಾಧನೆ ಸಲ್ಲ. ನೆರೆಯವರನ್ನು ಪ್ರೀತಿಸಿರಿ. ಪರಸ್ಪರ ನೆರವಾಗಿರಿ. ಧರ್ಮಸಮ್ಮತ ಬದುಕನ್ನು ಬಾಳಿ. ನಿಜವಾದ ದೈವಭಕ್ತರಿಗೆ ಸ್ವರ್ಗ ಕಾದಿದೆ."

ಮೇವಿಗಾಗಿಯೂ ನೀರಿನ ಒರತೆಗಾಗಿಯೂ ಬದವಿನ್ ಬುಡಕಟ್ಟುಗಳು ಪರಸ್ಪರ ಕಾದುತ್ತಿದ್ದರು. ಮಹಮ್ಮದ್ ಪೈಗಂಬರ್ ಅದನ್ನು ತಡೆದ ; ವಿವಿಧ ಬಣಗಳನ್ನು ಒಗ್ಗೂಡಿಸಿದ. ಗುಲಾಮರಿಗೆ ಬಿಡುಗಡೆ ದೊರಕಿಸಿಕೊಟ್ಟ. ಅವರ ಒಡೆಯರು ಸಿಟ್ಟಾದರು. ಮೆಕ್ಕಾ ನಗರದ ಪಟ್ಟಭದ್ರರಿಗೆ ಮಹಮ್ಮದ್ ಅಪಾಯಕಾರಿ ವ್ಯಕ್ತಿಯಾಗಿ ಕಂಡ. ಈತನನ್ನು ಕಡುವಾಗಿ ವಿರೋಧಿಸಿದವರು ಖುರೇಷಿ ಪಂಗಡದ ಅರಬರು. ಮಹಮ್ಮದ್ ಮತ್ತು ಸಂಗಡಿಗರು ಬಹಳ ದೌರ್ಜನ್ಯ ಅನುಭವಿಸಬೇಕಾಯಿತು. ಇದರಿಂದ, ಶೋಷಿತ ಸಮುದಾಯದ ಒಲವನ್ನು ಮಹಮ್ಮದ್ ಸಂಪಾದಿಸಿದ. ಹೊಸ ಮತದವರಿಗೆ ಮುಸಲ್ಮಾನರು – (ದೇವರಿಗೆ) ಶರಣಾದವರು – ಎಂದು ಹೆಸರಿಟ್ಟವರು, ಪೈಗಂಬರನ ವಿರೋಧಿಗಳಾದ ಖುರೇಷಿಯರು. ಮಹಮ್ಮದನೂ ಅನುಯಾಯಿಗಳೂ ಮೆಕ್ಕಾ ತ್ಯಜಿಸಿ (ಕ್ರಿ. ಶ. 622) ಮುನ್ನೂರು ಮೈಲು ಉತ್ತರಕ್ಕಿದ್ದ ಯಾಥ್ರಿಬ್ ನಗರದಲ್ಲಿ ರಕ್ಷಣೆ ಪಡೆಯಬೇಕಾಯಿತು. ಮೆಕ್ಕಾದಿಂದ ಹೊರಟುದು ಹಿಜಿರಾ. ಅಂದಿನಿಂದ ಹಿಜಿರಾ ಶಕೆ ಆರಂಭ. ಮಹಮ್ಮದ್ ಬಂದ ಮೇಲೆ ಯಾಥ್ರಿಬ್ 'ಮದೀನ' (ಪ್ರವಾದಿಯ 'ನಗರ') ಎನಿಸಿತು. ತತ್ವಜ್ಞಾನ, ಆಡಳಿತ ದಕ್ಷತೆ, ಯುದ್ಧ ನೈಪುಣ್ಯ ಮಹಮ್ಮದನಲ್ಲಿ ಮೇಳೈಸಿದ್ದುವು. ಹಿಜಿರಾ 8ನೆಯ ವರ್ಷದಲ್ಲಿ ಮೆಕ್ಕಾ ಹಿಂದೆ ತಾನು ತೆಗಳಿದ್ದವನನ್ನು ಹೊಗಳಿ ಬರಮಾಡಿಕೊಂಡಿತು. (ಮುಂದೆ ಮಹಮ್ಮದ್ ಬದುಕಿದ್ದುದು ಎರಡೇ ವರ್ಷ.) ಇಪ್ಪತ್ತು ವರ್ಷ ಅವಧಿಯಲ್ಲಿ ದೇವರಿಂದ ಮಹಮ್ಮದ್ ಪೈಗಂಬರ್ ಪಡೆದ ಸಂದೇಶಗಳನ್ನು (ಆತ ರೂಪಿಸಿದ ವಿಚಾರಗಳನ್ನು) ಅನುಯಾಯಿಗಳು ಕ್ರೋಡೀಕರಿಸಿ ಬರೆದಿಟ್ಟರು. ಆ ಗ್ರಂಥವೇ ಖುರಾನ್ (ನಿರೂಪಣೆ, ಕಥನ, ಪಠಣ). ಈ ಧಾರ್ಮಿಕ ನಿರೂಪಣೆ ಸಾಮಾಜಿಕ ರೀತಿ ನೀತಿಗಳ ಬಗೆಗೂ ಮಾರ್ಗದರ್ಶನವನ್ನು ಒಳಗೊಂಡಿದೆ.

ಕಾದು ದ್ರವವಾಗಿದ್ದ ಅರಬರನ್ನು ಇಸ್ಲಾಮಿನ ಅಚ್ಚಿನಲ್ಲಿ ಪ್ರವಾದಿ ಮಹಮ್ಮದ್ ಎರಕಹೊಯ್ದ. ಆತನ ಸ್ಪರ್ಶದಿಂದ ಅರಬರ ಸುಪ್ತಚೇತನ ಚಿಮ್ಮಿತು. ನಡೆದದ್ದು ಧರ್ಮ–ವಾಣಿಜ್ಯಗಳ ಶಕ್ತಿಶಾಲಿ ಬೆಸುಗೆ. ಈ ಅದ್ಭುತವನ್ನು ಕಂಡು ಲೋಕ ಬೆರಗಾಯಿತು. ಅರಬರ ದಂಡಿಗೀಗ ಕಡಿವಾಣವಿರಲಿಲ್ಲ. ಮರಳುಗಾಡು ದಾಟಿ ಗುಡ್ಡವೇರಿದರು ; ಜಲಯಾನ ಮಾಡಿ ನೆಲ ಮುಟ್ಟಿದರು. ಸಿರಿಯ, ಜೆರೂಸಲೆಮ್, ಮೆಸೊಪೊಟಾಮಿಯ, ಪರ್ಷಿಯ, ಉತ್ತರ ಆಫ್ರಿಕ, ಸ್ಪೇನ್...

ಬೈಜಾಂಟಿಯಮ್ ಸಾಮ್ರಾಜ್ಯ ನಾಶವಾಯಿತು, ಇಸ್ಲಾಮ್ ಧರ್ಮ ಸ್ವೀಕರಿಸಿದ ತುರ್ಕರನ್ನು ಕಂಡು ಯೂರೋಪ್ ನಡುಗಿತು. ಆಕಾಶವನ್ನು ಪೂಜಿಸುತ್ತಿದ್ದ ಮಂಗೋಲರು ಅಗೋಚರ ಅಲ್ಲಾಹ್‌ಗೆ ಮಣಿದರು ; ಮೊಗಲರಾಗಿ ಭಾರತಕ್ಕೆ ಬಂದರು. ಅರಬರಾಗಿಯೇ ನಮ್ಮ ಪಶ್ಚಿಮ ತೀರದ ದಾರಿಯಾಗಿ ಇಂಡೋನೇಷ್ಯಕ್ಕೆ ಹೋದರು.

ನೀರು ಸದಾ ಒಸರುವ ಮೆಕ್ಕಾ ಮುಸಲ್ಮಾನ ಧರ್ಮ ಸಾಮ್ರಾಜ್ಯದ ಕೇಂದ್ರ. ವರ್ಷಕ್ಕೊಮ್ಮೆ ಅಲ್ಲಿ ಪವಿತ್ರ ಜಾತ್ರೆ, ರಾಷ್ಟ್ರಗಳು ಸಾರ್ವಭೌಮ ವಾದರೂ ಆ ರಾಷ್ಟ್ರಗಳ ಜನತೆಯನ್ನು ಭಾವನಾರಂಗದಲ್ಲಿ ಒಟ್ಟಿಗೆ ಕಟ್ಟುವ ಸೂತ್ರವಾಯಿತು ಇಸ್ಲಾಮ್. ಆಡು ಮಾತುಗಳು ಬೇರೆಬೇರೆ, ಆದರೆ ಧಾರ್ಮಿಕ ಭಾಷೇ ಒಂದೇ–ಅರಬೀ.

ಒಂಭತ್ತನೆಯ ಶತಮಾನದ ಆರಂಭದಲ್ಲಿ ಬಾಗ್ದಾದಿನಲ್ಲಿ ಖಲೀಫ ಹಾರೂನ್ ಅಲ್ ರಶೀದ್ ವೈಭವದ ಸಮ್ರಾಟನಾಗಿದ್ದ. ಫ್ರಾಂಕರ ಸಾಮ್ರಾಜ್ಯಕ್ಕೆ ಶಾರ್ಲ್‌ಮೇನ್ ಆಗ ಅಧಿಪತಿ. ಇವರ ನಡುವೆ ಸ್ನೇಹ ಸಂಬಂಧವಿತ್ತು. ಬಹಳ ಸಹಜವೆನಿಸಬಹುದಾದ 'ದೊಡ್ಡವರ' ಸ್ನೇಹ. ಆ ಕಾಲಾವಧಿಯಲ್ಲಿ ಬಳಕೆಗೆ ಬಂದ ಒಂದು ಅರಬ್ ಜಾಣ್ನುಡಿ ಇದು : "ಅರಿವು ಮೂರು ಕಡೆಗಳಿಗೆ ಹರಿದು ಬಂದಿದೆ – ಫ್ರಾಂಕರ ಮೆದುಳಿಗೆ, ಚೀನೀಯರ ಕೈಗಳಿಗೆ ಮತ್ತು ಅರಬರ ನಾಲಿಗೆಗೆ."

ಮಾತು ಜನರ ಮೇಲೆ ಮೋಡಿ ಬೀಸುತ್ತದೆ. ಅರಿವು ನಾಲಿಗೆಯ ತುದಿಯಲ್ಲಿ ಕುಣಿದಾಗ ಭಿನ್ನ ಅಭಿಪ್ರಾಯಗಳು ಆಕಾರ ಪಡೆಯುತ್ತವೆ. ಯಾವ ಸಿದ್ಧಾಂತವೂ ಯಾವ ಮತವೂ ಇದಕ್ಕೆ ಅಪವಾದವಲ್ಲ. ವಿವಾದವೆದ್ದುದು, ಮಹಮ್ಮದನ ಅನಂತರದ ಮುಖಂಡತ್ವಕ್ಕೆ ಸಂಬಂಧಿಸಿ. ಒಂದು ಗುಂಪು 'ಮಹಮ್ಮದನ ಜತೆಗಾರರ ಹಿರಿತನ (ಪರಂಪರೆ, ಸುನ್ನಾಹ್) ಸರಿ,' ಎಂದಿತು. ಅವರು ಸುನ್ನಿಗಳೆಂದು ಪರಿಗಣಿತರು, ಇನ್ನೊಂದು ಗುಂಪು ('ಷೀಯತ್' ಅಲೀ–ಅಲೀಯ 'ಪಕ್ಷ') 'ಮಹಮ್ಮದನ ಅಳಿಯ ಅಲೀ ನಾಯಕನಾಗುವುದೇ ಸರಿ,' ಎಂದಿತು. ಇವರದು ಷಿಯಾ ಪಂಥ. ನಿಧಾನವಾಗಿ, 10–11ನೇ ಶತಮಾನ ಗಳಲ್ಲಿ ಕವಲೊಡೆದದ್ದು ಸೂಫೀ ಮಾರ್ಗ. (ಇದರ ಆರಂಭದ ವಿರಕ್ತರು ಸೂಫ್ – ಉಣ್ಣೆ – ಧರಿಸುತ್ತಿದ್ದರು.) ಇವರೆಂದರು 'ಆತ್ಮ ಮತ್ತು ದೇವರ ಐಕ್ಯವನ್ನು ಅನಂದಾತಿರೇಕದಿಂದ ಸಾಧಿಸಬೇಕು.' ಇವಲ್ಲದೆ ಬೇರೆಯೂ ಕೆಲ ಕಿರಿಯ ಶಾಖೆಗಳಿವೆ. ಏನೇ ಇದ್ದರೂ ಎಲ್ಲ ಮುಸಲ್ಮಾನರು (ಅರುವತ್ತು ಕೋಟಿ) ಮೆಕ್ಕಾದತ್ತ ಮುಖ ಮಾಡಿಯೇ ಪ್ರಾರ್ಥನೆ ಸಲ್ಲಿಸುತ್ತಾರೆ.

ಅರಬರ ಜೈತ್ರಯಾತ್ರೆ ಸಾವಿರ ವರ್ಷ ನಡೆದರೂ, ಸ್ವತಃ ಅರಬಿ ಪರ್ಯಾಯ ದ್ವೀಪದಲ್ಲಿ ಒಂದು ಬಲಿಷ್ಠ ದೇಶ ರೂಪುಗೊಂಡದ್ದು

ಈಚೆಗೆ, ಈ ಶತಮಾನದಲ್ಲಿ. ತುರ್ಕರ ಆಧಿಪತ್ಯವನ್ನು ಕಿತ್ತೊಗೆದು ಅರೇಬಿಯದ ಸ್ವಾತಂತ್ರ್ಯ ಸಾರಿದವನು ಅರಬಿ ಅರಸ ಇಬ್ನ್ ಸಾವೂದ್. ಮೆಕ್ಕಾ, ಮದೀನ ಇವನ ವಶವಾದುವು. ಈ ಅರಬಿ ಬಂಡಾಯಕ್ಕೆ ಕುಮ್ಮಕ್ಕು ದೊರೆತದ್ದು ಟಿ. ಇ. ಲಾರೆನ್ಸ್ ಎಂಬ ಆಂಗ್ಲ ಸಾಹಸಿಯಿಂದ. ಇಬ್ನ್ ಸಾವೂದ್ ಎರಡು ದಶಕಗಳಿಗೂ ಹೆಚ್ಚು ಕಾಲ ಶ್ರಮಿಸಿ ಮರಳುಗಾಡಿನ ಬದವಿನ್ ಬುಡಕಟ್ಟುಗಳನ್ನು ಒಗ್ಗೂಡಿಸಿದ. ಸಾವೂದಿ ಅರೇಬಿಯ ದೇಶ ಅಸ್ತಿತ್ವಕ್ಕೆ ಬಂತು. ನಗರಗಳಲ್ಲಿ ವರ್ತಕರು, ಧರ್ಮ ಪ್ರಸಾರಕರು, ಆಡಳಿತಾಧಿಕಾರಿಗಳು, ಸೇನೆ... ಸಾಮಾನ್ಯ ಪ್ರಜೆಗಳು ಕೂಡ. ನಗರಗಳಾಚೆ ಒಂಟೆ–ಕುರಿಗಳೊಡನೆ ಅಲೆಯುವವರು ; ಕಡಲ ಕರೆಯುದ್ದಕ್ಕೂ ಬೆಸ್ತ ಸಮುದಾಯ. ಆರಂಭದ ದಿನಗಳಲ್ಲಿ ಮೆಕ್ಕಾ ಯಾತ್ರಿಕರಿಂದ ಪಡೆಯುತ್ತಿದ್ದ ಶುಲ್ಕ ಮುಖ್ಯ ಸಂಪನ್ಮೂಲವಾಗಿತ್ತು. 1938ರಲ್ಲಿ ಮರಳಿನಿಂದ ಹೊರಹೊಮ್ಮಿತು ತೈಲ, ಬಯಸಿದ್ದನ್ನೆಲ್ಲ ತಂದೊಪ್ಪಿಸುವ ಅಲ್ಲಾವುದ್ದೀನನ ಅದ್ಭುತ ದೀಪದ ಸೈತಾನನಂತೆ. 1960ರ ಬಳಿಕ ಹುಡುಗಿಯರಿಗೂ ಶಿಕ್ಷಣ ಲಭ್ಯ. ಆದರೆ ಸುಶಿಕ್ಷಿತೆಯ ಸ್ಥಾನ ಮಾತ್ರ ಮನೆಯಲ್ಲಿ. ಪರದೆಯ ಹಿಂದೆ. ಫ್ರಾನ್ಸ್, ಜರ್ಮನಿ, ಬ್ರಿಟನ್, ಸ್ಕಾಂಡಿನೇವಿಯಗಳ ಒಟ್ಟು ವಿಸ್ತಾರಕ್ಕಿಂತ ದೊಡ್ಡದು ಸಾವೂದಿ ಅರೇಬಿಯದ ಹರವು (8,29,995 ಚದರ ಮೈಲು). ಜನರ ಸಂಖ್ಯೆ ಒಂದು ಕೋಟಿ. 325 'ರಾಜಕುಮಾರ'ರಿದ್ದಾರೆ, ನೆಲ ನೀಡುವ ತೈಲ ಸಂಪತ್ತೇ ಅವರ ದುಂದುವೆಚ್ಚಕ್ಕೆ ಇಂಧನ. ಕಣ್ಣಿಗೆ ಬಿದ್ದ ಗುಲಾಮರನ್ನು ಮಹಮ್ಮದ್ ಬಂಧಮುಕ್ತಗೊಳಿಸಿದ್ದು ಎಷ್ಟೋ ಕಾಲದ ಹಿಂದೆ. ಅರಬ್ ಸಮಾಜ ವ್ಯವಸ್ಥೆಯಲ್ಲಿ ಗುಲಾಮಗಿರಿ ನಿಲ್ಲಲಿಲ್ಲ. 1962ರಲ್ಲಿ ಗುಲಾಮ ಪದ್ಧತಿಯನ್ನು ಸಾವೂದಿ ಅರೇಬಿಯ ರದ್ದುಗೊಳಿಸಿತು, ಕಾನೂನು ರೀತ್ಯಾ. ಆದರೆ, ಬಿಡುಗಡೆಹೊಂದಿದ ಬಡಪಾಯಿಗಳಿಗೆ ರಾಜಕೀಯ ಹಕ್ಕುಗಳು ದೊರೆಯಲಿಲ್ಲ.

–'ಸುಲ್ತಾನನ ರತ್ನ ಭಂಡಾರವನ್ನು ಹೊತ್ತರೂ ಕತ್ತೆ ಕತ್ತೆಯೇ.'

–'ಬಡಗಿಯ ಮನೆ ಯಾವಾಗಲೂ ಮುರುಕೇ.'

ಈ ಅರಬಿ ನುಡಿಮುತ್ತುಗಳು ಬದುಕಿನ ಎಷ್ಟೊಂದು ಆಳದಿಂದ ಬಂದಿರಬೇಡ !

* * *

ಪ್ರಾಕ್ತನ ತಜ್ಞರ 'ಬಂಗಾರ' ಗಣಿ ಇಂದಿನ ಇರಾಕ್. ದೊರೆತ ಅಪೂರ್ವ ದಾರಗಳಲ್ಲಿ ಕಾಲದ ಕವಡೆಗಳನ್ನು ಅವರು ಕೋದಿದ್ದಾರೆ. ವರ್ಣಮಯ ಕವಡೆಗಳು. ಬೆಲೆಕಟ್ಟುವ ಕೆಲಸವಿನ್ನೂ ಮುಗಿದಿಲ್ಲ! ಮನುಷ್ಯ ಸಂತಾನ ಹಿಮಯುಗಗಳನ್ನು ದಾಟಿ, ಲಕ್ಷಾಂತರ ವರ್ಷಗಳಿಂದ ಉಳಿದಿರುವ ಪ್ರದೇಶಗಳು ಅನೇಕ. ಅಂಥ ಪ್ರದೇಶಗಳಲ್ಲಿ ವಿಶಿಷ್ಟ ಸ್ಥಾನ

ಪಶ್ಚಿಮ ಏಷ್ಯಕ್ಕೆ. ಇಲ್ಲಿ ಮಾನವ ಹಾಗೂ ಹೀಗೂ ಬದುಕಿ ಸತ್ತವನಲ್ಲ. ಮುಗಿಲಿಗೆ ನೂಲೇಣಿ ನಿರ್ಮಿಸಿ ಆಕಾಶದಲ್ಲಿನ ನಕ್ಷತ್ರಗಳತ್ತ ಕೈಚಾಚಿದವರಲ್ಲಿ ಇವನು ಮೊದಲಿಗ.

ಹತ್ತು ಸಾವಿರ ವರ್ಷ ಹಿಂದೆ ಕೊನೆಯ ಹಿಮಪರದೆ ಸರಿಯಿತು. ರಂಗದ ಮೇಲೆ –ಗುಡ್ಡಗಳಲ್ಲಿ ತಪ್ಪಲುಗಳಲ್ಲಿ – ಆಹಾರ ಹುಡುಕುತ್ತಿದ್ದ ಅಲೆಮಾರಿಗಳು. ಅವರು ಹಿಡಿದ, ಪಳಗಿಸಿದ ಪ್ರಾಣಿಗಳಿಗೂ ಆಹಾರ ನೀಡಬೇಕು. ಮೇವು, ನೆಲ ಬೋಳಾಯಿತು. ಮಳೆ ಕಣ್ಣು ಮುಚ್ಚಾಲೆ ಯಾಡಿತು. ಮರಳನ್ನು ತುಳಿದು ತೇವವನ್ನು ಅರಸಿದರು. ತೊರೆ, ಹೊಳೆ, ಕಡಲು. ಅಂಥದೆ ಇನ್ನೊಂದು ವಾಹಿನಿ ಯೂಫ್ರಟೀಸ್, ಟೈಗ್ರೀಸ್.* 'ಎರಡು ನದಿಗಳ ನಡುವಣ ನೆಲ'ವೇ 'ಮೆಸೊಪೊಟಾಮಿಯ.' ಬಂದವರು ಉಬೇಯ್ದರು ; ಅವರನ್ನು ಹಿಂಬಾಲಿಸಿ, ಸು(ಶು)ಮೇರರು. ಕೆಲ ತಜ್ಞರ ಪ್ರಕಾರ ಸುಮೇರರು ಪ್ರಾಗ್ಭಾರತ ಮೂಲದವರು. ಅವರು ಮೆಸೊಪೊಟಾಮಿಯ ನದೀಮುಖಜ ಭೂಮಿಯನ್ನು ತಲಪಿದ್ದು ಕ್ರಿ. ಪೂ. 5800ರಲ್ಲಿ. ಈಗ ಶಿಲಾಯುಗದ ಬದುಕು ಕುಲಸ್ಮೃತಿಯ ಅಂಶ ಮಾತ್ರ. ಮುಂದಿನ ಒಂದು ಸಹಸ್ರ ವರ್ಷವನ್ನು ಹೊಸ ನಾಗರಿಕತೆಯ ಗುಂಯ್ಯಾರವ ತುಂಬಿತು. ಮೊದಲು ಹುಲ್ಲುಕಡ್ಡಿ ಛಾವಣಿಯ ಅಂಡಾಕಾರದ ಅಥವಾ ಚೌಕಾಕಾರದ ಮನೆ. ಬಳಿಕ ಮಣ್ಣಿನ ಗೋಡೆ. ಬಾಗಿಲಿಗೆ, ಛಾವಣಿಗೆ ಮರದ ಹಲಗೆ. ಅನಂತರ ಗೋಡೆಗೆ ಕಲ್ಲಿನ ಇಟ್ಟಿಗೆಯ ಬಳಕೆ. ಜೀವನಕ್ಕೆ ಆಧಾರ ಕೃಷಿ, ಹೇರಳ ದವಸಧಾನ್ಯ. ಮಣ್ಣಿನಿಂದ, ತಾಮ್ರದಿಂದ ಪಾತ್ರೆ ಪಡಗಗಳನ್ನು ಮಾಡಿದರು. ಚಾಪೆ ಹೆಣೆದರು. ತೊಗಲಿನ ಚೀಲಗಳು, ಮರದ ಮರಿಗೆಗಳು, ಗಾಲಿ, ಗಾಡಿ, ರಥ, ಉಪಕರಣಗಳು, ಅಸ್ತ್ರಗಳು, ದೋಣಿ, ದೊಡ್ಡ ದೋಣಿ, ಹಡಗು.

ವಿಸ್ತಾರ ನೆಲದ ತುಂಬ ಊರುಗಳ ಕಲರವ, ಊರ್, ಕಿಶ್, ಲಗಾಶ್, ಎರಿಡು. ಸ್ವತಃ ನೇಗಿಲೆಳೆಯುತ್ತಿದ್ದ ಮನುಷ್ಯ ಪಟ್ಟಣ ವಾಸಿಯಾದ, ನಾಗರಿಕನಾದ. ನಗರಗಳಲ್ಲಿ ಸ್ವಯಮಾಡಳಿತವಿತ್ತು. ಜನರ ಮಹಾಸಭೆ ಆರಿಸಿದವನು ಪುರಪ್ರಮುಖ, (ಕ್ರಮೇಣ, ಈ ಪ್ರಮುಖರೇ ಅರಸರು.) ನಗರಗಳ ನಡುವೆ ಕಲಹವಿರುತ್ತಿತ್ತು. ತಾಮ್ರ ತವರ ಬೆರಸಿ ಕಂದು ಕಂಚು ದೊರೆತ ಮೇಲೆ ಶಸ್ತ್ರಗಳು ರಕ್ತ ಬಸಿದುವು. ಕಲಹದ ಬದಲು ಕದನ. ಕಬ್ಬಿಣ ಕೈಗೆಟಕಿದ ಮೇಲೆ ಸಮರ. ಆಡಳಿತವೆಂದ ಬಳಿಕ ಅಧಿಕಾರಿಗಳು ಬೇಕು. ತೆರಿಗೆ

---

* ಇವು ಗ್ರೀಕರಿಟ್ಟ ಹೆಸರುಗಳು, ಶುಮೇರ್ ಮೂಲದಲ್ಲಿ ಇವು ಬುರಾನನ್ ಮತ್ತು ಇದಿಗ್ಲಾತ್.

ವಸೂಲಿಗೆ, ಲೆಕ್ಕ ಬರೆದಿಡುವುದಕ್ಕೆ (ಅವರನ್ನು ಸುಮೇರಿ ಭಾಷೆಯಲ್ಲಿ 'ಗೌಡ'ರು ಎನ್ನುತ್ತಿದ್ದರು.) ಅರ್ಚಕರು, ಲಿಪಿಕಾರರು. ಆವೆಮಣ್ಣಿನ ಮೇಲೆ 'ಬೆಣೆಲಿಪಿ'. (ಬರೆಯಲು ಬೆಣೆಯಾಕಾರದ ಮೊನಚು ಕಡ್ಡಿ.) ಬರಹ ಕಲಿಸಲು ಶಾಲೆ ಸಹ. ದೇವರಿಗೆ ಅಲಂಕೃತ ಬಲಿಪೀಠ, (ಒಂದೊಂದು ನಗರಕ್ಕೆ ಒಬ್ಬೊಬ್ಬ ದೇವರು.) ಸತ್ತ ಸ್ಥಿತಿವಂತರಿಗೆ ರಾಜಯೋಗ್ಯ ಗೋರಿಗಳು. ಉಳಿದವರ ಶವಗಳು ನದೀಪಾಲು.

ಮೆಸೊಪೊಟಾಮಿಯದಲ್ಲಿ 5500 ವರ್ಷ ಹಿಂದೆಯೇ ಇಷ್ಟೆಲ್ಲ ಸಾಧ್ಯವಾಗಿತ್ತೆನ್ನುವುದು ಸೋಜಿಗದ ವಿಷಯ.

ಸೇಬು, ಕುರಿ ಪಶ್ಚಿಮ ಏಷ್ಯದ ಕೊಡುಗೆ. (ಸೇಬು ತಿಂದಲ್ಲವೆ ಬೈಬಲಿನ ಆದಮ್ ಕೆಟ್ಟದ್ದು ?) ಕಮ್ಮಾರರೂ ಅಕ್ಕಸಾಲಿಗರೂ ಇಲ್ಲಿ ಕಲಾಕಾರರಾದರು, ಕುಶಲಕರ್ಮಿಗಳಾದರು. ನಾಯಕರಲ್ಲಿ ಅಗ್ರಸ್ಥಾನ ಕ್ಕೇರಿದ ಕೆಲವರನ್ನು ಸ್ಮರಿಸಬಹುದು ; ಮೆಸ್ಸನಿಪದ, ಈಥಿನ್ನಾತಮ್, ಸರಗನ್, ದುಂಗಿ, ಶುಲ್ಗಿ... ನಗರ ರಾಜ್ಯಗಳು ಒಂದಾಗಿ ಸುಮೇರಿಯ ದೇಶ ರೂಪು ತಳೆಯಿತು. ಬಾಬಿಲನ್ ('ದೇವರ ದ್ವಾರ') ಈ ದೇಶದ ರಾಜಧಾನಿ. ದೇವರುಗಳ ಪಟ್ಟಿ ಇದು. ಸ್ವರ್ಗದ ದೇವರು 'ಅನು,' ಬಿರುಗಾಳಿಯ ದೇವರು 'ಎನ್ಲಿಲ್,' ನೆಲದಡಿಯ ಸಿಹಿನೀರು ಸಾಗರದ ದೇವರು 'ಈ,' ಕಾಮದ ಯುದ್ಧದ ದೇವತೆ 'ಇಷ್ತರ್' (ಈಕೆಯ ದೇಗುಲದಲ್ಲಿ ಅಸಂಖ್ಯ ದೇವದಾಸಿಯರು) ; ಸೂರ್ಯ – ಚಂದ್ರರಿಗೆ ದೇವತ್ವ ('ಶೆಮಾಶ್ ಮತ್ತು 'ಚಿನ್'). ಯುದ್ಧದಲ್ಲಿ ಸೆರೆಸಿಕ್ಕ ಜನರಿಗೆ ದಾಸಸ್ಥಾನ. ಇವರು ಉಳುಮೆಗೆ, ಕಷ್ಟದ ಇತರ ದುಡಿಮೆಗೆ.

ಸುಮೇರಿಯದ ಉತ್ತರದಲ್ಲಿ ಇನ್ನೊಂದು ರಾಜ್ಯ ಸ್ಥಾಪಿತವಾಯಿತು. ಅಕ್ಕಡ್. ಅಕ್ಕಡಿಯರು ಸುಮೇರರಿಗಿಂತ ಬಹಳ ಭಿನ್ನರಲ್ಲ. ಸುಮೇರರು ಗಣಿತದಲ್ಲಿ ನಿಷ್ಣಾತರು. 6 ಮತ್ತು 10 ಅವರ ಮುಖ್ಯ ಸಂಖ್ಯೆಗಳು. ಆಕಾಶ ವೀಕ್ಷಣೆಯಲ್ಲಿ, ಖಗೋಳ ಶಾಸ್ತ್ರದಲ್ಲಿ ನಿಪುಣರು. ನಕ್ಷತ್ರ ವೀಕ್ಷಣೆಗೆ ಊರ್‌ನಲ್ಲಿ 80 ಅಡಿ ಎತ್ತರದ ಮೂರು ಅಂತಸ್ತುಗಳ ಗೋಪುರವಿತ್ತು. (ಜ್ಯೋತಿಷ್ಕರೂ ಇದ್ದರು.) ವರ್ಷದ 360 ದಿನ, ವೃತ್ತದ 360 ಬಿಂದುಗಳು, ಗಂಟೆಯ 60 ಮಿನಿಟು, ಮಿನಿಟಿನ 60 ಸೆಕಂಡು, ನೆರಳು ಗಡಿಯಾರ, ಜಲಗಡಿಯಾರ – ಇವೆಲ್ಲ ಆ ಹಿರಿಯರ ಕೊಡುಗೆ. ಊರ್ ನಗರವನ್ನು ಅಗೆದು ಪರಾಂಬರಿಸಿದಾಗ ಒಂದು ಗೋರಿಯೊಳಗೆ ಕಂಡುಬಂದದ್ದು : ಮೃತರಾಣಿ ಮಲಗಿದ್ದಾಳೆ (ಸಾಲಂಕೃತ ಎಲುಬುಗೂಡು). ಪರಿವಾರ –ಸ್ವರ್ಣ ರಜತ ಶಿರೋಪಟ್ಟಿಕೆ ಧರಿಸಿದ 68 ಜನ ಆಸ್ಥಾನಿಕ ಮಹಿಳೆಯರು. ಈಟಿಧಾರಿ ಯೋಧರು. ಎರಡು ಎತ್ತಿನ ಬಂಡಿಗಳು...

ಕ್ರಿಸ್ತ ಪೂರ್ವ 2300ರಲ್ಲಿ ಶೂರ ಸರಗನ್ ಸುಮೇರಿಯ ಅಕ್ಕಡ್‌ಗಳ

ಸಂಯುಕ್ತ ಪ್ರಭುವಾದ. ಸುಮೇರರಂತೆ ಸೆಮೆತಿ ಮೂಲದವರೇ ಆದ ಅಸ್ಸೀರಿಯರೂ ಅತ್ತ ಬಂದು, ತಮ್ಮದೊಂದು ನೆರೆರಾಜ್ಯವನ್ನು ಸ್ಥಾಪಿಸಿದರು.

ಬಾಬಿಲನಿನ ಮಹಾನ್ ಅರಸು ಕ್ರಿ. ಪೂ. 17ನೆಯ ಶತಮಾನದ ಹಮ್ಮುರಬಿ, ರಾಜ್ಯಭಾರವನ್ನು ಸುಗಮಗೊಳಿಸಲು ಆತ ಶಾಸನಗಳನ್ನು ರೂಪಿಸಿದ. ಎಂಟಡಿ ಎತ್ತರದ ಶಿಲಾಸ್ತಂಭದಲ್ಲಿ ತನ್ನ ಶಾಸನಗಳನ್ನು ಕೊರೆಸಿದ (ಒಟ್ಟು 3600 ಸಾಲುಗಳು). ಇವು ಸ್ವಂತದ ಕಟ್ಟಪ್ಪಣೆಯಲ್ಲ ; ಸ್ವತಃ ಸೂರ್ಯದೇವ ತನಗೆ ಕೊಟ್ಟದ್ದು –ಎಂದು ಸಾರಿದ ! ಹೆಣ್ಣಿನ ಸ್ಥಾನಮಾನಗಳಿಗೆ ಸಂಬಂಧಿಸಿ ಹಮ್ಮುರಬಿ ಮಾಡಿದ ಶಾಸನ ಹೀಗಿತ್ತು ; "ಒಬ್ಬ ಮನುಷ್ಯ ತನ್ನ ಹೆಂಡತಿಯಿಂದ ದೂರ ಉಳಿದರೆ... ಅವಳು ಮನೆ ಬಿಟ್ಟು ಹೋಗದೇ ಇದ್ದರೆ, ತಾನು ಮೆಚ್ಚಿದವಳನ್ನು ಎರಡನೆಯ ಹೆಂಡತಿಯಾಗಿ ಅವನು ಮನೆಗೆ ತಂದರೆ, ಮೊದಲ ಹೆಂಡತಿಯನ್ನು ಆತ ಪೋಷಿಸಬೇಕು."

ಆರ್ಯ ಮೂಲದ ಹಿಟ್ಟೈಟರು ಮೆಸೊಪೊಟಾಮಿಯವನ್ನು ಹೊಕ್ಕರು. ಕಬ್ಬಿಣವನ್ನು ಪ್ರಥಮವಾಗಿ ಕಂಡುಹಿಡಿದ ಇವರು ಕುದುರೆ ಹೂಡಿದ ರಥಗಳಲ್ಲಿ ಬಂದರು, ಗೆದ್ದರು. ಕ್ರಿ. ಪೂ. 12ನೆಯ ಶತಮಾನದವರೆಗೆ ಆಳಿದರು. (ಸಮೀಪದ ಅರಮ್ ದೇಶವೂ ಅವರ ವಶವಾಯಿತು.) ಇತಿಹಾಸದಲ್ಲಿ ಶಿಸ್ತುನಿಯಮಗಳಿದ್ದ ಮೊದಲ ಸೇನೆಯನ್ನು ಸಂಘಟಿಸಿದವರು ಸುಮೇರರು, ಕ್ರಿ. ಪೂ. 3000ದಲ್ಲಿ. ಎರಡು ಸಾವಿರ ವರ್ಷ ಬಳಿಕ ಆಸ್ಸೀರಿಯದ ದಂಡಿನಲ್ಲಿ ಅಶ್ವಾರೋಹಿ ದಳವಿತ್ತು. ಮುಂದೆ, 20,000 ಕಾಲಾಳುಗಳು, 12,000 ಅಶ್ವಾರೋಹಿಗಳು. 1,200 ಜೋಡಿ ಕುದುರೆ ರಥಗಳಿದ್ದ ಬಲಶಾಲಿ ಸೈನ್ಯವನ್ನು ಅವರು ರೂಪಿಸಿದರು. ಆದರೆ ಚಾಲ್ಡಿಯರ ಕೈಯಲ್ಲಿ ಅದು ಸೋತಿತು. ಬಾಬಿಲನಿನ ದಕ್ಷಿಣದಲ್ಲಿ ಪ್ರವರ್ಧಮಾನಕ್ಕೆ ಬರುತ್ತಿದ್ದ ನಾಗರಿಕತೆ ಅವರದು. ಬಹುಶಃ ಚಾಲ್ಡಿಯರೂ ಸೆಮೆತಿ ಮೂಲದವರೇ ; ಅರೇಬಿಯದ ಕಡೆಯಿಂದ ಬಂದವರು. ಕ್ರಿಸ್ತ ಪೂರ್ವ 7 ಮತ್ತು 6ನೇ ಶತಮಾನಗಳಲ್ಲಿ ಅವರ ಅಟ್ಟಹಾಸ. ಇವರ ಅಸಾಧಾರಣ ದೊರೆ ನೆಬುಕೆಡ್‌ನೆಜ್ಜರ್. ವಾಣಿಜ್ಯ ಕ್ಷೇತ್ರದಲ್ಲಿ ತನ್ನ ಪ್ರಬಲ ಪ್ರತಿಸ್ಪರ್ಧಿಗಳಾಗಿದ್ದ ಯೆಹೂದ್ಯರ ಮೇಲೆ ಅವನಿಗೆ ಕಣ್ಣು. ಅವನು ಜೆರೂಸಲೆಮನ್ನು ನಾಶಗೊಳಿಸಿದ ; ಯೆಹೂದಿಯರನ್ನು ಬಂದಿಗಳಾಗಿ ಬಾಬಿಲನಿಗೆ ಒಯ್ದ. ಜಗತ್ತಿನ ಏಳು ಅದ್ಭುತಗಳಲ್ಲಿ ಒಂದು ಎಂದು ಪ್ರಾಚೀನ ಗ್ರೀಕರು ಪರಿಗಣಿಸಿದ್ದ ಬಾಬಿಲನಿನ ತೂಗುಉದ್ಯಾನ ನೆಬುಕೆಡ್‌ನೆಜ್ಜರನ ಸೃಷ್ಟಿ. ನಗರಕ್ಕೆ 11 ಮೈಲು ಸುತ್ತಳತೆಯ ಗೋಡೆ ಕಟ್ಟಿಸಿದ. ಗೋಡೆಯ ಅಗಲ 13 ಅಡಿ. ಗಣಿತದಲ್ಲೂ ಜ್ಯೋತಿಷ್ಯದಲ್ಲೂ ಪರಿಣತರಾದ

ಚಾಲ್ಡಿಯರನ್ನು ಗ್ರೀಕರು ಮತ್ತು ರೋಮನರು ಜಾದುಗಾರರೆಂದು ಕರೆಯುತ್ತಿದ್ದರು.

ಕ್ರಿಸ್ತ ಪೂರ್ವ ಐದಾರು ಸಾವಿರ ವರ್ಷ ಹಿಂದೆ ಗುಡ್ಡ ಪ್ರದೇಶದಲ್ಲಿ ಕಲ್ಲು ಚಿಗುರಿ ಬಳ್ಳಿಯಾಗಿ ಜಲಾನಯನ ಪ್ರದೇಶಕ್ಕೆ ಹರಿದು, ಹೊರೆಹೊರೆ ಹೂಗಳನ್ನೂ ಫಲಗಳನ್ನೂ ಬಿಟ್ಟಿತ್ತು. ಕ್ರಿ. ಪೂ. 539 ಆ ಬಳ್ಳಿ ಬಾಡುವ ಹೊತ್ತು. ಅದಕ್ಕೂ 500 ವರ್ಷ ಮೊದಲು ಆರ್ಯ ಬಣಗಳು ಮೆಸೊಪೊಟಾಮಿಯದ ಪೂರ್ವ ದಿಕ್ಕಿನಲ್ಲಿ ಬೀಡುಬಿಟ್ಟು ನಾಡು ಕಟ್ಟಿದ್ದುವು. ಅವರಲ್ಲೊಂದು ಗುಂಪು ಪರ್ಷಿಯನರು (ಫಾರಸ್ ನಗರದಿಂದ ಆಳುತ್ತಿದ್ದ ಫಾರಸೀಕರು) ಒಳಕ್ಕೆ ಬಂದರು ; ಪ್ರಾಚೀನ ನಾಗರಿಕತೆಯ ಬಾಡಿದ ಬಳ್ಳಿಯನ್ನು ಕಿತ್ತೆಸೆದರು. ಹೊಸ ಮಾಲಿಕ, ಸಮ್ರಾಟ ಸೈರಸ್. ನೆಲ ಪರ್ಷಿಯ ಸಾಮ್ರಾಜ್ಯಕ್ಕೆ ಸೇರಿತು. ಆ ಒಡೆತನವನ್ನು ಪರ್ಷಿಯನರಿಂದ ಕಸಿದುಕೊಂಡವನು ಗ್ರೀಕ್ ವೀರ ಅಲೆಕ್ಸಾಂಡರ್. ಮುಂದೆ ಕೆಲಕಾಲ ಆಳಿದವರು ಪಾರ್ಥಿಯರು. ಮೆಸೊಪೊಟಾಮಿಯವನ್ನೊಳಗೊಂಡು ಇಡಿಯ ಪರ್ಷಿಯ ಸಾಮ್ರಾಜ್ಯವೇ ಇಸ್ಲಾಮಿಗೆ ಶರಣಾಯಿತು. ಕ್ರಿಸ್ತ ಶಕ 7ನೆಯ ಶತಮಾನದಲ್ಲಿ. ಮೆಸೊಪೊಟಾಮಿಯಕ್ಕೆ ಇರಾಕ್ ಎಂಬ ಹೆಸರು ಬಂತು. ಅರಬ್ ಭಾಷೆಯಲ್ಲಿ ಇರಾಕ್ ಅಂದರೆ ದಡ. ಎರಡು ನದಿಗಳ ದಡಗಳ ದಡದಲ್ಲಿರುವ ದೇಶ. ಆ ನಡುವೆ ವಾಣಿಜ್ಯ ಮಾರ್ಗದಲ್ಲಿ ಮಹತ್ವಗಳಿಸಿ ಬೆಳೆದ ನಗರ ಬಾಗ್ದಾದ್. ಇದು ಇರಾಕ್ ಗಡಿಯೊಳಗಿತ್ತು. ಅದೀಗ ಇಡಿಯ ಇಸ್ಲಾಮೀ ಜಗತ್ತಿನ ಕೇಂದ್ರವಾಯಿತು. ಬಾಗ್ದಾದ್‌ನ ಅರ್ಥ ಪರ್ಷಿಯ ಭಾಷೆಯಲ್ಲಿ 'ದೇವರು ಕೊಟ್ಟ ವರ.' 762ರಲ್ಲಿ ಖಲೀಫ ಮನ್ಸೂರನ ನೇತೃತ್ವದಲ್ಲಿ ಬಾಗ್ದಾದಿನ ಪುನರ್ನಿರ್ಮಾಣವಾಯಿತು. ಒಂದು ಲಕ್ಷ ಶಿಲ್ಪಿಗಳೂ ಕಾರ್ಮಿಕರೂ ನಾಲ್ಕು ವರ್ಷ ದುಡಿದರು. ಜಗತ್ತಿನ ದೃಷ್ಟಿ ಸೆಳೆದ ಮಹಾ ನಗರಿಯಾಯಿತು, ಬಾಗ್ದಾದ್. ಧರ್ಮ, ವಾಣಿಜ್ಯ, ಕಲೆ ...ದಾಸದಾಸಿಯರನ್ನು ಅಲ್ಲಿ ಸಂತೆ ಚೌಕದಲ್ಲಿ ಹರಾಜು ಹಾಕುತ್ತಿದ್ದರು. ಶ್ರೇಷ್ಠ ದಾಸಿಯರು ಯಾರು ಗೊತ್ತೇ ? ಒಬ್ಬ ವರ್ತಕ ಕಿವಿಮಾತು ಹೇಳಿದ್ದಾನೆ. "ಆಕೆ ಉತ್ತರ ಆಫ್ರಿಕದಿಂದ 9ನೆಯ ವಯಸಿನಲ್ಲೆ ಕರೆತಂದ ಹುಡುಗಿಯಾಗಿರಬೇಕು. 3 ವರ್ಷ ಮದೀನದಲ್ಲಿದ್ದು ನಯನಾಜೂಕು ತಿಳಿದು ಅನಂತರದ ಮೂರು ವರ್ಷ ಮೆಕ್ಕಾದಲ್ಲಿದ್ದು ದೈವಭೀರುವಾಗಿ, 16ನೆಯ ವರ್ಷದಲ್ಲಿ ಇರಾಕಿಗೆ ಬಂದು ವಿವಿಧ ಕಲೆಗಳನ್ನು ಕಲಿಯಬೇಕು. 25ನೆಯ ವಯಸ್ಸಿನಲ್ಲಿ ವಿಕ್ರಯ. ಆಗ ಶ್ರೇಷ್ಠ ದಾಸಿಯ ಸಕಲ ಗುಣಗಳನ್ನೂ ಅವಳು ಹೊಂದಿರುತ್ತಾಳೆ."

13ನೆಯ ಶತಮಾನದಲ್ಲಿ ಮಧ್ಯ ಏಷ್ಯದಿಂದ ಮಂಗೋಲರು ದೌಡಾಯಿಸಿ ಬಂದು, ತಮಗೆ ಅರ್ಥವಾಗದ ನಾಗರಿಕತೆಯ

ನೀರಾವರಿ ಮತ್ತಿತರ ವ್ಯವಸ್ಥೆಗಳನ್ನು ನಿರ್ನಾಮ ಮಾಡಿದರು. ಬಳಿಕ ಇಸ್ಲಾಂ ಧರ್ಮಾವಲಂಬಿಗಳಾಗಿ ಶಿಸ್ತಿಗೆ ಬದ್ಧರಾದರು. 16ನೆಯ ಶತಮಾನದಲ್ಲಿ ಉತ್ತರ ದಿಕ್ಕಿನಿಂದ ತುರುಕರ ದಾಳಿ. ಸ್ವಜಾತಿ ಬಾಂಧವರಾದರೇನು ? ಖಡ್ಗದ ಅಲಗಿಗೆ ಗೊತ್ತಿರುವುದು ರಕ್ತದ ರುಚಿಯೊಂದೇ. ಇರಾಕ್ 400 ವರ್ಷ ತುರ್ಕರ ಅಧೀನದಲ್ಲಿ ನರಳಿತು. ಬೇರೆ ಧರ್ಮೀಯರು – ಬ್ರಿಟಿಷರು – ತುರ್ಕರನ್ನು ಸೋಲಿಸಿ, "ಇರಾಕ್ ನಮ್ಮದು" ಎಂದರು. ಮೊದಲ ಮಹಾಯುದ್ಧದ ಬಳಿಕ ರಚಿತವಾದ ವಿಶ್ವ ರಾಷ್ಟ್ರ ಸಂಘ "ಇರಾಕ್ ಬ್ರಿಟನಿನ ಉಸ್ತುವಾರಿ ಯಲ್ಲಿರುವ ಪ್ರದೇಶ" ಎಂದಿತು. ರಾಷ್ಟ್ರಾಭಿಮಾನ ಕೆರಳಿ, 1932ರಲ್ಲಿ ಇರಾಕ್ ಸ್ವತಂತ್ರವಾಯಿತು. ಆಳಲೊಬ್ಬ ಅರಸ. 1958ರಲ್ಲಿ ಜನ ಅರಸೊತ್ತಿಗೆಗೆ ಮಣ್ಣು ಮಾಡಿ "ಇರಾಕ್ ಗಣರಾಜ್ಯ" ಎಂದು ಸಾರಿದರು.

ಸುಮೇರರ ಕಾಲದಲ್ಲಿದ್ದಂತೆ ಈಗಲೂ ಇರಾಕ್ ಕೃಷಿ ಪ್ರಧಾನ ದೇಶ, ತೈಲ ಪತ್ತೆಯಾದ ಮೇಲೆ ಸಂಪಾದನೆಯ ದೊಡ್ಡ ಬಾಗಿಲು ತೆರೆದಿದೆ. ಸಮಾಜವಾದದ ದಾರಿ ತುಳಿಯುವ ತವಕ. ಆದರೆ, (ಇರಾನಿನೊಡನೆ ನಡೆಯುತ್ತಿರುವ ಯುದ್ಧ ಅದರ ಶಕ್ತಿಹ್ರಾಸಕ್ಕೆ ಕಾರಣವಾಗಿದೆ.)

ಪಟ್ಟಣ–ಹಳ್ಳಿ ನಡುವಣ ವ್ಯತ್ಯಾಸ ಕಡಮೆ. ದೇಶದಲ್ಲಿ ಷಿಯಾ – ಸುನ್ನಿಯರು ಸಮಸಮ. ದೇಶದ ಭಾಷೆ ಅರಬಿ. ಕುರ್ಡಿ ಮಾತನಾಡುವವರು ಗಣನೀಯ ಪ್ರಮಾಣದಲ್ಲಿದಾರೆ. ಅವರ ಪ್ರದೇಶಕ್ಕೆ ಸ್ವಾಯತ್ತೆ ದೊರೆತಿದೆ. ಜನಸಂಖ್ಯೆ 1 ಕೋಟಿ 25 ಲಕ್ಷ. ವಿಸ್ತೀರ್ಣ 1,68,878 ಚದರ ಮೈಲು. ಬಾಗ್ದಾದ್ ರಾಜಧಾನಿ. ಆರು ದಿನಪತ್ರಿಕೆಗಳು ಪ್ರಕಟವಾಗುತ್ತವೆ – ನಾಲ್ಕು ಅರಬಿಯಲ್ಲಿ, ಒಂದು ಕುರ್ಡಿಯಲ್ಲಿ, ಒಂದು ಇಂಗ್ಲಿಷಿನಲ್ಲಿ. ಜಗತ್ತಿನ ಖರ್ಜೂರದಲ್ಲಿ ಶೇಕಡಾ 80 ಇರಾಕ್‌ನಿಂದ ಬರುತ್ತದೆ.

* * *

ಇರಾಕ್‌ನ ಪೂರ್ವಕ್ಕಿರುವ ದೇಶ ಇರಾನ್. ಇರಾನ್ ಅಂದರೆ ಆರ್ಯ ಭೂಮಿ, ಆದರೆ ಆರ್ಯರು ಅಲ್ಲಿಗೆ ಬಂದದ್ದು ಕ್ರಿಸ್ತ ಜನನಕ್ಕೆ ಒಂದು ಸಾವಿರ ವರ್ಷ ಹಿಂದೆ ಮಾತ್ರ. ಅದಕ್ಕೂ ಹಿಂದಕ್ಕೆ, ಬಹಳ ಹಿಂದಕ್ಕೆ ಹೋಗೋಣ. ಇಂದಿನಿಂದ ಒಂದು ಲಕ್ಷ ವರ್ಷ ಆಚೆಗೆ. ಹೌದು. ಆ ಕಾಲದಲ್ಲಿ ಮನುಷ್ಯರು ಅಲ್ಲಿನ ಪೀಠ ಭೂಮಿಯ ಮೇಲೆ ಓಡಾಡಿದ್ದರು. ಯಾರೋ ಏನೋ, ಆವರಿಸಿದ ಹಿಮವನ್ನು ದಾಟಿ ಉಳಿಯಿತು ಇವರ ಪೀಳಿಗೆ. ಮುಂದಿನ ಶಿಲಾಯುಗ ? ಅನಂತರದ ನವ ಶಿಲಾಯುಗ ? ದೊರೆತಿರುವ ಮಾಹಿತಿ ಸ್ವಲ್ಪ. ಕ್ರಿಸ್ತ ಪೂರ್ವ 6000ದ ಹೊತ್ತಿಗೆ ಮಾನವ ಇಲ್ಲಿ ಕೃಷಿಕನಾಗಿದ್ದ. ಹಳ್ಳಿಗಳು

ಉಸಿರಾಡಿ, ಹೊಗೆ ಏಳತೊಡಗಿತ್ತು. ಮತ್ತೆ 3000 ವರ್ಷಗಳ ಬಳಿಕ ನಗರಗಳಿದ್ದುವು, ವಾಣಿಜ್ಯವಿತ್ತು. ಅಲ್ಲಿ ಬೆಳಗಿದ್ದು ಇಲಮ್ ಜನಾಂಗ, ಅವರ ನಾಗರಿಕತೆ.

ಜಗತ್ತಿನಲ್ಲಿ ಲೋಹದ ಬಳಕೆ ಆರಂಭವಾದದ್ದು ಈಗಿನ ಇರಾನ್ ಮತ್ತು ತುರ್ಕಿ ಪ್ರದೇಶಗಳಲ್ಲಿ – ಇಂದಿನಿಂದ ಎಂಟು ಸಾವಿರ ವರ್ಷ ಹಿಂದೆ. ಲೋಹವನ್ನು ಕರಗಿಸಿ, ಸುತ್ತಿಗೆ ಏಟು ಕೊಟ್ಟು ಆಕಾರ ನೀಡಲು ಮನುಷ್ಯ ಕಲಿತ. ಮೊದಲ ಎರಡು ಸಾವಿರ ವರ್ಷ ಸರಳ ಆಭರಣಗಳ ತಯಾರಿಕೆಗೆ ಮೀಸಲು. ಮರದ ಗದೆಗಳು, ಚೂಪು ಗಲ್ಲಿನ ಮೊನೆಯ ಬಾಣಗಳು, ಕಲ್ಲಿನ ಹರಿತ ಚಾಕುಗಳು ಕ್ರಮೇಣ ಮರೆಯಾದುವು. ತಾಮ್ರದ ಆಯುಧ, ಉಪಕರಣ ಬಂದುವು. ಕ್ರಿ. ಪೂ. 4000ದಲ್ಲಿ ತಾಮ್ರದ ಕೊಡಲಿಗಳ ಉಪಯೋಗ ವಿಶೇಷವಾಗಿತ್ತು. ಬಳಿಕ ಸಿದ್ಧವಾದುವು ಹೆಚ್ಚು ಕಸುವಿನ ಕಂದುಕಂಚಿನ ಖಡ್ಗ, ಈಟಿ, ಕೊಡಲಿ. ದೋಣಿ ಸಂಚಾರವೂ ಶುರುವಾಯಿತು. ಸಿರಿಯದ ಹಿಟ್ಟೈಟರು ಕಂಡುಹಿಡಿದ ಕಬ್ಬಿಣದ ಗುಟ್ಟು ಇಲಮ್‌ಗೂ ಬಂದು, ಇಲಮೀಯರು ಪರರ ಸಂಪತ್ತನ್ನು ಬಯಸುವಂತೆ ಮಾಡಿತು. ನೆರೆ ದೇಶದಲ್ಲಿತ್ತು ಸಂಪದ್ಭರಿತ ಬಾಬಿಲನ್. ಅದರ ಮೇಲೆ ಕ್ರಿ. ಪೂ. 12ನೇ ಶತಮಾನದಲ್ಲಿ ಇಲಮೀಯರು ದಾಳಿ ನಡೆಸಿದರು. ಹಮ್ಮುರಬಿ ನಿಲಿಸಿದ್ದ ಶಾಸನಗಳ ಸ್ತಂಭವನ್ನು ತಮ್ಮೂರು ಸೂಸಾಗೆ ಒಯ್ದರು ! ಕಮ್ಮಾರರ –ಅಕ್ಕಸಾಲಿಗರ ಮುಖ್ಯಸ್ಥರಿಗೆ ಎಷ್ಟೊಂದು ಪ್ರಾಧಾನ್ಯವಿತ್ತು ಎಂದರೆ, ದೇವತೆಗಳೆದುರು ಸ್ತೋತ್ರಪಠಣವನ್ನು ಅವರೇ ಪ್ರಾರಂಭಿಸುತ್ತಿದ್ದರು. ಭಾರೀ ಗೋರಿಗಳಲ್ಲಿ ಅವರ ಶವಸಂಸ್ಕಾರ ನಡೆಯುತ್ತಿತ್ತು. ಎಂಥ ದೇವತೆಗಳು – ದೇವರು ? ಗೂಬೆ ಮುಖದ, ಚೂಪುಕಿವಿಯ, ಕೊಬ್ಬಿದ, ಒಳಗೆ ಟೊಳ್ಳಾಗಿರುವ ಪ್ರಾಣಿರೂಪಗಳು ; ಮನೆ – ಹೊಲಗಳ ಚೇತನಗಳು.

ಕ್ರಿ. ಪೂ. 1000ದಲ್ಲಿ ಒಳಹೊಕ್ಕು ಇಲಮೀಯರನ್ನು ಹಿಂದಕ್ಕೆ ಸರಿಸಿದ ಆರ್ಯರಲ್ಲಿ ಎರಡು ಬಣಗಳಿದ್ದುವು. ಒಂದು ಬಣದವರು ಮೀಡರು, ಒಂದೇ ಶತಮಾನದಲ್ಲಿ ಅವರು ರೂಪಿಸಿದ ರಾಜ್ಯದ ಮುಖ್ಯನಗರಿ ಏಕಬತನ (ಅರ್ಥ : ಸಭಾಸ್ಥಾನ ; ಈಗಿನ ಹಮಾದಾನ್ ನಗರ.) ಏಕಬತನದಲ್ಲಿದ್ದ ಅರಮನೆಯನ್ನು ಏಳು ಪ್ರಾಕಾರಗಳು ಸುತ್ತುವರಿದಿದ್ದುವು. ಒಂದೊಂದು ಪ್ರಾಕಾರಕ್ಕೆ ಒಂದೊಂದು ಬಣ್ಣ. ತಮ್ಮ ಈಟಿ ಮೊನೆ ನಾಟುವ ನೆಲಕ್ಕೆಲ್ಲ ತಾವು ಗಂಡರು ಎಂದರು. ತಮ್ಮ ದೇಶ ರೂಪಿಸಿಕೊಂಡ ಇನ್ನೊಂದು ಆರ್ಯ ಬಣದವರು ಫರ್ಸ್ (ಪರ್ಸ್) ನಗರದಿಂದ ಆಳಿ, ತಾವು ಫಾರಸಿಕರೆಂದು ಪ್ರಖ್ಯಾತರಾದರು. ಮುನ್ನೂರು ವರ್ಷ ಮೀಡರ ಹಿರಿಮೆಗೆ ಮಣಿದ ಫಾರಸೀಕರು ಸೈರಸ್ ಎಂಬ ದಕ್ಷ ಅರಸ ಪಟ್ಟಕ್ಕೆ ಬಂದಾಗ,

ಬಂಡೆದ್ದರು. ಮೀಡರನ್ನು ಸೋಲಿಸಿ, ಇಡಿಯ ಆರ್ಯಭೂಮಿಗೇ ತಾವು ಒಡೆಯರು ಎಂದರು. ದೇಶ ಪರ್ಷಿಯ ಆಯಿತು. ಸಾಮ್ರಾಜ್ಯ ಕಟ್ಟಿದರು. ತಮ್ಮ ವಂಶದ ಮೂಲಪುರುಷ ಅಕಮೆನಸ್‌ನ ಸ್ಮರಣಾರ್ಥ, ತಮ್ಮದು ಅಕಮನೀದ್ ಸಾಮ್ರಾಜ್ಯ ಎಂದರು.

ಇಲಮೀಯರ ನೆಲವನ್ನು ತಮ್ಮದಾಗಿ ಮಾಡಿಕೊಂಡ ಆರ್ಯರೂ ಭಾರತಕ್ಕೆ ತೆರಳಿ ಪ್ರಾಚೀನ ಸಂಸ್ಕೃತಿಯನ್ನು ನಾಶ ಮಾಡಿ ಹೊಸ ಧರ್ಮವನ್ನು ಸಾರಿದ ಆರ್ಯರೂ ಬಂಧುಗಳು, ದಾಯಾದಿಗಳು. ಮಿತ್ರ, ವರುಣರು ಅಲ್ಲಿ ಇಲ್ಲಿ ಎರಡೂ ಕಡೆ ಸಂದರು. ಪರ್ಷಿಯದಲ್ಲಿ ಜರತುಷ್ಟ್ರ "ಅಹುರ ಮಜ್ದನೊಬ್ಬನೇ ದೇವರು ; ಆತ ರಾಜ್ಯವನ್ನು ತಮಗೆ ಕೊಟ್ಟವನು. ಆತನೊಬ್ಬನನ್ನೆ ಪೂಜಿಸಬೇಕು. ನ್ಯಾಯ ಮಾರ್ಗದಲ್ಲಿ ನಡೆಯಬೇಕು, ಸತ್ಯ ನುಡಿಯಬೇಕು ; ಅಸತ್ಯವನ್ನು ಧಿಕ್ಕರಿಸಬೇಕು, ಒಳಿತು ಕೆಡುಕುಗಳ ನಡುವೆ ನಿರಂತರ ಹೋರಾಟ ನಡೆಯುತ್ತಿರುತ್ತದೆ" ಎಂದ. ಅಲ್ಲಿನ ಹೋಮ ರಸ ಭಾರತದ ಸೋಮ ರಸ. ಅದು ಬೇಡ ; ಬಲಿ ಬೇಡ – ಎಂದ ಜರತುಷ್ಟ್ರ. ಅಗ್ನಿ, ದೇವರ ಸಂಕೇತ, ಅದಕ್ಕೆ ಪೂಜೆ. ಆತನ ಪ್ರಕಾರ ದ್ಯಾವ ಅನಿಷ್ಟ ಶಕ್ತಿ (ಭಾರತದಲ್ಲಿ ಜರತುಷ್ಟ್ರನ ದಾಯಾದಿಗಳು ಅಹುರ ಅಸುರ, ಕೆಟ್ಟವನು ; ದ್ಯಾವ ದೇವರು–ಎಂದರು.) ಪರ್ಷಿಯದ ಪ್ರತಿಷ್ಠಿತರಿಗೆ ಜರತುಷ್ಟ್ರನ ಬೋಧನೆ ಹಿಡಿಸಿತು. ಸೈರಸ್ "ಸರಿ" ಎಂದ. ಅದೇ ವೇಳೆಯಲ್ಲಿ ಗ್ರಾಮಾಂತರ ಪ್ರದೇಶಗಳಲ್ಲಿ ದೇವದೂತರೆಂದು ಕರೆದುಕೊಂಡ ಮಾಗಿಯರೆಂದರು ; "ಅಹುರ ಮಜ್ದನೂ ಅಹ್ರಿಮನ್ನುವೂ ಒಬ್ಬರಾದ ಮೇಲೊಬ್ಬರು ಮೂರು ಮೂರು ಸಾವಿರ ವರ್ಷ ಆಳ್ತಾರೆ. ಕೊನೇಲಿ ಅಹ್ರಿಮನ್ನು ಸೋಲ್ತಾನೆ. ಆಮೇಲೆ ಜನ ಸುಖವಾಗಿರ್ತಾರೆ. ಅವರಿಗೆ ಆಹಾರವೇ ಬೇಡ, ಅವರಿಗೆ ನೆರಳೇ ಇರೋದಿಲ್ಲ." ಅಗ್ನಿಗೆ ಬಲಿ ಕೊಡುವುದನ್ನು, ಹೋಮ ರಸ ಪಾನವನ್ನು ಇವರು ಸಮರ್ಥಿಸಿದರು.

ಸೈರಸ್ ಜರತುಷ್ಟ್ರನ ಬೋಧನೆ ಸ್ವೀಕರಿಸಿದರೂ ಧರ್ಮಾಂಧ ನಾಗಲಿಲ್ಲ, ತಾನು ಬಾಬಿಲನನ್ನು ಗೆದ್ದಾಗ ಅಲ್ಲಿದ್ದ 40,000 ಯೆಹೂದಿ ಬಂದಿಗಳನ್ನು ಬಿಡುಗಡೆ ಮಾಡಿದ. ಗೆದ್ದ ದೇಶಗಳ ಜನ ತಮ್ಮ ತಮ್ಮ ಮತಗಳಿಗೇ ನಿಷ್ಠೆಯಿಂದಿರಲು ಅವಕಾಶವಿತ್ತ. ಸಮ್ರಾಟ 10,000 'ಅಮರ'ರ ದಳ ನಿರ್ಮಿಸಿದ. ಇದರಲ್ಲಿ ಮೀಡರೂ ಇದ್ದರು, ಫಾರಸಿಗಳೂ ಇದ್ದರು. ಈ 10,000 'ಅಮರ'ರಲ್ಲಿ 1000 ಜನ ಸಮ್ರಾಟನ ಅಂಗರಕ್ಷಕರು. ಸೈರಸ್‌ನ ಅನಂತರದ ಒಬ್ಬ ಅರಸ ಕಾಂಬಿಸೆಸ್ ಈಜಿಪ್ಟನ್ನು ಗೆದ್ದ. ಶಹಾನ್‌ಶಹ (ಅರಸರ ಅರಸ) ಎಂದು ಕರೆದುಕೊಂಡ ಡೇರಿಯಸ್ ರಾಜಧಾನಿ ಸೂಸಾದಿಂದ

ಸಮುದ್ರದಂಡೆಗೆ 1600 ಮೈಲು ರಸ್ತೆ ನಿರ್ಮಿಸಿದ. ಸೈನ್ಯದ ಕಾವಲಿದ್ದ ರಸ್ತೆ. ಅದರಲ್ಲಿ 111 ಕುದುರೆ ತಾಣಗಳು. ಸಂದೇಶ ವಾಹಕ ರಾವುತ 111 ಸಲ ಕುದುರೆ ಬದಲಿಸಿ ಒಂದೇ ವಾರದಲ್ಲಿ ರಾಜಧಾನಿ ತಲಪುತ್ತಿದ್ದ. ಡೇರಿಯಸ್ ತನ್ನ ಹೆಸರಿನ ಬಂಗಾರನಾಣ್ಯ (ಡಾರಿಕ್) ಟಂಕಿಸಿದ, ಕ್ರಿ. ಪೂ. 490ರಲ್ಲಿ ಗ್ರೀಸಿನ ಮೇಲೆ ದಂಡೆತ್ತಿ ಹೋಗಿ, ಸೋಲು ಅನುಭವಿಸಿದ. ಕಾಲು ಶತಮಾನದ ಬಳಿಕ ಪರ್ಷಿಯದ ನಾವಿಕರು ಆಫ್ರಿಕ ಖಂಡವನ್ನು ಸುತ್ತಿ ಬಂದರು. ಕ್ರಿ. ಪೂ. 336ರಲ್ಲಿ ಗ್ರೀಕ್ ವೀರ ಅಲೆಕ್ಸಾಂಡರನಿಗೆ ಪರ್ಷಿಯ ಮಣಿಯಿತು. ಆದರೆ ಅಲೆಕ್ಸಾಂಡರ್ ಪರ್ಷಿಯದ ಆಡಂಬರ ವಿಲಾಸಗಳಿಗೆ, ಪೌರಸ್ತ್ಯ ರೀತಿ ರಿವಾಜುಗಳಿಗೆ ಮಾರು ಹೋದ. ಮುಂದೆ ಅವರಿವರ ಆಳ್ವಿಕೆಯಲ್ಲಿ ಪಾರತಂತ್ರ್ಯದ ಕಹಿ ಅನುಭವಿಸಿದ ಮೇಲೆ, ಅರ್ದೆಷಿರನ ನಾಯಕತ್ವದಲ್ಲಿ (ಕ್ರಿ. ಶ. 226) ಫಾರಸಿಕರು ವಿಮೋಚನೆಯ ಸಂಗ್ರಾಮ ನಡೆಸಿ ಸಫಲರಾದರು.

ಏಳನೆಯ ಶತಮಾನದಲ್ಲಿ ದೌಡಾಯಿಸಿ ಬಂದರು ಇಸ್ಲಾಮ್ ಮತಾನುಯಾಯಿ ಬದವಿನ್ ಅರಬರು. ಶಸ್ತ್ರಾಸ್ತ್ರಗಳ ಅಭಾವ ವಿದ್ದರೇನಂತೆ ? ಧರ್ಮದ ಇಂಧನ ಹೇರಳವಾಗಿತ್ತು. ಅದರ ದಹನ ಶಕ್ತಿ ಅಪಾರ. ಪರ್ಷಿಯ ಸಾಮ್ರಾಜ್ಯ ಅವರ ವಶವಾಯಿತು. ಯೆಹೂದ್ಯರಿಗೆ, ಜರತುಷ್ಟ್ರವಾದಿಗಳಿಗೆ, ಕ್ರೈಸ್ತರಿಗೆ, ಅರಬರು ಧಾರ್ಮಿಕ ಸ್ವಾತಂತ್ರ್ಯ ನೀಡಿದರು. ಆ ಸ್ವಾತಂತ್ರ್ಯಕ್ಕೋಸ್ಕರ ತೆರಿಗೆ, ಜೆಜಿಯಾ. ಭೂಕಂದಾಯ ಮತ್ತಿತರ ಎಲ್ಲ ವಸೂಲಿ ಕೆಲಸವನ್ನೂ ಫಾರಸೀ ಅಧಿಕಾರಿಗಳಿಗೇ ಅರಬರು ಒಪ್ಪಿಸಿದರು. (ಹಿಂದೆ ಗ್ರೀಕರೂ ಹಾಗೆಯೇ ಮಾಡಿದ್ದರು.) ಇಸ್ಲಾಮ್ ಧರ್ಮವೂ ಅರಬ್ ಭಾಷೆಯೂ ಪರ್ಷಿಯ ನೆಲದಲ್ಲಿ ಇಂಗಿದುವು, ಬಾಗ್ದಾದ್ ಇಸ್ಲಾಮೀ ಜಗತ್ತಿನ ಕೇಂದ್ರ ನಗರವಾಯಿತು. ಭಾರತದ ಸಂಖ್ಯಾ ಪದ್ಧತಿಯೂ ಸೊನ್ನೆಯೂ ಇಲ್ಲಿಗೆ ಬಂದುವು. 11ನೆಯ ಶತಮಾನದಲ್ಲಿ ತುರ್ಕರು ಪರ್ಷಿಯವನ್ನು ಆಕ್ರಮಿಸಿದಾಗಲೂ ರಾಜ್ಯಭಾರಕ್ಕಾಗಿ ಫಾರಸೀ ಅಧಿಕಾರಿಗಳನ್ನೇ ಉಳಿಸಿಕೊಂಡರು. ಅಗಾಧವಾಗಿತ್ತು ಫಾರಸೀ ಲೋಹಚುಂಬಕ ಶಕ್ತಿ! ಮಂಗೋಲ್ ನಾಯಕ ಚೆಂಗೀಸ್ ಖಾನ್ 13ನೆಯ ಶತಮಾನದಲ್ಲಿ ಪರ್ಷಿಯ ತಲಪಿ ಖಡ್ಗ ಝಳಪಿಸಿದ. ರಕ್ತದ ಹೊಳೆ ಹರಿದಾಗಲೇ ಆತನಿಗೆ ಸಮಾಧಾನ. ಅವನ ದಾಳಿಯಲ್ಲಿ ಪರ್ಷಿಯದ ಜನಸಂಖ್ಯೆಯ ಮೂರರಲ್ಲೆರಡು ಭಾಗ ಹತವಾಯಿತು. ಚೆಂಗೀಸನ ವಂಶಜ ಎಂದು ಹೇಳಿಕೊಂಡು 14ನೇ ಶತಮಾನದ ಅಂತ್ಯದಲ್ಲಿ ಬಂದವನು ಕುಂಟ ತೈಮೂರ. ಕ್ರೌರ್ಯದಲ್ಲಿ ಚೆಂಗೀಸನನ್ನೂ ಈತ ಮೀರಿಸಿದ. ಪರ್ಷಿಯ ಮತ್ತೊಮ್ಮೆ ಬಿಡುಗಡೆ ಪಡೆದದ್ದು ಒಂದು ಶತಮಾನದ ಬಳಿಕ. ಹೊಸ

ಸರಣಿಯ ದೊಡ್ಡ ದೊರೆ ನಾದಿರ್ ಶಹ. ದಿಲ್ಲಿ ತಲಪಿ (1739) ಅಲ್ಲಿಂದ ಮಯೂರ ಸಿಂಹಾಸನವನ್ನು ತನ್ನ ದೇಶಕ್ಕೆ ಒಯ್ದುದಕ್ಕೆ ಆತ ಪ್ರಸಿದ್ಧ!

ಆಧುನಿಕ ಕಾಲ ಹತ್ತಿರ ಬರುತ್ತಿದ್ದಂತೆ ಪರ್ಷಿಯದತ್ತ ನೋಡಿ ಜೊಲ್ಲು ಸುರಿಸಿದ ರಾಷ್ಟ್ರಗಳು : ಬ್ರಿಟನ್, ಜರ್ಮನಿ, ಅಮೆರಿಕ ಸಂಯುಕ್ತ ಸಂಸ್ಥಾನ, ತ್ಸಾರ್ ಚಕ್ರವರ್ತಿಯ ರಷ್ಯ. ಇವರೊಳಗೆ ಜಗಳ–ಕಚ್ಚಾ ಮಾಲುಗಳಿಗಾಗಿ, ಬಂಡವಾಳ ಉಜ್ಜುಗಿಸಿ ಲಾಭ ಪಡೆಯುವುದಕ್ಕಾಗಿ. ಪರ್ಷಿಯವನ್ನು ಸುಲಿಯಲು ಬ್ರಿಟನ್ ಮತ್ತು ತ್ಸಾರ್ – ರಷ್ಯ ರಹಸ್ಯ ಒಪ್ಪಂದ ಮಾಡಿಕೊಂಡಿದ್ದುವು. ಮೊದಲ ಲೋಕ ಮಹಾಯುದ್ಧ ಆರಂಭವಾಗುವ ವೇಳೆಗೆ ಬ್ರಿಟನ್ ಮತ್ತು ರಷ್ಯಗಳಿಗೆ ಪರ್ಷಿಯ ಮರು ಸಂದಾಯ ಮಾಡಬೇಕಾಗಿದ್ದ ಸಾಲ 70 ಲಕ್ಷ ಪೌಂಡು. ಬರ್ಲಿನಿನಲ್ಲಿ ರಷ್ಯದ ಕ್ರಾಂತಿಕಾರರು ಮುದ್ರಿಸುತ್ತಿದ್ದ ತ್ಸಾರ್ ವಿರೋಧಿ ಕ್ರಾಂತಿಕಾರಿ ಪತ್ರಿಕೆ 'ಇಸ್ಕ್ರ' (ಕಿಡಿ) ವಿಯೆನ್ನ, ಪರ್ಷಿಯಗಳ ದಾರಿಯಾಗಿ ರಷ್ಯವನ್ನು ಸೇರುತ್ತಿತ್ತು. ಸೋವಿಯೆತ್ ಕ್ರಾಂತಿಯಾದೊಡನೆ ಅಲ್ಲಿನ ನೂತನ ಸರಕಾರ, ಹಿಂದಿನ ಆಡಳಿತ ಪರ್ಷಿಯಕ್ಕಿದಿರಾಗಿ ಬ್ರಿಟನಿನೊಡನೆ ಮಾಡಿಕೊಂಡಿದ್ದ ಒಪ್ಪಂದವನ್ನೂ ರಷ್ಯಕ್ಕೆ ಮರುಪಾವತಿಯಾಗ ಬೇಕಾಗಿದ್ದ ಸಾಲವನ್ನೂ ರದ್ದುಪಡಿಸಿತು. ಮರುವರ್ಷ ಪರ್ಷಿಯವನ್ನು ಆಕ್ರಮಿಸಿದ ಬ್ರಿಟನ್ ಉಗುಳುನುಂಗಿ ಹಿಂತೆಗೆಯಬೇಕಾಯಿತು. 1920ರಲ್ಲಿ ಪರ್ಷಿಯದ ಕಮ್ಯೂನಿಸ್ಟ್ ಪಕ್ಷ ಸ್ಥಾಪಿತವಾಯಿತು. ಪೌರಸ್ತ್ಯ ದೇಶಗಳಲ್ಲೇ ಮೊದಲನೆಯದು ಎಂಬ ಕಾರಣದಿಂದ ಆ ಸ್ಥಾಪನೆ ಚರಿತ್ರಾರ್ಹ. ಆದರೆ ಇದು ದುರ್ಬಲ ಪಕ್ಷವಾಗಿಯೇ ಉಳಿಯಿತು. ಸೈನ್ಯಾಧಿಕಾರಿ ರೆಜಾ ಖಾನ್ ಪಾಶ್ಚಾತ್ಯೀಕರಣ ಬಯಸಿದವನು. 1921ರಲ್ಲಿ ಅರಸೊತ್ತಿಗೆಯನ್ನು ಉರುಳಿಸಿದ. ಆದರೆ ನಾಲ್ಕನೇ ವರ್ಷ ರೆಜಾ ಶಹ ಪಹ್ಲವಿ ಎಂಬ ಹೆಸರು ಹೊತ್ತು ತಾನೇ ಅರಸನಾದ. 1935ರಲ್ಲಿ ಪರ್ಷಿಯ ಎಂಬ ಹೆಸರಿನ ಬದಲು ಪ್ರಾಚೀನ ನಾಮಧೇಯವಾದ 'ಇರಾನ್'ನ್ನು ಬಳಕೆಗೆ ತರಲಾಯಿತು. (ನಾಜಿಗಳು ಅವನ ಮಿತ್ರರಾಗಿದ್ದರು ಆರ್ಯ ಪರಂಪರೆಯ ಪುನರುತ್ಥಾನವಾಗಲಿ – ಎಂದು ಅವರು ಸೂಚಿಸಿದರೇನೊ!) ಈ ಸ್ನೇಹ ತನಗೆ ಮುಳುವಾಗುವ ಸೂಚನೆ ಕಂಡೊಡನೆ, ರೆಜಾ ಶಹ ಸಿಂಹಾಸನವನ್ನು ತನ್ನ ಮಗನಿಗೆ ಬಿಟ್ಟುಕೊಟ್ಟ. ಮಗ ಮಹಮ್ಮದ್ ರೆಜಾ ಶಹ ಪಹ್ಲವಿ. ಎಣ್ಣೆ ಚಿಮ್ಮಿ ಹೊಳೆಯಾಯಿತು. ಅದು ದ್ರವದ್ರವ್ಯ, ಆಮೇಲೆ ಆಂಗ್ಲೊ – ಇರಾನಿ ತೈಲ ಕಂಪನಿಯ ರಾಷ್ಟ್ರೀಕರಣ, ಹೊಸ ಶಹ ಅಮೆರಿಕಕ್ಕೆ ಆತ್ಮೀಯನಾದ, ಇರಾನಿನ ಎಡಪಂಥೀಯರಿಗೆ ಈಗ ರಕ್ತಸ್ರಾವ ಪೀಡೆ, ಆದರೆ ಶಹನಿಗೆ ಹೊಸ ಪಿಡುಗು ಕಾದಿತ್ತು. ಅದು ಮಹಮ್ಮದೀಯ ಧರ್ಮಾಂಧರ ಗುಂಪು. ಅವರ ಪ್ರತಿಭಟನೆ ವ್ಯಾಪಕವಾದಾಗ, ಶಹ ದೇಶ ಬಿಟ್ಟೋಡಿದ.

ಧರ್ಮಾಂಧರ ನಾಯಕ ಖೊಮೇನಿ ವಿದೇಶದಲ್ಲಿದ್ದ. ಹಿಂತಿರುಗಿದವನಿಗೆ ಧರ್ಮನಿಷ್ಠರು ಭಾರಿ ಸ್ವಾಗತ ಇತ್ತರು. ಆದರೆ ಬಾಣಲೆಯಿಂದ ಬೆಂಕಿಗೆ ಬಿದ್ದೆವೆಂದು ಜನರಿಗೆ ಬೇಗನೆ ತಿಳಿಯಿತು.

ಮೂರು ಕೋಟಿಗೂ ಹೆಚ್ಚು ಜನಸಂಖ್ಯೆಯ 6,36,296 ಚದರ ಮೈಲು ವಿಸ್ತಾರದ ಇರಾನ್ ಬಹಳ ಹಿಂದಿನಿಂದಲೂ ರತ್ನಗಂಬಳಿ ತಯಾರಿಗೆ ಪ್ರಸಿದ್ಧ, ಈಗ ಪ್ರತಿ ವರ್ಷ ನಾಲ್ಕು ಕೋಟಿ ಚದರಡಿ ಹಾಸುಗಂಬಳಿ, ಹೊದಿಕೆ ಕಂಬಳಿ ಸಿದ್ಧವಾಗುತ್ತವೆ. 10 ಲಕ್ಷ ಕುಶಲ ಕರ್ಮಿಗಳಿದ್ದಾರೆ. ಅದರ ಐದುಪಟ್ಟು ಜನ ಗುಡಿಸಲು ಕೈಗಾರಿಕೆಗಳಲ್ಲಿ ದುಡಿಯುತ್ತಾರೆ. ಮುಖ್ಯ ಸಂಪನ್ಮೂಲ ತೈಲವೇ. ತೆಹ್‌ರಾನ್ ರಾಜಧಾನಿ.

* * *

ಇರಾನಿನ ಪೂರ್ವಕ್ಕಿರುವುದು ಆಫ್‌ಘಾನಿಸ್ತಾನ. ಸೆಕೆಗಾಲದಲ್ಲಿ ಬೆವರಿನ ಸುರಿತ, ಚಳಿಗಾಲದಲ್ಲಿ ಮೈಯ ಕೊರೆತ. ಅಫ್‌ಘಾನ್ ಎಂದರೆ, ಉಣ್ಣೆಗಂಬಳಿ. ಕ್ರಿಸ್ತಶಕ ಏಳನೆಯ ಶತಮಾನದಲ್ಲಿ ಭಾರತೀಯ ಖಗೋಳ ತಜ್ಞ ವರಾಹಮಿಹಿರ ವಾಯುವ್ಯ ದಿಕ್ಕಿನಲ್ಲಿರುವ 'ಅವಗಾನ'ರ ಬಗ್ಗೆ ಪ್ರಸ್ತಾಪಿಸಿದ್ದಾನೆ. ಎತ್ತರದ ಗುಡ್ಡಗಳಲ್ಲಿ ಕಣಿವೆ ತಪ್ಪಲುಗಳಲ್ಲಿ ಕುರಿಮಂದೆಗಳ ಜತೆ ಅಲೆಯುತ್ತಲೋ ನೀರಿದ್ದ ಬಯಲಿನಲ್ಲಿ ನೆಲೆನಿಂತೋ ಸಹಸ್ರ ಸಹಸ್ರ ವರ್ಷ ಜೀವನ ನಡೆಸುತ್ತ ಬಂದವರು ಇವರು. 5 ಕುಟುಂಬಗಳಿದ್ದರೆ ಹಳ್ಳಿ: ಮುನ್ನೂರು ಸಂಸಾರಗಳಿದ್ದರೆ ಊರು. ಈಗ ಮುಖ್ಯ ಭಾಷೆಗಳು ಆರ್ಯ ಮೂಲದ ಪುಷ್ತು (ಪಷ್ತೊ) ಮತ್ತು ಫಾರಸಿಯ ಒಂದು ಪ್ರಭೇದವಾದ ದರಿ. ದರಿಯ ಬೇರು ಕೆದಕಿದಾಗ ಸ್ಪಷ್ಟ: ಇದೂ ಆರ್ಯ ಮೂಲದ್ದೇ. ಅಫ್‌ಘಾನಿಸ್ತಾನ ಎಂಬ ರಾಷ್ಟ್ರ ಉದಿಸಿದ್ದು ಮಾತ್ರ 1747ರಲ್ಲಿ.

ಹೆಸರು ದೊರೆತದ್ದು ಇತ್ತೀಚೆಗೆ. ಒಪ್ಪೋಣ. ಆದರೆ, ಇಲ್ಲಿ ಮನುಷ್ಯನ 'ಇತಿಹಾಸ' ಅಥವಾ 'ಕಥೆ' ಬಹಳ ಪ್ರಾಚೀನವಾದದ್ದು. ಶಿಲಾಯುಗದಲ್ಲಿ ಅದರ ಆರಂಭ. 200,000 – 100,000 ವರ್ಷ ಹಿಂದೆ ಬೇಟೆಗಾರರು ಅಲ್ಲಿ ಮಿಕ ಹುಡುಕಿದ್ದರು. ಘಜನಿ ಪ್ರದೇಶದ ಗವಿಗಳಲ್ಲಿ ರಕ್ಷಣೆ ಪಡೆದಿದ್ದರು... 60,000 – 35,000 ಅವಧಿಯಲ್ಲಿ ಮಾನವ ಆ ನೆಲದಲ್ಲಿ ಕಲ್ಲಿನ ಉಪಕರಣಗಳನ್ನು ಬಳಸುತ್ತಿದ್ದ. ಬಾಕ್ಟ್ರಿಯದ ಬಯಲುಗಳಲ್ಲಿ ಕ್ರಿ. ಪೂ. 7000 –4000 ವರ್ಷಗಳ ನಡುವೆ ಜನವಸತಿ ಅತ್ಯಂತ ಸಾಂದ್ರವಾಗಿತ್ತು. ಮೊದಲ ಕೃಷಿ ಸ್ಥಾನ ಬೋಲನ್ ಕಣಿವೆಯ ಬಳಿ. ಕಾಂದಹಾರ (ಗಾಂಧಾರ)ದ ಸಂಸ್ಕೃತಿ ಉನ್ನತಿಯ ತುದಿಯಲ್ಲಿದ್ದುದು ಕ್ರಿ. ಪೂ. 3000ದಲ್ಲಿ. ಲೋಹಾವತಾರ : ತಾಮ್ರದ ಕೊಡಲಿ, ಭರ್ಜಿ, ಆಭರಣ. ಮುಂದೆ ಕಂದುಕಂಚಿನಲ್ಲಿ ಅವುಗಳ ತಯಾರಿ. ಕಂದು ಕಂಚಿನ ಸ್ಥಾನವನ್ನು ಕಬ್ಬಿಣ ಆಕ್ರಮಿಸಿದ್ದು ಕ್ರಿ. ಪೂ. 1000 ದೀಚೆಗೆ,

ಜತೆಯಲ್ಲಿದ್ದುವು ಗುಡಿ ಕೈಗಾರಿಕೆ ಮತ್ತು ಕುಂಬಾರನ ಚಕ್ರ.

ತೀರ ದಕ್ಷಿಣದಲ್ಲಿ ಬ್ರಾಹಿ ಜನಾಂಗವಿದೆ. ಚಹರೆ, ಭಾಷೆ ಎರಡರಲ್ಲೂ ಇವರು ದ್ರಾವಿಡರು. (ಈಗ 19,000ಕ್ಕೆ ಇಳಿದಿದೆ ಅವರ ಸಂಖ್ಯೆ.) ಇವರ ಪೂರ್ವಜರಿಗೂ ಹರಪ್ಪ – ಮೊಹೆಂಜೊದಾರೊ ನಿವಾಸಿಗಳಿಗೂ ಸಂಬಂಧವಿತ್ತು. ಕೇಂದ್ರ ಏಷ್ಯದಿಂದ ಕ್ರಿ. ಪೂ. 2000ದ ಬಳಿಕ ಆರ್ಯ ಬುಡಕಟ್ಟಿನವರು ಈಗಿನ ಅಫ್‌ಘಾನಿಸ್ತಾನಕ್ಕೆ ಬರತೊಡಗಿದರು. ಆಗ ಈ ನೆಲಕ್ಕೆ 'ಆರ್ಯಾನ' (ಆರ್ಯರ ವಾಸಸ್ಥಾನ) ಎಂಬ ಹೆಸರು ಬಂತು.

ಆರ್ಯರ ಬಳಿಕ ಗ್ರೀಕರು, ಸಿಥಿಯರು, ಅರಬರು, ತುರ್ಕರು, ಮಂಗೋಲರು. ಜರತುಷ್ಟ್ರ ಈ ಮಣ್ಣಿನ ಮಗ. ಕ್ರಿಸ್ತ ಶಕ 2ನೇ ಶತಮಾನದಲ್ಲಿ ಕುಶಾನರು ಪ್ರಬಲರಾದರು. ಕನಿಷ್ಕ ಅವರಲ್ಲಿನ ಪ್ರಬಲ ಪ್ರಭು. ಬೌದ್ಧಮತ ಅಫ್‌ಘನರತ್ತ ಬಂದದ್ದು ಆಗಲೇ. ಏಳನೆಯ ಶತಮಾನದಲ್ಲಿ ಇಸ್ಲಾಮ್. ಗುಲಾಮನೊಬ್ಬ ದೊರೆಯಾದ. ಅವನ ಮಗ ಘಜನೀ ಮಹಮ್ಮದ್. ಇವನು ಹಾಗೂ ಮುಂದೆ ಅಧಿಕಾರಕ್ಕೆ ಬಂದ ಘೋರಿ ಮಹಮ್ಮದನು 10ನೇ ಶತಮಾನದಲ್ಲಿ ಭಾರತದ ಮೇಲೆ ನಡೆಸಿದ ದಾಳಿಗಳಿಗಾಗಿ ಕುಖ್ಯಾತರು. ಮುನ್ನೂರು ವರ್ಷ ಬಳಿಕ ಮಂಗೋಲರ ಚೆಂಗೀಸ್‌ಖಾನ್ ಸಿಂಧೂ ನದಿಗೆ ಹೋದಾಗಲೂ ಹಿಂತಿರುಗಿದಾಗಲೂ ಈ ನೆಲದ ದಾರಿಯಲ್ಲಿ ಬೆಂಕಿಯುಗುಳಿದ. ಮುಂದಿನ ಶತಕದ ತೈಮೂರನೂ ಅಷ್ಟೆ. ಸೀಸ್ತಾನಿನ ಪ್ರಾಚೀನ ನಾಗರಿಕತೆಯನ್ನು ಅವನು ಪುಡಿಗೂಡಿಸಿದ. ಮಂಗೋಲ್ ವಂಶಜ ಬಾಬರ್ ಕಾಬುಲ್‌ನಿಂದ ಹೊರಟು ಹಿಂದೂಸ್ತಾನಕ್ಕಿಳಿದು, ಮೊಘಲ್ ಸಾಮ್ರಾಜ್ಯ ಸ್ಥಾಪಿಸಿ, ಆಗ್ರಾದಿಂದ ಆಳಿದ. 1530ರಲ್ಲಿ ಅಲ್ಲಿ ಸತ್ತಾಗ ಶವವನ್ನು ಕಾಬುಲಿಗೆ ಒಯ್ದು ಅವನ ಪ್ರೀತಿಯ ಪುಷ್ಪೋದ್ಯಾನದಲ್ಲಿ ದಫನ ಮಾಡಿದರು.

ರೋಶನಿ ಪಂಗಡ 16 – 17ನೇ ಶತಮಾನಗಳಲ್ಲಿ ಮಂಗೋಲರ ವಿರುದ್ಧ ಪ್ರತಿಭಟಿಸಿತು. ಅಫ್‌ಘನ್‌ರ ಗಿರಿಕಂದರಗಳಲ್ಲೂ ಬಯಲು ಗಳಲ್ಲೂ ರಾಷ್ಟ್ರೀಯ ಜಾಗೃತಿಯ ಬಲವಾದ ಗಾಳಿ ಬೀಸಿದ್ದು 18ನೆಯ ಶತಮಾನದಲ್ಲಿ. ಹಲವು ಸಹಸ್ರ ಕುಟುಂಬಗಳಿದ್ದ ದುರ್ರಾನೀ ಬುಡಕಟ್ಟಿನ ಅಹ್ಮದ್‌ಖಾನ್ ವಿವಿಧ ಬುಡಕಟ್ಟುಗಳ ಐಕ್ಯ ಸಾಧಿಸಿ, ತಮ್ಮ ದೇಶ – ಅಫ್‌ಘಾನಿಸ್ತಾನ – ಅಸ್ತಿತ್ವಕ್ಕೆ ಬಂತೆಂದು ಘೋಷಿಸಿದ. ಬುಡಕಟ್ಟುಗಳ ಮಹಾಸಭೆ ಆತನನ್ನೇ ಅರಸನನ್ನಾಗಿ ಆರಿಸಿತು. ಅಹ್ಮದ್ ಶಹನನ್ನು ಜನ 'ಬಾಬಾ' – (ರಾಷ್ಟ್ರದ) ತಂದೆ – ಎಂದು ಕರೆದರು.

1839ರಿಂದ ಮೊದಲು ಮಾಡಿ ಸುಮಾರು ಎಂಬತ್ತು ವರ್ಷ ಬ್ರಿಟಿಷರು ಅಫ್‌ಘಾನರ ವಿರುದ್ಧ ಯಶಸ್ವಿಯಾಗಿ ಹೋರಾಡಿದರು. ಈ ಯುದ್ಧಗಳಿಗೆಲ್ಲ ಅವರ ವಶವಾಗಿದ್ದ ಹಿಂದೂಸ್ತಾನವೇ ನೆಲೆ. ಆದರೆ

1919ರಲ್ಲಿ ಅಮಾನುಲ್ಲ ಖಾನ್ ದೇಶದ ಸ್ವಾತಂತ್ರ್ಯವನ್ನು ಸಾರಿದ. ಅಫ್‌ಘಾನಿಸ್ತಾನ ಸ್ವತಂತ್ರ ದೇಶವೆಂದು ಮನ್ನಣೆ ನೀಡಿದ ಮೊದಲ ರಾಷ್ಟ್ರ ಸೋವಿಯೆತ್ ಒಕ್ಕೂಟ. ಅಮಾನುಲ್ಲ ಭಾರತ ಈಜಿಪ್ಟ್‌ಗಳಲ್ಲೂ ಯೂರೋಪಿನಲ್ಲೂ ಪ್ರವಾಸ ಮಾಡಿದ. ಮತಾತೀತ ದೃಷ್ಟಿ, ವಿದ್ಯಾ ಪ್ರಸಾರ, ಪುಷ್ತು ಭಾಷೆಯಲ್ಲಿ ಸಾಹಿತ್ಯ ರಚನೆ, ಸಾಂಸ್ಕೃತಿಕ ಅಭಿವೃದ್ಧಿ, ರಾಷ್ಟ್ರೀಯ ಐಕ್ಯ ಸಾಧನೆ – ಈ ಗುರಿಗಳಿದ್ದ 'ಯುವ ಅಫ್‌ಘಾನ್' ಚಳವಳಿ ಬಲಗೊಂಡಿತು. ಪರ್ಷಿಯದ ಆಳ್ವಿಕೆಯ ಕಾಲದಿಂದ ಇಲ್ಲಿನ ಧರ್ಮಾಧಿಕಾರಿಗಳು ಷಿಯಾ ಪಂಥೀಯರು. ಜನ ಸುನ್ನಿ ಪಂಥದವರು. ಈ ಸಂಗತಿಯಿಂದಲೂ ಆಂತರಿಕ ಘರ್ಷಣೆ ತೀವ್ರವಾಯಿತು. ಬಹು ಪತ್ನೀತ್ವ ಸಲ್ಲ; ಹೆಂಗಸರಿಗೆ ಅವಕುಂಠನ ಬೇಡ, ಗಂಡುಹೆಣ್ಣು ಸಮಾನ – ಎಂದ ಅಮಾನುಲ್ಲ. ಧರ್ಮಾಧಿಕಾರಿಗಳ ಮತ್ತು ಪಾಳೆಯಗಾರ ಪ್ರಭುಗಳ ಪಿತೂರಿಯಿಂದ ಈತ ಪದಚ್ಯುತನಾದ (1929).

ಬ್ರಿಟಿಷರ ಚುಂಚು ಪ್ರವೇಶಕ್ಕೆ ಮತ್ತೊಂದು ಅವಕಾಶ ದೊರೆಯಿತು. ಅವರ ಬೆಂಬಲದಿಂದ ಪಟ್ಟ ಏರಿದವನು ಅಫ್‌ಘಾನೀ ನಾದಿರ್ ಶಹ. 1933ರಲ್ಲಿ ಶಾಲಾಮಕ್ಕಳಿಗೆ ಬಹುಮಾನ ಹಂಚುತ್ತಿದ್ದಾಗ ಕೊಲೆಯಾದ. ಅನಂತರ ನಾಲ್ವತ್ತು ವರ್ಷ ಆಳಿದವನು ಜಹೀರ್ ಶಹ. ಈ ತೆವಳಿಕೆಯಿಂದ ಯಾರಿಗೆ ತಾನೆ ಬೇಸರವಾಗದು ? ಅರಸನ ಸೋದರ ದಾಯಾದಿ ದಾವೂದ್ ಬಂಧುವನ್ನು ಗದ್ದುಗೆಯಿಂದಿಳಿಸಿ, ಅರಸೊತ್ತಿಗೆಯ ಅಧ್ಯಾಯ ಮುಗಿಸಿದ. ದೇಶ ಗಣರಾಜ್ಯವೆಂದೂ ತಾನು ಅಧ್ಯಕ್ಷನೆಂದೂ ಸಾರಿದ. ಜನರಿಗೆ ಬೇಕಿದ್ದುದು ಹಸನಾದ ಬದುಕು : ಬಡವರು ಬಯಸಿದ್ದು ಪಾಳೆಯಗಾರಿಕೆಗೆ ಅಂತ್ಯ. ಎಡ ಪಂಥೀಯ ಜನತಾ ಪ್ರಜಾಪ್ರಭುತ್ವ ಪಕ್ಷ ಬೆಳೆಯಿತು. ದಾವೂದನ ಅಧ್ಯಕ್ಷತೆಯ ಆಯಸ್ಸು ಐದು ವರ್ಷ. 1978ರಲ್ಲಿ ಕ್ರಾಂತಿ ನಡೆದು ಜನತಾ ಗಣರಾಜ್ಯ ಘೋಷಿತವಾಯಿತು. ನೂರ್ ಮಹಮದ್ ತಾರಕಿ ಅಧ್ಯಕ್ಷನಾದ. ಮರುವರ್ಷ ಮಹಾತ್ವಾಕಾಂಕ್ಷಿ ಅಮೀನ್ ಕೊಲೆಗಡುಕ ಪಾತ್ರ ವಹಿಸಿದಾಗ, ಅಫ್‌ಘಾನ್ ಸರಕಾರದ ಅಪೇಕ್ಷೆಯಂತೆ ಸೋವಿಯೆತ್ ದಂಡು ಹಾರಿಬಂತು. ಬಾಬ್ರಕ್ ಕರ್ಮಾಲ್ ಹೊಯ್ದಾಡಿದ ಹಡಗಿನ ಹೊಸ ಕಪ್ತಾನನಾದ. ಭ್ರಾತೃತ್ವವನ್ನೂ ನ್ಯಾಯವನ್ನೂ ಪ್ರತಿಪಾದಿಸುವ ಇಸ್ಲಾಮ್‌ಗೆ ನಿಷ್ಠೆ ಪ್ರಥಮವಾಗಿ. ಆ ಚೌಕಟ್ಟಿನೊಳಗೆ 'ಭೂಮಿಯ ಮೇಲಿನ ಸ್ವರ್ಗ' ನಿರ್ಮಿಸುವ ಹವಣಿಕೆ. ಇದನ್ನು ಒಪ್ಪದವರು 1,125 ಮೈಲು ಉದ್ದದ ಗಡಿದಾಟಿ ಪಾಕಿಸ್ತಾನದಲ್ಲಿ ರಕ್ಷಣೆ ಪಡೆದಿದ್ದಾರೆ. ಅಲ್ಲಿಂದಲೇ ಅವರ ಕಾರ್ಯಾಚರಣೆ, ಅಫ್‌ಘಾನೀ ಸಮಾಜವಾದ ಮತ್ತು ಬೆಂಬಲಿಗ ಸೋವಿಯೆತ್ ಸೇನೆಯ ವಿರುದ್ಧ.

ಪಾಕಿಸ್ತಾನದ ಪೇಶಾವರ ವಿಭಾಗದಲ್ಲಿ ಅಫ್‌ಘಾನ್ ಗಡಿಯಲ್ಲಿ ಪುಷ್ತು ಮಾತನಾಡುವ ಫಕ್ತೂನರು – ಪಠಾಣರು – ಇದ್ದಾರೆ. ಎರಡೂವರೆ ಲಕ್ಷ ಜನ. ತಮ್ಮದೇ ಆದ ನೆಲೆಗಾಗಿ, ಗೌರವದ ಬಾಳ್ವೆ ನಡೆಸುವ ಹಕ್ಕಿಗಾಗಿ ದೀರ್ಘಕಾಲದಿಂದ ಅವರು ಹೆಣಗುತ್ತಿದ್ದಾರೆ.

ಖನಿಜ ಸಂಪತ್ತಿದೆ. ತೈಲ, ಕಲ್ಲಿದ್ದಲು ಪತ್ತೆಯಾಗಿವೆ. ಆದರೂ ಕೈಗಾರಿಕೋದ್ಯಮ ಇನ್ನೂ ದೂರ. ಈ ವ್ಯವಸಾಯ ಪ್ರಧಾನ ದೇಶದಲ್ಲಿ ಈಗಲೂ ಇರುವುದು ಸಾವಿರಾರು ವರ್ಷ ಹಿಂದಿನ ಕೃಷಿ ಪದ್ಧತಿಯೇ. ಅಫ್‌ಘಾನಿಸ್ತಾನದ ವಿಸ್ತೀರ್ಣ 249,999 ಚದರ ಮೈಲು. ಜನಸಂಖ್ಯೆ 2 ಕೋಟಿ ದಾಟಿದೆ. ಕಾಬುಲ್ ರಾಜಧಾನಿ.

*　　　*　　　*

ನಾವೀಗ ಸಿರಿಯ ತಲಪಿದ್ದೇವೆ. 71,498 ಚ. ಮೈಲು ವಿಸ್ತೀರ್ಣವೂ 80 ಲಕ್ಷ ಜನಸಂಖ್ಯೆಯೂ ಉಳ್ಳ ಸ್ವತಂತ್ರ ದೇಶ. ರಾಜಧಾನಿ : ದಮಾಸ್ಕಸ್ (ದಿಮಾಷ್ಕ್).

ಕ್ರಿಸ್ತಶಕೆಯ ಆರಂಭಕ್ಕೆ ಮುಂಚೆ ಪ್ರಾಚೀನ ಗ್ರೀಕರು ಭೂಮಧ್ಯ ಸಮುದ್ರದ ಪೂರ್ವ ದಡದಲ್ಲಿರುವ ಈ ಭೂ ಭಾಗವನ್ನು ಸಿರಿಯೊಯ್ ಎಂದೂ ಅಸ್ಸಿರಿಯೊಯ್ ಎಂದೂ ಕರೆಯುತ್ತಿದ್ದರು. ಮಧ್ಯ ಏಷ್ಯದಲ್ಲಿ ಎರಡು ನದಿಗಳ ಪ್ರದೇಶವಾದ ಮೆಸೊಪೊಟಾಮಿಯದಲ್ಲಿ ಅಸ್ಸೀರಿಯರು ಸಾಮ್ರಾಜ್ಯ ಕಟ್ಟಿದ್ದರು. ಅವರು ಆಳಿದ ನೆಲವೆಂದು ಅದು ಸಿರಿಯ ಆಯಿತೆ ? ಈ ದೇಶಕ್ಕೆ ಅರಮ್ ಎಂಬ ಹೆಸರೂ ಇತ್ತು. ಸೆಮೆತಿ ಕುಟುಂಬಕ್ಕೆ ಸೇರಿದ ಅರಮೇಯ್ ಭಾಷೆಯನ್ನು ಆಡುತ್ತಿದ್ದ ಜನ ಆಗ ಅಲ್ಲಿದ್ದುದು ಅದಕ್ಕೆ ಕಾರಣ. ಅರಬಿ ಭಾಷೆಯಲ್ಲಿ ಸಿರಿಯವನ್ನು ಸೂರೀಯಹ್ ಎನ್ನುತ್ತಾರೆ. (ಜೋರ್ಡಾನ್, ಇಸ್ರೇಲ್ ಇದರ ದಕ್ಷಿಣಕ್ಕಿವೆ. ನೈಋತ್ಯದಲ್ಲಿ ಲೆಬನನ್.)

ಹೆಸರಿನ ಬಗೆಗಿರುವ ಅಸ್ಪಷ್ಟತೆಯನ್ನು ಬದಿಗಿರಿಸಿ, ಮಂಜು ಮುಸುಕಿದ್ದ ದಿನಗಳತ್ತ ದಾಪುಗಾಲು ಹಾಕೋಣ. ಹಿಮಯುಗಗಳ ಸರಣಿಯಲ್ಲಿ ನಮಗೆ ತೀರಾ ಹತ್ತಿರದ್ದು ಕ್ರಿ. ಪೂ. 10,000ದಲ್ಲಿ ಕರಗತೊಡಗಿದ ಬಿಳಿ ಪರದೆ. ಮನುಷ್ಯ ಆಗ ಪಶ್ಚಿಮ ಏಷ್ಯದ ಅನೇಕ ಕಡೆ ಹೊಸ ಬದುಕು ಆರಂಭಿಸಿದ. ಪಳಗಿದ ಪಶುಗಳ ಸಂಗೋಪನ. ಬೀಜ ಬಿತ್ತಿ ಬೀಜ ತಿನ್ನುವ ಹವ್ಯಾಸ. ಇದೆಲ್ಲ ಅರಮ್‌ನಲ್ಲೇ ಆರಂಭವಾಯಿತೆಂದು ತಜ್ಞರ ಮತ. ಅವರ ಪ್ರಕಾರ, ಮೊದಲ ಇಟ್ಟಿಗೆ ಸಿದ್ಧವಾದದ್ದೂ ಇಲ್ಲಿಯೇ. ನೀರಿದ್ದಲ್ಲಿ ಹಳ್ಳಿ. ದೊಡ್ಡದಾದಾಗ ಪಟ್ಟಣ. ಮುಂದೆ ನಾಲ್ಕು ಸಾವಿರ ವರ್ಷಗಳಾಗುವ ಹೊತ್ತಿಗೆ ಪಟ್ಟಣಗಳ ಸಂಖ್ಯೆ ಹೆಚ್ಚಿತು. ಕ್ರಿ. ಪೂ. 3000ದಲ್ಲಿ ಗೋಡೆ ಸುತ್ತುವರಿದ ಒಂದು ಪ್ರಸಿದ್ಧ ಪಟ್ಟಣ – ಅಯ್‌ರಾದ್. ಕ್ರಿ. ಪೂ. 16ನೆಯ ಶತಮಾನದಲ್ಲಿ

ಅರಮ್‌ನತ್ತ ನುಗ್ಗಿದವರು ಆರ್ಯಮೂಲದ ಮಿತಾನ್ನಿಯರು, ಬಳಿಕ ಹರ್‍ರಿಯರು. 14ನೆಯ ಶತಮಾನದಲ್ಲಿ ಒಂದು ದೊಡ್ಡ ಸಾಮ್ರಾಜ್ಯ ಕಟ್ಟಿದವರು ಅದೇ ಮೂಲದ ಹಿಟ್ಟೈಟರು. ಕುದಿಸಿದ ಮಣ್ಣಿನಿಂದ ಕಬ್ಬಿಣ ಹರಿದದ್ದು ಇವರ ಕಾಲದಲ್ಲಿ. ಪಶ್ಚಿಮ ದಿಕ್ಕಿನಿಂದ ಕ್ರಿ. ಪೂ. 332ರಲ್ಲಿ ಗ್ರೀಕ್ ವೀರ ಅಲೆಗ್ಸಾಂಡರ್ ಬಂದ. ಹೋಗಲು ಬರಲು ಸಿರಿಯೊಯ್ ದಾರಿಯಾಯಿತು ; ಆಳಲು ನೆಲವಾಯಿತು. ಕ್ರಿ. ಪೂ. 64ರಲ್ಲಿ ರೋಮ್ ಪ್ರಭುತ್ವದ ಉತ್ಕರ್ಷ ಕಾಲದಲ್ಲಿ, ಸಿರಿಯ ಅದರ ಪ್ರಾಂತವಾಯಿತು. ಬಳಿಕ ಬೈಜಾಂಟಿಯಮ್‌ನ ಆಳ್ವಿಕೆ. ಕ್ರಿಸ್ತಶಕ 7ನೇ ಶತಮಾನದಲ್ಲಿ ಅರಬರು ಬಂದರು. 200 ವರ್ಷ ಉಮಯ್ಯದ್ ಖಲೀಫರು ರಾಜ್ಯಭಾರ ಮಾಡಿದರು. 7–8ನೇ ಶತಮಾನಗಳಲ್ಲಿ ದಿಮಾಷ್ಕ್ ನಗರವಾಸಿಗಳ ಧಿಮಾಕೇ ಧಿಮಾಕು. ಅರಬ್ ಜಗತ್ತಿಗೆ ಅದು ಕೇಂದ್ರವಾಗಿತ್ತು. ಬಾಗ್ದಾದ್ ಇಸ್ಲಾಮೀ ಕೇಂದ್ರವಾದ ಮೇಲೆ ಆ ಧಿಮಾಕು ಇಳಿಯಿತು.

ಸಿರಿಯದ ನೆಲವನ್ನು ಜನರನ್ನು ತುಳಿದ ಪರಕೀಯರು ಒಬ್ಬಿಬ್ಬರಲ್ಲ. ಸೆಲ್ಜೂಕ್ ತುರ್ಕರು ಸಿರಿಯವನ್ನು ವಶಪಡಿಸಿಕೊಂಡರು. ಬಳಿಕ ಧರ್ಮ ಯುದ್ಧಕ್ಕೆಂದು ಬಂದ ಕ್ರೈಸ್ತ ದಾಳಿಕಾರರು ; ಈಜಿಪ್ಟಿನ ಮಾಮ್‌ಲೂಕರು ; ಪುನಃ (16ನೇ ಶತಮಾನದಲ್ಲಿ) ಆಟ್ಟೊಮಾನ್ ತುರ್ಕರು. 1920ರವರೆಗೂ ತುರ್ಕಿ ಸಾಮ್ರಾಜ್ಯದ ಒಂದಂಗವಾಯಿತು ಸಿರಿಯ.

ಆದರೆ ಎಲ್ಲಿಯ ತನಕ ಸುಲಿಗೆ ? ಸುಲಿಯುವವರಲ್ಲಿ ಒಗ್ಗಟ್ಟಿರುವವರೆಗೆ ; ಜನರಲ್ಲಿ ಜಾಗೃತಿ ಮೂಡುವವರೆಗೆ. ಜಗತ್ತಿನ ಬಡವರು ದೈತ್ಯತಿದಿ ಒತ್ತಿದಾಗ, ಸಿರಿಯದಲ್ಲೂ ಕಿಡಿ ಚಿಟಿಲೆಂದಿತು. ಇಪ್ಪತ್ತನೆಯ ಶತಮಾನದ ಮೊದಲ ಲೋಕ ಮಹಾಯುದ್ಧ ಆರಂಭವಾದಾಗ, ಸಿರಿಯದ ದೇಶಪ್ರೇಮಿಗಳ ಮನವೊಲಿಸಲು ಬ್ರಿಟಿಷರು ಮುಂದಾದರು. “ಈ ಯುದ್ಧದಲ್ಲಿ ಗೆದ್ದ ಮೇಲೆ ನಿಮಗೆ ಸ್ವಾತಂತ್ರ್ಯ ಗ್ಯಾರಂಟಿ” ಎಂದರು. “ತುರ್ಕರ ವಿರುದ್ಧ ಜತೆಯಾಗಿ ಹೋರಾಡೋಣ, ಗೆದ್ದ ಮೇಲೆ ಸಿರಿಯವನ್ನು ನಿಮಗೆ ಕೊಡ್ತೇವೆ” ಎಂದರು ಬ್ರಿಟಿಷರು ಫ್ರೆಂಚರಿಗೆ ಗುಟ್ಟಾಗಿ.

ಯುದ್ಧ ಮುಗಿದ ಮೇಲೆ ಸಿರಿಯದ ಉಸ್ತುವಾರಿಯ ಹೊಣೆಯನ್ನು ವಿಶ್ವ ರಾಷ್ಟ್ರ ಸಂಘ ಫ್ರಾನ್ಸಿಗೆ ಒಪ್ಪಿಸಿತು. ಉಸ್ತುವಾರಿಯ ವೈಖರಿಯೊ ! ಸಿರಿಯದ ರಾಷ್ಟ್ರೀಯವಾದಿಗಳ ನಿರ್ನಾಮದ ಕಾರ್ಯಕ್ರಮ ! ಆ ದೇಶ ತನ್ನ ವಸಾಹತೆಂದೇ ಭಾವಿಸಿ ಫ್ರಾನ್ಸ್ ಭೋಗಿಸಿತು. 1925ರಲ್ಲಿ ದಮಾಸ್ಕಸ್ ನಗರ ಫ್ರೆಂಚ್ ಸಾಮ್ರಾಜ್ಯಶಾಹಿಯ ವಿರುದ್ಧ ದಂಗೆ ಎದ್ದಿತು. ಉಸ್ತುವಾರಿಯ ಫ್ರೆಂಚ್ ಮಿತ್ರರು ನಗರದ ಮೇಲೆ ಬಾಂಬುಗಳನ್ನು ಸುರಿದರು. 1936ರಲ್ಲಿ ಫ್ರಾನ್ಸಿನಲ್ಲಿ ಜನತಾರಂಗ

ಅಧಿಕಾರಕ್ಕೆ ಬಂದಾಗ ಪರಿಸ್ಥಿತಿ ಬದಲಾಯಿತು. ಸಿರಿಯಕ್ಕೆ ಸ್ವಾತಂತ್ರ್ಯ ನೀಡಬೇಕು ; ಮೂರು ವರ್ಷ ತರಬೇತಿಯ ಅವಧಿ – ಎಂದಿತು ಪ್ಯಾರಿಸ್. ಸಿರಿಯದ ಜನತೆಗೆ ಸ್ವಾತಂತ್ರ್ಯ ಇಷ್ಟವಿಲ್ಲ – ಎಂದು ತೋರಿಸಲು ಅಲ್ಲಿದ್ದ ಫ್ರೆಂಚ್ ಅಧಿಕಾರಿಗಳು 'ಬಂಡಾಯ' ಸಂಘಟಿಸಿದರು ! ಪ್ಯಾರಿಸಿನಲ್ಲಿ ಬಲಪಂಥೀಯರು ಬಿಡುಗಡೆಯ ಗೊತ್ತುವಳಿಗೆ ಅಂಗೀಕಾರ ಮುದ್ರೆ ಬೀಳದಂತೆ ನೋಡಿಕೊಂಡರು. ಆದರೆ ಲೋಕದ ಬಣವೆಗೆ ಮತ್ತೊಮ್ಮೆ ಬೆಂಕಿ ಬಿತ್ತು. ಎರಡನೆಯ ಲೋಕ ಮಹಾ ಯುದ್ಧ. ಜರ್ಮನರು ಸಿರಿಯವನ್ನು ಆಕ್ರಮಿಸುವುದನ್ನು ತಪ್ಪಿಸಲು ಫ್ರಾನ್ಸ್, 1941ರಲ್ಲಿ, ಸಿರಿಯ ಸ್ವತಂತ್ರ ದೇಶ ಎಂದು ಸಾರಿತು. ಯುದ್ಧ ಮುಗಿದೊಡನೆ ಸಿರಿಯವನ್ನು ತನ್ನ ವಶದಲ್ಲೇ ಇರಿಸಿಕೊಳ್ಳಲು ಫ್ರಾನ್ಸ್ ಕಸರತ್ತು ಮಾಡಿತು. ಬ್ರಿಟನ್ ಒಪ್ಪಲಿಲ್ಲ. ಅರಸೊತ್ತಿಗೆಯ ಸ್ಥಾಪನೆಗೆ ಅವಕಾಶ ನೀಡದೆ ಸಿರಿಯದ ಮಿಲಿಟರಿ ತನ್ನ ಬಾಹುಗಳಲ್ಲಿ ದೇಶವನ್ನು ಬಿಗಿಯಿತು. ಬಾತ್ ('ಪುನರುದಯ') ಅಲ್ಲಿನ ರಾಜಕೀಯ ಪಕ್ಷ. ರಾಷ್ಟ್ರೀಯವಾದಿಯಾಗಿದ್ದುದು ಕ್ರಮೇಣ ಸಮಾಜವಾದದತ್ತ ಒಲಿಯ ತೊಡಗಿತು. 1966ರಲ್ಲಿ ಅತಾಸ್ಸಿ ಅಧ್ಯಕ್ಷನಾದ ; 1970ರಲ್ಲಿ ಅಸ್ಸಾದ್. ಅರಬ್ ಲೀಗ್ – ಅರಬರ ಒಕ್ಕೂಟ – ಮರುಭೂಮಿಯ ಮರೀಚಿಕೆ. 1967ರಲ್ಲಿ ಇಸ್ರೇಲಿನೊಡನೆ ಆದ ಯುದ್ಧದಲ್ಲಿ ಕಷ್ಟನಷ್ಟ ಅನುಭವಿಸ ಬೇಕಾಯಿತು. ಆಗ ಕೈಬಿಟ್ಟ ನೆಲದ ವಿಸ್ತಾರ 444 ಚದರ ಮೈಲು.

ಸಿರಿಯದ ಐಸಿರಿ ಎಷ್ಟು ? ಅರಳೆ ಬೆಳೆಯುತ್ತದೆ, ಅರಿವೆ ಕಾರಖಾನೆಗಳಿವೆ. ಹತ್ತಿಯ ನೇರ ನಿರ್ಯಾತದಿಂದ ಹಣ ಬರುತ್ತದೆ. ಜತೆಗೆ ಉಣ್ಣೆ ಇದೆ. ರೇಷ್ಮೆ ಸಹ. ಕಲ್ಲುಪ್ಪು ಸಿಗುತ್ತದೆ. ತೈಲ ಈಗ ಲಭ್ಯ. ಆ ಜನ ಶೋಷಣೆಯ ಕಹಿಯುಂಡವರು. ಆ ಕಹಿ ಇಲ್ಲದೆಯೇ ಅವರು ಬದುಕುವುದು ಸಾಧ್ಯವಾದಾಗ ಸಿರಿಯದ ಸಿರಿವಂತಿಕೆ ಸಾರ್ಥಕವಾಗುತ್ತದೆ.

*   *   *

ಅರಬ್ ಜಗತ್ತಿನ ಹಸಿರು ಸಂಪದ ಜೋರ್ಡಾನ್* ಕಣಿವೆಯಲ್ಲಿದೆ. ಇಲ್ಲಿ ಹರಿಯುವ ನದಿ ಯೋರ್ದಾನ್. (ಅಥವಾ ಪ್ರಾಚೀನ ಗ್ರೀಕರ ಪ್ರಕಾರ 'ಅರ್ದಾನ್' 'ಅಯೋರ್ದಾನ್.') ಮಾನವನ ಇತಿಹಾಸದ ಮೊದಲ ಪಟ್ಟಣವಾದ ಜೆರಿಕೊ ಇರುವುದು ಈ ಕಣಿವೆಯಲ್ಲಿ. ಎರಡು ಮೂರು ಸಾವಿರ ಜನವಸತಿಯಿದ್ದ ಈ ನಗರ ನಿರ್ಮಾಣವಾದದ್ದು

---

* ಹೀಬ್ರೂ ಭಾಷೆಯಲ್ಲಿ ಯೋರ್ದಾನ್ ಎಂದರೆ 'ಕೆಳಗಿಳಿ.' ಜೋರ್ಡಾನ್ ನದಿ ಎತ್ತರದ ಬೆಟ್ಟದಿಂದ ಹರಿದುಬಂದು, ಸಮುದ್ರಮಟ್ಟದಿಂದ 1300 ಅಡಿ ತಗ್ಗಿನಲ್ಲಿರುವ 'ಮೃತ ಸಮುದ್ರ'ಕ್ಕೆ ಸೇರುತ್ತದೆ.

ಕ್ರಿ. ಪೂ. 8000ದಲ್ಲಿ. ಪಶುಪಾಲಕರ, ಕೃಷೀವಲರ ನಾಗರಿಕತೆಯ ಶ್ರೇಷ್ಠ ಸೃಷ್ಟಿ ಜೆರಿಕೊ. ಸುತ್ತಲೂ ರಕ್ಷಣೆಯ ಭದ್ರ ಪ್ರಾಕಾರ. ಅದರಲ್ಲಿ ಎಡಗಡೆ ಮೂವತ್ತು ಅಡಿ ಎತ್ತರದ ಕಾವಲು ಗೋಪುರ.

ಇಂದಿಗೆ 12 ಸಾವಿರ ವರ್ಷ ಹಿಂದೆ ಕರಗಿದ ಮಂಜಿನಿಂದ ತುಂಬಿ ಹರಿದ ಹಲವು ನದಿಗಳಲ್ಲೊಂದು – ಯೋರ್ದಾನ್. ಅತ್ತಿತ್ತ ದೃಷ್ಟಿ ಹರಿಸಿದ ಮನುಷ್ಯ ಯೋರ್ದಾನ್ ಕಣಿವೆಯಲ್ಲಿ ಕಂಡುದೇನು? ಪೊದೆಪೊದೆಯಾಗಿ ಬೆಳೆದಿದ್ದ ಗೋದಿ, ಯವೆ. ಹಿಂಡು ಹಿಂಡಾಗಿ ಅಲೆಯುತ್ತಿದ್ದ ಕುರಿ, ಮೇಕೆ. (ಇಂದಿನ ಈ ಪ್ರಾಣಿಗಳ ಪೂರ್ವಜರು.) ಒಂದೆಡೆ ನೆಲೆಸಲು ಕಲಿತ ಮನುಷ್ಯ ತನಗೆ ಬೇಕಾದ ಸಮಾಜವನ್ನು ರೂಪಿಸಲು ತಡಮಾಡಲಿಲ್ಲ. ದಂಡು, ದೇವಾಲಯಗಳು, ನೀರಾವರಿ ಕಾಲುವೆಗಳು, ಅರಸರು, ಅರ್ಚಕರು, ತೆರಿಗೆ ಅಧಿಕಾರಿಗಳು, ತೊಗಲು ಕೆಲಸಗಾರರು, ಲೋಹ ಕಾರ್ಮಿಕರು, ಸಿರಿವಂತರು, ದರಿದ್ರರು...

ನವಶಿಲಾಯುಗದಲ್ಲೇ ನೆಯ್ಗೆ ಕಲೆ ಅರಳಿತೆನ್ನುವುದಕ್ಕೆ ಆಧಾರ ಗಳಿವೆ. ಪಶ್ಚಿಮ ಏಷ್ಯದಲ್ಲಿ ಎಂಟು ಸಾವಿರ ವರ್ಷ ಹಿಂದೆ ಹೆಂಗಸರು ತಕಲಿಯಲ್ಲಿ ನೂಲುತ್ತಿದ್ದರು. ಉಣ್ಣೆಯ ಮತ್ತು ಸೆಣಬಿನ ನೂಲು. ಆ ನೂಲಿನಿಂದ ಕೈಮಗ್ಗಗಳಲ್ಲಿ ಬಟ್ಟೆ ನೆಯ್ದರು. ಯೋರ್ದಾನ್ ಪ್ರದೇಶದ ಪ್ರಾಚೀನ ಪಟ್ಟಣ ಬೀಯ್‌ಥದಲ್ಲಿ ಪ್ರತಿಯೊಬ್ಬ ಕುಶಲಕರ್ಮಿಗೂ ತನ್ನದೇ ಆದ ಕರ್ಮಾಗಾರವಿತ್ತು. ಕಸಾಯಿ, ಮೂಳೆಗಳಿಂದ ಉಪಕರಣ ಮಾಡುವಾತ, ಕಾಚಶಿಲೆಯಿಂದ ಕನ್ನಡಿ ತಯಾರಿಸುವವನು – ಇವರೆಲ್ಲ ಪಟ್ಟಣದಲ್ಲಿದ್ದರು. ಕ್ರಿ. ಪೂ. 12ನೆಯ ಶತಮಾನದಲ್ಲಿ, ಮೋಸೆಸ್‌ನ ಅನಂತರದ ಯೆಹೂದಿ ನಾಯಕ ಜೋಶುವ ತನ್ನ ಸಹಚರರೊಂದಿಗೆ, ದೇವರು ತಮಗಾಗಿ ವಾಗ್ದಾನವಿತ್ತಿದ್ದ ಪ್ರದೇಶವನ್ನು ಹುಡುಕುತ್ತ ಯೋರ್ದಾನ್ ಕಣಿವೆಗೆ ಬಂದ. "ಇದೇ!" ಎಂದ. ಜೆರಿಕೊ ನಗರವನ್ನು ವಶಪಡಿಸಿಕೊಂಡ. ಯೋರ್ದಾನ್ ನದಿಯ ಪಶ್ಚಿಮದಂಡೆಯಲ್ಲಿ ಜೆರೂಸಲೆಮ್ ನಗರ ರಚಿತವಾಯಿತು. ಯೆಹೂದಿಯರ ಅರಸುಪೀಠ ಅದು. ಪವಿತ್ರ ದೇವಾಲಯವೂ ಅಲ್ಲೇ. (ಮುಂದೆ ಕ್ರಿಸ್ತನನ್ನು ಅಲ್ಲಿ ಶಿಲುಬೆಗೇರಿಸಿದುದರಿಂದ ಕ್ರೈಸ್ತರಿಗೂ ಆ ನಗರ ಯಾತ್ರಾಸ್ಥಳ. ಏಳು ಶತಮಾನಗಳ ಬಳಿಕ ಮಹಮ್ಮದ್ ಆ ನಗರದಲ್ಲಿನ ಬೆಟ್ಟದ ತುದಿಯಿಂದ ಸ್ವರ್ಗಕ್ಕೆ ಏರಿ ಮರೆಯಾದನೆಂಬ ನಂಬಿಕೆಯೂ ಹರಡಿ, ಮಹಮ್ಮದೀಯರಿಗೂ ಜೆರೂಸಲೆಮ್ ಪವಿತ್ರವಾಯಿತು.) ಜೋರ್ಡಾನಿನಲ್ಲಿರುವ ಇನ್ನೊಂದು ಮಹತ್ವವಾದ ಸ್ಥಳ ಯೇಸು ಹುಟ್ಟಿದ ಬೆಥ್ಲ್‌ಹೆಮ್.

ಈಗಿನ ಜೋರ್ಡಾನ್ ಇರುವ ಪ್ರದೇಶದಲ್ಲಿ ಕ್ರಿ. ಪೂ. 300ರಲ್ಲಿ ನೆಬಾತೇಯ್ಸ್ ಸಾಮ್ರಾಜ್ಯವಿತ್ತು. ಕ್ರಿ. ಶ. 106ರಲ್ಲಿ ರೋಮ್ ಪ್ರಭುತ್ವದ

ಕೈಯಲ್ಲಿ ಅದು ನುಚ್ಚುನುರಿಯಾಯಿತು. ಆಮೇಲೆ ಜೋರ್ಡಾನ್ ಪ್ರದೇಶ ತುರ್ಕಿ ಸಾಮ್ರಾಜ್ಯಕ್ಕೆ ಸೇರ್ಪಡೆಯಾಯಿತು. ಏಳನೆಯ ಶತಮಾನದಲ್ಲಿ ಮುಸಲ್ಮಾನ ಅರಬರು* ದಾಳಿ ನಡೆಸಿದರು. ಅನಂತರ, 12ನೇ ಶತಮಾನದಲ್ಲಿ, ಧರ್ಮಯುದ್ಧಕ್ಕೆ ಬಂದ ಕ್ರೈಸ್ತ ದಂಡುಗಳ ಆಳ್ವಿಕೆ, ಸ್ವಲ್ಪ ಕಾಲ. ಈಜಿಪ್ಟಿನಿಂದ ಮಾಮ್‌ಲೂಕರು ಬಂದರು. 400 ವರ್ಷ ಬಳಿಕ ಅವರ ಸ್ಥಾನವನ್ನು ಆಟೊಮಾನ್ ತುರ್ಕರು ಆಕ್ರಮಿಸಿದರು. ಇವರ ರಾಜ್ಯಭಾರ ಮುಂದೆ 400 ವರ್ಷ. ಈ ಶತಮಾನದಲ್ಲಿ ಪ್ಯಾಲೆಸ್ತೀನನ್ನು ತುರ್ಕರಿಂದ ಬಿಡಿಸಿಕೊಳ್ಳಲು ಅರಬ್ ಗೆರಿಲಾ ಯೋಧರು ಬ್ರಿಟಿಷರಿಗೆ ನೆರವಾದರು. ಅರಬರು–ಯೆಹೂದಿಯರಿಬ್ಬರಿಗೂ 'ದೇಶ' ಕೊಡುವ ಆಶ್ವಾಸನೆ ನೀಡಿದ್ದರು, ಬ್ರಿಟಿಷ್ ಸಾಮ್ರಾಜ್ಯವಾದಿಗಳು. ಮೊದಲ ಲೋಕ ಮಹಾಯುದ್ಧ ಮುಗಿಯಿತು. ಪ್ಯಾಲೆಸ್ತೀನಿನ ಉಸ್ತುವಾರಿಗೆ 1920ರಲ್ಲಿ ಬ್ರಿಟನ್ ನಿಯೋಜಿತವಾಯಿತು. ಟಿ. ಇ. ಲಾರೆನ್ಸ್ ಜೋರ್ಡಾನಿನ ಅರಬರ ಸಲಹೆಗಾರನಾಗಿದ್ದ. ಟ್ರಾನ್ಸ್ ಜೋರ್ಡಾನ್ – 'ಜೋರ್ಡಾನ್ (ನದಿಯ) ಆಚೆಗೆ' –ಎಂಬ ದೇಶ ಸ್ಥಾಪಿಸಲು ಬ್ರಿಟಷರು ಒಪ್ಪಿದರು.

ಎರಡನೇ ಮಹಾಯುದ್ಧದಲ್ಲೂ ಟ್ರಾನ್ಸ್‌ಜೋರ್ಡಾನ್ ಬ್ರಿಟನಿಗೆ ನಿಷ್ಠವಾಗಿತ್ತು. ಆದರೆ 1948ರಲ್ಲಿ ಇಸ್ರೇಲ್ ಸ್ಥಾಪಿತವಾದಾಗ ಅದನ್ನು ಇದಿರಿಸಲು ಟ್ರಾನ್ಸ್‌ಜೋರ್ಡಾನ್ ಈಜಿಪ್ಟ್ – ಸಿರಿಯ – ಇರಾಕ್‌ಗಳ ಜತೆ ಸೇರಿತು. ಇಸ್ರೇಲ್ ಸೋಲಲಿಲ್ಲ. ಟ್ರಾನ್ಸ್‌ಜೋರ್ಡಾನಿಗೆ ಪ್ಯಾಲೆಸ್ತೀನಿನಿಂದ 50,000 ಅರಬರು ರಕ್ಷಣಾರ್ಥಿಗಳಾಗಿ ಓಡಿದರು. ಅಲ್ಲಿನ ಸರಕಾರ "ನಮ್ಮದೀಗ ಜೋರ್ಡಾನ್ ದೇಶ" ಎಂದಿತು (1949). ಹದಿನೆಂಟು ವರ್ಷ ಕಳೆದ ಮೇಲೆ ನಡೆದ ಆರು ದಿನಗಳ ಯುದ್ಧದಲ್ಲಿ ಯೋರ್ದಾನ್ ನದಿಯ ಪಶ್ಚಿಮ ದಂಡೆಯನ್ನು ಇಸ್ರೇಲ್ ಕಸಿದುಕೊಂಡಿತು.

37,738 ಚ. ಮೈಲು ವಿಸ್ತೀರ್ಣದಲ್ಲಿ ವಾಸವಾಗಿರುವ 30 ಲಕ್ಷ ಪ್ರಜೆಗಳಲ್ಲಿ ಅರ್ಧಕ್ಕೂ ಹೆಚ್ಚು ಪ್ಯಾಲೆಸ್ತೀನಿನಿಂದ ಬಂದವರು ಎಂಬುದು 'ನ್ಯಾಯಾಂಗಬದ್ಧ ಅರಸ' ಹುಸೇನ್‌ಗೆ ತಿಳಿಯದ್ದಲ್ಲ. ಇಸ್ರೇಲಿನೊಡನೆ ಕಾದುತ್ತ ಹೋದರೆ ಪರಿಣಾಮವೇನಾದೀತೆಂದು ಆತ ಬಲ್ಲ. ಪ್ಯಾಲೆಸ್ತೀನ್ ಗೆರಿಲಾಗಳಿಗೆ "ಇಲ್ಲಿಗೆ ಬನ್ನಿ" ಎಂದದ್ದುಂಟು ; "ನೀವಿಲ್ಲಿಂದ ಹೊರಡಿ" ಎಂದು ಹೇಳಿದ್ದೂ ಉಂಟು. ಅರಬಿ ಭಾಷೆಯಾಗಲೀ ಇಸ್ಲಾಮೀ ಧರ್ಮವಾಗಲೀ ಇಲ್ಲಿ ಬೆಸುಗೆ ಕೆಲಸ ಮಾಡಿಲ್ಲ. ಅಮ್ಮನ್ ರಾಜಧಾನಿಯಲ್ಲಿ ಇರುವ ಅರಸನೆನ್ನುತ್ತಾನೆ ;

---

* ಸ್ವಲ್ಪ ಪ್ರಮಾಣದಲ್ಲಿ 'ಯೆಹೂದಿ ಅರಬ'ರೂ ಇದ್ದಾರೆ; 'ಕ್ರೈಸ್ತ ಅರಬ'ರೂ ಇದ್ದಾರೆ.

“ನನ್ನದೇ ನನಗೆ ಸಾಕಾಗಿದೆ.” ಕುರಿ, ಮೇಕೆ, ಒಂಟೆಗಳಿಗೆ ಮೇವು ಯಾರ ಹೊಣೆ ? ಯವೆ, ಗೋದಿ, ತಂಬಾಕು, ಹಣ್ಣು ಹಂಪಲು – ಇಷ್ಟೇ ಸಾಕೆ ಅರಸೊತ್ತಿಗೆಯ ಅಂತಸ್ತಿನ ಪಾಲನೆಗೆ ? ಬೆಳೆಯುವ ಕಾಫಿಯಿಂದ ಇನ್ನಷ್ಟು ಸಂಪಾದನೆ ? ಖನಿಜ ಸಂಪತ್ತಿನ ಸದ್ವಿನಿಯೋಗ ವಾಗಬೇಕಲ್ಲ ? ಪ್ರವಾದಿ ಹೇಳಿರುವುದೇನು ? ಪ್ರವಾಸಿಗಳಿಂದ ಬರುವ ಹಣ ಸಾಕೆ ಹೊಟ್ಟೆ ಪಾಡಿಗೆ ? ಪ್ರಶ್ನೆಗಳ ಇರುವೆ ಸಾಲಿಗೆ ಕೊನೆಯೇ ಇಲ್ಲ....

ಪ್ರಾಚೀನ ಈಜಿಪ್ಟಿನಲ್ಲಿ ಪ್ಯಾಲೆಸ್ತೀನರನ್ನು ‘ಪೆಲೆಸೆತ್’ ಎಂದು ಕರೆಯಲಾಗುತ್ತಿತ್ತು. (ಸೆತ್‌ನ–ಸೈತಾನನ–ಜನ?) ಬೈಬಲ್‌ನಲ್ಲಿ ಫಿಲಿಸ್ತೀನರೆಂದು (ದೇವರಲ್ಲಿ ನಂಬಿಕೆ ಇಲ್ಲದವರೆಂದು) ಇವರು ವರ್ಣಿತರು. ರೋಮನರ ಪ್ರಕಾರ ಭೂಮಧ್ಯ ಸಮುದ್ರದ ಪೂರ್ವ ತೀರದಲ್ಲಿರುವ ಈ ನೆಲ ಫಿಲಿಸ್ತಿಯಾ ಬಯಲು. ಅದಕ್ಕೂ ಮೊದಲು ಅದನ್ನು ಕಾನ್ಯನ್ ಎಂದು ಕರೆಯುತ್ತಿದ್ದರು. ಗ್ರೀಕರು ಅದಕ್ಕೆ ಫಿನೀಷಿಯ ಎಂದು ಹೆಸರಿಟ್ಟಿದ್ದರು. ಸಮುದ್ರಜೀವಿಯಾದ ಒಂದು ಮೀನಿನಿಂದ (ಕವಡೆ ಮೀನು–ಮೂರೆಕ್ಸ್) ಊದಾ ಬಣ್ಣ ತಯಾರಿಸುವ ಕಲೆ ಅವರಿಗೆ ಸಿದ್ಧಿಸಿತ್ತು. ಲೋಕದೆಲ್ಲ ರಾಜವಂಶಗಳಿಗೆ ಪ್ರಿಯವಾದ ಬಣ್ಣ ಅದು. ಫೀನಿಕ್ಸ್ ಅಂದರೆ ಆ ವರ್ಣ. ಕಾನ್ಯನ್ ಅಂದರೂ ಅದೇ ಅರ್ಥ.* ಹೀಗಾಗಿ ಕಾನ್ಯನ್, ಪ್ಯಾಲೆಸ್ತೀನ್, ಫಿನೀಷಿಯ – ಮೂರೂ ಒಂದೇ ನೆಲದ ಹೆಸರು.

ಇಲ್ಲಿನ ಜನರು ಮೂಲತಃ ಕ್ರೀಟ್ ದ್ವೀಪದಿಂದ ಬಂದವರು. ವ್ಯಾಪಾರದಲ್ಲಿ ನೌಕಾಯಾನದಲ್ಲಿ ನಿಷ್ಣಾತರು. ಬಿಬ್ಲೋಸ್ ಇವರ ವಾಣಿಜ್ಯ ನಗರ. ಇರುವುದು ಸಮುದ್ರತಟದಲ್ಲಿ. ಪ್ರಾಚೀನ ಕಾಲದಲ್ಲಿ ಪ್ರಾಕಾರದಿಂದ ಸಂರಕ್ಷಿತ. (ಬಿಬ್ಲೋಸ್‌ನಿಂದ ಮಾರಾಟವಾಗುತ್ತಿದ್ದ ಅಮೂಲ್ಯ ವಸ್ತು ಕಾಗದ.) ಕ್ರಿಸ್ತಾನುಯಾಯಿಗಳು ತಮ್ಮ ಧರ್ಮ ಗ್ರಂಥವನ್ನು ಬರೆಯಲು ಬಿಬ್ಲೋಸ್ ಕಾಗದ ಬಳಸಿದ್ದರಿಂದ ಆ ಗ್ರಂಥ ಬೈಬಲ್ ಆಯಿತು. ಕ್ರಿ. ಪೂ. 3000ದಲ್ಲಿ ಈಜಿಪ್ಟ್ – ಪ್ಯಾಲೆಸ್ತೀನ್‌ಗಳ ನಡುವೆ ವ್ಯಾಪಾರ ಸಂಬಂಧವಿತ್ತು. ಚೌಕಾಶಿ ವಾಗ್ವಾದವಾಗಿ, ಅದು ಯುದ್ಧದಲ್ಲಿ – ಪ್ಯಾಲೆಸ್ತೀನರ ಪರಾಜಯದಲ್ಲಿ – ಪರ್ಯವಸಾನವಾಯಿತು.

ಕ್ರಿ. ಪೂ. 1000ದಲ್ಲಿ ಯೆಹೂದಿಯರ ಅರಸ, ಡೇವಿಡ್ ಕಾನ್ಯನ್ ನಲ್ಲಿ ಆಳ್ವಿಕೆ ಆರಂಭಿಸಿದ. ಉತ್ತರಭಾಗ ಇಸ್ರೇಲ್, ದಕ್ಷಿಣಭಾಗ ಜೂಡಾ. ಕ್ರಿ. ಪೂ. 332ರಲ್ಲಿ ಅಲೆಗ್ಸಾಂಡರ್ ಆ ನೆಲವನ್ನೆಲ್ಲ ಜಯಿಸಿದ, ರೋಮ್‌ನ ಝುಣತ್ಕಾರದೆದುರು ಯೆಹೂದಿಯರು ಚೆಲ್ಲಾಪಿಲ್ಲಿಯಾದರು.

---

* ‘ಸ್ವರ್ಗ’ ಎಂಬ ಅರ್ಥವೂ ಇದೆ.

ಕ್ರಿ. ಶ. 636ರಲ್ಲಿ ನೆಲ ಅರಬರ ವಶವಾಯಿತು. 1099ರಲ್ಲಿ ಧರ್ಮ ಸಮರದ ಕ್ರಿಸ್ತೀಯ ಯೋಧರ ಕೈಸೇರಿತು. 1244ರಲ್ಲಿ ತಾತರರು ಬಂದರು. 1517ರಲ್ಲಿ ತುರ್ಕರು ತಮ್ಮ ಬಾವುಟ ನೆಟ್ಟರು. ತುರ್ಕರ ಸಾಮ್ರಾಜ್ಯ ಸೂರ್ಯ ಇಪ್ಪತ್ತನೆಯ ಶತಮಾನದಲ್ಲಿ ಮುಳುಗಿದಾಗ, ಬ್ರಿಟಿಷರ ಪಾಲಿಗಿನ್ನೂ ಸಂಜೆ ಬಿಸಿಲಿತ್ತು. 1917–18ರಲ್ಲಿ ಪ್ಯಾಲೆಸ್ತೀನ್ ಬ್ರಿಟಿಷರ ಅಧೀನವಾಯಿತು. ಬೆಕ್ಕುಗಳಿಗೆ ಬೆಣ್ಣೆ ಹಂಚಿದ ಕೋತಿಯ ಕಥೆ. ಅರಬರಿಗೂ ದೇಶ ಸಿಗಲಿಲ್ಲ ; ಯಹೂದಿಯರಿಗೂ ಇಲ್ಲ. 1920ರಿಂದ ಬ್ರಿಟಿಷರದೇ ಉಸ್ತುವಾರಿ ಆಡಳಿತ. 1937–38ರಲ್ಲಿ ಅರಬ – ಯೆಹೂದಿಯರ ನಡುವೆ ಹೋರಾಟಗಳಾದುವು.

ಪ್ಯಾಲೆಸ್ತೀನನ್ನು ವಿಭಜಿಸಿ, ಯೆಹೂದಿಯರಿಗೆ ಇಸ್ರೇಲ್ ದೇಶ– ಪ್ಯಾಲೆಸ್ತೀನಿನ ಅರಬರಿಗೂ ಒಂದು ದೇಶ ರೂಪಿಸಬೇಕೆಂದು, ಸಂಯುಕ್ತ ರಾಷ್ಟ್ರಸಂಘ ನಿರ್ಣೈಸಿತು. 1917ರವರೆಗೂ ಅರಬರದಾಗಿದ್ದ ಭೂಮಿ ಅದು. ನೂರರಲ್ಲಿ ತೊಂಬತ್ತರಷ್ಟು ಮಹಮ್ಮದೀಯರು. ಉಳಿದವರು ಕ್ರೈಸ್ತರು ಮತ್ತು ಯೆಹೂದಿಯರು. ವಿಭಜನೆಯಾಗಲಿಲ್ಲ. ಪ್ಯಾಲೆಸ್ತೀನ್– ಕಾನ್ಯನ್–ಈ ನೆಲವೆಲ್ಲ ಇಸ್ರೇಲ್ ಎಂದು ಸಾರಿದರು – ಲೋಕದ ವಿವಿಧ ದೇಶಗಳಿಂದ ಧಾವಿಸಿಬಂದ ಯೆಹೂದಿಯರು, ಅವರು ನಾಯಕರು.

ಪ್ಯಾಲೆಸ್ತೀನಿ ಅರಬರು ತಬ್ಬಲಿತನದ ಭಾವನೆಯಿಂದ ನರಳಿದರು ; ಎಸಗಲಾದ ನಂಬಿಕೆ ದ್ರೋಹಕ್ಕಾಗಿ ಕನಲಿದರು. ಹದಿನೈದು ಲಕ್ಷಕ್ಕೂ ಹೆಚ್ಚು ನಿರಾಶ್ರಿತ ಪ್ಯಾಲೆಸ್ತೀನೀ ಅರಬರ ವಿಮೋಚನಾ ಸಂಘಟನೆ ಹೋರಾಟ ಆರಂಭಿಸಿತು. ಈಗ ಅದರ ನಾಯಕ ಯಾಸ್ಸಿರ್ ಅರಾಫತ್. ಚೆದರಿದ ತನ್ನ ಜನರನ್ನೆಲ್ಲ ಒಗ್ಗೂಡಿಸಿ ದೇಶ ಕಟ್ಟುವ ಹಟ. ಈ ಹಟ ಸಾಧನೆಗೆ ಇಂಬು ಕೊಡುತ್ತದೆಯೆ ಯೌವನಾವಸ್ಥೆಯ ಇಸ್ರೇಲ್ ? ಇತಿಹಾಸದ ವಾಸ್ತವ ಸಂಗತಿ ಎಂದರೆ, 10,429 ಚದರ ಮೈಲು ವಿಸ್ತೀರ್ಣದ ಪ್ಯಾಲೆಸ್ತೀನಿನ ಹೆಚ್ಚಿನ ಭಾಗವೀಗ ಇಸ್ರೇಲ್ ಆಗಿದೆ. ತಮ್ಮ ಇತಿಹಾಸದ ಹೊಸ ಅಧ್ಯಾಯ ತಾವು ಬರೆಯಬೇಕು ಎನ್ನುತ್ತಾರೆ ಪ್ಯಾಲೆಸ್ತೀನಿನ ಅರಬರು.

*　　　*　　　*

ಭೂಮಿ ಸೃಷ್ಟಿಯಾದಾಗ ಅದಕ್ಕೆ ಹತ್ತು ಬಳ್ಳ ಸೌಂದರ್ಯ ದೊರೆಯಿತಂತೆ. ಅದರಲ್ಲಿ ಒಂಭತ್ತು ಬಳ್ಳ ಜೆರೂಸಲೆಮಿನ ಮೇಲೆ ಬಿದ್ದಿತಂತೆ. ಒಂದು ಬಳ್ಳ ಜಗತ್ತಿನ ಇತರ ಭಾಗದಲ್ಲಿ ಹಂಚಿ ಹೋಯಿತಂತೆ ! ಈ ಅಂತೆ ಕಂತೆಯನ್ನು ಯೆಹೂದಿಯರ ಯಾವನೋ ಪ್ರವಾದಿ ಗಾಳಿಗೆ ತೂರಿರಬೇಕು ! ಆಗಿನ ಕಾಲದಲ್ಲಿ ಪ್ರವಾದಿ ಎಂದರೆ ಕವಿ, ವಾಗ್ಮಿ, ರಾಜನೀತಿಜ್ಞ. ಜನರನ್ನು ಮರುಳುಗೊಳಿಸಬೇಕಾದರೆ ನಾಲಿಗೆ ಸರಾಗವಾಗಿ ಹೊರಳಬೇಕು. ಮೋಸೆಸನಲ್ಲಿ ಆ ಎಲ್ಲ

ಗುಣಗಳಿದ್ದುವು. ಜತೆಗೆ, ಅವನು ದಂಡನಾಯಕನೂ ಆಗಿದ್ದ. ಆದ್ದರಿಂದಲೆ ಅಲ್ಲವೆ ದೇವರೊಡನೆ 'ಸಂವಾದ' 'ಒಡಂಬಡಿಕೆ' ಸಾಧ್ಯವಾದದ್ದು ? ಮೋಸೆಸನ ಸಾಮರ್ಥ್ಯವನ್ನು ಮನಗಂಡೇ ಅಲ್ಲವೆ ಸೈನಾಯ್ ಬೆಟ್ಟದ ಮೇಲೆ ದೇವರು ತನ್ನ ಹತ್ತು ಕಟ್ಟಳೆಗಳನ್ನು ಅವನಿಗೆ 'ತಿಳಿಸಿದ್ದು' ? ಮೊದಲ ಕಟ್ಟಳೆ : "ನನ್ನ ಹೊರತು ಬೇರೆ ಯಾವ ದೇವರನ್ನೂ ನೀವು ಆರಾಧಿಸುವಂತಿಲ್ಲ." ಅದಕ್ಕೂ ಹಿಂದೆ ದೇವರು ಅಬ್ರಹಾಮ್‌ಗೆ ಹೇಳಿದ್ದನಂತೆ; "ಈಜಿಪ್ಟಿನ ನದಿಯಿಂದ ಯೂಫ್ರೆಟಿಸ್‌ವರೆಗಿನ ನೆಲವೆಲ್ಲ ನಿಮ್ಮದು." (ಮುಸಲ್ಮಾನ ಅರಬರೂ ಈ ಅಬ್ರಹಾಮನನ್ನು ತಮ್ಮ ಪೂರ್ವಜ ಎಂದು ಸ್ವೀಕರಿಸುತ್ತಾರೆ.) ತನ್ನ ಪ್ರೀತಿಪಾತ್ರರಾದ ಯೆಹೂದಿಯರಿಗಾಗಿ ನೆಲ ಕೊಡುವೆ – ಎಂದು ಆಶ್ವಾಸನೆ ಇತ್ತಿರಲಿಲ್ಲವೆ ದೇವರು ? ಈಜಿಪ್ಟಿನಿಂದ ಪಾರಾಗಿ ಬಂದಿದ್ದ 6 ಲಕ್ಷ ಯೆಹೂದಿಯರು ಏಕ ದೇವರಾದ ಯೆಹೋವನ ಮೇಲೆ ಭಾರಹಾಕಿ ನಲವತ್ತು ವರ್ಷ ಮರುಭೂಮಿಯಲ್ಲೆಲ್ಲ ಅಲೆದರು. ಪ್ರವಾದಿ ಜೋಶುವ ಜೆರಿಕೋಗೆ ಅವರನ್ನು ಕರೆತಂದು "ಇದೇ !" ಎಂದ. ಅಂತೂ 'ಯಿಸ್ರಾಯೆಲ್'ರಿಗೆ – ದೇವರೊಡನೆ ವಾದಿಸಿ ಒಡಂಬಡಿಕೆ ಮಾಡಿಕೊಂಡಿದ್ದವರಿಗೆ – ನೆಲೆ ಸಿಕ್ಕಿತು.

ತಾವಿದ್ದ ಕಾನ್ಯನ್‌ನಲ್ಲಿ ಕ್ಷಾಮ ತಲೆದೋರಿತೆಂದು ಜೇಕಬ್ ತನ್ನ ಜನರನ್ನು ಈಜಿಪ್ಟಿಗೆ ಕರೆದೊಯ್ದಿದ್ದ. (16ನೇ ಶತಮಾನ) ಗುಲಾಮರಾಗಿ ದುಡಿಯುತ್ತ ದೀರ್ಘಕಾಲ ಅವರು ನರಳಬೇಕಾಯಿತು. (ಉರಿಯುವ ಸೂರ್ಯ ಗೋಲವೇ ದೇವರು. ಆತನೇ ಎಲ್ಲ ಚೈತನ್ಯದ ಮೂಲ. ದೇವರೊಬ್ಬನೇ – ಎಂದು ಫೇರೋ ಅಖ್‌ನೇತನ್ ಪ್ರತಿಪಾದಿಸಿದ. ಈ ಸಂಗತಿ ಮೋಸೆಸ್‌ಗೆ ತಿಳಿದಿತ್ತೆಂದು ತರ್ಕಿಸಬಹುದು. ಏಕದೇವ ಕಲ್ಪನೆ ಯೆಹೂದಿಯರ ಸ್ಮೃತಿಯಲ್ಲುಳಿದು ಸಾವಿರ ಚಿಲ್ಲರೆ ವರ್ಷ ಅನಂತರ ಯೇಸುವನ್ನೂ ತಟ್ಟಿತು ; ಮರುಭೂಮಿಯ ಬದವಿನರ ಸ್ಮೃತಿಯಲ್ಲೂ ಉಳಿಯಿತು –ಎಂದು ಊಹಿಸಬಹುದು.) ಮೊದಲು ತಾವಿದ್ದ ನಾಡೇ ದೇವರು ವಾಗ್ದಾನವಿತ್ತಿದ್ದ ನೆಲ. ಅದು ಕಾನ್ಯನ್ ಮತ್ತು ಅದರ ಆಸುಪಾಸಿನ ಪ್ರದೇಶ. ಮೊದಲ ಅರಸ ಸಾವುಲ್. ಮುಂದೆ (ಕ್ರಿ. ಪೂ. 1000) ಅವನ ಅಳಿಯ ಡೇವಿಡ್. ರಾಜಧಾನಿಯಾಗಿಯೂ ಆರಾಧನಾ ಕೇಂದ್ರವಾಗಿಯೂ ಜೆರೂಸಲೆಮನ್ನು ಕಟ್ಟಿದವನು ಆತ. ಅನಂತರದ ಅರಸ ಘನತೆವೆತ್ತ ಸೊಲೊಮನ್. ಯೆಹೂದಿಯರ ಒಟ್ಟು ಬುಡಕಟ್ಟುಗಳು ಹನ್ನೆರಡು. 'ಯಿಸ್ರಾಯೆಲ್' ಎಂದು ಹೆಸರಿಟ್ಟು ಕೊಂಡ ಜೇಕಬನ 12 ಮಕ್ಕಳ ಸಂತಾನ. ನೆಲವನ್ನು ಎರಡು ಭಾಗ ಮಾಡಿದರು. ಉತ್ತರದಲ್ಲಿ ಇಸ್ರೇಲ್ ; ದಕ್ಷಿಣದಲ್ಲಿ ಜೂಡಾ. ಕ್ರಿ. ಪೂ. 598 ರಲ್ಲಿ ಇಸ್ರೇಲ್ ಜೂಡಾಗಳನ್ನು ಬಾಬಿಲನಿನ ದೊರೆ ನೆಬುಕೆಡ್‌ನೆಜರ್

ಗೆದ್ದು ಯೆಹೂದಿಯರನ್ನು ಬಾಬಿಲನಿಗೆ ಒಯ್ದು, ಕಡ್ಡಾಯದ ವಾಸಕ್ಕಾಗಿ. ಅಲ್ಲಿಯೂ ಪ್ರವಾದಿಗಳು ಸ್ತೋತ್ರಗಳಿಂದ ಪ್ರವಚನಗಳಿಂದ ತಮ್ಮ ಜನರ ಭಾವನಾತ್ಮಕ ಮತ್ತು ಧಾರ್ಮಿಕ ಐಕ್ಯಗಳನ್ನು ಉಳಿಸಿಕೊಂಡರು. ಪರ್ಷಿಯದ ಸೈರಸ್ ಬ್ಯಾಬಿಲನನ್ನು ಜಯಿಸಿ, ಯೆಹೂದಿಯರನ್ನು ಬಿಡುಗಡೆ ಮಾಡಿದ. ಅಲ್ಲಿಂದ ಅವರು ಕಾನ್ಯನ್‌ಗೆ ಮರಳಿದರು. ಈ ಘಟನಾವಳಿಯ ಕಥನಗಳ ಸಂಗ್ರಹವೇ 'ಹಳೆಯ ಒಡಂಬಡಿಕೆ.'

ನಂಬಿಕೆ ಹೀಗಿದೆ : ಯೆಹೂದಿಯರ ಮೂಲ ಪುರುಷ ಜಲ ಪ್ರಳಯದಲ್ಲಿ ಬದುಕಿ ಉಳಿದ ನೋವಾ. ಅವನ ಹಿರಿಯ ಮಗ ಶೆ(ಸೆ)ಮ್‌ನಿಂದಾಗಿ ಯೆಹೂದಿಯರು ಸೆ(ಶೆ)ಮೆತಿ ಕುಟುಂಬದವ ರಾದರು. ಕ್ರಿಸ್ತನಿಗೂ ಮುಂಚೆ ಮೂರು ನಾಲ್ಕು ಸಾವಿರ ವರ್ಷದ ಬಾಳ್ವೆ. ಕೊನೆಯ ಸಾವಿರ ವರ್ಷ ಯೆಹೂದಿಯರ ಬದುಕು ಬಂಗಾರ ವಾಯಿತು. ಆದರೆ ರೋಮ್ ಪ್ರಭುತ್ವದ ಕಬ್ಬಿಣದೆದುರು (ಕ್ರಿ. ಶ. 70ರಲ್ಲಿ) ಜರ್ಝರಿತವಾಯಿತು ಆ ಬದುಕು. ಇಸ್ರೇಲ್ ಜೂಡಾ ಎರಡನ್ನೂ ಫಿಲಿಸ್ತೀನಿಯ ಎಂದು ರೋಮ್ ಕರೆಯಿತು. ಯೆಹೂದಿ ಯರನ್ನು ಚಲ್ಲಾಪಿಲ್ಲಿ ಮಾಡಿತು. ನಾನಾ ದೇಶಗಳಲ್ಲಿ ಅವರು ಹಂಚಿ ಹೋದರು, ಜಾಣತನ, ಜೀನತನ, ಸಾಲ – ಬಡ್ಡಿ ವ್ಯವಹಾರದಲ್ಲಿ ಕೌಶಲ, ವಾಣಿಜ್ಯ – ವ್ಯವಹಾರಗಳಲ್ಲಿ ಪ್ರೌಢಿಮೆ, ತಮ್ಮ ಬಿಡುಗಡೆಗಾಗಿ ವಿಮೋಚಕ ಬಂದೇ ಬರುತ್ತಾನೆ ಎಂಬ ಧಾರ್ಮಿಕ ನಂಬುಗೆ– ಇವುಗಳಿಂದಾಗಿ, ಹಲವು ಆಘಾತಗಳನ್ನು ಸಹಿಸಿಯೂ ಇವರು ಉಳಿದರು. ಬಂದವನು ವಿಮೋಚಕನಲ್ಲ, ಹಿಂಸಿಸಿ ಸಾಯಿಸುವ ವಿಧ್ವಂಸಕ. ಇಪ್ಪತ್ತನೆಯ ಶತಮಾನದಲ್ಲಿ. ಜನರ ದ್ವೇಷವನ್ನು ಕೆರಳಿಸ ಬೇಕು ; ಅದಕ್ಕೆ ಯಾರನ್ನಾದರೂ ಬಲಿಕೊಡಬೇಕು. ಬಲಿಗಾಗಿ ಹಿಟ್ಲರ್ ಆರಿಸಿದ್ದು ಯೆಹೂದಿಯರನ್ನು (ಮತ್ತು ಕಮ್ಯೂನಿಸ್ಟರನ್ನು) ಹಾಗೆ ಆತನ ಕೈಯಲ್ಲಿ ಹತರಾದ ಯೆಹೂದಿಯರು 60 ಲಕ್ಷ.

ತಮ್ಮ ಜನಾಂಗದ ಸಮಸ್ಯೆಗೆ ಪರಿಹಾರ ತಮ್ಮದೇ ಆದ ದೇಶದ ಸ್ಥಾಪನೆ – ಎಂಬುದನ್ನು 19ನೇ ಶತಮಾನದ ಕೊನೆಯ ದಶಕದಲ್ಲಿ ಪ್ರತಿಪಾದಿಸಿದವರು ಥಿಯೊದೋರ್ ಹೆರ್‌ಜೆಲ್, ಬೆನ್ ಗುರಿಯನ್, ಚೇಯ್ಮ್ ವೀಜ್‌ಮನ್. ಇವರು ಯೂರೋಪಿನ ಬೇರೆ ಬೇರೆ ದೇಶಗಳಲ್ಲಿ ಹುಟ್ಟಿ ಬೆಳೆದವರು. ಯೆಹೂದಿಯರು ಪ್ಯಾಲೆಸ್ತೀನಿಗೆ ಹೋಗಿ ಭೂಮಿ ಖರೀದಿ ಮಾಡಬೇಕೆಂದು ಸೂಚಿಸಿದವನು ಬೆನ್ ಗುರಿಯನ್, ಹೀಗೆ 50,000 ಐರೋಪ್ಯ ಯೆಹೂದಿಯರು ಪ್ಯಾಲೆಸ್ತೀನಿನಲ್ಲಿ ಭೂಮಾಲಿಕರಾದರು ; ಈ ಶತಮಾನದ ಮೊದಲ ದಶಕಗಳಲ್ಲಿ ಕೂಡೊಕ್ಕಲು ಪ್ರಯೋಗ ನಡೆಯಿತು. ಲೋಕದ ಬಹುಪಾಲು ಯೆಹೂದಿಯರ ಗಮನ ಪ್ಯಾಲೆಸ್ತೀನಿನ ಮೇಲೆ ನೆಟ್ಟಿತು.

ಅವರ ಕನಸು ಕೈಗೂಡಿದ್ದು 1948ರಲ್ಲಿ. ನಾಜೀ ದೌರ್ಜನ್ಯ ದಿಂದಾಗಿ ಲೋಕದ ಸಹಾನುಭೂತಿ ಗಳಿಸಿದ್ದ ಯೆಹೂದಿಯರಿಗಾಗಿ ಒಂದು ರಾಷ್ಟ್ರ ರೂಪಿಸಿ ಕೊಡಲು ಸಂಯುಕ್ತ ರಾಷ್ಟ್ರ ಸಂಸ್ಥೆ ನಿರ್ಣಯ ಕೈಗೊಂಡಿತು. ಪ್ಯಾಲೆಸ್ತೀನನ್ನು ವಿಭಾಗಿಸಿ ಎರಡು ರಾಜ್ಯ ಮಾಡಬೇಕು ; ಒಂದು ಯೆಹೂದಿಯರಿಗೆ ಇನ್ನೊಂದು ಅರಬರಿಗೆ – ಇದು ನಿರ್ಣಯದ ತಿರುಳು. ಆದರೆ ಅಂಥ ವಿಭಜನೆಗೆ ಅವಕಾಶವೇ ಇಲ್ಲದಂತೆ ಯೆಹೂದಿ ಉಗ್ರಗಾಮಿ ತಂಡಗಳು ಇಡಿಯ ಪ್ಯಾಲೆಸ್ತೀನನ್ನು ಆಕ್ರಮಿಸಿ, ಅದು ಇಸ್ರೇಲ್ ಎಂದು ಸಾರಿದುವು. ಸಿಟ್ಟಾದ ಅರಬರು ಯುದ್ಧಕ್ಕೆ ಬಂದರು. ಇವರು ಸೋಲಲಿಲ್ಲ. ಮತ್ತೆ ಮತ್ತೆ ಯುದ್ಧ – ಇಸ್ರೇಲಿನದೇ ಮೇಲುಗೈ. ಮಧ್ಯ ಏಷ್ಯ ರಾಜಕೀಯ ಚದುರಂಗದಲ್ಲಿ ಇಸ್ರೇಲ್ ಈಗ ಮುಖ್ಯ ದಾಳ. ಅದು ಇರುವುದು ಅಮೆರಿಕದ ವಶ. ಪ್ಯಾಲೆಸ್ತೀನಿನ ಅರಬರಿಗೆ – ಅವರ ವಿಮೋಚನಾ ಸಂಘಟನೆಗೆ – ಆಶ್ರಯ ನೀಡಿದ್ದ ಲೆಬನನ್‌ನ ಮೇಲೆ 1982ರಲ್ಲಿ ಇಸ್ರೇಲ್ ನಡೆಸಿದ ದಾಳಿಯನ್ನು ಬಣ್ಣಿಸಲು 'ಅಮಾನುಷ' ವಿಶೇಷಣವೇ ಯೋಗ್ಯ. ಅದನ್ನು ಇಸ್ರೇಲಿನ ಪ್ರಗತಿಪರ ಜನ ವಿರೋಧಿಸಿರುವುದು ಮಹತ್ವದ ಸಂಗತಿ.

ಇದ್ದವರಿಗೆ ಬಂದವರನ್ನು ಸೇರಿಸಿ, ಬಂದ ಮೇಲೆ ವಾಪಸಾದವರನ್ನು ಕಳೆದು, ಅಲ್ಲೇ ಹುಟ್ಟಿದವರನ್ನು ಕೂಡಿಸಿದರೆ ಕಾಣಿಸುವ ಜನಸಂಖ್ಯೆ 36 ಲಕ್ಷಕ್ಕೂ ಹೆಚ್ಚು (ಇದರಲ್ಲಿ ಯೆಹೂದಿಯೇತರರ ಸಂಖ್ಯೆಯೂ ಸೇರಿದೆ.) ವಿಸ್ತೀರ್ಣ 7,993 ಚ. ಮೈಲು. ಕಲ್ಲು –ಖನಿಜಗಳಿಗಾಗಿ ಗಣಿ ಅಗೆತ. ಎಣ್ಣೆ ಉತ್ಪಾದನೆ, ಕೈಗಾರಿಕೋದ್ಯಮ, ಪ್ರವಾಸೋದ್ಯಮ – ಇವೆಲ್ಲ ಇಸ್ರೇಲನ್ನು ಬಲಿಷ್ಠ ರಾಷ್ಟ್ರವಾಗಿ ಮಾಡಿವೆ. ಆದರೆ ದುಂಡಾವೃತ್ತಿ ಧೋರಣೆಯಿಂದ ಅಪಖ್ಯಾತಿ ತಟ್ಟಿದೆ. ರಾಜಧಾನಿಗಳು ತೆಲ್ ಅವಿವ್ ಮತ್ತು ಜೋರ್ಡಾನಿನಿಂದ ಕಸಿದುಕೊಂಡ ಜೆರೂಸಲೆಮ್. ಈವರೆಗಿನ ಪ್ರಖ್ಯಾತ ಪ್ರಧಾನಿಗಳು ; ಬೆನ್ ಗುರಿಯನ್ ಮತ್ತು (ಶ್ರೀಮತಿ) ಗೋಲ್ಡ ಮೀಯರ್. 16 ದಿನ ಪತ್ರಿಕೆಗಳಿವೆ.

* * *

ಅರಬರೂ ಕ್ರೈಸ್ತರೂ ಸಹಬಾಳ್ವೆ ನಡೆಸುತ್ತಿರುವ ಲೆಬನನ್ 1926ರಲ್ಲಿ ಗಣರಾಜ್ಯವಾಯಿತು. ಈ ದೇಶದ ಪ್ರಾಚೀನ ಹೆಸರು ಅಮುರ್ರು. ಕ್ರೈಸ್ತ ಅಧ್ಯಕ್ಷ; ಮುಸಲ್ಮಾನ ಪ್ರಧಾನ ಮಂತ್ರಿ. ಇಸ್ರೇಲಿನ ಅರ್ಧದಷ್ಟಿರುವ ಲೆಬನನ್ ಸಿಡಾರ್ ಮರಗಳಿಗೆ ಪ್ರಖ್ಯಾತ. ಕಟ್ಟಡ ಕಾರ್ಯಕ್ಕೆ ಬೇಕಾದ ಈ ಮರ ಹಿಂದೆ ಇಲ್ಲಿಂದ ರಫ್ತಾಗುತ್ತಿತ್ತು. ತೈಲ ಉತ್ಪಾದನೆ ಬಹುರಾಷ್ಟ್ರೀಯರ ವಶದಲ್ಲಿದೆ. ಅಮೆರಿಕ ಬ್ರಿಟನ್ ಮೊದಲಾದವರನ್ನು ಇಲ್ಲಿನವರು 'ಸಪ್ತ ಸೋದರಿಯರು' ಎಂದು ಕರೆಯುತ್ತಾರೆ. ಪ್ರವಾಸೋದ್ಯಮ ಲಾಭದಾಯಕ. ಚಿನ್ನ ಮತ್ತಿತರ ಗಣಿಗಳ ನಿರ್ವಹಣೆ ಸ್ಥಳೀಯರದು.

ಯೆಮೆನ್ : ಅರಬಿಯಲ್ಲಿ ಯಮನ್. ಮೆಕ್ಕಾದಲ್ಲಿ ಪೂರ್ವಕ್ಕೆ
ಮುಖಮಾಡಿ ನಿಂತಾಗ ಬಲಕ್ಕಿರುವ ಆಹ್ಲಾದಕರ ದೇಶ ಇದು. ಪ್ರಾಚೀನ
ಕಾಲದಲ್ಲಿ ಇದನ್ನು ಮಾರೆಬ್ ಎಂದು ಕರೆಯುತ್ತಿದ್ದರು. ಶೀಬಾ ರಾಣಿಯ
ರಾಜ್ಯ. ಸೇಬು ತಿಂದು ಆದಮ್ ತೊಂದರೆಗೀಡಾದ ಏಡನ್ ತೋಟ
ಇರುವುದು ಈ ನೆಲದಲ್ಲಿ. ಅರೇಬಿಯದಲ್ಲೇ ಅತಿ ಫಲವತ್ತಾದದ್ದು.
ಇಸ್ಲಾಮೀಕರಣದ ಅನಂತರ 1839ರ ತನಕ ಅಮೀರರ ಆಳ್ವಿಕೆಯಲ್ಲಿ
ಹವೆ ಆಹ್ಲಾದಕರವಾಗಿತ್ತು. ಬ್ರಿಟಿಷರು ಏಡನನ್ನು ಹಿಡಿದು, ಮುಷ್ಟಿ
ಬಲಪಡಿಸಿ ಒಂದು ಶತಮಾನಕ್ಕೂ ಹೆಚ್ಚು ಕಾಲ ಸುಲಿದರು. 1962ರಲ್ಲಿ
ಅಮೀರನ ಪದಚ್ಯುತಿಯಾಗಿ ಯೆಮೆನ್ ಅರಬ್ ಗಣರಾಜ್ಯವಾಯಿತು.
ಅಂತರ್ಯುದ್ಧದ ಉರಿ ಗೂಡಾರಗಳನ್ನು ಸುಟ್ಟಿತು. 1967ರಲ್ಲಿ
ದಕ್ಷಿಣದವರು ಸ್ವತಂತ್ರರಾದರು. ಮಾರ್ಕ್ಸ್‌ವಾದ, ಲೆನಿನ್‌ವಾದ
ಸಿದ್ಧಾಂತ ಅನ್ವಯಿಸಿ ತಮ್ಮ ಸಮಾಜದ ರಚನೆ ಎಂದರು. ತಮ್ಮದು
ಜನತಾ ಪ್ರಭುತ್ವ ಗಣರಾಜ್ಯ ಎಂದು ಸಾರಿದರು. ಇದು ಸಮಾಜವಾದದ
ದಾರಿ ; ಉತ್ತರ ಭಾಗದ ನೀತಿಗಿಂತ ಭಿನ್ನವಾದದ್ದು. ಅಂತಿಮವಾಗಿ
ಒಂದಾಗಬೇಕೆಂಬ ಆಶಯವನ್ನೇನೋ ಇಟ್ಟುಕೊಂಡಿದ್ದಾರೆ.

ಜಗತ್ತಿನ ಒಟ್ಟು ತೈಲದ ಎಂಟರಲ್ಲೊಂದು ಭಾಗ ಕೇವಲ 8 ಲಕ್ಷ
ಜನ ವಾಸಿಸುವ ಪುಟ್ಟ ಕುವೈತ್‌ನಲ್ಲಿದೆ. ಗಲ್ಫ್ ರಾಷ್ಟ್ರಗಳ ವಾಣಿಜ್ಯ
ಕೇಂದ್ರವಾದ ಕುವೈತ್ 15ನೆಯ ಶತಮಾನದಲ್ಲಿ ಸ್ಥಾಪಿತವಾಯಿತು.

ಖರ್ಜೂರ, ನಿಂಬೆ, ದಾಳಿಂಬೆ, ಮೀನು ನಿರ್ಯಾತವಾಗುತ್ತಿರುವ
ಓಮನ್ ಅರೇಬಿಯದ ಪೂರ್ವ ಮೂಲೆಯಲ್ಲಿರುವ ಪುಟ್ಟ ಸ್ವತಂತ್ರ
ರಾಷ್ಟ್ರ. ಇಲ್ಲಿನದು ಕುವೈತ್‌ನ ಜನಸಂಖ್ಯೆಗಿಂತಲೂ ಕಡಿಮೆ. ಇಲ್ಲಿ
ಮಾರ್ಕ್ಸ್‌ವಾದಿ ಜನತಾರಂಗದ ಗೆರಿಲಾಗಳು ಕಾರ್ಯನಿರತರಾಗಿದ್ದಾರೆ,
ಮರಳಿನ ಆಳದಲ್ಲಿ ಎಣ್ಣೆ ಇದೆ.

ಪರ್ಷಿಯ ಕೊಲ್ಲಿಯ ಕ್ವಾತಾರ್ 1971ರಲ್ಲಿ ಸ್ವತಂತ್ರವಾಯಿತು.
ಅದೇ ವರ್ಷ ಸ್ವಾತಂತ್ರ್ಯ ಪಡೆದ ಇನ್ನೊಂದು ಸಣ್ಣ ರಾಜ್ಯ ಅಬು
ಧಾಬಿ. ಇದು ಕೊಲ್ಲಿಯಲ್ಲಿರುವ ಸ್ವತಂತ್ರ ದ್ವೀಪ ಸಮುಚ್ಚಯ ರಾಜ್ಯ.
110 ವರ್ಷ ಬ್ರಿಟಿಷರ ಶೋಷಣೆಗೆ ಒಳಗಾಗಿತ್ತು. ಒಂದು ಕಾಲದಲ್ಲಿ
ಮುತ್ತಿನ ಉದ್ಯಮಕ್ಕೆ ಈ ದ್ವೀಪಗಳು ಪ್ರಖ್ಯಾತವಾಗಿದ್ದವು.

ದುಬಾಯಿಯ ಜನಸಂಖ್ಯೆ ಏಳು ಲಕ್ಷವನ್ನು ದಾಟಿದೆ. ಪರ್ಷಿಯದ
ಕೊಲ್ಲಿಯಲ್ಲೇ ಇದು ಅತಿ ದೊಡ್ಡ ನಗರ. ಇಲ್ಲಿ ಸಮುದ್ರ ತಳದಿಂದ
ಎಣ್ಣೆ ಮೊಗೆಯುತ್ತಾರೆ.

ಈ ತೈಲ ಸಂಪತ್ತಿನ ಕಾರಂಜಿ ಇನ್ನೆಷ್ಟು ಕಾಲ ? ಅದು ಬತ್ತಿದ
ಮೇಲೆ ಮತ್ತೆ ಒಂಟೆ ಸವಾರಿ ? ಬಂದೂಕಿನ ಬದಲು ಖಡ್ಗ ಹಿಡಿದು
ಕಾದಾಟ ? ಅಥವಾ ಹೊಸ ಭ್ರಾತೃತ್ವ ಭಾವದ ಸಾಧ್ಯತೆ ?

2

– "ಕವಿಗಳ ಮುಖಂಡ (ಮಹಾಕವಿ ?) ನರಕಕ್ಕೆ ಹೋಗುತ್ತಾನೆ."

– "ಕವಿತೆ ಸೈತಾನನ ಉಗುಳು."

ಹೀಗೆಂದು ಪ್ರವಾದಿ ಮಹಮ್ಮದ್ ಹೇಳಿದ್ದಾರೆ, ಎಂದರು ಸಂಪ್ರದಾಯವಾದಿಗಳು. ಮಹಮ್ಮದ್ ಅಲ್ಲವಾದರೂ, ಸಂಪ್ರದಾಯ ವಾದಿಗಳೇ ಆ ಮಾತುಗಳನ್ನು ಆಡಿರಬಹುದು. ಅದೂ ಸಕಾರಣವಾಗಿ. ಯಾಕೆಂದರೆ, ಇಸ್ಲಾಮೀಪೂರ್ವ ಬದೆವಿನ್ ಸಂಚಾರೀ ಜನಾಂಗಗಳಿಗೆ ಕವಿತೆ, ಹಾಡು ಬಹಳ ಇಷ್ಟವಾಗಿತ್ತು. ಆ ಹುಚ್ಚನ್ನು ಬಿಡಿಸದೆ ಧರ್ಮವನ್ನು ಬೋಧಿಸುವುದು ಹೇಗೆ ? ಕ್ರಿಸ್ತಶಕ 550ರಲ್ಲಿ ಸತ್ತ ಅವರ ಒಬ್ಬ ಕವಿ – ಇರು ಅಲ್ ರೇಯ್ಸ್ – ಅತ್ಯಂತ ಜನಪ್ರಿಯನಾಗಿದ್ದ. ವಾರ್ಷಿಕ ಜಾತ್ರೆ ಗಳಲ್ಲಿ, ಉತ್ಸವಗಳಲ್ಲಿ, ಅರೇಬಿಯದ ನಾನಾ ಮೂಲೆಗಳಿಂದ ಕವಿಗಳು ಬಂದು ಭಾಗವಹಿಸುತ್ತಿದ್ದರು. ಕವಿ ಮರುಳೋ ? ಜನ ಮರುಳೊ ? ಜಾತ್ರೆ ಮರುಳೊ ?

ಚಟ ಬಿಡಿಸಲಾಗದೇ ಹೋದಾಗ ಮಾಡುವುದೇನು ? ಸಹಿಸಿ ಕೊಳ್ಳುವುದು. ಮರಳುಗಾಡಿನ ಪಯಣಿಗನ ಹಾಡು ಮೊಘಲ್ ದರ್ಬಾರಿನ ಕವಿ ಮೇಳದಲ್ಲಿ ಸಂಗೀತದಲ್ಲಿ ತನ್ನ ಪರಾಕಾಷ್ಠೆ ಕಂಡಿತು...

...ಅರಬೀ ಗದ್ಯ ಸಾಹಿತ್ಯ ಭಾರತ ಮೂಲದ್ದು, ಪರ್ಷಿಯ ಭಾಷೆಯಲ್ಲಿ ಬೇರೂರಿ ಅರಬಿಯಲ್ಲಿ ಅರಳಿದ್ದು. ಮೊದಲು ಇಲ್ಲಿಂದ ಹೋದದ್ದು ಪಂಚತಂತ್ರ. ಕ್ರಿ. ಶ. 800ರಲ್ಲಿ ಕಾಗದ ತಯಾರಿಸುವ ವಿಧಾನವನ್ನು ಚೀನೀಯರಿಂದ ಅರಬರು ಕಲಿತರು. ಆ ಕಾಗದದ ಮೇಲೆ ಅವರು ಬರೆದ ಮೊದಲ ಗ್ರಂಥ ಖುರಾನ್. ಅರೇಬಿಯ ಪರ್ಯಾಯ ದ್ವೀಪದ ಎಲ್ಲ ದೇಶಗಳಲ್ಲೂ ಜನ ಆಡುವುದೊಂದೇ ಭಾಷೆ, ಬಳಸುವುದೊಂದೇ ಲಿಪಿ – ಅರಬಿ. ಅವರ ಕಥಾ ಸಾಹಿತ್ಯದಲ್ಲಿ ದೈಹಿಕ ಪ್ರೇಮದ ಆಳವೂ ಇದೆ, ದೈವಿಕ ಪ್ರೇಮದ ಎತ್ತರವೂ ಇದೆ.

ಯಾರೂ ಈಗ ಹಾಡನ್ನು ಖಂಡಿಸುವುದಿಲ್ಲ. ಆದರೆ ಕವಿಗಳು ದ್ವಂದ್ವಾರ್ಥ ಪದಗಳನ್ನು ಬಳಸಿದಾಗ ಧಾರ್ಮಿಕ ಸಂಪ್ರದಾಯ ವಾದಿಗಳು ಅವುಡು ಕಚ್ಚುತ್ತಾರೆ, ಆದರೆ, ಕಲೆಗಳ ಪ್ರಜಾಪ್ರಭುತ್ವದಲ್ಲಿ ಅವರು ಅಸಹಾಯರು !...

ಪಶ್ಚಿಮ ಏಷ್ಯದಲ್ಲಿ ವಿಶ್ವದ ಮೊದಲ ನಾಗರಿಕತೆಗೆ ಜನ್ಮವಿತ್ತುದು, ಮೊದಲ ಮಹಾಕಾವ್ಯವನ್ನು ಜಗತ್ತಿಗೆ ಕೊಟ್ಟುದು, ಮೆಸೊಪೊಟಾಮಿಯ (ಇಂದಿನ ಇರಾಕ್). ಆಗಿನ ಗಾದೆ, ಚತುರೋಕ್ತಿ, ಹಿತವಚನ ಇವು :

"ಮನೆಯಲ್ಲಿ ಸದಾ ಚಡಪಡಿಸುವ ಹೆಂಗಸು
ವೇದನೆಗೆ ನೋವು ಸೇರಿಸುತ್ತಾಳೆ."

"ನಮಗೆ ಸಾವು ನಿಶ್ಚಿತ, ವೆಚ್ಚ ಮಾಡೋಣ ;
ನಾವು ದೀರ್ಘಕಾಲ ಬಾಳಬಹುದು. ಆದ್ದರಿಂದ ಉಳಿಸೋಣ."

"ಬಹಳ ಬೆಳ್ಳಿಯುಳ್ಳವನು ಸುಖಿಯಾಗಿರಬಹುದು
ಬಹಳ ಯವೆಯುಳ್ಳವನು ಸುಖಿಯಾಗಿರಬಹುದು.
ಆದರೆ ಏನೇನೂ ಇಲ್ಲದವನು ನಿದ್ರಿಸಬಹುದು."

"ನಿನಗೆ ಧಣಿ ಇರಬಹುದು, ಅರಸನಿರಬಹುದು,
ಆದರೆ ಹೆದರಬೇಕಾದ್ದು ತೆರಿಗೆ ವಸೂಲಿಯವನಿಗೆ."

– ಆವೆ ಮಣ್ಣಿನ ಇಟ್ಟಿಗೆಗಳ ಮೇಲೆ ಬೆಣೆ ಮೊನೆಯಲ್ಲಿ ಬರೆದಿದ್ದರು. ಸುಟ್ಟು ಗಟ್ಟಿಯಾಗಿ ಉಳಿದುವು. ಬಾಬಿಲನಿನ ಗ್ರಂಥ ಭಂಡಾರದಲ್ಲಿ 20,000 ಇಟ್ಟಿಗೆ ಗ್ರಂಥಗಳಿದ್ದುವು ಕ್ರಿ. ಪೂ. 2000ದ ಸುಮಾರಿಗೆ. ಅಂಥದೊಂದು ಹಲವು ಹಾಳೆಗಳ ಗ್ರಂಥ 'ಗಿಲ್ಗಮೇಶನ ಮಹಾಕಾವ್ಯ'. ಶುಮೇರಿ, ಅಕ್ಕಡ್, ಬಾಬಿಲನಿ – ಮೂರು ಭಾಷೆಗಳಲ್ಲೂ ಲಭ್ಯವಿದ್ದ ಜನಪ್ರಿಯ ಕಾವ್ಯ.* ಕ್ರಿ. ಪೂ. 3000ದಲ್ಲಿ ಹಾಡುಗಬ್ಬವಾಗಿ ರಚಿತವಾದದ್ದು, 5 ಶತಮಾನ ಬಳಿಕ ಬರಹರೂಪಕ್ಕಿಳಿದಿರಬೇಕು.

ನೆಬುಕೆಡ್‌ನೆಜರನ ಆಳ್ವಿಕೆಯಲ್ಲಿ ಚಿತ್ರಕಲೆಗೂ ಶಿಲ್ಪಕಲೆಗೂ ತುಂಬಾ ಪ್ರೋತ್ಸಾಹ ಸಿಕ್ಕಿತು.

ಇಸ್ಲಾಮೀ ಸಾಮ್ರಾಜ್ಯಕ್ಕೆ ಬಾಗ್ದಾದ್ ಕೇಂದ್ರವಾದಾಗ ಕಾವ್ಯ ಕೃಷಿ ಹುಲುಸಾಯಿತು. 8ನೆಯ ಶತಮಾನದಲ್ಲಿ ಖಲೀಫ ಹಾರೂನ್ ಅಲ್‌ರಷೀದನ ಸಮಕಾಲೀನನಾಗಿದ್ದ ಕವಿ ಅಬು ನೆವಾಸ್ ತನ್ನ ಪ್ರೇಮಗೀತೆಗಳಿಗಾಗಿಯೂ ಶೃಂಗಾರ ಕಾವ್ಯಕ್ಕಾಗಿಯೂ ಆಗ ದೂಷಣೆಗೆ ಒಳಗಾಗಿದ್ದ. ಈಗ ಅವನು ಗೌರವಾನ್ವಿತ. ಟೈಗ್ರೀಸ್ ನದಿಯ ಉದ್ಯಾನ ಬೀದಿಗೆ ಅವನ ಹೆಸರಿಟ್ಟಿದ್ದಾರೆ. ಉಮರ್ ಇಬ್ನ್ ಅಬೀ ರಬಿಯ ಅದೇ ಬಗೆಯ ಇನ್ನೊಬ್ಬ ಕವಿ. 'ಅವನ ಸೃಷ್ಟಿ ದೇವರ ವಿರುದ್ಧ ಎಸಗಲಾದ ಅತ್ಯಂತ ಘೋರ ಅಪರಾಧ' ಎನ್ನಲಾಗಿತ್ತು !...

...ಪರ್ಷಿಯದ ಅರಸ ಡೇರಿಯಸ್‌ಗೆ ತನ್ನನ್ನು ಕುರಿತ ಒಂದು ಶಾಸನ ಬರೆಸುವ ಮನಸ್ಸಾಯಿತು, ಕ್ರಿ. ಪೂ. 520ರಲ್ಲಿ. ಶಾಸನ ಮೂರು ಭಾಷೆಗಳಲ್ಲಿರಬೇಕು – ಎಂದ. ಫಾರಸೀ, ಬಾಬಿಲನಿ ಮತ್ತು ಇಲಮ್. ಫಾರಸೀ ಭಾಷೆಗೆ ಲಿಪಿ ಇಲ್ಲವೆಂದು ಶಹಾನ್ ಶಹನಿಗೆ ಬಿನ್ನವಿಸಲಾಯಿತು. ಏನು ಹಾಗೆಂದರೆ ? ಲಿಪಿ ಸೃಷ್ಟಿಸಿ – ಎಂದ. ವಿದ್ವಾಂಸರು ಹಗಲಿರುಳು ದುಡಿದು ಆ ಕೆಲಸ ಮಾಡಿದರು.** ಅರಸ

---

* 25ನೆಯ ಸಂಪುಟದ ಪ್ರಸ್ತಾವನೆ ನೋಡಿ,

** 12 ಶತಮಾನ ಬಳಿಕ ಅರಬಿ ಲಿಪಿ ಆಧರಿಸಿ, ಫಾರಸಿಗೆ ಹೊಸ ಲಿಪಿ ಸಿದ್ಧವಾಯಿತು.

ಹೇಳಿದಂತೆ ಬೀಸ್ತೂನಿನ 300 ಅಡಿ ಎತ್ತರದ ಕೋಡುಗಲ್ಲಿನ ಬದಿಯಲ್ಲಿ ಕೊರೆದರು.

ಜರತುಷ್ಟ್ರನ 'ಝೆಂಡ ಅವೆಸ್ತ' ಬರೆಹರೂಪಕ್ಕಿಳಿದದ್ದು ಹಳೆಯ ಫಾರಸಿಯಲ್ಲಿ. ಡೇರಿಯಸ್‌ನ ಆಜ್ಞೆಯಂತೆ ಲಿಪಿ ಸಿದ್ಧವಾದ ಬಳಿಕ.

"ನಾನು ಅರಸ ಡೇರಿಯಸ್, ಅರಸರ ಅರಸ,

ಪರ್ಷಿಯ ಅರಸ, ಪ್ರಾಂತಗಳ ಮಹಾ ಅರಸ,

ಪುರಾತನ ಕಾಲದಿಂದಲೂ ನಮ್ಮ ಕುಲದವರು ಅರಸರೇ ಆಗಿದ್ದಾರೆ."*

ಪರ್ಷಿಯ ಮಹಮ್ಮದೀಯ ಮತಾನುಯಾಯಿಯಾದ ಮೇಲೆ ಸಾಹಿತ್ಯ ಫಾರಸೀ ಮತ್ತು ಅರಬಿ ಭಾಷೆಗಳೆರಡರಲ್ಲೂ ಸೃಷ್ಟಿಯಾಯಿತು. ಅಲ್ ಅಸ್ಮಾ'ಇ 9ನೇ ಶತಮಾನದ ಬರೆಹಗಾರ. ರೂದಕೀ 10ನೆಯ ಶತಮಾನದ ಆಧುನಿಕ ಫಾರಸೀ ಕವಿ. ಪರ್ಷಿಯವನ್ನು ಆಳಿದ ಎಲ್ಲರ ಬಗೆಗೆ 11ನೇ ಶತಮಾನದ ಆರಂಭದಲ್ಲಿ ಶಾಹನಾಮ ಎಂಬ ಕಾವ್ಯ ರಚಿಸಿ ಫರ್ದೂಸಿ ಮಹಾಕವಿಯಾದ. ಘಜನಿಯ ದೊರೆ ಹೆಚ್ಚು ಹಣ ಕೊಡಬಹುದೆಂದು ಮಹಾಕವಿ ಅಲ್ಲಿಗೆ ಹೋದ. ವ್ಯಾಪಾರ ಕುದುರಿತಾದರೂ ರಾಜಬೊಕ್ಕಸದಿಂದ ದುಡ್ಡು ಹೊರಬರಲಿಲ್ಲ. ಫರ್ದೂಸಿ ಖಿನ್ನನಾಗಿ ತನ್ನೂರಿಗೆ ಹೊರಟ. ಘಜನಿ ಅಚಾತುರ್ಯ ವಾಯಿತೆಂದು ಒಪ್ಪಿದ್ದ ಹಣದೊಡನೆ ರಾವುತರನ್ನು ಕಳಿಸಿದ. ಪಯಣ ಮುಗಿಯುವುದರೊಳಗೆ ಫರ್ದೂಸಿ ಸತ್ತಿದ್ದ. ಘಜನಿಯ ರಾವುತರು ಪಟ್ಟಣದ ಒಂದು ದ್ವಾರದಿಂದ ಒಳಬರುತ್ತಿದ್ದಂತೆ ಇನ್ನೊಂದು ದ್ವಾರದಿಂದ ಫರ್ದೂಸಿಯ ಶವ ಹೊರಹೋಗುತ್ತಿತ್ತು.

ಸೊಹ್ರಾಬ್ – ರುಸ್ತುಂ, ಲೈಲಾ – ಮಜ್ನು, ಶಿರಿನ್ – ಪರ್‌ಹಾದ್, ಸಿಂದಬಾದ್ ನಾವಿಕ, ಅಲೀಬಾಬ ಮತ್ತು ನಾಲ್ವತ್ತು ಕಳ್ಳರು, ಅಲ್ಲಾವುದ್ದೀನನ ಅದ್ಭುತ ದೀಪ... ಜನತೆಯನ್ನು ರಂಜಿಸಿರುವ ಇಂಥವು ಎಷ್ಟೊಂದು! ಎಲ್ಲ ಪರ್ಷಿಯದ ಕವಿ ನಿಜಾಮಿಯ ಕೊಡುಗೆ. ಆ ಸಾಹಿತ್ಯ ಭಾಷೆಯ ಸೊಬಗು ಮತ್ತೆ ಮತ್ತೆ ಮೆಲುಕು ಹಾಕುವಂಥದ್ದು. "ಬಾವಲಿಯನ್ನು ಕೇಳಿದರಂತೆ : 'ಹಗಲು ಯಾವತ್ತೂ ನೀನು ಹಾರೋದಿಲ್ಲವಲ್ಲ, ಯಾಕೆ ?' ಅದು ಉತ್ತರವಿತ್ತಿತಂತೆ : 'ಇರುಳಿನ ಬೆಳಕು ನನಗೆ ರೂಢಿ ; ಹಗಲಿನ ಕತ್ತಲು ನನಗೆ ದುಸ್ಸಹ'. "

ಅಲ್ ಬೀರೂನೀ (11ನೆಯ ಶತಮಾನ) ಗದ್ಯಪದ್ಯ ರಚಿಸಿದ ;

ಗಣಿತ ವಿಶಾರದನಾಗಿದ್ದ. ಅದೇ ಕಾಲದ ಉಮರ್ ಖಯ್ಯಮ್‌ಗೂ ('ರುಬಾಯತ್' ಕರ್ತೃ) ಕವಿತೆಯಷ್ಟೇ ಇಷ್ಟ ಆಲ್ಜಿಬ್ರ ಮತ್ತು ಗಣಿತ. ಮುಂದಿನ ಶತಮಾನದಲ್ಲಿ ಖ್ಯಾತ ಕವಯಿತ್ರಿ ಇದ್ದಳು. ಹೆಸರು : ಮಾಹ್‌ಸತೀ. ಅನಂತರದ ಶತಮಾನದಲ್ಲಿ ಕೀರ್ತಿಶಾಲಿಯಾದವನು ಮೊಶ್ಲಿಖ್ ಬದ್ದೀನ್ ನಾದೀಯ್. 14ನೆಯ ಶತಮಾನದಲ್ಲಿ ಶಿರಾಜ್‌ನಲ್ಲಿ ವಾಸವಾಗಿದ್ದವನು ಹಾಫಿಜ್ ಘಜಲ್. 'ದೀವಾನ್' ಅವನ 400 ಘಜಲ್‌ಗಳ ಶ್ರೇಷ್ಠ ಸಂಗ್ರಹ, 'ಖುರಾನನ್ನು ಕಂಠಪಾಠ ಮಾಡಿದವನು' ಎಂಬ ಕಾವ್ಯನಾಮವಿತ್ತು ಆತನಿಗೆ.

ಎಲ್ಲ ಕವಿಗಳೂ ಆಸ್ಥಾನಿಕರಾಗಿರಲಿಲ್ಲ. ಸಾಕಷ್ಟು ರಾಜಭಕ್ತಿ ಪ್ರದರ್ಶಿಸಲಿಲ್ಲವೆಂದು ಸೆರೆಮನೆಯಲ್ಲಿ ಅತಿಥಿಗಳಾಗಿದ್ದರು–ಸಲ್ಮನ್ ಮತ್ತು ಫಿರಾಜ್. ದಾಳಿಕಾರ ಮಂಗೋಲ್ ನಾಯಕ ಚೆಂಗೀಸ್ ಖಾನ್‌ನ ಆಜ್ಞೆಯಂತೆ ಅವನ ಯೋಧರು ಕುದುರೆಗಳನ್ನು ಬಾಗ್ದಾದಿನ ಗ್ರಂಥಭಂಡಾರಗಳಲ್ಲಿ ಕಟ್ಟಿದರು.

ಬಿಡಿ ಬಿಡಿಯಾಗಿಯೇ ಅನೇಕ ಕಥೆಗಳು ಜಗತ್ಪ್ರಸಿದ್ಧವಾಗಿವೆ ಯಾದರೂ ಅವೆಲ್ಲವೂ 'ಅರೇಬಿಯನ್ ರಾತ್ರಿಗಳು' ಎಂಬ ಬೃಹತ್ ಸಂಪುಟದ ಅಂಶಗಳು. 1704ರಲ್ಲಿ ಫ್ರೆಂಚ್ ಭಾಷೆಗೆ ಅನುವಾದಿತವಾದ ಮೇಲೆ ಅದರ ಖ್ಯಾತಿ ಕುಗ್ಗಿಯೇ ಇಲ್ಲ. ಮುದ್ರಣ ಯಂತ್ರದ ಆಗಮನ ಮತ್ತು ಸಾಕ್ಷರತೆಯ ಪ್ರಸಾರ ಅರಬ್ ದೇಶಗಳಲ್ಲಿ ಸಾಹಿತ್ಯಕ್ಕೆ ವಿಸ್ತೃತ ಓದುಗ ಸಮುದಾಯವನ್ನು ಒದಗಿಸಿಕೊಟ್ಟುವು. ಅರಸನ ಬದಲು ಮಧ್ಯಮವರ್ಗದ ಜನ ಸಾಹಿತ್ಯ ಪೋಷಕರಾದರು.

ವಿಜ್ಞಾನ ಕ್ಷೇತ್ರದಲ್ಲಿ ಅರಬರ ಸಾಧನೆ ದೊಡ್ಡದು. ತತ್ವಜ್ಞಾನಿಯೂ ಆಗಿದ್ದ ಅವಿಸೆನ್ನ (ಇಬ್ನ್‌ಸಿನ) 11ನೆಯ ಶತಮಾನದಲ್ಲಿ ಬರೆದ ವೈದ್ಯಿಕೆ ಪುಸ್ತಕ ಮುಂದೆ 600 ವರ್ಷವರೆಗೂ ವೈದ್ಯಲೋಕದಲ್ಲಿ ಅಭ್ಯಾಸ ಗ್ರಂಥವಾಗಿತ್ತು. ಗ್ರೀಕ್ ವಿಜ್ಞಾನ ಯೂರೋಪಿಗೆ ಮರಳಿದ್ದು ಅರಬರ ಮೂಲಕ.

19ನೆಯ ಶತಮಾನದಲ್ಲಿ ಮೋಪಾಸ, ಸ್ಕಾಟ್, ಮೋಲಿಯೇರ್ ಮತ್ತು ಚೇಖವ್ ಪರ್ಷಿಯದ ಬರೆಹಗಾರರ ಮೇಲೆ ಪ್ರಭಾವ ಬೀರಿದರು. ಕಾದಂಬರಿ, ಕಥೆ, ನಾಟಕ ಹೊಸ ರೂಪ ತಳೆದುವು. ರಂಗದ ಮೇಲೆ ಜೀವಂತ ಪಾತ್ರಗಳು ಅಭಿನಯಿಸುವುದು ಧಾರ್ಮಿಕ ಪ್ರಮುಖರಿಗೆ ಇಷ್ಟವಲ್ಲ. ತೊಗಲುಗೊಂಬೆ ಆಟ ಆಡಿದರೂ ಅವು ನಿರ್ಜೀವ ಎಂದು ಸಾಬೀತುಪಡಿಸಲು ಅವುಗಳಿಗೆ ರಂಧ್ರ ಕೊರೆಯ ಬೇಕಾಗುತ್ತಿತ್ತು. ಸಾಹಿತಿ ಯಘ್ಮ ತನ್ನ ಕೃತಿಗಳಲ್ಲಿ ಸಮಕಾಲೀನ ಸಮಾಜವನ್ನು ಟೀಕಿಸಿದ. ಕಸವಾಯ್‌ಯ ಕವಿತೆಗಳಲ್ಲಿ ಕಟು ವಿಡಂಬನೆ ಇತ್ತು.

ಆಳುವ ಸರಕಾರ ಇಪ್ಪತ್ತನೆಯ ಶತಮಾನದಲ್ಲಿ ಬಿಗಿ ನೀತಿ ಅನುಸರಿಸಿತು. ಸೆನ್ಸಾರರ ಕತ್ತರಿಯ ಕರಕರ ಸದ್ದು ಸಂವೇದನಾಶೀಲರ ಕಿವಿಗಳನ್ನು ಇರಿಯಿತು.

ಕಿರು ಚಿತ್ರ ರಚನೆಯೂ ರತ್ನಗಂಬಳಿ ಹೆಣಿಗೆಯೂ ಪರ್ಷಿಯದಲ್ಲಿ ಅತ್ಯುನ್ನತ ಮಟ್ಟ ಮುಟ್ಟಿದುವು...

...ಒಮ್ಮೆ ಒಬ್ಬ ಕುರಿಗಾಹಿ ಮಂದೆಯಲ್ಲಿದ್ದ ಒಂದು ಕುರಿಗೆ ಹೊಡೆದ. ಬಡ ಕುರಿ ಕುಂಟತೊಡಗಿತು ; ಗಟ್ಟಿಯಾಗಿ ರೋದಿಸಿತು. ಕುರಿಗಾಹಿ ಗಾಬರಿಯಾದ, ಬೇಡಿದ :

"ಒಡೆಯನಿಗೆ ಹೇಳ್ಬೇಡ."
ಅಳುತ್ತ ಕುರಿ ಉತ್ತರವಿತ್ತಿತ್ತು :
"ನಾನು ಹೇಳದಿರಬಹುದು. ಆದರೆ, ನನ್ನ ಕುಂಟು ಹೇಳೀತು."
–ಇದೊಂದು ಅಫ್‌ಘಾನ್ ಜಾನಪದ ಪ್ರಸಂಗ.

ಜಾನಪದ ಕಾವ್ಯದಲ್ಲಿ ವೃತ್ತಿಪರ ಹಾಡುಗಾರರ ಕೃತಿಗಳಲ್ಲಿ ಉಳ್ಳವರ ವಿರುದ್ಧ ಇಲ್ಲದವರನ್ನು ಸಮರ್ಥಿಸುವ ಪ್ರವೃತ್ತಿ ಕಂಡು ಬರುತ್ತದೆ. ಇದು ಹೆಚ್ಚು ಸ್ಫುಟವಾದದ್ದು 19ನೆಯ ಶತಮಾನದಲ್ಲಿ. ಶಿಕ್ಷಿತರ ಸಾಹಿತ್ಯಸೃಷ್ಟಿಯಲ್ಲಿ ಇಂಥ ಸೆಲೆ ಪ್ರಬಲವಾಯಿತು. ಇವೆರಡೂ ಯುವ ಅಫ್‌ಘಾನರ ರಾಷ್ಟ್ರೀಯ ಜಾಗೃತಿ ಚಳವಳಿಯ ಪರಿಣಾಮ. ಮೂರು ಶತಮಾನ ಹಿಂದಿನ ಕುಶಾಲ್ ಖಾನ್ ಅಫ್‌ಘಾನರ ರಾಷ್ಟ್ರೀಯ ಕವಿ. ಹಿಂದೂಸ್ತಾನಕ್ಕೆ ಬಂದಾಗ ಔರಂಗಜೇಬನಿಂದ ಬಂಧಿತನಾಗಿ ಕಾರಾಗೃಹದಲ್ಲಿದ್ದವನು. ಹಿಂತಿರುಗಿದವನೇ ಅಫ್ರಿದಿ ಬುಡಕಟ್ಟಿನೊಂದಿಗೆ ಒಕ್ಕೂಟ ಸಾಧಿಸಿ ಮೊಘಲರ ವಿರುದ್ಧ ಆತ ಹೋರಾಡಿದ. ಅವನ ಹಾಡುಗಳು ಜನರನ್ನು ಎಚ್ಚರಿಸಿದುವು. ಒಂದು ಗೀತದಲ್ಲಿ ಅವನೆಂದ :

"ಆಡುವುದೊಂದೇ ಭಾಷೆ–ಪುಷ್ತು
ಆದರೂ ಅರಿಯದಾದೆವು ಪರಸ್ಪರ..."

ಅದೇ ಶತಮಾನದ ಇನ್ನೊಬ್ಬ ಪ್ರಸಿದ್ಧ ಕವಿ ಮಿರ್ಜಾಖಾನ್ ಅನ್ಸಾರಿ. ರೋಷನಿ ಪಂಥದ ಸ್ಥಾಪಕನ ಮೊಮ್ಮಗ ಈತ. ಆಂದೋಲನ ಇವನ ಬರವಣಿಗೆಗೆ ಮೊನೆ ನೀಡಿತು.

ಜಾಮೀ 15ನೆಯ ಶತಮಾನದ ಹಿರಿಯ ಕವಿ.

ಅನೇಕ ಶತಮಾನಗಳಿಂದ ಹತಾಶೆಯ ಮನೋಭಾವ ಅಫ್‌ಘಾನ್ ಜನರನ್ನು ಕಾಡಿತ್ತು. ಅನೈಕ್ಯ, ಅಸಮಾನತೆ, ಬಲಶಾಲಿ ಭೂಮಾಲಿಕರ ಶೋಷಣೆ, ಮೊಘಲರ ಈಟಿ ಮೊನೆ, ಬ್ರಿಟಿಷರ ಬೂಟುಗಾಲು.

ಹತಾಶೆಯಲ್ಲದೆ ಇನ್ನೇನು ಸಾಧ್ಯ? ನಿಧಾನವಾಗಿ ಪರಿಸ್ಥಿತಿ ಬದಲಾಯಿತು. ರಹಮಾನ್ ಬಾಬಾನ ಕವಿತೆಗಳಲ್ಲಿ ಶೋಕ ಧ್ವನಿ ಇತ್ತು. ಕುಶಾಲ್ ಖಾನನ ಕೃತಿಗಳಲ್ಲಿ ಕೇಳಿಸಿದ್ದು ರೋಷಧ್ವನಿ.

ಇಪ್ಪತ್ತನೆಯ ಶತಮಾನದಲ್ಲಂತೂ ಯುವ ಪೀಳಿಗೆ ಗಡಿಯಾಚೆಗಿನ ರಷ್ಯದಲ್ಲಿ ನಡೆದ ಸಮಾಜವಾದಿ ಕ್ರಾಂತಿಯಿಂದ ಪ್ರಭಾವಿತವಾಯಿತು. ಅಬುರ‍್ರಾವುಫ್ ಬೆನಾವ ಸಾರಿದ: "ಕ್ರಾಂತಿಕಾರಿ ಲೇಖಕ ಸ್ವಾತಂತ್ರ್ಯದ ಅಮೂರ್ತ ಕಲ್ಪನೆಯ ಪ್ರತಿಪಾದಕನಲ್ಲ. ಆತ ಶೋಷಣೆಯಿಂದ, ಶೋಷಕರಿಂದ ನಿಜವಾದ ಬಿಡುಗಡೆಯನ್ನು ಬಯಸುತ್ತಾನೆ." ಕವಿ – ಕಥೆಗಾರ –ಕಾದಂಬರಿಕಾರ ಹಾಗೂ ಜನ ನಾಯಕ ನೂರ್ ಮಹಮ್ಮದ್ ತಾರಕಿ 'ಸಮಾಜವಾದೀ ವಾಸ್ತವತೆ'ಯ ರೂಪು ರೇಖೆಗಳನ್ನು ಗುರುತಿಸಿದ. ಅದೇ ಪಂಥದವರು ಗುಲ್ ಪಾಚಾ ಉಲ್‌ಫತ್ ಮತ್ತು ಬಬ್ರಕ್ ಕರ್ಮಾಲ್. ಇಬ್ರಾಹಿಮ್ ಶೇಖ್ ಯುವಕ ಕಥೆಗಾರ.

ಸಾಹಿತ್ಯದಲ್ಲಿ ಹತಾಶೆಯ ಧ್ವನಿ ಮರೆಯಾಯಿತು. ಇರುಳು ಕಳೆದು ಬೆಳಗಾಗುತ್ತದೆನ್ನುವ ನಂಬುಗೆ ಬಲಿಯಿತು. ಕಾಬುಲ್‌ನಲ್ಲಿ ಸ್ಥಾಪಿತವಾದ ವಸ್ತುಸಂಗ್ರಹಾಲಯ, ವಿಶ್ವವಿದ್ಯಾಲಯ ಬೌದ್ಧಿಕ ಚಟುವಟಿಕೆಗೆ ಚಾಲನೆ ನೀಡಿದುವು. 'ಸೆರಾಜ್ ಉಲ್ ಅಖ್ಬಾರ್' (ಪತ್ರಿಕೆ) ಜಾಗೃತಿಯ ಸಂದೇಶವನ್ನು ಓದು ಬಲ್ಲವರಿಗೂ ಅವರ ಮೂಲಕ ಓದು ಅರಿಯದವರಿಗೂ ಮುಟ್ಟಿಸಿತು. ಜಾನಪದ ಅತ್ತನ್ ನರ್ತನ ರಾಷ್ಟ್ರೀಯ ನೃತ್ಯವಾಯಿತು...

...ಅಲ್‌ಮಾರ್‍ರ್ರೀ ಸಿರಿಯದ ಖ್ಯಾತ ಕುರುಡ ಕವಿ. ಎಲ್. ಖೌರಿ ಹೆಸರಾಂತ ಕಥೆಗಾರ. ಪ್ರಾಚೀನ ಸಿರಿಯದ (ಅರಮ್) ಅರಮೇಯಿ ಭಾಷೆಯಿಂದ ಹೀಬ್ರೂ –ಅರಬಿ ಎರಡೂ ಬೆಳೆದುವು.

...ಜೋರ್ಡಾನಿನಲ್ಲಿ ಇಪ್ಪತ್ತನೆಯ ಶತಮಾನದ ಮೂರನೆಯ ದಶಕದಲ್ಲಿ ಅರಬರ ಸಂಗಾತಿಯಾದವನು ಟಿ. ಇ. ಲಾರೆನ್ಸ್. 'ಲಾರೆನ್ಸ್ ಆಫ್ ಅರೇಬಿಯ' ಎಂದು ಹೆಸರು ಗಳಿಸಿದ ಈತ ತನ್ನ ಅನುಭವಗಳನ್ನು ಕುರಿತು ಬರೆದ ಕೃತಿ 'ಸೆವೆನ್ ಪಿಲ್ಲರ್ಸ್ ಆಫ್ ವಿಸ್‌ಡಮ್' 1926ರಲ್ಲಿ ಖಾಸಗಿ ಪ್ರಸಾರಕ್ಕೆಂದು ಅಚ್ಚಾದದ್ದು, 1935ರಲ್ಲಿ ಬಹಿರಂಗ ಪ್ರಕಟಣೆ ಕಂಡಿತು.

ಮುಸ್ತಾಫಾ ವಾಹ್‌ಬಾಹ್ ಅತ್ ತಾಲ್ ಸೊಗಸಾದ ಜಾನಪದ ಶೈಲಿಯ ಜನಪ್ರಿಯ ಕವಿ. ಜೋರ್ದನ್ ನಹ್ರಲ್ ಉರ್ದುನ್ನ್ ಇನ್ನೊಬ್ಬ ಖ್ಯಾತ ಸಾಹಿತಿ. ಹಸ್ನಿ ಫಾರಿಜ್ ಕುಸುರಿ ಕಥೆಗಾರ...

...ಪ್ಯಾಲೆಸ್ತೀನ್ ನೆಲ ಕಾನ್ಯನ್ ಆಗಿದ್ದ ಕಾಲದಲ್ಲಿ ಆರಂಭದ ಹೀಬ್ರೂ ಫಿನಿಷಿ ಭಾಷೆಗಳು ಅಭಿವೃದ್ಧಿ ಕಂಡುವು. ಕ್ರಿ. ಪೂ. 1600ರಲ್ಲಿ ಫಿನೀಷಿಯರು ಲಿಪಿ ಸಿದ್ಧಪಡಿಸಿದರು. ಅರಮೇಯಿ, ಹೀಬ್ರೂ, ಫಿನಿಷಿ,

ಅರಬಿ ಇವೆಲ್ಲವೂ ಸೆಮಿತಿ ಬಳಗಕ್ಕೆ ಸೇರಿದ ಭಾಷೆಗಳು. ಪ್ಯಾಲೆಸ್ತೀನಿನ ಅರಬರಿಂದ ಈಗಿನ ಪರಿಸ್ಥಿತಿಯಲ್ಲಿ ಯಾವ ಸಾಹಿತ್ಯವನ್ನು ತಾನೆ ನಿರೀಕ್ಷಿಸಬಹುದು ? ಬೇಗುದಿಯ ಸಾಹಿತ್ಯ ? ಅಂಥ ಕಥೆ ಕವಿತೆಗಳು ಸಾಕಷ್ಟು ಸಂಖ್ಯೆಯಲ್ಲಿ ದೊರೆಯುತ್ತವೆ. ಘಸ್ಸನ್ ಕನ್‌ಫಾನಿ, ಅಬು ಶವರ್, ಎಲ್ ಹೊಸ್ಸೀನಿ ಕೈಪಳಗಿದ ಕಥೆಗಾರರು.

ಕನ್‌ಫಾನಿಯ ಕೈಯಲ್ಲಿ ಬಂದೂಕು ಇದ್ದುದನ್ನು ಮೊದಲ ಸಲ ಕಂಡ ಮಿತ್ರ ಕೇಳಿದ :

"ಘಸ್ಸನ್, ನಿನ್ನ ಕೈಯಲ್ಲಿ ಲೇಖನಿ ಕಂಡಿದ್ದೆ. ಆಮೇಲೆ ಮುದ್ರಿತ ಶಬ್ದ ನೋಡಿದೆ. ಈಗ ಶಸ್ತ್ರ ಕಾಣುತ್ತಿದ್ದೇನೆ. ಮುಂದೆ ಏನು ಹಿಡಿಯಲಿದ್ದೀಯೆ ?"

ಕನ್‌ಫಾನಿ ಉತ್ತರಿಸಿದ :

"ನನ್ನ ರಕ್ಷಣೆಗಾಗಿ ಸಾಧ್ಯವಿರುವುದನ್ನೆಲ್ಲ ಒಯ್ಯುವೆ. ಲೇಖನಿ, ಮುದ್ರಿತ ಶಬ್ದ ಮತ್ತು ಶಸ್ತ್ರ-ಇವೆಲ್ಲ ನನ್ನ ರಕ್ಷಣೆಗೆ ನಾನು ಬಳಸುವ ಉಪಕರಣಗಳು."

1972ರಲ್ಲಿ ತನ್ನ 36ನೇ ವಯಸ್ಸಿನಲ್ಲಿ ಕನ್‌ಫಾನಿ ಇಸ್ರೇಲಿ ಗೂಢಚಾರರ ಕೈಯಲ್ಲಿ ಹತನಾದ...

...'ಅಬರ್' ಅಂದರೆ ದಾಟು. 'ಇಬ್ರಿ' ಆ ದಡದಿಂದ ಬಂದವನು. 'ಈಬ್ರೂ' ಅವನ ಭಾಷೆ. ಹೀಬ್ರೂ ನಾಮಕರಣವಾದದ್ದು ಹಾಗೆ ಯೆಹೂದಿಯೇತರರಿಂದ.

'ತಾಯಿಯಂತೆ ಮಗಳು' ಹೀಬ್ರೂನಲ್ಲಿರುವ ಗಾದೆ. ಫಿಲಿಸ್ತೀನರ ಡಿಲೈಲಾಳ ತಾಯಿ ಹೇಗಿದ್ದಳೊ ? ಡಿಲೈಲಾ ಮಾತ್ರ ಇಸ್ರೇಲಿ ವೀರ ಸಾಮ್ಸನ್‌ನನ್ನು ತನ್ನ ಬಲೆಯಲ್ಲಿ ಕೆಡವಿ ಸಾಯಿಸಿದಳು. 'ಹಳೆಯ ಒಡಂಬಡಿಕೆ' ರಚಿತವಾದದ್ದು ಹೀಬ್ರೂ ಭಾಷೆಯಲ್ಲಿ. ಆಧುನಿಕ ಸಾಹಿತ್ಯ ಈ ಭಾಷೆಯಲ್ಲಿ ಹುಟ್ಟಿದ್ದು 19ನೆಯ ಶತಮಾನದಲ್ಲಿ. ಇಸ್ರೇಲಿನ ರಾಷ್ಟ್ರಭಾಷೆಯಾದ ಮೇಲೆ ಹೀಬ್ರೂನ ಮಹತ್ವ ಹೆಚ್ಚಿದೆ. ಬೇರೆ ದೇಶಗಳಲ್ಲಿ ಬೇರೆ ಭಾಷಾ ಪರಿಸರಗಳಲ್ಲಿ ಜೀವ ಸವೆದು ತಮ್ಮದೇ ದೇಶಕ್ಕೆ ಈಗ ಬಂದಿರುವ ಯೆಹೂದಿಯರು ಹೀಬ್ರೂ ಕಲಿಯತೊಡಗಿದ್ದಾರೆ. ವಿದ್ಯಾರ್ಥಿಗಳಲ್ಲಿ ವಯಸ್ಸಾದ ಸಾಲಿಗನೂ ಇದ್ದಾನೆ; ಅವನಿಂದ ಸಾಲಪಡೆದವನೂ ಇದ್ದಾನೆ !

ಆಗ್ನನ್ ಇಸ್ರೇಲಿನ ನೊಬೆಲ್ ಪಾರಿತೋಷಕ ವಿಜೇತ ಸಾಹಿತಿ, ಕಾದಂಬರಿಕಾರ ಮತ್ತು ಕಥೆಗಾರ. ಆಮೊಸ್ ಮೊಸೆನ್‌ಸನ್ ಹೆಸರಾಂತ ಕಥೆಗಾರ.

ಯಿಡ್ಡಿಶ್ ಯೆಹೂದಿಯರ ಇನ್ನೊಂದು ಭಾಷೆ. ಜರ್ಮನ್ ಮತ್ತಿತರ ಸ್ಲಾವ್ ಭಾಷಾ ಅಂಶಗಳೂ 'ತೀರಾ ಸಾಮಾನ್ಯರು'

ಮಾತನಾಡುವ ಹೀಬ್ರೂ ಭಾಷೆಯೂ ಸೇರಿ ಸಿದ್ಧವಾದ ಮಿಶ್ರಣ ಯಿಡ್ಡಿಶ್. 13ನೆಯ ಶತಮಾನದವರೆಗೆ ಜರ್ಮನಿ ಫ್ರಾನ್ಸ್‌ಗಳಲ್ಲಿ ಯೆಹೂದಿಯರ ಅಡುಭಾಷೆಯಷ್ಟೇ ಆಗಿತ್ತು. ಬಳಿಕ ಯಿಡ್ಡಿಶ್‌ನಲ್ಲಿ ಧಾರ್ಮಿಕ ಸಾಹಿತ್ಯ ಬರತೊಡಗಿತು. 'ಧಾರ್ಮಿಕ'ದ ಬೆನ್ನಟ್ಟಿ 'ಲೌಕಿಕ'. ಇಪ್ಪತ್ತನೆಯ ಶತಮಾನದ ಹಿರಿಯ ಯಿಡ್ಡಿಶ್ ಕಥೆಗಾರ ಸಿಂಗರ್ ನೊಬೆಲ್ ಪಾರಿತೋಷಕ ಪಡೆದ. ಶೊಲೊಮ್ ಅಸ್ಚ್ ಒಳ್ಳೆಯ ಯಿಡ್ಡಿಶ್ ಕಥಾಲೇಖಕ.

ಹೀಬ್ರೂ ಮತ್ತು ಯಿಡ್ಡಿಶ್ ಎರಡೂ ಭಾಷೆಗಳಲ್ಲಿ ಬರೆಯುವ ಯೆಹೂದಿ ಲೇಖಕರೂ ಇದ್ದಾರೆ.

ಹೀಬ್ರೂ ಮತ್ತು ಅರಬಿ ಎರಡರಲ್ಲೂ ಬರೆಯುವವರು ? ಪ್ರಶ್ನೆ ಕೇಳಬಹುದೊ ? ಬಾರದೊ ?

3

ಮಾನವನ ತೊಟ್ಟಿಲು ಆಫ್ರಿಕ ; ಅವನ (ಗಂಡು ಹೆಣ್ಣು ಇಬ್ಬರದೂ) ಉಯ್ಯಾಲೆ ಪಶ್ಚಿಮ ಏಷ್ಯ. 'ಕೊನೆಯ' ಮಂಜಿನ ಪರದೆ ಸರಿದಂದಿನಿಂದ ಇಂದಿನವರೆಗೆ ಅಲ್ಲಿ ನಡೆದುದರ – ಮನುಷ್ಯನ ಸೋಲು ಗೆಲುವುಗಳ ಅಥವಾ ಗೆಲುವು ಸೋಲುಗಳ –ಸೂಕ್ಷ್ಮಾವ ಲೋಕನವನ್ನು ಈವರೆಗೆ ಮಾಡಿದಿರಿ. ನಾಗರಿಕತೆಗಳ ಕಣಜಗಳಲ್ಲಿ ಸಾಹಿತ್ಯದ್ದು ಬಹಳ ಬೆಲೆಯುಳ್ಳದ್ದು. ಆ ಕಣಜದಿಂದ ಆಯ್ದ ಹರಳುಗಳನ್ನು ಈ ಸಂಪುಟದಲ್ಲಿ ಹರಡಿದ್ದೇವೆ, ಸ್ವೀಕರಿಸಬೇಕು.

ಇವು ಪಶ್ಚಿಮ ಏಷ್ಯದ ಪ್ರಾತಿನಿಧಿಕ ಕಥೆಗಳೆ ? ಓಹೋ. ಬಹುಮಟ್ಟಿಗೆ ಪ್ರಾತಿನಿಧಿಕವೇ. 1200 ವರ್ಷ ಹಿಂದಿನಿಂದ ಈತನಕದ ಕಥೆಗಳಿಂದ ಇವನ್ನು ಆಯ್ಕೆ ಮಾಡಿದ್ದೇವೆ. (ಎಷ್ಟು ಪ್ರಯತ್ನಿಸಿದರೂ ಯೆಮೆನ್‌ನ ಕಥಾ ಸಾಹಿತ್ಯ ದೊರೆಯಲಿಲ್ಲ. ಕ್ಷಮೆ ಇರಲಿ.)

ಪ್ಯಾಲೆಸ್ತೀನೀ ಕಥೆಗಾರ ಘಸ್ಸನ್ ಕನ್‌ಫಾನಿಯನ್ನು ಇಸ್ರೇಲಿ ಗೂಢಚಾರರು ಕೊಂದರೆಂದು ಈಗಷ್ಟೇ ಓದಿದಿರಿ, ಇರಾನೀ ಕಥೆಗಾರ ಸಮದ್ ಬೆಹ್ರಂಗಿ ಅವನ ದೇಶದ ಮಾಜಿ ಶಹನ ಹಸ್ತಕರಿಂದ ಕೊಲೆಯಾದ. ಈ ಕ್ರಾಂತಿಕಾರೀ ಅಧ್ಯಾಪಕ ಲೇಖಕನ ಶವ ಒಂದು ದಿನ ಒಂದು ನದಿಯಲ್ಲಿ ತೇಲುತ್ತಿದ್ದುದು ಕಂಡುಬಂತು. ಹಾಗೆ ಕ್ರೂರ ವಿಡಂಬನೆಯ ಅವನ ಲೇಖನಿ ಮುರಿಯಿತು. ಕನ್‌ಫಾನಿ, ಬೆಹ್ರಂಗಿ – ಇಬ್ಬರ ಕಥೆಗಳೂ ಈ ಸಂಪುಟದಲ್ಲಿವೆ. ಜೋರ್ಡಾನಿನ ಕಥೆಗಾರ ಹುಸ್ನಿ ಫಾರಿಜ್ ತನ್ನ ಕಥೆಗೆ ಸಿರಿಯವನ್ನು ಹಿನ್ನೆಲೆಯಾಗಿ ಆರಿಸಿದ್ದಾನೆ. (ಹಿಂದೆ ಫ್ರೆಂಚ್ ಕಥೆಗಾರರು ತಮ್ಮ ಪ್ರತಿಷ್ಠಿತರನ್ನು ಕುರಿತು ಟೀಕಿಸಲು ಕಥಾ ವೇದಿಕೆಯನ್ನು ಪಕ್ಕದ ಸ್ಪೇನಿನ ಯಾವುದಾದರೂ

ಊರಲ್ಲಿಡುತ್ತಿದ್ದರು. ಈ ತಂತ್ರ ನಮಗೂ ಅಪರಿಚಿತವಲ್ಲ !)

ಇನ್ನು ಉಳಿದ ಕಥೆಗಳು... ಸಂಪುಟದ ಕಥೆಗಳ ಮೌಲ್ಯಮಾಪನ ಇಲ್ಲಿ ನಾನು ಮಾಡುವುದಿಲ್ಲ (ಈವರೆಗೂ ಮಾಡಿಲ್ಲ). ಆ ಕೆಲಸ, ಕ್ಲೀಷೆ ಬಳಸುವುದಾದರೆ, 'ಸಹೃದಯ ಓದುಗರಿಗೆ' ಬಿಟ್ಟದ್ದು.

ಹೀಬ್ರೂ ಭಾಷೆಯಲ್ಲಿ ಪರಸ್ಪರ ಭೇಟಿಯಾದಾಗ 'ಶೊಲೊಮ್' ಎನ್ನುತ್ತಾರೆ ; ವಿದಾಯ ನುಡಿಯುವಾಗಲೂ ಅದೇ ಪದ. ಆ 'ಶೊಲೊಮ್' ನಾನು ಹೇಳುವುದು ಕೊನೆಯ ಸಂಪುಟದಲ್ಲಿ !

ದೀಪಾವಳಿ, 1982   ನಿರಂಜನ
ಬೆಂಗಳೂರು   ಪ್ರಧಾನ ಸಂಪಾದಕ

ಆರೇಬಿಯ

○ ಅಲ್ ಅಸ್ಮಾ'ಇ

ಮರಳುಗಾಡಿನ ಮದುವೆ

ಮೊಹರೀಬ್ ಮತ್ತು ಜಹೀರ್ ಅಣ್ಣತಮ್ಮಂದಿರು. ಒಂದೇ ತಾಯಿ – ತಂದೆ ಮಕ್ಕಳು. ಅಂತಹವರನ್ನು ಅರಬರು ಔರಸಪುತ್ರರೆಂದು ಕರೆಯುತ್ತಾರೆ. ತಮ್ಮ ಸಾಹಸಕ್ಕೂ ಮತ್ತು ಎದೆಗಾರಿಕೆಗೂ ಅವರಿಬ್ಬರೂ ಗಣ್ಯರೆನಿಸಿಕೊಂಡಿದ್ದರು. ಮೊಹರೀಬ್ ಆ ಬುಡಕಟ್ಟಿನವರ ಮುಖಂಡನಾಗಿದ್ದನು. ಜಹೀರ್ ಆತನ ಮಂತ್ರಿಯಾಗಿದ್ದನು ; ಅಣ್ಣನ ಅಧಿಕಾರಕ್ಕೊಳಪಟ್ಟು, ಆತನಿಗೆ ಮಂತ್ರಾಲೋಚನೆಯನ್ನೂ, ತಿಳಿವಳಿಕೆಯನ್ನೂ ನೀಡುತ್ತಿದ್ದನು. ಒಮ್ಮೆ ಅವರಿಬ್ಬರ ಮಧ್ಯೆ ಉಗ್ರ ವಿವಾದ ಸಂಭವಿಸಿ, ಜಗಳವೂ ಉಂಟಾಯಿತು. ಆಮೇಲೆ ಜಹೀರ್ ತನ್ನ ಡೇರೆಯೊಳಕ್ಕೆ ಹೊರಟು ಹೋದನು. ಆತನಿಗೆ ದುಃಖವಾಗಿತ್ತು, ಮುಂದೇನು ಮಾಡ ಬೇಕೆಂಬುದೇ ತಿಳಿಯಲಿಲ್ಲ. "ನಿಮಗೇನಾಯಿತು ? ಹೀಗೇಕಿದ್ದೀರಿ ?" ಎಂದು ಆತನ ಹೆಂಡತಿಯು ಕೇಳಿದಳು. "ನಿಮಗೆ ಏನಾಯಿತು ತೊಂದರೆ ? ಏನಾಯಿತು ? ಯಾರಾದರೂ ಅಸಂತೋಷ ಉಂಟುಮಾಡಿದರೆ ? ಅಥವಾ ಅತ್ಯಂತ ಶ್ರೇಷ್ಠ ಅರಬ್ ಮುಖಂಡರಾದ ನಿಮಗೆ ಯಾರಿಂದಲಾದರೂ ಅಪಮಾನ ಉಂಟಾಯಿತೆ ?" – ಎಂದು ಆಕೆಯು ಪುನಃ ಕೇಳಿದಳು. "ನಾನೇನು ಮಾಡಲಿ ? ನನಗೆ ನೋವನ್ನುಂಟುಮಾಡಿದಾತನ ಮೇಲೆ ನಾನು ಕೈ ಮಾಡಲಾರೆ ಅಥವಾ ಆತನಿಗೆ ಕೇಡನ್ನೂ ಮಾಡಲಾರೆ. ಖಾಸಗಿಯಾಗಿ ಆತನು ನನ್ನ ಸಂಗಾತಿ, ಜಗತ್ತಿನೆದುರು ಆತ ನನ್ನ ಅಣ್ಣ. ಓಹ್, ಬೇರೆ ಯಾರಾದರೂ ಆಗಿದ್ದಿದ್ದರೆ, ಆತನು ಎಂತಹ ಮನುಷ್ಯನನ್ನು ಎದುರು ಹಾಕಿ ಕೊಂಡ ಎಂಬುದನ್ನು ನಾನು ತೋರಿಸುತ್ತಿದ್ದೆ. ನಮ್ಮ ಜನತೆಯ ಮುಖಂಡರ ಮುಂದೆ ಆತನ ಉದಾಹರಣೆ ಎಂತಹದೆಂಬುದನ್ನು ತೋರಿಸಿಕೊಡುತ್ತಿದ್ದೆ!" ಎಂದು ತನ್ನ ಹೆಂಡತಿಯೊಡನೆ ಜಹೀರ್ ಹೇಳಿದನು. "ಇನ್ನು ಆತನನ್ನು ನೀವು ಬಿಟ್ಟುಬಿಡಿ, ತನ್ನ ಆಸ್ತಿಪಾಸ್ತಿ ಗಳನ್ನು ಆತನೇ ಭೋಗಿಸಿಕೊಂಡಿರಲಿ" – ಎಂದು ಹೆಂಡತಿಯು ದನಿಯೇರಿಸಿ ಹೇಳಿದಳು. ಹಾಗೆ ಮಾಡುವುದಕ್ಕೆ ತನ್ನ ಗಂಡನನ್ನು ಒಡಂಬಡಿಸಲು ಆಕೆಯು, 'ಮಾನವನು ತನ್ನ ತಾಯ್ತಂದೆಗಳಿಂದ ಕೂಡ ಅಪಮಾನವನ್ನು ಸಹಿಸಿಕೊಳ್ಳಕೂಡದು' ಎಂದು ಆಗಿನ

ಸಮಕಾಲೀನ ಕವಿಯೊಬ್ಬರು ಬರೆದಿದ್ದ ಕವನಗಳನ್ನು ಸಂದರ್ಭೋಚಿತವಾಗಿ ಉದಹರಿಸಿ ಹೇಳಿದಳು.

ತನ್ನ ಹೆಂಡತಿಯ ಸಲಹೆಯನ್ನು ಜಹೀರ್ ಅಂಗೀಕರಿಸಿದನು, ಅಲ್ಲಿಂದ ಹೊರಡಲು ಸಿದ್ಧತೆಗಳನ್ನು ಮಾಡಿಕೊಂಡನು. ತನ್ನ ಡೇರೆಗಳನ್ನು ಬಿಚ್ಚಿ ಹಾಕಿದನು, ತನ್ನ ಒಂಟೆಗಳ ಮೇಲೆ ಸಾಮಾನನ್ನು ಹೇರಿದನು ಮತ್ತು ಸಾದ್ ಬುಡಕಟ್ಟಿನ ಶಿಬಿರದ ಕಡೆಗೆ ಪ್ರಯಾಣ ಹೊರಟನು. ಆ ಬುಡಕಟ್ಟಿನವರೊಡನೆ ಆತನ ನಿಕಟ ಸ್ನೇಹ ಸಂಬಂಧವಿದ್ದಿತು. ಆದರೂ ತನ್ನ ಅಣ್ಣನಿಂದ ಬೇರೆಯಾಗಿ ಹೊರಟುಹೋಗಲು ಸ್ವತಃ ಆತನಿಗೆ ಮನ ನೊಂದಿತು. ಅಣ್ಣನಿಗೆ ಆತನು ಹೀಗೆ ಹೇಳಿದನು : "ನನ್ನನ್ನು ನಿನ್ನಿಂದ ಬೇರೆ ಕಡೆಗೆ ಕೊಂಡೊಯ್ಯುತ್ತಿರುವ ಪ್ರಯಾಣಕ್ಕೆ ನಾನು ಹೊರಡುತ್ತಿರುವಾಗ, ನನ್ನ ಈ ಮಾರ್ಗವು ಒಂದು ಸಾವಿರ ವರ್ಷಗಳದ್ದೆಂದೂ, ಪ್ರತಿ ವರ್ಷವೂ ನನ್ನನ್ನು ಒಂದು ಸಾವಿರ ಹರದಾರಿಯ ದೂರಕ್ಕೆ ಅದು ಕೊಂಡೊಯ್ಯುವುದೆಂದೂ ನನಗೆನಿಸುತ್ತದೆ... ನೀನು ನನ್ನ ಮೇಲೆ ಹೇರುವ ಅನುಗ್ರಹಗಳಿಗೆ ಒಂದು ಸಾವಿರ ಈಜಿಪ್ತುಗಳಷ್ಟು ಮೌಲ್ಯವಿದ್ದರೂ, ಆ ಪ್ರತಿಯೊಂದು ಈಜಿಪ್ತಿನಲ್ಲೂ ಒಂದೊಂದು ಸಾವಿರ ನೈಲ್ ನದಿಗಳಿದ್ದರೂ ಅವುಗಳೆಲ್ಲವನ್ನೂ ಈಗ ಕಡೆಗಣಿಸಲಾಗುವುದು. ನಾನು ನಿನ್ನಿಂದ ದೂರವಿರುವಷ್ಟು ಕಾಲವೂ, ನಾನು ಅಲ್ಪ – ಸಂತೋಷಿಯಾಗಿ ಇರುವೆನು. ನನ್ನ ಈ ಗೈರುಹಾಜರಿಯ ಕಾಲದಲ್ಲಿ ನಾನು ಈ ಪದ್ಯವನ್ನು – ಉತ್ತಮವಾದ ಮುತ್ತುಗಳ ಹಾರಕ್ಕಿಂತಲೂ ಹೆಚ್ಚು ಮೌಲ್ಯವುಳ್ಳ ಈ ಪದ್ಯವನ್ನು – ಹೇಳಿಕೊಳ್ಳುತ್ತಿರುವೆನು ; 'ತನ್ನ ಸ್ವಂತ ಬುಡಕಟ್ಟಿನ ನೆಲದ ಮೇಲೆ ಒಬ್ಬ ಮಾನವನನ್ನು ಅಪಮಾನಕ್ಕೆ ಗುರಿಪಡಿಸಿದಾಗ, ಅವನಿಗೆ ಆ ಸ್ಥಳವನ್ನು ಬಿಟ್ಟುಹೋಗದೆ ಬೇರೆ ಮಾರ್ಗವೇ ಇಲ್ಲ. ಅಷ್ಟೊಂದು ಕೆಟ್ಟ ರೀತಿಯಲ್ಲಿ ನನಗೆ ನೋವನ್ನು ಉಂಟುಮಾಡಿರುವ ನೀನು ಉಪಕಾರ ಸ್ವಭಾವದ ದಿವ್ಯಶಕ್ತಿಯ ಅನುಭವವನ್ನು ಬೇಗನೆ ಪಡೆಯುವೆ. ಯಾಕೆಂದರೆ, ಆತನೇ ನಿನ್ನ ಬಗೆಗೆ ಮತ್ತು ನನ್ನ ಬಗೆಗೂ ಬದಲಾಯಿಸಲಾಗದ ಮತ್ತು ಸುಸ್ಥಿರವಾದ ನ್ಯಾಯ ನಿರ್ಣಾಯಕನಾಗಿದ್ದಾನೆ."

ಸಾದ್ ಬುಡಕಟ್ಟನ್ನು ತಲಪುವವರೆಗೂ ತನ್ನ ಪ್ರಯಾಣವನ್ನು ಜಹೀರ್ ಮುಂದುವರಿಸಿದನು. ಅಲ್ಲಿ ತನ್ನ ಕುದುರೆಯಿಂದ ಕೆಳಕ್ಕಿಳಿದನು. ಅಲ್ಲಿ ಆತನಿಗೆ ಆದರದ ಸ್ವಾಗತ ಲಭಿಸಿತು. ಅಲ್ಲಿನವರ ಮಧ್ಯೆಯೇ ವಾಸಿಸಬೇಕೆಂದು ಅವರು ಆತನನ್ನು ಒತ್ತಾಯಪಡಿಸಿದರು. ಜಹೀರನ ಹೆಂಡತಿಯು ಬೇಗನೆ ತಾಯಿಯಾಗುವ ಸ್ಥಿತಿಯಲ್ಲಿ ಇದ್ದಳು. ಆಗ ಆತನು ತನ್ನ ಪತ್ನಿಗೆ ಹೀಗೆ ಹೇಳಿದನು ; "ನಮಗೆ ಗಂಡುಮಗು ಆದರೆ, ಅವನಿಗೆ ನಮ್ಮ ಸ್ವಾಗತ, ಆದರೆ ಮಗಳು ಹುಟ್ಟಿದ ಪಕ್ಷದಲ್ಲಿ ಆ ವಿಷಯವನ್ನು ಅಡಗಿಸಿಡಬೇಕು. ನಮಗೆ ಗಂಡುಮಗು ಹುಟ್ಟಿತೆಂದೇ ಎಲ್ಲರೂ ತಿಳಿದುಕೊಳ್ಳುವುದಕ್ಕೆ ಅವಕಾಶವನ್ನು ಮಾಡಿಕೊಡಬೇಕು. ಅದರಿಂದ ಅಣ್ಣನಿಗೆ ನನ್ನನ್ನು ಹೀಯಾಳಿಸುವುದಕ್ಕೆ ಏನೂ ಕಾರಣವಿಲ್ಲದಂತಾಗಬಹುದು."

ಕಾಲಕ್ರಮದಲ್ಲಿ ಜಹೀರನ ಪತ್ನಿಯು ಒಂದು ಹೆಣ್ಣು ಮಗುವನ್ನು ಹೆತ್ತಳು. ಆ ಮಗುವಿಗೆ ಜಾಯಿದಾ ಎಂದು ಹೆಸರಿಡಬೇಕೆಂದು ಅವರು ನಿರ್ಧರಿಸಿಕೊಂಡರು. ಆದರೆ ಎಲ್ಲ ಜನರ ಮುಂದೆ ಮಗುವನ್ನು ಜಾಂದರ್ ಎಂದು ಕರೆಯಬೇಕೆಂದೂ ಅದರಿಂದ ಜನರು ಅದನ್ನು ಗಂಡುಮಗುವೆಂದು ಭಾವಿಸುವರೆಂದೂ ಅವರು ಆಗಲೇ ನಿರ್ಣಯಿಸಿಕೊಂಡರು. ಈ ನಂಬಿಕೆಗೆ ಒತ್ತಾಸೆಯನ್ನು ನೀಡುವುದಕ್ಕಾಗಿಯೇ ಅವರು ಪ್ರತಿದಿನವೂ ಭಾರಿ ಔತಣಗಳನ್ನೂ, ವಿನೋದ ಸಮಾರಂಭಗಳನ್ನೂ ನಡೆಸಿದರು. ಅವುಗಳನ್ನು ಬೇಗನೆಯೇ ಪ್ರಾರಂಭಿಸಿ, ರಾತ್ರೆ

ತುಂಬಾ ಹೊತ್ತಾಗುವವರೆಗೂ ನಡೆಸುತ್ತಿದ್ದರು. ಅನೇಕ ದಿನಗಳವರೆಗೆ ಈ ಸಮಾರಂಭಗಳನ್ನು ಅವರು ಸಂತೋಷದಿಂದ ನಡೆಸಿದರು.

ಸರಿಸುಮಾರು ಅದೇ ಸಮಯದಲ್ಲಿಯೇ ಹುಟ್ಟಿದ ತನ್ನ ಗಂಡು ಮಗುವಿಗೆ ಅಣ್ಣ ಮೊಹರೀಬ್, ಅಲ್ಲಿ ಖಾಲೆದ್ ಎಂದು ಹೆಸರಿಟ್ಟನು. ತನ್ನ ತಮ್ಮ ಜಹೀರ್ ತನ್ನನ್ನು ಬಿಟ್ಟು ಹೋದ ಮೇಲೆ, ತನ್ನ ವ್ಯವಹಾರಗಳಲ್ಲಿ ಅಭ್ಯುದಯವಾದುದಕ್ಕೆ ದೇವರಿಗೆ ಕೃತಜ್ಞತೆ ವ್ಯಕ್ತಪಡಿಸುವುದಕ್ಕಾಗಿಯೇ ಆತನು ತನ್ನ ಮಗನಿಗೆ ಆ ಹೆಸರನ್ನು ಆರಿಸಿಕೊಂಡಿದ್ದನು.

ಈ ಇಬ್ಬರು ಮಕ್ಕಳೂ ಕಾಲಕ್ರಮದಲ್ಲಿ ಪ್ರಬುದ್ಧರಾಗಿ ತಮ್ಮ ಹುಟ್ಟೂರುಗಳಲ್ಲಿ ಬೆಳೆದರು. ಅವರ ಖ್ಯಾತಿಯು ಅರಬರ ನಡುವೆ ದೂರ ದೂರಕ್ಕೆ ವ್ಯಾಪಿಸಿತು. ಜಹೀರ್ ತನ್ನ ಮಗಳಿಗೆ ಕುದುರೆ ಸವಾರಿಯನ್ನು ಕಲಿಸಿದನು. ಧೀರನಾದ ಮತ್ತು ಎದೆಗಾರಿಕೆಯ ಶೂರನಿಗೆ ತಕ್ಕ ಸಕಲ ಕೌಶಲ್ಯಗಳಲ್ಲಿಯೂ ಅವಳಿಗೆ ತರಬೇತಿ ನೀಡಿದನು. ಅತ್ಯಂತ ಕಠಿಣವಾದ ಶ್ರಮಕ್ಕೂ ಅತ್ಯಂತ ಅಪಾಯಕರವಾದ ಉದ್ಯಮಗಳಿಗೂ ಅವಳನ್ನು ರೂಢಿಗೊಳಿಸಿದನು. ಆತನು ಯುದ್ಧಕ್ಕೆ ಹೋದಾಗ, ಅವಳನ್ನು ಬುಡಕಟ್ಟಿನ ಇತರ ಅರಬರೊಟ್ಟಿಗೆ ಬಿಟ್ಟಿರುತ್ತಿದ್ದನು ಮತ್ತು ಈ ಅಶ್ವಾರೋಹಿಗಳ ಮಧ್ಯೆ ಆಕೆಯು ಅತ್ಯಂತ ಶೂರರ ಶ್ರೇಣಿಯನ್ನು ಬಹು ಬೇಗನೆ ಪಡೆದಳು. ಹೀಗೆ ಆಕೆಯು ತನ್ನ ಸಂಗಾತಿಗಳೆಲ್ಲರನ್ನೂ ಮೀರಿಸಿದಳು. ಸಿಂಹಗಳ ಮೇಲೆ ಅವುಗಳ ನೆಲೆಗಳಲ್ಲಿಯೇ, ದಾಳಿಯನ್ನು ಕೂಡ ನಡೆಸುವವಳಾದಳು. ಕಟ್ಟಕಡೆಗೆ, ಅವಳ ಹೆಸರು ಅತ್ಯಧಿಕ ಭೀತಿಯನ್ನೂ, ಸ್ಫೂರ್ತಿಯನ್ನೂ ಮೂಡಿಸುವಂತಹದಾಯಿತು. ವಿಕ್ರಮಿಯೊಬ್ಬನನ್ನು ತಾನು ಸೋಲಿಸಿದಾಗಲೆಲ್ಲ, "ನಾನು ಜಾಂದರ್, ಜಹೀರನ ಮಗ ಮತ್ತು ಈ ಬುಡಕಟ್ಟಿನ ರಾವುತ" ಎಂದು ಕೂಗಿ ಹೇಳಿಕೊಳ್ಳಲು ಆಕೆಯು ಎಂದೂ ತಪ್ಪುತ್ತಿರಲಿಲ್ಲ.

ಆಕೆಯ ದೊಡ್ಡಪ್ಪನ ಮಗ ಖಾಲೆದ್, ತನ್ನ ಮಟ್ಟಿಗೆ, ಸ್ವತಃ ಅದೇ ರೀತಿಯಲ್ಲಿಯೇ, ತನ್ನ ಉಜ್ವಲ ಸಾಹಸದಿಂದ ಗಣ್ಯತೆಯನ್ನು ಪಡೆದನು. ಆತನ ತಂದೆ ಮೊಹರೀಬ್, ವಿವೇಕಿಯೂ ವ್ಯವಹಾರ ಕುಶಲನೂ ಆಗಿದ್ದ ಮುಖಂಡನು. ಆಗಂತುಕರಿಗಾಗಿ ವಿನೋದ ವಿಹಾರದ ಸ್ಥಳಗಳನ್ನು ಆತನು ನಿರ್ಮಿಸಿದ್ದನು. ರಾವುತರಿಗೆ ಅಲ್ಲಿ ಒಳ್ಳೆಯ ಸ್ವಾಗತ ಲಭಿಸುತ್ತಿತ್ತು. ಶೂರರ ಜೊತೆಯಲ್ಲೇ ಖಾಲೆದ್ ಬೆಳೆದಿದ್ದನು. ಆತನ ಮನೋಭಾವವನ್ನು ಆತನ ಪಾಠಶಾಲೆಯಲ್ಲಿ ವ್ಯಾಸಂಗದ ಮೂಲಕ ರೂಪಿಸಲಾಗಿತ್ತು. ಅಲ್ಲಿ ಆತನು ಕುದುರೆಯ ಸವಾರಿಯನ್ನು ಕಲಿತನು. ಕಡೆಗೆ ಧೈರ್ಯಶಾಲಿಯಾದ ಶೂರನಾದನು. ಯಾರಲ್ಲಾದರೂ ಭೀತಿಯನ್ನು ಮೂಡಿಸುವಂತಹ ವೀರನಾದನು. ಆತನ ಚೈತನ್ಯ ಮತ್ತು ಪರಾಕ್ರಮ ಅಜೇಯವೆಂಬುದನ್ನು ಸೈನ್ಯವು ಬೇಗನೆ ಗ್ರಹಿಸಿಕೊಂಡಿತು.

ಕಾಲಕ್ರಮದಲ್ಲಿ ಖಾಲೆದನಿಗೆ ತನ್ನ ಚಿಕ್ಕಪ್ಪನ ಮಗ ಜಾಂದರ್ ಬಗೆಗೂ ಸಮಾಚಾರ ತಿಳಿಯಿತು. ಆತನನ್ನು ಕಾಣಬೇಕೆಂಬ, ಆತನ ಬಗೆಗೆ ಇನ್ನೂ ತಿಳಿದುಕೊಳ್ಳಬೇಕೆಂಬ, ಆಯುಧಗಳ ಬಳಕೆಯಲ್ಲಿ ಆತನು ಸಾಧಿಸಿಕೊಂಡಿದ್ದ ನೈಪುಣ್ಯವನ್ನು ಸ್ವತಃ ತಾನು ನೋಡಬೇಕೆಂಬ ಕುತೂಹಲ ಖಾಲೆದನಿಗೆ ತೀವ್ರವಾಯಿತು. ಆದರೆ ತನ್ನ ಆ ಬಂಧುವಿನ ಬಗೆಗೆ, ತನ್ನ ಚಿಕ್ಕಪ್ಪನ ಮಗನ ಬಗೆಗೆ ತನ್ನ ತಂದೆಯು ತಳೆದಿದ್ದ ಅನಾದರದ ಕಾರಣ, ತನ್ನೀ ಆಸೆಯನ್ನು ತೃಪ್ತಿಪಡಿಸಿಕೊಳ್ಳಲು ಆಗ ಖಾಲೆದ್ ಅಸಮರ್ಥನಾದನು. ತಂದೆ ಮೊಹರೀಬ್ ತೀರಿಕೊಳ್ಳುವವರೆಗೂ ಖಾಲೆದನ ಉತ್ಸುಕತೆಯು ತೃಪ್ತಿ ಕಾಣದೆ ಹಾಗೆಯೇ ಉಳಿಯಿತು. ಕಾಲಕ್ರಮದಲ್ಲಿ ತಂದೆಯ ನಿಧನದಿಂದ, ಸ್ಥಾನ ಗೌರವ, ಸಂಪತ್ತು ಮತ್ತು ಭೂಮಿ ಖಾಲೆದನ

ವಶಕ್ಕೆ ದೊರೆತುವು, ಆಗಂತುಕರನ್ನು ಆದರಿಸುವುದರಲ್ಲಿಯೂ ಬಲಹೀನರನ್ನು ಮತ್ತು ದುರ್ಭಾಗ್ಯಶಾಲಿಗಳನ್ನು ರಕ್ಷಿಸುವುದರಲ್ಲಿಯೂ ಬರಿಯ ಮೈಯವರಿಗೆ ಬಟ್ಟೆಬರೆಗಳನ್ನು ನೀಡುವುದರಲ್ಲಿಯೂ ಖಾಲೆದ್ ತನ್ನ ತಂದೆಯ ಮೇಲ್ಪಂಗ್ತಿಯನ್ನು ಅನುಸರಿಸಿದನು. ಕುದುರೆಯ ಮೇಲೇರಿ, ತನ್ನ ಯೋಧರ ಜೊತೆಗೂಡಿಕೊಂಡು, ಬಯಲು ಭೂಮಿಗಳ ಮೇಲೆ ತನ್ನ ರಭಸದ ಪರ್ಯಟನೆಗಳನ್ನು ಕೂಡ ಆತನು ಮುಂದುವರಿಸಿದನು. ಇದರಿಂದ ಆತನು ಕಾಯಬಲದಲ್ಲಿಯೂ, ಸಾಹಸದಲ್ಲಿಯೂ, ಮಹಾ ಖ್ಯಾತಿಯನ್ನು ಪಡೆದನು. ಸ್ವಲ್ಪ ಸಮಯದ ತರುವಾಯ, ತನ್ನ ಸಂಗ್ರಹದಲ್ಲಿದ್ದ ಅನೇಕ ಅಮೂಲ್ಯ ಬಹುಮಾನ ವಸ್ತುಗಳನ್ನು ತೆಗೆದುಕೊಂಡು, ತನ್ನ ಚಿಕ್ಕಪ್ಪನನ್ನು ನೋಡಲು, ತನ್ನ ತಾಯಿಯೊಟ್ಟಿಗೆ ಆತನು ಹೊರಟನು. ಜಹೀರ್ ಚಿಕ್ಕಪ್ಪನ ಮನೆಯ ಬಳಿಗೆ ತಲಪುವವರೆಗೂ ಆತನು ಕುದುರೆಯ ಲಗಾಮನ್ನು ಹಿಡಿದೆಳೆಯಲಿಲ್ಲ. ಅಣ್ಣನ ಮಗನನ್ನು ಕಂಡು ಜಹೀರ್ ತುಂಬ ಸಂತೋಷಪಟ್ಟನು. ಅವನ ಆದರ – ಸತ್ಕಾರಕ್ಕಾಗಿ ಭವ್ಯ ಸಿದ್ಧತೆಗಳನ್ನು ಆತನು ಮಾಡಿದನು. ಯಾಕೆಂದರೆ, ಭ್ರಾತೃ ಪುತ್ರನ ಯೋಗ್ಯತೆ ಮತ್ತು ಶೌರ್ಯದ ಬಗೆಗೆ ಸಮಾಚಾರಗಳು ಅನೇಕ ಸಂದರ್ಭಗಳಲ್ಲಿ ಚಿಕ್ಕಪ್ಪನಿಗೂ ತಿಳಿದು ಬಂದಿದ್ದುವು. ಖಾಲೆದ್ ತನ್ನ ಚಿಕ್ಕಪ್ಪನ ಮಗುವಿನ ಭೇಟಿಯನ್ನೂ ಮಾಡಿದನು. ಆಕೆಯನ್ನು ಯುವಕನೆಂತಲೇ ಭಾವಿಸಿ, ಸಲಾಮಿನ ಮೂಲಕ ವಂದಿಸಿ, ತನ್ನ ಎದೆಗಪ್ಪಿಕೊಂಡು, ಹಣೆಯ ಮೇಲೆ ಮುತ್ತಿಟ್ಟನು. ಆಕೆಯ ಜೊತೆಯಲ್ಲಿದ್ದಾಗ, ಆತನಿಗೆ ಅತ್ಯಧಿಕ ಸಂತೋಷವಾಗುತ್ತಿತ್ತು. ತನ್ನ ಚಿಕ್ಕಪ್ಪನೊಂದಿಗೆ ಆತನು ಹಾಗೆಯೇ ಹತ್ತು ದಿನ ಕಳೆದನು. ಕುದುರೆ ಸವಾರರು ಮತ್ತು ಯೋಧರೊಂದಿಗೆ ನಡೆದ ಮೇಲಾಟಗಳಲ್ಲಿಯೂ ಸ್ಪರ್ಧೆಗಳಲ್ಲಿಯೂ ಆತನು ಭಾಗವಹಿಸಿದನು. ಆತನ ಚಿಕ್ಕಪ್ಪನ ಮಗುವಂತೂ, ಖಾಲೆದನ ಸುಸ್ವರೂಪವನ್ನೂ ಧೈರ್ಯ ಶೌರ್ಯಗಳನ್ನೂ ಕಂಡೊಡನೆಯೇ ಆತನಲ್ಲಿ ಸ್ವತಃ ತೀವ್ರ ಅನುರಕ್ತೆಯಾದಳು. ಅವಳಿಗೆ ನಿದ್ರೆ ಬರಲಿಲ್ಲ, ಊಟ ಸೇರಲಿಲ್ಲ. ಅತ್ಯುಗ್ರವಾದ ಈ ಪ್ರೇಮ ಮನೋಭಾವದಲ್ಲಿ ಆತನಿಗೆ ತೀವ್ರವಾಗಿ ಸ್ವತಃ ಮನಸೋತು, ಸಂಪೂರ್ಣ ಹೃದಯಾರ್ಪಣೆಯ ಸ್ಥಿತಿಯಲ್ಲಿ, ತನ್ನ ತಾಯಿಗೆ ಹೀಗೆ ತನ್ನ ಮನಬಿಚ್ಚಿ ಹೇಳಿಕೊಂಡಳು : "ಅಮ್ಮಾ! ಆತನು ನನ್ನನ್ನು ತನ್ನ ಸಂಗಡ ಕರೆದುಕೊಂಡು ಹೋಗದಿದ್ದರೆ, ಆತನಿಲ್ಲದೆ ನಾನು ದುಃಖದಿಂದ ಸಾಯುವೆನು." ತಾಯಿಗೆ ಆಗ ಮಗಳ ಬಗೆಗೆ ಮರುಕವುಂಟಾಯಿತು. ಮಗಳನ್ನು ಆಕ್ಷೇಪಿಸುವುದು ನಿರರ್ಥಕವೆಂಬುದನ್ನು ಆಕೆ ಮನಗಂಡಳು ಮತ್ತು ಮಗಳನ್ನು ಸಮಾಧಾನಪಡಿಸುತ್ತ ಹೀಗೆ ಹೇಳಿದಳು ; "ಜಾಯಿದಾ, ನಿನ್ನ ಭಾವನೆಗಳನ್ನು ಮರೆಮಾಚು, ದುಃಖವನ್ನು ಸ್ವತಃ ತಡೆದುಕೋ. ನಿನ್ನದೇನೂ ತಪ್ಪಿಲ್ಲ. ನಿನ್ನ ಆಯ್ಕೆಯ ಖಾಲೆದ್ ನಿನ್ನ ಬಂಧುವೇ, ನಿನ್ನ ಸ್ವಂತ ಕುಲದವನೇ ಮತ್ತು ರಕ್ತ ಸಂಬಂಧ ಉಳ್ಳವನೇ. ಅವನಂತೆಯೇ ನಿನ್ನದೂ ಸ್ಫುರದ್ರೂಪವೇ. ಆತನಂತೆಯೇ ನೀನೂ ಧೀರಳೂ ಕುದುರೆ ಸವಾರಿಯಲ್ಲಿ ನೈಪುಣ್ಯ ಪಡೆದವಳೂ ಆಗಿದ್ದೀಯೆ. ನಾಳೆ ಬೆಳಗ್ಗೆ ಆತನ ತಾಯಿಯು ಅವರ ಬಿಡಾರದಿಂದ ನಮ್ಮಲ್ಲಿಗೆ ಬಂದಾಗ, ನಾನು ಆಕೆಯ ಮುಂದೆ ಎಲ್ಲ ವಿಷಯಗಳನ್ನೂ ತಿಳಿಸುವೆನು. ನಿಮ್ಮಿಬ್ಬರಿಗೂ ನಾವು ಬೇಗನೆ ಮದುವೆ ಮಾಡುವೆವು ಮತ್ತು ಕಟ್ಟಕಡೆಗೆ, ನಾವೆಲ್ಲರೂ ನಮ್ಮ ನಾಡಿಗೇ ಹಿಂದಿರುಗುವೆವು."

ಮಾರನೆಯ ದಿನ ಬೆಳಗಾಗುವವರೆಗೂ ಜಹೀರನ ಪತ್ನಿಯು ತಾಳ್ಮೆಯಿಂದ ಕಾದುಕೊಂಡಿದ್ದಳು. ಖಾಲೆದನ ತಾಯಿಯು ಅವರ ಮನೆಗೆ ಆಗಮಿಸಿದಾಗ, ಜಹೀರನ ಪತ್ನಿಯು ತನ್ನ ಮಗಳನ್ನು ಆಕೆಗೆ ಪರಿಚಯ ಮಾಡಿಕೊಟ್ಟಳು, ಮಗಳ ತಲೆಗೂದಲು ಭುಜಗಳ ಮೇಲೆ

ಬೀಳುವಂತೆ, ಅವಳ ತಲೆವಸ್ತ್ರವನ್ನು ತೆಗೆದುಹಾಕಿದಳು. ಇಂತಹ ಮೋಹಕ ಸ್ವರೂಪವನ್ನು ಕಂಡು ಖಾಲೆದನ ತಾಯಿಗೆ ಅಪಾರ ಆಶ್ಚರ್ಯವಾಯಿತು. "ಏನು ! ಇದು ನಿನ್ನ ಮಗ ಜಾಂದರ್ ಅಲ್ಲವೆ ? !" ಎಂದು ಆಕೆಯು ವಿಸ್ಮಯದಿಂದ ಕೇಳಿದಳು. "ಅಲ್ಲ! ಇವಳು ಜಾಯಿದಾ. ನೋಡಿ, ಇವಳು ಸುಂದರಿ ಚಂದಿರೆ ! ಈಗ ಕಟ್ಟಕಡೆಗೆ ಅವಳು ಉದಯಿಸಿದ್ದಾಳೆ." –ಎಂದು ಸೂಚಿಸುತ್ತ, ಆ ತರುವಾಯ ಆಕೆಯು ತನ್ನ ಗಂಡ ಮತ್ತು ತನ್ನ ಮಧ್ಯೆ ಮಾತುಕತೆ ಎಲ್ಲವನ್ನೂ ವಿವರಿಸತೊಡಗಿದಳು. ಹೇಗೆ ಮತ್ತು ಏಕೆ ಅವರು ತಮ್ಮ ಮಗುವಿನ ಹೆಣ್ಣುತನವನ್ನು ಅಡಗಿಸಿಟ್ಟಿದ್ದರೆಂಬುದನ್ನು ಆಕೆಯು ತಿಳಿಸಿದಳು. ಖಾಲೆದನ ತಾಯಿಯು ಇನ್ನೂ ತೀರಾ ಅಚ್ಚರಿಗೊಂಡೇ, ಹೀಗೆ ಉತ್ತರವಿತ್ತಳು : "ತಂಗೀ, ಅಕ್ಕರೆಯ ರಕ್ತಸಂಬಂಧಿ ! ತಮ್ಮ ಅಂದಚೆಂದ ಗಳಿಗೆ ಹೆಸರಾಂತ ಅರೇಬಿಯನ್ ಹೆಣ್ಣುಮಕ್ಕಳೆಲ್ಲರ ನಡುವೆ ನಾನು ಇವಳಿಗಿಂತಲೂ ಹೆಚ್ಚು ಚೆಲುವೆಯಾದ ಬೇರೊಬ್ಬಳನ್ನು ಎಂದೂ ಕಂಡಿಲ್ಲ. ಇವಳ ಹೆಸರೇನು ?" "ನಾನು ಈಗಾಗಲೇ ನಿಮಗೆ ಹೇಳಿದ್ದೇನೆ. ಅವಳ ಹೆಸರು ಜಾಯಿದಾ. ಈ ಸುಂದರಿಯನ್ನು ನಿಮಗೆ ಪರಿಚಯ ಮಾಡಿಕೊಡುವುದರಲ್ಲಿ , ಈ ರಹಸ್ಯವನ್ನು ನಿಮಗೆ ತಿಳಿಸುವದರಲ್ಲಿ ನನ್ನದೊಂದು ವಿಶೇಷ ಉದ್ದೇಶವೂ ಇದೆ. ನನ್ನ ಮಗಳನ್ನು ನಿಮ್ಮ ಮಗನಿಗೆ ಕೊಟ್ಟು ಮದುವೆ ಮಾಡಬೇಕೆಂಬುದು ನನ್ನ ಹೆಬ್ಬಯಕೆ. ಅದರಿಂದ ನಾವೆಲ್ಲರೂ ನಮ್ಮ ಸ್ವಂತ ನಾಡಿಗೆ ಹಿಂದಿರುಗುವುದೂ ಸಾಧ್ಯವಾಗಬಹುದು ಎಂದು ಆಕೆ ಉತ್ತರವಿತ್ತಳು. ಈ ಪ್ರಸ್ತಾವಕ್ಕೆ ಖಾಲೆದನ ತಾಯಿಯು ಒಮ್ಮೆಗೇ ಸಮ್ಮತಿ ಸೂಚಿಸಿದಳು. "ಜಾಯಿದಾಳನ್ನು ಪಡೆದು ನನ್ನ ಮಗನ ಬಾಳು ನಿಜವಾಗಿಯೂ ಅತ್ಯಂತ ಸುಖಮಯವಾಗುವುದು" ಎಂದು ಆಕೆಯು ಹೇಳಿದಳು. ಒಡನೆಯೇ ಮೇಲಕ್ಕೆದ್ದು, ತನ್ನ ಮಗ ಖಾಲೆದನನ್ನು ಹುಡುಕಿಕೊಂಡು ಬರಲು ಆಕೆಯು ಹೊರಟಳು. ಮಗನನ್ನು ಕಂಡು, ಅವನಿಗೆ ತಾನು ಕಂಡುದನ್ನೂ ಕೇಳಿದುದನ್ನೂ ವಿವರವಾಗಿ ತಿಳಿಸಿದಳು. ಜಾಯಿದಾಳ ಲಾವಣ್ಯ, ಲಕ್ಷಣಗಳನ್ನು ಆಕೆಯು ವಿಶೇಷವಾಗಿ ಹೊಗಳದೆ ಇರಲಿಲ್ಲ. "ಅರಬರ ಆಣೆಯಿಟ್ಟು ಹೇಳುವುದಾದರೆ, ಓ ಮಗನೇ, ಎಂದೂ, ಎಲ್ಲೇ ಆದರೂ, ಮರುಭೂಮಿ ಯಲ್ಲಾಗಲೀ ಯಾವುದೇ ಪಟ್ಟಣದಲ್ಲಾಗಲೀ ನಿನ್ನ ಚಿಕ್ಕಪ್ಪನ ಮಗಳಂತಹ ಹುಡುಗಿಯನ್ನು ನಾನು ನೋಡಿಯೇ ಇಲ್ಲ. ಅತ್ಯಂತ ಸುಂದರಿಯೆನಿಸಿಕೊಂಡವಳೂ ಸಹ ಅವಳಿಗೆ ಸಮವಲ್ಲ. ಅವಳಷ್ಟು ಪರಿಪೂರ್ಣವಾದ ಅಂದಚೆಂದ ಉಳ್ಳವಳು ಯಾರೂ ಇಲ್ಲ. ಇವಳಿಗಿಂತಲೂ ಹೆಚ್ಚು ಚೆಲುವೆಯಾದವಳು, ಹೆಚ್ಚು ಮನೋಹರೆಯಾದವಳು ಬೇರೆ ಯಾರೂ ಇಲ್ಲ. ಮಗನೇ ನೀನು ಬೇಗ ನಿನ್ನ ಚಿಕ್ಕಪ್ಪನನ್ನು ಭೇಟಿಮಾಡಿ, ನಿನಗೆ ಆತನ ಮಗಳನ್ನು ಮದುವೆ ಮಾಡಿಕೊಡುವಂತೆ ಹೇಳು. ಆತನು ನಿನ್ನ ಕೋರಿಕೆಗೆ ಮನ್ನಣೆಕೊಟ್ಟರೆ, ನಿಜವಾಗಿಯೂ ನೀನು ಸುಖಿಯಾಗಿ ಇರುವೆ. ಈಗಲೇ ಹೋಗು, ಮಗು. ಅವಳನ್ನು ಒಲಿಸಿಕೊಳ್ಳಲು ಪ್ರಯತ್ನಿಸು. ಕಾಲಹರಣ ಮಾಡಬೇಡ." – ಎಂದು ಆಕೆಯು ತನ್ನ ಮಗನಿಗೆ ಉಪದೇಶಿಸಿದಳು.

ಈ ಮಾತುಗಳನ್ನು ಕೇಳಿ ಖಾಲೆದ್ ಅಧೋಮುಖನಾಗಿ ನೆಲವನ್ನೇ ನೋಡತೊಡಗಿದನು. ಸ್ವಲ್ಪ ಸಮಯದವರೆಗೆ ಹಾಗೆಯೇ ಆಲೋಚಿಸುತ್ತ, ಆತನು ಮಂಕಾದನು. ಆಮೇಲೆ ತನ್ನ ತಾಯಿಗೆ ಆತನು ಹೀಗೆ ಉತ್ತರ ಕೊಟ್ಟನು : "ಅಮ್ಮಾ, ನಾನಿನ್ನು ಇಲ್ಲಿ ಇರಲಾರೆ. ನನ್ನ ರಾವುತರೊಡನೆ, ಪಡೆಗಳೊಂದಿಗೆ ನಾನು ಊರಿಗೆ ತಕ್ಷಣ ಹಿಂದಿರುಗಲೇಬೇಕು. ಇದಕ್ಕಿಂತಲೂ ಹೆಚ್ಚಾಗಿ, ನನ್ನ ರಕ್ತ ಸಂಬಂಧಿಗೆ ನಾನು ಏನೂ ಹೇಳಬಯಸುತ್ತಿಲ್ಲ, ಮನೋಭಾವ ಮತ್ತು ವೈಚಾರಿಕ ನಿಲುವು ಅನಿಶ್ಚಿತವಾಗಿರುವ ಹುಡುಗಿ ಆಕೆಯೆಂದು ನನಗೆ ಮನವರಿಕೆಯಾಗಿದೆ.

ಆಕೆಯ ಸ್ವಭಾವದಲ್ಲಿ ಮತ್ತು ಮಾತಿನ ಸರಣಿಯಲ್ಲಿ ಸ್ಥಿರತೆ ಇಲ್ಲ, ಔಚಿತ್ಯವಿಲ್ಲ. ನನಗೆ ಯಾವಾಗಲೂ ಯೋಧರೊಂದಿಗೆ ವಾಸಿಸುತ್ತಿರುವುದೇ ರೂಢಿಯಾಗಿದೆ. ಅವರ ಮೇಲೆ ನಾನು ಸಂಪತ್ತು ಖರ್ಚು ಮಾಡುತ್ತೇನೆ. ಅವರೊಂದಿಗೆ ನಾನು ಸೈನಿಕನ ಕೀರ್ತಿಯನ್ನು ಗೆಲ್ಲುತ್ತೇನೆ. ನನ್ನ ಬಗೆಗೆ ನನ್ನ ರಕ್ತ ಸಂಬಂಧಿಗೆ ಇರುವ ಪ್ರೇಮ ಒಬ್ಬ ಹೆಂಗಸಿನ, ಎಳೆಯ ಹುಡುಗಿಯ ಬಲಹೀನತೆ ಅಷ್ಟೇ." ಆಮೇಲೆ ಆತನು ತನ್ನ ಯೋಧಕವಚವನ್ನು ತೊಟ್ಟುಕೊಂಡು, ಕುದುರೆಯನ್ನೇರಿ, ತನ್ನ ಚಿಕ್ಕಪ್ಪನಿಗೆ ವಿದಾಯವನ್ನು ಸೂಚಿಸಿ, ತಾನು ಒಡನೆಯೇ ಹೊರಡುತ್ತಿದ್ದೇನೆ ಎಂದನು. "ಯಾಕಪ್ಪಾ, ಈ ಆತುರ ?" ಎಂದು ಜಹೀರ್ ಕೇಳಿದನು. "ನಾನಿನ್ನು ಇಲ್ಲಿರಲು ಸಾಧ್ಯವಿಲ್ಲ" ಎಂದಷ್ಟೇ ಉತ್ತರ ಕೊಡುತ್ತ, ಖಾಲೆದ್ ತನ್ನ ಕುದುರೆಯನ್ನು ನಾಗಾಲೋಟಕ್ಕೆ ಚುರುಕುಗೊಳಿಸಿ ಕಾಡಿನೊಳಕ್ಕೆ ನುಗ್ಗಿದನು. ಅವನ ತಾಯಿಯು ತನ್ನ ಮಗನೊಡನೆ ತಾನು ನಡೆಸಿದ ಮಾತುಕತೆಯನ್ನು ಜಾಯಿದಾಳಿಗೆ ತಿಳಿಸಿದ ತರುವಾಯ, ಒಂಟೆಯನ್ನೇರಿ, ತನ್ನ ಸ್ವಂತ ನಾಡಿನ ಕಡೆಗೆ ಪ್ರಯಾಣ ಬೆಳೆಸತೊಡಗಿದಳು.

ಜಾಯಿದಾಳ ಸೂಕ್ಷ್ಮಸಂವೇದಿ ಆತ್ಮಕ್ಕೆ ಈ ನಿರಾಕರಣೆ ತೀಕ್ಷ್ಣವಾದ ನೋವನ್ನು ಉಂಟು ಮಾಡಿತು. ಅದರ ಬಗೆಗೆ ಆಕೆಯು ತುಂಬ ಆಲೋಚಿಸಿದಳು. ಆಕೆಗೆ ನಿದ್ರಾಹಾರಗಳೇ ಬೇಡವೆನಿಸಿದುವು. ಕೆಲವು ದಿನಗಳ ಬಳಿಕ ಆಕೆಯ ತಂದೆಯು ತನ್ನ ರಾವುತರೊಂದಿಗೆ, ತನ್ನ ಶತ್ರುಗಳ ವಿರುದ್ಧವಾಗಿ ಸೂರೆಯ ಆಕ್ರಮಣವನ್ನು ನಡೆಸುವುದಕ್ಕೆ ಹೊರಡುವ ಸಿದ್ಧತೆಯಲ್ಲಿ ತೊಡಗಿದ್ದಾಗ, ಆತನ ದೃಷ್ಟಿಯು ಜಾಯಿದಾಳ ಕಡೆಗೆ ಬಿದ್ದಿತು. ಅವಳ ಮುಖವು ಹೇಗೆ ಬದಲಾಯಿಸಿದ್ದಿತೆಂಬುದನ್ನೂ, ಅದರಲ್ಲಿ ಖಿನ್ನ ಮನೋಭಾವ ನೆಲೆಸಿದ್ದುದನ್ನೂ ಆತನು ಗಮನಿಸಿದನು. ಸ್ವಲ್ಪಸಮಯ ಕಳೆದ ಮೇಲೆ ಆಕೆಯು ಪುನಃ ಮೊದಲಿನಂತಾಗುವುದು ಖಂಡಿತವೆಂದು ಭಾವಿಸುತ್ತ, ಆಶಿಸುತ್ತ, ಆತನು ಆ ಕ್ಷಣದಲ್ಲಿ ಏನೂ ಹೇಳಲಿಲ್ಲ. ಸುಮ್ಮನೆ ತನ್ನ ದಂಡಯಾತ್ರೆಗೆ ಹೊರಟುಬಿಟ್ಟನು.

ಡೇರೆಗಳ ನೆಲೆಯಿಂದ ಜಹೀರ್ ಕಣ್ಮರೆಯಾಗುತ್ತಲೇ, ಜಾಯಿದಾ ಸ್ವತಃ ಸಾವಿನ ಕಾರಿರುಳಿನ ಮನೋಭಾವದಿಂದ, ತೀರಾ ಅಸಹನೀಯವಾದ ದುಮ್ಮಾನದಿಂದ ಸಂಕಟಪಡುತ್ತ, ತನ್ನ ತಾಯಿಯೊಂದಿಗೆ ಹೀಗೆ ಹೇಳಿದಳು : "ಅಮ್ಮಾ, ಈ ದರಿದ್ರ ಖಾಲೆದ್ ಇನ್ನೂ ಬಾಳಿನ ಚೈತನ್ಯದಲ್ಲಿರುವಾಗಲೇ ನಾನು ಸಾಯುತ್ತಿದ್ದೇನೆಂದು ನನಗೆನಿಸುತ್ತಿದೆ. ದೇವರು ನನಗೆ ಶಕ್ತಿ ಕೊಟ್ಟರೆ, ಸಾವಿನ ಸಿಟ್ಟಿನ ಅನುಭವವನ್ನೂ, ಅದರ ವೇದನೆಯ ಮತ್ತು ಹಿಂಸೆಯ ಕಟುತನವನ್ನೂ ಆತನು ಅನುಭವಿಸುವಂತಾಗಲೆಂದು ನಾನು ಬಯಸುತ್ತೇನೆ." ಹಾಗೆಂದು ಹೇಳಿ, ಆಕೆಯು ಸಿಂಹಿಣಿಯಂತೆ ಮೇಲಕ್ಕೆದ್ದಳು. ತನ್ನ ಯುದ್ಧಕವಚವನ್ನು ತೊಟ್ಟುಕೊಂಡು, ಕುದುರೆಯನ್ನೇರಿ ಪ್ರಯಾಣಕ್ಕೆ ಹೊರಡುತ್ತ, ತಾನೊಂದು ಬೇಟೆಗೆ ಹೋಗುತ್ತಿರುವುದಾಗಿ ತಾಯಿಗೆ ತಿಳಿಸಿದಳು. ಎಲ್ಲಿಯೂ ನಿಲ್ಲದೆಯೇ ಬೇಗಬೇಗನೆ ಗುಡ್ಡ–ಬೆಟ್ಟಗಳನ್ನು ದಾಟುತ್ತ ಆಕೆಯು ಮುಂದುವರಿದಳು. ತನ್ನ ರಕ್ತ ಸಂಬಂಧಿಯ ವಸತಿ ಕ್ಷೇತ್ರವನ್ನು ಸಮೀಪಿಸುತ್ತಿದ್ದಂತೆಯೇ ಆಕೆಯ ಭಾವೋದ್ವೇಗ ತೀವ್ರಗೊಳ್ಳತೊಡಗಿತು. ಮಾರುವೇಷದಲ್ಲಿದ್ದುದರಿಂದ ತನ್ನನ್ನು ಯಾರೂ ಗುರುತಿಸಲಾರರೆಂಬ ಧೈರ್ಯದಿಂದಲೇ ಆಕೆಯು ಅಲ್ಲಿನ ಆಗಂತುಕರ ಸ್ವಾಗತದ ಡೇರೆಯನ್ನು ಪ್ರವೇಶಿಸಿದಳು. ಆಕೆಯ ಟೋಪಿಯ ಮೊಗಕಾಪನ್ನು ತಗ್ಗಿಸಲಾಗಿತ್ತು. ಅದು ಹಿಜಾಜಿನ ರಾವುತನ ಟೋಪಿಯಂತೆ ಇತ್ತು. ಅಲ್ಲಿನ ಗುಲಾಮರೂ ಆಳುಗಳೂ ಆಕೆಯನ್ನು ಸ್ವಾಗತಿಸಿದರು, ಆಕೆಗೆ ಆತಿಥ್ಯವನ್ನು ನೀಡಿದರು. ಅತಿಥಿಗಳಲ್ಲೊಬ್ಬರೊಡನೆ ನಡೆದುಕೊಳ್ಳುವಂತೆ,

ನಾಡಿನ ಘನ ವ್ಯಕ್ತಿಗಳ ಜೊತೆ ನಡೆದುಕೊಳ್ಳುವ ರೀತಿಯಲ್ಲಿ ಆಕೆಯೊಡನೆಯೂ ಅವರು ಆದರ – ಸತ್ಕಾರಗಳ ಮೂಲಕ ವ್ಯವಹರಿಸಿದರು. ಅಂದು ರಾತ್ರೆ ಜಾಯಿದಾ ಅಲ್ಲಿಯೇ ವಿಶ್ರಾಂತಿ ತೆಗೆದುಕೊಂಡಳು. ಆದರೆ ಮಾರನೆಯ ದಿನವೇ ಆಕೆಯು ಅಲ್ಲಿನ ಸೈನ್ಯ ವಿನ್ಯಾಸಗಳ ಚಟುವಟಿಕೆಗಳಲ್ಲಿ ತಾನೂ ಭಾಗವಹಿಸತೊಡಗಿದಳು. ಅಲ್ಲಿನ ಅನೇಕ ಮಂದಿ ಯೋಧರಿಗೆ ತನ್ನ ಸವಾಲನ್ನೆಸೆದಳು ಮತ್ತು ಪ್ರೇಕ್ಷಕರೆಲ್ಲರಲ್ಲಿಯೂ ವಿಶೇಷ ಆಶ್ಚರ್ಯವನ್ನು ಮೂಡಿಸುವಂತೆ, ಅತ್ಯಧಿಕ ನೈಪುಣ್ಯವನ್ನೂ ಧೀರತನವನ್ನೂ ಪ್ರದರ್ಶಿಸಿದಳು. ಮಧ್ಯಾಹ್ನವಾಗುವುದಕ್ಕಿಂತಲೂ ಬಹು ಮುಂಚಿತವಾಗಿಯೇ, ಆಕೆಯ ರಕ್ತಸಂಬಂಧಿಯ ರಾವುತರು ತಮಗಿಂತಲೂ ಆಕೆಯು ಶ್ರೇಷ್ಠಳೆಂಬುದನ್ನು ಒಪ್ಪಿಕೊಳ್ಳಬೇಕಾಯಿತು. ಖಾಲೆದ್ ಸ್ವತಃ ತಾನೂ ಆಕೆಯ ಪರಾಕ್ರಮವನ್ನು ನೋಡಬಯಸಿದನು. ಆಕೆಯ ಅಪೂರ್ವ ನೈಪುಣ್ಯವನ್ನು ಕಂಡು ಬೆರಗಾದುದಲ್ಲದೆ, ಆಮೇಲೆ ಆಕೆಯೊಡನೆ ತಾನೂ ಸ್ಪರ್ಧಿಸುವುದಾಗಿ ಆಹ್ವಾನವಿತ್ತನು. ಜಾಯಿದಾ ಆತನೊಡನೆ ಸ್ಪರ್ಧಿಸತೊಡಗಿದಳು. ಅವರಿಬ್ಬರೂ ಒಬ್ಬರಾದ ಮೇಲೊಬ್ಬರಂತೆ ಸ್ಪರ್ಧೆಯಲ್ಲಿ ದಾಳಿಯ ಮತ್ತು ರಕ್ಷಣೆಯ ವಿಧಾನಗಳನ್ನು ಪರಸ್ಪರ ಪ್ರಯೋಗಿಸಿದರು. ರಾತ್ರೆಯಾಗುವವರೆಗೂ ಈ ಸ್ಪರ್ಧೆಯು ನಡೆಯಿತು. ಅವರು ಬೇರೆಬೇರೆಯಾದಾಗ, ಅವರಿಬ್ಬರಲ್ಲಿ ಯಾರೂ ಗಾಯಗೊಂಡಿರಲಿಲ್ಲ ಮತ್ತು ವಿಜಯಿಯು ಯಾರೆಂದು ನಿರ್ಧರಿಸಿ ಹೇಳುವುದು ಯಾರಿಗೂ ಸಾಧ್ಯವಾಗಲಿಲ್ಲ.. ಹೀಗೆ ಜಾಯಿದಾ ಪ್ರೇಕ್ಷಕರಲ್ಲಿ ಪ್ರಶಂಸೆಯ ಉದ್ಗಾರಗಳನ್ನು ತನ್ನ ನೈಪುಣ್ಯದ ಬಗೆಗೆ ಮೂಡಿಸಿದ್ದುದರ ಜೊತೆಗೆ, ತಮ್ಮ ಮುಖಂಡನು ಇಂತಹ ನಿಪುಣ ಪ್ರತಿಸ್ಪರ್ಧಿಯೊಡನೆ ಸೆಣಸಾಟದಲ್ಲಿ ಸಮಸ್ಥಾನವನ್ನು ಪಡೆಯುವ ಸ್ಥಿತಿ ಒದಗಿದುದರ ಬಗೆಗೆ ಅವರಲ್ಲಿ ಜಿಗುಪ್ಸೆಯು ಉಂಟಾಗಿದ್ದುದನ್ನೂ ಕೂಡ ಆಕೆಯು ಗಮನಿಸಿದಳು. ತನ್ನ ಈ ಪ್ರತಿಸ್ಪರ್ಧಿಯನ್ನು ವಿಶೇಷ ಜಾಗರೂಕತೆಯಿಂದ, ವಿಶೇಷ ಗೌರವದಿಂದ ನೋಡಿಕೊಳ್ಳಬೇಕೆಂದು ಖಾಲೆದ್ ತನ್ನ ಜನರಿಗೆ ಆಜ್ಞಾಪಿಸಿದನು ಮತ್ತು ಸ್ವತಃ ವಿಶ್ರಾಂತಿಗಾಗಿ ತನ್ನ ಡೇರೆಯೊಳಹೊಕ್ಕನು. ಅಂದಿನ ಸ್ಪರ್ಧೆಯ ಬಗೆಗಿನ ಯೋಚನೆಗಳೇ ಆತನ ಮನಸ್ಸಿನಲ್ಲಿ ತುಂಬಿದ್ದವು.

ಜಾಯಿದಾ ತನ್ನ ರಕ್ತಸಂಬಂಧಿಯ ಆ ವಸತಿಕ್ಷೇತ್ರದಲ್ಲಿ ಮೂರು ದಿನಗಳವರೆಗೆ ಇದ್ದಳು. ಪ್ರತಿ ದಿನವೂ ಬೆಳಗ್ಗೆ ಸ್ಪರ್ಧೆಯ ಕ್ಷೇತ್ರಕ್ಕೆ ಹಾಜರಾಗುತ್ತಿದ್ದಳು. ರಾತ್ರೆಯಾಗುವವರೆಗೂ ಯೋಧ–ಕವಚವನ್ನು ಧರಿಸಿಕೊಂಡೇ ಇರುತ್ತಿದ್ದಳು, ಅದರಿಂದ ಸ್ವತಃ ಆಕೆಗೆ ವಿಶೇಷ ಸಂತೋಷವಾಯಿತು. ತನ್ನ ಮಾರುವೇಷದಲ್ಲಿಯೇ ಆಕೆ ಇದ್ದಳು. ಇನ್ನೊಂದು ಕಡೆ, ಆಕೆಯ ಕುರಿತಾದ ವಿಚಾರಗಳನ್ನು – ಆಕೆಯು ಯಾರು, ಯಾವ ಬುಡಕಟ್ಟಿಗೆ ಸೇರಿದವಳು, ಎಂಬೀ ವಿಷಯಗಳನ್ನು – ತಿಳಿದುಕೊಳ್ಳುವುದಕ್ಕಾಗಿ ಖಾಲೆದ್ ಯಾರೊಡನೆಯೂ ಪ್ರಸ್ತಾಪಿಸಲಿಲ್ಲ.

ನಾಲ್ಕನೆಯ ದಿನ ಬೆಳಗ್ಗೆ ತನ್ನ ರೂಢಿಯ ಪ್ರಕಾರ, ಖಾಲೆದ್, ಬಯಲಿನಲ್ಲಿ ಕುದುರೆ ಸವಾರಿ ಮಾಡುತ್ತ, ಆಗಂತುಕರಿಗಾಗಿಯೇ ಮೀಸಲುಗೊಳಿಸಲಾಗಿದ್ದ ಡೇರೆಗಳ ಸಮೀಪದಲ್ಲಿ ಹಾದು ಹೋಗುತ್ತಿದ್ದನು. ಆಗ ಜಾಯಿದಾ ಅಲ್ಲಿ ತನ್ನ ಕುದುರೆಯನ್ನು ಏರುತ್ತಿದ್ದುದನ್ನು ಆತನು ಕಂಡನು, ಆಕೆಗೆ ಸಲಾಮ್ ಮಾಡಿದನು. ಆಕೆಯೂ ಮರು – ಸಲಾಮ್ ಮಾಡಿದಳು. "ಘನಗೌರವನೀಯ ಅರಬರೇ, ನಾನು ತಮ್ಮನ್ನೊಂದು ಪ್ರಶ್ನೆ ಕೇಳುವೆನು. ಈ ಕ್ಷಣದವರೆಗೂ ನಾನು ತಮಗೆ ವಿಶಿಷ್ಟ ಮರ್ಯಾದೆ ಸೂಚಿಸಲಿಲ್ಲ, ತಮಗೆ ಯುದ್ಧಾಸ್ತ್ರಗಳಲ್ಲಿ ಇಂತಹ ವಿಶೇಷ ನೈಪುಣ್ಯವನ್ನು ನೀಡಿರುವ ದೇವರ ಹೆಸರಿನಲ್ಲಿ ಈಗ ನಾನು ತಮ್ಮನ್ನು ಕೇಳಿಕೊಳ್ಳುತ್ತೇನೆ. ತಾವು ಯಾರು ಮತ್ತು ಯಾವ ಘನ ರಾಜಕುಮಾರರೊಡನೆ ಮೈತ್ರಿಯಿಂದ ಇದ್ದೀರಿ ಎಂಬುದನ್ನು

ದಯವಿಟ್ಟು ನನಗೆ ತಿಳಿಸುವಿರಾ? ಯಾಕೆಂದರೆ, ಧೀರ ಯೋಧರ ಮಧ್ಯೆ ತಮಗೆ ಸಮಾನರಾದವರನ್ನು ನಾನು ಇದುವರೆಗೂ ಸಂಧಿಸಿಲ್ಲ. ನನಗೆ ಉತ್ತರ ಕೊಡಬೇಕೆಂದು ನಾನು ತಮ್ಮನ್ನು ಕೇಳಿಕೊಳ್ಳುತ್ತೇನೆ. ಆ ವಿಷಯಗಳನ್ನು ತಿಳಿದುಕೊಳ್ಳಲು, ತಮ್ಮ ಪರಿಚಯ ಮಾಡಿಕೊಳ್ಳಲು ನಾನು ತವಕಿಸುತ್ತಿದ್ದೇನೆ" ಎಂದು ಆತನು ಹೇಳಿದುದನ್ನು ಕೇಳಿ ಜಾಯಿದಾ ಮುಗುಳ್ನಕ್ಕಳು ಮತ್ತು ತನ್ನ ಟೋಪಿಯ ಮೇಲೆ ತಗ್ಗಿಸಿಕೊಂಡಿದ್ದ ಮೊಗಕಾಪನ್ನು ಮೇಲಕ್ಕೆ ಎತ್ತುತ್ತ, ಉತ್ತರವನ್ನು ನೀಡಿದಳು: "ಖಾಲೆದ್, ನಾನೊಬ್ಬಳು ಮಹಿಳೆ, ಯೋಧನಲ್ಲ. ನಾನು ನಿನ್ನ ರಕ್ತ ಸಂಬಂಧಿಯೇ ಆದ ಜಾಯಿದಾ. ಸ್ವತಃ ನಿನಗೇ ಅರ್ಪಿಸಿಕೊಂಡವಳು ಮತ್ತು ನಿನ್ನವಳಾಗಬೇಕೆಂದು ಬಯಸಿದವಳು. ಆದರೆ ನಿನಗೆ ಶಸ್ತ್ರಾಸ್ತ್ರಗಳ ಬಗೆಗಿನ ಆವೇಶದಲ್ಲಿ ಉಂಟಾದ ಅಹಂಭಾವದಿಂದ, ನನ್ನ ಕೋರಿಕೆಯನ್ನು ನೀನು ನಿರಾಕರಿಸಿದೆ." ಹಾಗೆ ಹೇಳುತ್ತ ಇದ್ದಂತೆಯೇ, ಒಡನೆಯೇ ಆಕೆಯು ತನ್ನ ಕುದುರೆಯನ್ನು ತಿರುಗಿಸಿಕೊಂಡು, ಹಿಮ್ಮಡಿಯ ಮುಳ್ಳನ್ನು ಕುದುರೆಗೆ ಚುಚ್ಚುತ್ತ, ಅದನ್ನು ತನ್ನ ಸ್ವಂತ ನಾಡಿನ ಕಡೆಗೆ ಅತಿವೇಗದಿಂದ ನಾಗಾಲೋಟದಲ್ಲಿ ದೌಡಾಯಿಸಿಕೊಂಡು ಹೊರಟು ಹೋದಳು.

ಆಗ ಖಾಲೆದ್ ತಬ್ಬಿಬ್ಬಾದನು. ಮುಂದೇನು ಮಾಡಬೇಕೆಂಬುದು ಆತನಿಗೆ ತೋಚಲಿಲ್ಲ. ಆತನು ತನ್ನ ಡೇರೆಯೊಳಕ್ಕೆ ಸೇರಿಕೊಂಡನು. ಒಡನೆಯೇ ಆತನಲ್ಲಿ ಉಕ್ಕಿ ಬರತೊಡಗಿದ್ದ ಪ್ರೇಮಾವೇಶದ ಪರಿಣಾಮವೇನಾಗುವುದು ಎಂಬುದು ಆತನಿಗೆ ಹೊಳೆಯಲಿಲ್ಲ. ಯುದ್ಧೋಚಿತವಾದ, ತನ್ನೆಲ್ಲ ನಡವಳಿಕೆಗಳ ಬಗೆಗೂ ಅಭಿರುಚಿಗಳ ಬಗೆಗೂ ಆತನಿಗೇ ತೀವ್ರ ತಾತ್ಸಾರ ಉಂಟಾಯಿತು. ಆಗ ಉಂಟಾಗಿದ್ದ ವಿಷಾದದ ಸ್ಥಿತಿಗೆ ಅವು ಆತನನ್ನು ಕುಗ್ಗಿಸಿದ್ದುವು. ಆ ಮಹಿಳೆಯ ಬಗೆಗೆ ಆತನಲ್ಲಿದ್ದ ಅನಾದರವು ಕೂಡಲೇ ಪ್ರೇಮವಾಗಿ ರೂಪಾಂತರಗೊಂಡಿತು. ತನ್ನ ಡೇರೆಗೆ ಒಡನೆಯೇ ಬರುವಂತೆ, ಆತನು ತನ್ನ ತಾಯಿಗೆ ಹೇಳಿಕಳಿಸಿದನು. ಆಕೆಯು ಬಂದೊಡನೆಯೇ ಅಲ್ಲಿ ನಡೆದುದೆಲ್ಲವನ್ನೂ ಆಕೆಗೆ ವಿವರಿಸಿದನು. "ಮಗನೇ, ಈ ಪರಿಸ್ಥಿತಿಗಳೆಲ್ಲದರಿಂದಲೂ ಜಾಯಿದಾ ನಿನಗೆ ಇನ್ನಷ್ಟು ಹೆಚ್ಚು ಪ್ರೀತಿ ಪಾತ್ರಳಾಗುತ್ತಾಳೆ, ಹಾಗೆ ಆಗಲೇಬೇಕು. ನಾನು ಅಲ್ಲಿಗೆ ಹೋಗಲು ಸಾಧ್ಯವಾಗುವವರೆಗೂ, ಅವಳ ಪಾಣಿಗ್ರಹಣದ ಸಲುವಾಗಿ ಅವಳ ತಾಯಿಯೊಡನೆ ನಾನು ಮಾತನಾಡಿ ಬರುವವರೆಗೂ ತಾಳ್ಮೆಯಿಂದ ಸ್ವಲ್ಪ ಕಾದಿರು" – ಎಂದು ಆಕೆಯು ಮಗನಿಗೆ ಹಿತವಚನ ನುಡಿದಳು, ಆಮೇಲೆ ಒಡನೆಯೇ ಆಕೆಯು ತನ್ನ ಒಂಟೆಯನ್ನೇರಿಕೊಂಡು, ಪ್ರಯಾಣ ಹೊರಟಳು. ಜಾಯಿದಾ ಕುದುರೆಸವಾರಿ ಮಾಡಿಕೊಂಡು ಹೋಗಿದ್ದ ಜಾಡನ್ನೇ ಆಕೆಯು ಆ ಮರುಭೂಮಿಯಲ್ಲಿ ಅನುಸರಿಸಿಕೊಂಡು ಹೋದಳು. ಜಾಯಿದಾ ತನ್ನ ಮನೆ ತಲಪಿದೊಡನೆಯೇ, ಅಲ್ಲಿ ಸಂಭವಿಸಿದ್ದುದೆಲ್ಲವನ್ನೂ ತನ್ನ ತಾಯಿಗೆ ತಿಳಿಸಿದಳು.

ಖಾಲೆದನ ತಾಯಿಯು ಅಲ್ಲಿಗೆ ಬಂದೊಡನೆಯೇ, ತನ್ನ ಓರಗಿತ್ತಿಯನ್ನು ತಕ್ಕೈಸಿ ಕೊಂಡಳು. ಜಾಯಿದಾಳನ್ನು ತನ್ನ ಮಗನಿಗೆ ಕೊಡಬೇಕೆಂದು ಕೇಳಿಕೊಂಡಳು. ಜಹೀರ್ ತನ್ನ ದಂಡಯಾತ್ರೆಯಿಂದ ಇನ್ನೂ ವಾಪಸು ಬಂದಿರಲಿಲ್ಲ. ಖಾಲೆದನ ಕೋರಿಕೆಯನ್ನು ಜಾಯಿದಾ ತನ್ನ ತಾಯಿಯಿಂದ ಕೇಳಿದಾಗ, ಸ್ವತಃ ಉದ್ರಿಕ್ತಳಾದಳು. "ಇದು ಎಂದಿಗೂ ನಡೆಯದ ಮಾತು. ಸಾವಿನ ಪೇಯದ ಬಟ್ಟಲನ್ನು ನಾನು ಬಲಾತ್ಕಾರದಿಂದ ಕುಡಿಯಬೇಕಾಗಿ ಬಂದರೂ, ಈ ಮಾತು ಅಸಾಧ್ಯ. ನನ್ನ ದುಃಖದ ಅಸಂತೋಷದ ಬೆಂಕಿಯನ್ನು ನಂದಿಸಿಕೊಳ್ಳಲು, ನನ್ನ ಆತ್ಮದ ಬೇಗುದಿಯನ್ನು ಸಂತೈಸಿಕೊಳ್ಳಲು, ಆತನ ಪಾಳೆಯದಲ್ಲಿ ನಾನು ಆ ರೀತಿ ವರ್ತಿಸಬೇಕಾಯಿತು" – ಎಂದು ಜಾಯಿದಾ ಹೇಳಿದಳು.

ಈ ಮಾತುಗಳನ್ನು ಕೇಳಿದ ತರುವಾಯ ಖಾಲೆದನ ತಾಯಿಯು ನಿರಾಶೆಯಿಂದ ತನ್ನ ಮಗನ ಬಳಿಗೆ ಹಿಂದಿರುಗಿದಳು. ಆತನಂತೂ ಅತ್ಯಂತ ಕ್ರೂರ ಕಳವಳದ ಹಿಂಸೆಯಿಂದ ಪೀಡಿತನಾಗಿದ್ದನು. ತಾಯಿಯನ್ನು ಕಂಡಕೂಡಲೇ ಆತನು ಮೇಲಕ್ಕೆದ್ದನು. ಯಾಕೆಂದರೆ, ಆತನ ಪ್ರೇಮವು ಹತಾಶೆಯ ಅಂಚನ್ನು ತಲಪಿತ್ತು. ತನ್ನ ರಕ್ತಸಂಬಂಧಿಯ ಮನೋಭಾವನೆಗಳೇನೆಂಬುದನ್ನು ಆತನು ಕಳವಳದಿಂದಲೇ ಕೇಳಿಕೊಂಡನು. ಜಾಯಿದಾ ನೀಡಿದ್ದ ಉತ್ತರವನ್ನು ಕೇಳಿದಾಗ, ಅವನ ಮನದುಗುಡವು ಮತ್ತಷ್ಟು ಹೆಚ್ಚಿತು. ಅದನ್ನು ತಡೆದುಕೊಳ್ಳುವುದು ಆತನಿಗೆ ಅಸಾಧ್ಯವಾಯಿತು. ಆಕೆಯ ತಿರಸ್ಕೃತಿಯಿಂದ ಆತನ ಭಾವೋದ್ರೇಕವು ಹೆಚ್ಚಾಯಿತು ಮಾತ್ರ. "ಅಮ್ಮಾ! ಇನ್ನೇನು ಮಾಡಬಹುದು?" ಎನ್ನುತ್ತ ಖಾಲೆದ್ ತನ್ನ ತಾಯಿಯ ಸಲಹೆ ಕೇಳತೊಡಗಿದನು. "ಅಹಿತಕರವಾದ ಈ ಸ್ಥಿತಿಯಿಂದ ಪಾರಾಗುವ ಮಾರ್ಗವೇ ನನಗೆ ಕಂಡುಬರುತ್ತಿಲ್ಲ" ಎಂದು ಆಕೆಯೂ ತಿಳಿಸಿದಳು. ಆಮೇಲೆ ಆಲೋಚಿಸುತ್ತ ಹೀಗೆ ಸೂಚಿಸಿದಳು; "ಒಂದು ಮಾರ್ಗ ಮಾತ್ರವೇ ನನಗೆ ತೋಚುತ್ತಿದೆ. ಅದೇನೆಂದರೆ: ಅರಬ್ಬಿ ಷೇಖರ ಮಧ್ಯದಿಂದ, ನಿನ್ನ ಸ್ನೇಹಿತರ ಮಧ್ಯದಿಂದ, ಮೊದಲು ನಿನ್ನ ಎಲ್ಲ ರಾವುತರನ್ನೂ ಒಟ್ಟುಗೂಡಿಸಿಕೋ. ದಂಡಯಾತ್ರೆಯಿಂದ ನಿನ್ನ ಚಿಕ್ಕಪ್ಪನು ವಾಪಸು ಬರುವವರೆಗೂ ಕಾದಿರು. ಆಮೇಲೆ, ನಿನ್ನ ಸಂಗಡಿಗರೆಲ್ಲರನ್ನೂ ಕರೆದುಕೊಂಡು ನಿನ್ನ ಚಿಕ್ಕಪ್ಪನ ಬಳಿಗೆ ಹೋಗು. ಅಲ್ಲಿ ಆ ಎಲ್ಲ ಯೋಧರ ಸಮ್ಮುಖದಲ್ಲಿ, ನೀನೇ ಆತನನ್ನು ಕೇಳು. ಆತನ ಮಗಳನ್ನು ನಿನಗೆ ಮದುವೆ ಮಾಡಿಕೊಡಬೇಕೆಂದು ಹೇಳು. ತನಗೊಬ್ಬಳು ಮಗಳು ಇರುವ ವಿಷಯವನ್ನೇ ಆತನು ನಿರಾಕರಿಸಬಹುದು. ಹಾಗಾದ ಪಕ್ಷದಲ್ಲಿ, ಇದುವರೆಗೆ ಸಂಭವಿಸಿರುವ ವಿಷಯಗಳೆಲ್ಲವನ್ನೂ ಆತನಿಗೆ ತಿಳಿಸು ಮತ್ತು ನಿನ್ನ ಬೇಡಿಕೆಯನ್ನು ಆತನು ಒಪ್ಪುವವರೆಗೂ, ಆತನನ್ನು ಕೋರುತ್ತಲೇ ಇರು." ಈ ಹಿತವಚನವೂ ಮತ್ತು ತಾಯಿಯು ಸೂಚಿಸಿದ ಯೋಜನೆಯೂ ಖಾಲೆದನ ದುಗುಡವನ್ನು ಸ್ವಲ್ಪಮಟ್ಟಿಗೆ ಉಪಶಮನಗೊಳಿಸಿದುವು. ದಂಡಯಾತ್ರೆಯಿಂದ ತನ್ನ ಚಿಕ್ಕಪ್ಪನು ಊರಿಗೆ ವಾಪಸು ಬಂದಿದ್ದ ಸಮಾಚಾರವು ತಿಳಿದೊಡನೆಯೇ, ಖಾಲೆದ್ ತನ್ನ ಪರಿವಾರದ ಮುಖಂಡರೆಲ್ಲರನ್ನೂ ಒಟ್ಟುಗೂಡಿಸಿಕೊಂಡು, ಅವರಿಗೆ ತನ್ನ ಕತೆಯನ್ನು ವಿವರಿಸಿದನು. ಅವರಿಗೆಲ್ಲರಿಗೂ ಆಶ್ಚರ್ಯವಾಯಿತು. ಖಾಲೆದನ ಅತ್ಯಂತ ಧೀರ ಸಂಗಡಿಗರಲ್ಲೊಬ್ಬನಾಗಿದ್ದ ಮಾದಿ ಕೆರೆಬ್ ಎಂಬಾತನು ತನ್ನ ಅಭಿಪ್ರಾಯವನ್ನು ತಡೆಯಲಾಗದೆ, 'ಇದು ವಿಚಿತ್ರ ವಿಷಯ. ನಿನ್ನ ಚಿಕ್ಕಪ್ಪನಿಗೆ ಜಾಂದರ್ ಎಂಬ ಹೆಸರಿನ ಮಗನೊಬ್ಬನಿದ್ದಾನೆಂದು ನಾವು ಕೇಳಿದ್ದೆವು. ಆದರೆ ಸತ್ಯಾಂಶವು ಈಗ ತಿಳಿದಿದೆ. ನಿನ್ನ ಚಿಕ್ಕಪ್ಪನ ಮಗಳ ಕೈಹಿಡಿಯುವ ಹಕ್ಕನ್ನು ಎಲ್ಲರಿಗಿಂತಲೂ ಹೆಚ್ಚಾಗಿ ಪಡೆದಿರುವಾತನು, ನಿಜವಾಗಿಯೂ ನೀನೇ. ಆದುದರಿಂದ, ನಾವೆಲ್ಲರೂ ಒಟ್ಟಿಗೆ ಅಲ್ಲಿಗೆ ಹೋಗುವುದು ಮತ್ತು ಆತನ ಮುಂದೆ ತಲೆಬಾಗಿ ತನ್ನ ಈ ಪರಿವಾರಕ್ಕೆ ಆತನು ಹಿಂದಿರುಗಬೇಕೆಂದೂ ಆತನ ಮಗಳನ್ನು ಬೇರೆ ಹೊಸಬರಿಗೆ ಯಾರಿಗೂ ಕೊಡಕೂಡದೆಂದೂ ಆತನನ್ನು ಕೇಳಿಕೊಳ್ಳುವುದು ಅತ್ಯುತ್ತಮ ಮಾರ್ಗವಾಗುತ್ತದೆ," ಎಂದು ನಿಶ್ಚಿತವಾದ ಸಲಹೆಯನ್ನು ಮುಂದಿಟ್ಟನು. ಇನ್ನೂ ಹೆಚ್ಚು ಮಾತುಕತೆಗಳಿಗೆ ಎಡೆಗೊಡುತ್ತ ಕಾಲಹರಣ ಮಾಡದೆ, ಖಾಲೆದ್ ತನ್ನ ರಾವುತರಲ್ಲಿ ಅತ್ಯಂತ ಧೀರರಾದ ನೂರು ಮಂದಿಯನ್ನು ಜೊತೆಗೂಡಿಸಿಕೊಂಡು ಹೊರಟನು. ಅವರು ಮೊಹರೀಬ್ ಮತ್ತು ಜಹೀರ್ ಜೊತೆಯಲ್ಲಿಯೇ ಬಾಲ್ಯಕಾಲದಿಂದಲೂ ನಿಕಟವರ್ತಿಗಳಾಗಿ ಬೆಳೆದಿದ್ದವರು. ಹಿಂದಿನ ಸಲ ಕೊಂಡೊಯ್ದಿದ್ದುದಕ್ಕಿಂತಲೂ ಹೆಚ್ಚು ಮೌಲ್ಯದ ಕಾಣಿಕೆ ವಸ್ತುಗಳನ್ನು ಅವರು ಈ

ಸಲ ತೆಗೆದುಕೊಂಡಿದ್ದರು. ಒಟ್ಟೊಟ್ಟಿಗೆ ಪ್ರಯಾಣ ಮಾಡುತ್ತ ಅವರು ಸಾದ್ ಬುಡಕಟ್ಟಿನ ಪ್ರದೇಶವನ್ನು ತಲಪಿದರು. ದಂಡಯಾತ್ರೆಯಿಂದ ಸುರಕ್ಷಿತವಾಗಿ ಹಿಂದಿರುಗಿದ್ದುದಕ್ಕಾಗಿ ತನ್ನ ಚಿಕ್ಕಪ್ಪನನ್ನು ಖಾಲೆದ್ ಅಭಿನಂದಿಸತೊಡಗಿದನು. ಈ ಎರಡನೆಯ ಭೇಟಿಯ ಬಗೆಗೆ, ಎಲ್ಲರಿಗಿಂತಲೂ ಹೆಚ್ಚಾಗಿ ಜಹೀರ್ ವಿಶೇಷ ವಿಸ್ಮಿತನಾಗಿದ್ದನು. ವಿಶಿಷ್ಟವಾಗಿ ತಮ್ಮ ಪರಿವಾರದ ಮುಖಂಡರೆಲ್ಲರೊಟ್ಟಿಗೆ ತನ್ನ ಭ್ರಾತೃಪುತ್ರನು ಬಂದಿದ್ದುದು ಆತನಿಗೆ ಸೋಜಿಗವೆನಿಸಿತ್ತು. ಖಾಲೆದನ ಮರುಭೇಟಿಗೆ ತನ್ನ ಮಗಳಾದ ಜಾಯಿದಾಳ ಸಂಬಂಧವು ಯಾವ ರೀತಿಯದಾದರೂ ಇದ್ದೀತೆಂದು ಆತನಿಗೆ ಎಷ್ಟು ಮಾತ್ರಕ್ಕೂ ಹೊಳೆಯಲೇ ಇಲ್ಲ. ಹುಟ್ಟು ನಾಡಿಗೆ ಹಿಂದಿರುಗಬೇಕೆಂದು ತನ್ನನ್ನು ಒತ್ತಾಯಪಡಿಸುವ ಆಶೆಯಿಂದಲೇ ಅಣ್ಣನ ಮಗನು ಬಂದಿರಬಹುದೆಂದು ಆತನು ಆಲೋಚಿಸಿದನು. ಬಂದಿದ್ದವರಿಗೆಲ್ಲರಿಗೂ ಒಳ್ಳೆಯ ಆತಿಥ್ಯವನ್ನು ಆತನು ನೀಡಿದನು. ಅವರಿಗೆ ಡೇರೆಗಳನ್ನು ಒದಗಿಸಿದನು, ಅವರನ್ನು ವಿಶೇಷತಃ ಭವ್ಯ ರೀತಿಯಲ್ಲಿ ಸತ್ಕರಿಸಿದನು. ಒಂಟೆಗಳನ್ನೂ ಕುರಿಗಳನ್ನೂ ಕಡಿಸಿ, ಅವರಿಗೆ ಭಾರಿ ಔತಣದ ವ್ಯವಸ್ಥೆಯನ್ನು ಮಾಡಿದನು. ಅತಿಥಿಗಳಿಗೆ ಅವಶ್ಯಕವಾಗಿದ್ದುದೆಲ್ಲವನ್ನೂ ಒದಗಿಸಿದನು. ಮೂರು ದಿನಗಳವರೆಗೆ ಸಮಗ್ರ ಅತಿಥಿ ಸತ್ಕಾರವು ನಡೆಯಿತು. ನಾಲ್ಕನೆಯ ದಿನ ಖಾಲೆದ್ ಎದ್ದುನಿಂತು, ತನ್ನ ಸಂಗಡಿಗರೆಲ್ಲರಿಗೂ ಚಿಕ್ಕಪ್ಪನು ಮಾಡಿದ ಮರ್ಯಾದೆಗಾಗಿ ಧನ್ಯವಾದಗಳನ್ನೂ ವ್ಯಕ್ತಪಡಿಸಿದನು. ಆ ತರುವಾಯ, ತನಗೆ ಆತನ ಮಗಳನ್ನು ಮದುವೆ ಮಾಡಿಕೊಡಬೇಕೆಂಬ ಪ್ರಸ್ತಾಪವನ್ನು ಸೂಚಿಸಿದನು ಮತ್ತು ಆತನು ತನ್ನ ಸ್ವಂತ ನಾಡಿಗೆ ಹಿಂದಿರುಗಬೇಕೆಂದು ಕೂಡ ಆತನನ್ನು ಪ್ರಾರ್ಥಿಸಿಕೊಂಡನು. ತನ್ನ ಮಗ ಜಾಂದರ್ ಹೊರತು ತನಗೆ ಬೇರೆ ಯಾರೂ ಮಕ್ಕಳಿಲ್ಲವೆಂದು ಜಹೀರ್ ಹೇಳಿದನು. ಆದರೆ, ಆಗ ಖಾಲೆದ್ ತನ್ನ ಅನುಭವಕ್ಕೆ ಬಂದ ವಿಷಯಗಳೆಲ್ಲವನ್ನೂ ಚಿಕ್ಕಪ್ಪನಿಗೆ ತಿಳಿಸಿದನು. ತನಗೂ ಜಾಯಿದಾಳಿಗೂ ಮಧ್ಯೆ ಸಂಭವಿಸಿದ್ದ ಘಟನೆಗಳನ್ನೂ ಆತನಿಗೆ ವಿವರವಾಗಿ ತಿಳಿಸಿದನು. ಈ ಮಾತುಗಳೆಲ್ಲವನ್ನೂ ಕೇಳಿದ ತರುವಾಯ ಜಹೀರ್ ಲಜ್ಜಿತನಾದನು. ತಲೆತಗ್ಗಿಸಿಕೊಂಡು ಸ್ವಲ್ಪ ಹೊತ್ತು ಕೆಳನೋಟದಲ್ಲೇ ತೊಡಗಿದ್ದನು. ಆಲೋಚನಾಮಗ್ನನಾಗಿದ್ದುದರಿಂದ ಸ್ವಲ್ಪ ಹೊತ್ತಿನವರೆಗೆ ಆತನು ಮಾತನಾಡಲೇ ಇಲ್ಲ. ಆಮೇಲೆ, ಅದುವರೆಗಾಗಲೇ ಕೆಟ್ಟಿದ್ದ ಪರಿಸ್ಥಿತಿಯು ಮತ್ತಷ್ಟು ಕೆಡಬಹುದೆಂಬುದನ್ನು ಮನಗಂಡು, ಅಲ್ಲಿ ಗುಂಪುಗೂಡಿದ್ದವರೆಲ್ಲರನ್ನೂ ಉದ್ದೇಶಿಸಿ ಹೀಗೆ ಹೇಳುತ್ತ, ಜಹೀರ್ ತನ್ನ ತೀರ್ಮಾನವನ್ನು ತಿಳಿಸಿದನು : "ಬಂಧುಗಳೇ, ನಾನು ಈ ರಹಸ್ಯವನ್ನು ಇನ್ನು ಎಷ್ಟು ಮಾತ್ರಕ್ಕೂ ಒಪ್ಪಿಕೊಳ್ಳದೆ ಇರಲಾರೆನು. ಸಾಧ್ಯವಾದಷ್ಟು ಬೇಗನೆ ಅವಳನ್ನು ನಾನು ಅವಳ ರಕ್ತಸಂಬಂಧಿಯೊಂದಿಗೆ ಮದುವೆ ಮಾಡಿಕೊಡುವೆನು. ಯಾಕೆಂದರೆ, ನನಗೆ ತಿಳಿದಿರುವ ಜನರೆಲ್ಲರ ಪೈಕಿ ಖಾಲೆದ್ ಮಾತ್ರವೇ ಅವಳಿಗೆ ಅತ್ಯಂತ ಯೋಗ್ಯನಾಗಿದ್ದಾನೆ." ಆಮೇಲೆ ಆತನು ತನ್ನ ಕೈಯನ್ನು ಖಾಲೆದ್ ಕಡೆಗೆ ಚಾಚಿದನು, ಒಡನೆಯೇ ಅಲ್ಲಿ ಸೇರಿದ್ದ ಎಲ್ಲ ಮುಖಂಡರ ಮುಂದೆ, ಖಾಲೆದ್ ತನ್ನ ಚಿಕ್ಕಪ್ಪನ ಕೈಯನ್ನು ತನ್ನ ಕೈಯಲ್ಲಿ ಕೂಡಿಸಿಕೊಂಡು ಕುಲುಕಿದನು. ಈ ಸಾಂಕೇತಿಕ ರೂಪದ ಕರಾರಿಗೆ ಅಲ್ಲಿದ್ದವರೆಲ್ಲರೂ ಸಾಕ್ಷಿಗಳಾಗಿದ್ದರು. ಕಂದುಬಣ್ಣದ, ಕಪ್ಪುಗಣ್ಣಿನ ಐನೂರು ಒಂಟೆಗಳನ್ನೂ ಯೆಮೆನಿನಲ್ಲಿ ಆರಿಸಿಕೊಂಡ ಅತ್ಯುತ್ತಮ ವಸ್ತುಗಳನ್ನು ಹೇರಿದ ಒಂದು ಸಾವಿರ ಒಂಟೆಗಳನ್ನೂ ಬಳುವಳಿಯಾಗಿ ಕೊಡಬೇಕೆಂದು ಒಡಂಬಡಿಕೆಯಾಯಿತು. ಈ ವಿಷಯದಲ್ಲಿ, ಜಹೀರ್ ವಾಸಿಸುತ್ತಿದ್ದ ಸಾದ್ ಬುಡಕಟ್ಟಿನ ಪ್ರದೇಶವನ್ನು ಈ ಎಲ್ಲ ಹೊಣೆಗಾರಿಕೆಯಿಂದ ಬೇರ್ಪಡಿಸಲಾಯಿತು.

ಈ ವ್ಯವಸ್ಥೆಗೆ ತನ್ನ ಮಗಳ ಸಮ್ಮತಿಯನ್ನು ಆಮೇಲೆ ಜಹೀರ್ ಕೋರಿದಾಗ ಜಾಯಿದಾಳಿಗೆ ತನ್ನ ತಂದೆಯು ಕೈಗೊಂಡಿದ್ದ ನಿರ್ಧಾರದಿಂದ ದಿಗ್ಭ್ರಮೆಯುಂಟಾಯಿತು. ಆದರೆ ಅವಳು ಅವಿವಾಹಿತಳಾಗಿ ಉಳಿದಿರುವುದು ತನಗೆಷ್ಟು ಮಾತ್ರಕ್ಕೂ ಇಷ್ಟವಿಲ್ಲವೆಂದು ಜಹೀರ್ ಸ್ಪಷ್ಟವಾಗಿಯೇ ತನ್ನ ಮಗಳಿಗೆ ತಿಳಿಸಿದುದರಿಂದ, ಕಟ್ಟಕಡೆಗೆ ಅವಳು ಹೀಗೆ ಉತ್ತರ ಕೊಟ್ಟಳು : "ಅಪ್ಪಾ, ನನ್ನ ರಕ್ತಸಂಬಂಧಿಯು ನನ್ನನ್ನು ಮದುವೆ ಮಾಡಿಕೊಳ್ಳಬೇಕೆಂದು ಇಷ್ಟಪಡುವುದಾದರೆ, ಆತನು ತನ್ನ ಮದುವೆಯ ಔತಣಕ್ಕೆ, 'ಈಟಿಗಳ ಝುಳಪಿಸುವ,' ಮಲಿಕನ ಮಗ ಘೇಷಮನ ಒಂದು ಸಾವಿರ ಒಂಟೆಗಳನ್ನು ಕಡಿಯಲೊಪ್ಪುವವರೆಗೂ ನಾನು ಆತನ ಡೇರೆಯನ್ನು ಪ್ರವೇಶಿಸಲಾರೆ." ಖಾಲೆದ್ ಇದಕ್ಕೆ ತನ್ನ ಸಮ್ಮತಿಯನ್ನು ಸೂಚಿಸಿದನು. ಆದರೆ ಅಲ್ಲಿಗೆ ಖಾಲೆದ್ ಜೊತೆಯಲ್ಲಿ ಬಂದಿದ್ದ ಷೇಖರೂ ಮತ್ತು ಯೋಧರೂ ಒಡನೆಯೇ ಹೊರಡಲಿಲ್ಲ, – ತಮ್ಮ ಸ್ವಂತ ನಾಡಿಗೆ ಸಾಗಿಸುವುದಕ್ಕಾಗಿ ಜಹೀರ್ ತನ್ನ ಸಾಮಾನೆಲ್ಲವನ್ನೂ ಸಂಗ್ರಹಿಸಿಕೊಳ್ಳುವುದಕ್ಕೆ ಮುಂಚೆ ಅವರು ಯಾರೂ ಅಲ್ಲಿಂದ ಹೊರಡಲಿಲ್ಲ. ಈ ಸಿದ್ಧತೆಗಳನ್ನೆಲ್ಲ ಮುಗಿಸಿದೊಡನೆಯೇ ಖಾಲೆದ್ ಆಮಿರ್ ಬುಡಕಟ್ಟನ್ನು ತಾನು ಜಯಿಸಿದಾಗ ತನ್ನೊಂದಿಗಿದ್ದ ಒಂದು ಸಾವಿರ ಮಂದಿ ರಾವುತರ ನಾಯಕತ್ವ ವಹಿಸಿಕೊಂಡನು ಹಾಗೂ ದಂಡಯಾತ್ರೆಗೆ ಹೊರಟನು. 'ಈಟಿಗಳ ಝುಳಪಿಸುವ' ವ್ಯಕ್ತಿಯನ್ನು ಮೂರುಸಲ ಗಾಯಗೊಳಿಸಿ, ಅವನ ಅನೇಕ ಮಂದಿ ಸಂಗಡಿಗರನ್ನು ಕೊಂದು, ಅವರ ಸರಕುಗಳನ್ನು ಹೊರಸಾಗಿಸಿದನು. ಜಾಯಿದಾ ಹೇಳಿದುದಕ್ಕಿಂತಲೂ ಹೆಚ್ಚು ಮೌಲ್ಯದ ಸೂರೆ ಸರಕುಗಳನ್ನು ಅವರ ನಾಡಿನಿಂದ ಖಾಲೆದ್ ತಂದನು. ಕೊಳ್ಳೆಯೊಂದಿಗೆ ವಾಪಸು ಬಂದ ಮೇಲೆ ಅವನು ತನ್ನ ವಿಜಯ ಸಾಧನೆಯಿಂದ ಉನ್ಮತ್ತನಂತಾಗಿದ್ದನು. ಆದರೆ, ಆತನು ತನ್ನ ಮದುವೆಗಾಗಿ ಒಂದು ದಿನವನ್ನು ಗೊತ್ತುಪಡಿಸಬೇಕೆಂದು ಕೋರಿದಾಗ, ಜಾಯಿದಾ ಆತನ ಬಳಿಗೆ ಹೋಗಲು ಅನುಮತಿಯನ್ನು ಕೋರಿದಳು ಮತ್ತು ಆತನೊಡನೆ ಹೀಗೆಂದಳು ; "ನಾನು ನಿಮ್ಮ ಹೆಂಡತಿಯಾಗಬೇಕೆಂದು ನೀವು ಆಸೆಪಟ್ಟಲ್ಲಿ, ಎಲ್ಲಕ್ಕೂ ಮೊದಲು ನನ್ನ ಇಚ್ಛೆಗಳನ್ನು ನೆರವೇರಿಸಿರಿ ಮತ್ತು ನಾನು ನಿಮ್ಮೊಡನೆ ಮಾಡಿಕೊಳ್ಳುವ ವಿವಾಹ ನಿಶ್ಚಯವನ್ನು ಉಳಿಸಿಕೊಳ್ಳಿರಿ, ನನ್ನ ಬೇಡಿಕೆ ಇದು : ನನ್ನ ಮದುವೆಯ ದಿನ ಒಬ್ಬ ಘನ ಶ್ರೀಮಂತನ ಮಗಳು ನನ್ನ ಒಂಟೆಯ ಲಗಾಮನ್ನು ಹಿಡಿದುಕೊಂಡಿರಬೇಕು. ಅರೇಬಿಯದ ಎಲ್ಲ ಹೆಣ್ಣು ಮಕ್ಕಳಲ್ಲಿ ಅತ್ಯಂತ ಗೌರವಾನ್ವಿತ ಸ್ಥಾನವು ಲಭಿಸಬಹುದಾದ ರೀತಿಯಲ್ಲಿ ಆಕೆಯು ಅತ್ಯುನ್ನತ ಶ್ರೇಣಿಯ ರಾಜಕುಮಾರನ ಮಗಳಾಗಿರಬೇಕು." ಇದಕ್ಕೆ ಕೂಡ ಖಾಲೆದ್ ಒಪ್ಪಿಕೊಂಡನು ಮತ್ತು ಜಾಯಿದಾಳ ಇಚ್ಛೆಗಳನ್ನು ನೆರವೇರಿಸುವ ಪ್ರಯತ್ನವನ್ನು ಮಾಡತೊಡಗಿದನು. ಅದೇ ದಿನವೇ ತನ್ನ ರಾವುತರೊಂದಿಗೆ ಆತನು ಪ್ರಯಾಣ ಹೊರಟನು. ಬಯಲುಗಳನ್ನೂ ಕಣಿವೆಗಳನ್ನೂ ದಾಟಿ, ಯ್ಮೇರ್ ನಾಡನ್ನು ಹುಡುಕಿಕೊಂಡು ಹೋದನು. ಆತನು ಹಿಜಾರ್ ದೇಶವನ್ನೂ ಸಾಂದ್ ದಿಬ್ಬಗಳನ್ನೂ ತಲಪಿದನು. ಆ ಸ್ಥಳದಲ್ಲಿದ್ದ, ಮಿಜಾಲನ ಮಗ ಮೊಆವಿಚ್ ಎಂಬಾತನ ಬುಡಕಟ್ಟಿನ ಪರಿವಾರದವರ ಮೇಲೆ ಆತನು ದಾಳಿ ನಡೆಸಿದನು. ಬಿರುಗಾಳಿಯಂತೆ ಅವರ ಮೇಲೆ ಎರಗಿದನು ; ತನ್ನನ್ನು ವಿರೋಧಿಸಿದ ರಾವುತರನ್ನು ತನ್ನ ಕತ್ತಿಯಿಂದ ಕಡಿದು, ದಾರಿ ಮಾಡಿಕೊಂಡು ಮುನ್ನುಗ್ಗಿ ಹೋಗಿ, ಮೊಆವಿಚ್ಚನ ಮಗಳು ಅಮೀನಳನ್ನು – ಆಕೆಯು ಅಲ್ಲಿಂದ ಪಲಾಯನ ಮಾಡುವ ಸಿದ್ಧತೆಯಲ್ಲಿ ತೊಡಗಿದ್ದಾಗಲೇ – ಸೆರೆ ಹಿಡಿದನು.

ಎಲ್ಲ ಬುಡಕಟ್ಟುಗಳವರನ್ನೂ ಚೆದರಿಸಿ ಓಡಿಸಿದ ಬಳಿಕ ನಿಪುಣ ವೀರರ ಪ್ರತಿರೋಧವನ್ನು

ನಿರರ್ಥಕಗೊಳಿಸಿದ ಸಾಹಸ ಕಾರ್ಯಗಳನ್ನು ನೆರವೇರಿಸಿ, ಆ ನಾಡಿನಲ್ಲಿದ್ದ ಅರಬರೆಲ್ಲರ ಸಂಪತ್ತೆಲ್ಲವನ್ನು ಸೂರೆ ಮಾಡಿಕೊಂಡು, ತನ್ನೂರಿಗೆ ಆತನು ಹಿಂದಿರುಗಿದನು. ಆದರೆ ಬೇರೆ ಬೇರೆ ಸ್ಥಾನಗಳಲ್ಲಿಯೂ ಮರುಭೂಮಿಯ ವಿಭಿನ್ನ ಸ್ಥಳಗಳಲ್ಲಿಯೂ ತಾನು ಬಿಟ್ಟು ಬಂದಿದ್ದ ಸಂಪತ್ತನ್ನು ಕೂಡಿಹಾಕಿಕೊಳ್ಳುವವರೆಗೂ ತನ್ನ ಡೇರೆಗಳ ವಸತಿಯನ್ನು ಸಮೀಪಿಸಲು ಆತನು ಇಚ್ಛಿಸಲಿಲ್ಲ.

ತಾಳಗಳನ್ನೂ ಇತರ ಸಂಗೀತ ವಾದ್ಯಗಳನ್ನೂ ನುಡಿಸುತ್ತ ಎಳೆಯ ಹುಡುಗಿಯರು ಮುನ್ನಡೆದಿದ್ದರು. ಬುಡಕಟ್ಟಿನವರೆಲ್ಲರೂ ಸಂತೋಷಭರಿತರಾಗಿದ್ದರು. ಖಾಲೆದ್ ಕಾಣಿಸಿಕೊಂಡು, ವಿಧವೆಯರಿಗೂ ಅನಾಥರಿಗೂ ಬಟ್ಟೆಗಳನ್ನು ಹಂಚಿದನು ಮತ್ತು ತಾನು ತನ್ನ ಮದುವೆಗಾಗಿ ಸಿದ್ಧಪಡಿಸುತ್ತಿದ್ದ ಔತಣಕ್ಕೆ ತನ್ನ ಸಂಗಡಿಗರನ್ನೂ ಮಿತ್ರರೆಲ್ಲರನ್ನೂ ಆಹ್ವಾನಿಸಿದನು. ನಾಡಿನ ಅರಬರೆಲ್ಲರೂ ಈ ಮದುವೆಗೆಂದು ಬಂದರು. ಅದೊಂದು ವಿಶಾಲ ಜನಸಮುದಾಯವಾಗಿತ್ತು. ಅವರೆಲ್ಲರಿಗೂ ಸಮೃದ್ಧವಾಗಿ ಮಾಂಸವನ್ನೂ ದ್ರಾಕ್ಷಾರಸವನ್ನೂ ನೀಡಿ ಸಂತೃಪ್ತಿಪಡಿಸುವುದಕ್ಕೆ ತಕ್ಕ ವ್ಯವಸ್ಥೆಯನ್ನು ಮಾಡಲಾಯಿತು. ಹೀಗೆ ಅತಿಥಿಗಳೆಲ್ಲರೂ ಹಬ್ಬದೂಟದ ಮತ್ತು ಸಂತೋಷ ಸಮಾರಂಭಗಳ ಆನಂದವನ್ನು ಸ್ವತಃ ಸವಿಯುತ್ತಿದ್ದಾಗ ಹತ್ತು ಮಂದಿ ಗುಲಾಮರನ್ನು ಕರೆದುಕೊಂಡು ಖಾಲೆದ್, ಆ ನಾಡಿನ ಕಾಡು ಮತ್ತು ಜೌಗು ಸ್ಥಳಗಳಲ್ಲಿ ಸಿಂಹಗಳನ್ನೂ ಸಿಂಹಿಣಿಗಳನ್ನೂ ಮತ್ತು ಮರಿ ಸಿಂಹಗಳನ್ನೂ ಅವುಗಳ ನೆಲೆಗಳಲ್ಲೇ ದಾಳಿಗೊಳಪಡಿಸಿ, ಕೊಂದು, ತಮ್ಮ ಡೇರೆಗಳಿಗೆ ಅವುಗಳನ್ನು ಕೊಂಡೊಯ್ಯುವುದಕ್ಕಾಗಿಯೂ ಸಮಾರಂಭಕ್ಕೆ ಬಂದವರೆಲ್ಲರಿಗೆ ಸಿಂಹದ ಮಾಂಸವನ್ನು ಬಡಿಸುವುದಕ್ಕಾಗಿಯೂ ಎಲ್ಲ ಸಿದ್ಧತೆಗಳನ್ನೂ ಮಾಡಿಕೊಂಡನು.

ಆದರೆ, ಈ ಯೋಜನೆಯ ಬಗೆಗೆ ಸಮಾಚಾರವು ಜಾಯಿದಾಳಿಗೂ ಮುಂಚಿತವಾಗಿಯೇ ತಿಳಿಯಿತು. ಅವಳು ಉಕ್ಕಿನ ಕವಚವನ್ನು ಧರಿಸಿಕೊಂಡು ಮಾರುವೇಷದಲ್ಲಿ ತನ್ನ ಕುದುರೆಯನ್ನೇರಿ, ಡೇರೆಗಳ ನೆಲೆಯಿಂದ ಹೊರಟಳು. ಸಮಾರಂಭಗಳು ಇನ್ನೂ ಮೂರು ದಿನ ನಡೆಯಲಿದ್ದುವು. ಕೂಡಲೇ ಜಾಯಿದಾ ಮರುಭೂಮಿಯಲ್ಲಿ ಖಾಲೆದನನ್ನು ಹಿಂಬಾಲಿಸಿದಳು ಮತ್ತು ಒಂದು ಗುಹೆಯಲ್ಲಿ ಆತನಿಗೆ ಎದುರು ನಿಂತಳು. ಕ್ರೂರಪ್ರಾಣಿಯಂತೆ ಆತನ ಮೇಲೆ ಎರಗಿ, ರೋಷೋದ್ವೇಗದಿಂದ ದಾಳಿಯನ್ನು ನಡೆಸುತ್ತ, ಗಟ್ಟಿಯಾಗಿ ಕೂಗಿದಳು : "ಅಯ್ಯಾ ಅರಬ್ ! ನಿನ್ನ ಕುದುರೆಯಿಂದ ಕೆಳಕ್ಕೆ ಇಳಿ. ನಿನ್ನ ಉಕ್ಕಿನ ಕವಚವನ್ನೂ, ಶಿರಸ್ತ್ರಾಣಗಳನ್ನೂ ಕಳಚಿ ಹಾಕು. ನೀನು ಹಿಂಜರಿದೆಯಾದರೆ, ಇದೋ ಈ ಭಲ್ಲೆಯದಿಂದ ನಿನ್ನ ಹೃದಯವನ್ನೇ ತಿವಿದು ಬಿಡುವೆನು." ಈ ಅನಿರೀಕ್ಷಿತವಾದ ಬೇಡಿಕೆಯನ್ನು ವಿರೋಧಿಸಬೇಕೆಂದು ಒಡನೆಯೇ ಖಾಲೆದ್ ನಿರ್ಧರಿಸಿಕೊಂಡನು. ಅವರಿಬ್ಬರೂ ಉಗ್ರವಾದ ಹೋರಾಟದಲ್ಲಿ ತೊಡಗಿದರು. ಈ ಸೆಣಸಾಟವು ಒಂದು ಗಂಟೆಗಿಂತಲೂ ಹೆಚ್ಚುಕಾಲ ನಡೆಯಿತು. ತನ್ನ ಪ್ರತಿಸ್ಪರ್ಧಿಯ ಕಣ್ಣುಗಳಲ್ಲಿ ಕಂಡುಬಂದ ಭಾವೋದ್ರೇಕವು ಈ ಯೋಧನಲ್ಲಿ ಹೆದರಿಕೆಯನ್ನು ಉಂಟುಮಾಡಿತು. ಅವನು ಮತ್ತೆ ಕುದುರೆಯನ್ನೇರಿದನು. ಹೋರಾಟದ ಸ್ಥಳದಿಂದ ತನ್ನ ಕುದುರೆಯನ್ನು ಒಂದು ಸುತ್ತು ತಿರುಗಿಸಿಕೊಂಡು, ಹಿಂದಿರುಗಿ ಹೀಗೆ ಹೇಳಿದನು : "ಅರಬರ ಆಣೆಯಿಟ್ಟು ಹೇಳುತ್ತೇನೆ, ನೀವು ಯಾವ ಮರುಭೂಮಿಯ ರಾವುತರೆಂಬುದನ್ನು ತಿಳಿಸಬೇಕೆಂದು ನಾನು ಕೋರುತ್ತೇನೆ. ಯಾಕೆಂದರೆ, ನಿಮ್ಮ ದಾಳಿಯೂ ನಿಮ್ಮ ಪ್ರಹಾರಗಳ ಪ್ರಚಂಡ ಸಾಮರ್ಥ್ಯವೂ ಎದುರಿಸಲಾಗದಂತಹವು ಎಂದು ನನ್ನ ಭಾವನೆ. ನಾನು ಉದ್ದೇಶಿಸಿದ್ದ ಕಾರ್ಯವನ್ನು, ನಾನು ಯಾವುದನ್ನು ಕುತೂಹಲಪೂರ್ವಕವಾಗಿ ಆಶಿಸುತ್ತಿದ್ದೇನೆಯೋ ಅದೆಲ್ಲವನ್ನೂ, ಸಾಧಿಸದಿರುವಂತೆ

ನೀವು ನನ್ನನ್ನು ತಡೆಗಟ್ಟುತ್ತಿದ್ದೀರಿ." ಈ ಮಾತುಗಳನ್ನು ಕೇಳಿ ಜಾಯಿದಾ ತನ್ನ ಟೋಪಿಯ ಮೊಗಕಾಪನ್ನು ಮೇಲಕ್ಕೆ ಎತ್ತಿದಳು. ತನ್ನ ಮುಖವನ್ನು ನೋಡಲು ಖಾಲೆದನಿಗೆ ಅವಕಾಶವನ್ನು ಮಾಡಿಕೊಟ್ಟಳು. "ಖಾಲೆದ್, ಕಾಡು ಮೃಗಗಳ ಮೇಲೆ ದಾಳಿಮಾಡುವುದು ಕೇವಲ ಯೋಧನ ವಿಶೇಷ ಹಕ್ಕಲ್ಲವೆಂಬುದನ್ನು ಅರೇಬಿಯದ ಹೆಣ್ಣು ಮಕ್ಕಳು ಕಲಿತುಕೊಳ್ಳುವಂತೆ, ನೀನು ಪ್ರೀತಿಸುವ ಹುಡುಗಿಯೂ ಕಾಡುಮೃಗದ ಮೇಲೆ ಎರಗುವುದು ಅಗತ್ಯವೆ?" ಎಂದು ಆಕೆ ಕೇಳಿದಳು. ಈ ಚುಚ್ಚುಮಾತಿನ, ಅಧಿಕಾರವಾಣಿಯ ಆಕ್ಷೇಪಣೆಯಿಂದ ಆತನು ಲಜ್ಜಿತನಾದನು. "ಅರಬರ ಆಣೆಯಿಟ್ಟು ಹೇಳುವುದಾದರೆ, ನನ್ನನ್ನು ನಿನ್ನ ಹೊರತು ಬೇರೆ ಯಾರೂ ಸೋಲಿಸಲಾರರು" ಎಂದು ಆಕೆಗೆ ಉತ್ತರವನ್ನು ನೀಡುತ್ತ, "ಆದರೆ, ನಿನಗೆ ಸವಾಲು ಹಾಕಿದವರು ಈ ದೇಶದಲ್ಲಿ ಯಾರಾದರೂ ಇದ್ದಾರೆಯೆ? ಅಥವಾ ನಿನ್ನ ಶೌರ್ಯವನ್ನು ರುಜುವಾತುಪಡಿಸಿಕೊಳ್ಳುವುದಕ್ಕೋಸ್ಕರವೇ ನೀನು ಇಲ್ಲಿಗೆ ಬಂದೆಯೋ?" ಎಂದು ಆಕೆಯನ್ನು ಖಾಲೆದ್ ಕೇಳಿದನು. ಅದಕ್ಕೆ ಉತ್ತರವಾಗಿ ಜಾಯಿದಾ ಆತನಿಗೆ ಹೀಗೆ ತನ್ನ ಅಭಿಪ್ರಾಯವನ್ನು ಸ್ಪಷ್ಟವಾಗಿ ತಿಳಿಸಿದಳು: "ಅರಬರ ಆಣೆಯಿಟ್ಟು ಹೇಳುವುದಾದರೆ, ನಿಮ್ಮನ್ನು ಹಿಂಬಾಲಿಸಿಕೊಂಡು ನಾನು ಮರುಭೂಮಿಗೆ ಬಂದಿರುವುದು ಒಂದೇ ಉದ್ದೇಶದಿಂದ – ಕಾಡು ಮೃಗಗಳನ್ನು ಬೇಟೆಯಾಡಲು ನಿಮಗೆ ಸಹಾಯ ಮಾಡುವುದಕ್ಕಾಗಿಯೇ ನನ್ನನ್ನು ನೀವು ಹೆಂಡತಿಯಾಗಿ ಆರಿಸಿಕೊಂಡಿರೆಂದು ನಿಮ್ಮ ಯೋಧರು ಆಕ್ಷೇಪಿಸಬಾರದು ಎಂಬ ಉದ್ದೇಶದಿಂದ." ಈ ಮಾತುಗಳನ್ನು ಕೇಳಿ, ಇಂತಹ ಚೈತನ್ಯವನ್ನೂ ದೃಢ ಸಂಕಲ್ಪವನ್ನೂ ಜಾಯಿದಾ ಪ್ರದರ್ಶಿಸಿದುದಕ್ಕಾಗಿ, ಆಶ್ಚರ್ಯದಿಂದಲೂ ಮತ್ತು ಮೆಚ್ಚಿಕೆಯಿಂದಲೂ ಖಾಲೆದ್ ರೋಮಾಂಚಿತನಾದನು.

ಆಮೇಲೆ, ತಾನು ಸ್ವಲ್ಪ ದೂರದಲ್ಲಿಯೇ ನಿಲ್ಲಿಸಿದ ಗುಲಾಮರೊಂದಿಗೆ ಮತ್ತೆ ಕೂಡಿಕೊಂಡು, ಖಾಲೆದ್ ಮುಂದುವರಿದನು. ತಾನು ಸಾಯಿಸಿದ್ದ ಪ್ರಾಣಿಗಳನ್ನೂ ಮೃಗಗಳನ್ನೂ ಡೇರೆಗಳಿಗೆ ಸಾಗಿಸುವಂತೆ ಅವರಿಗೆ ಆಜ್ಞಾಪಿಸಿದನು. ಖಾಲೆದ್ ಮಾಡಿದ್ದ ಸಾಹಸ ಕಾರ್ಯವನ್ನು ಕಂಡು ಅವರು ಭಯದಿಂದ ನಡುಗಿದರು. ತಮ್ಮೆಲ್ಲ ಸಂಗಡಿಗರ ಮುಂದೆಯೂ ಅವರು ಆತನನ್ನು ಮುಕ್ತಕಂಠದಿಂದ ಪ್ರಶಂಸಿಸಿದರು.

ಈ ಮಧ್ಯೆ ಔತಣವು ಮುಂದುವರಿಯಿತು, ಆಹ್ವಾನಕ್ಕೆ ಮನ್ನಣೆಯನ್ನಿತ್ತು ಬಂದಿದ್ದವರೆಲ್ಲರಿಗೂ ಭವ್ಯ ಸ್ವಾಗತವು ದೊರೆಯಿತು. ಕುಮಾರಿಯರು ತಮ್ಮ ತಾಳಗಳನ್ನು ಬಾರಿಸಿದರು. ಗುಲಾಮರು ತಮ್ಮ ಕತ್ತಿಗಳನ್ನು ಝಳಪಿಸಿದರು ಮತ್ತು ಯುವತಿಯರು ಬೆಳಗಿನಿಂದ ಬೈಗಿನವರೆಗೂ ಹಾಡಿದರು. ಇಂತಹ ಸಂತೋಷ ಸಮಾರಂಭದ ಮಧ್ಯೆ ಜಾಯಿದಾ ಮತ್ತು ಖಾಲೆದ್ ಪರಿಣಯವಾಯಿತು. ಮೊಆವಿಚ್ಚನ ಮಗಳು ಅಮೀನ, ಎಳೆಯ ವಧುವಿನ ಒಂಟೆಯ ಕಡಿವಾಣವನ್ನು ಹಿಡಿದಿದ್ದಳು. ಅಲ್ಲಿ ನೆರೆದಿದ್ದ ಸ್ತ್ರೀ–ಪುರುಷರೆಲ್ಲರೂ ಜಾಯಿದಾಳ ಹೆಸರನ್ನು ಹಾಡಿ, ಹರಸಿ, ಹೊಗಳಿದರು. ❍

ಇರಾಕ್

○ ಘಾನೆಮ್ ಅಲ್ ದಬ್ಬಾಘ್

ಸಿಹಿ ನೀರು

ಆತನಿಗೆ ಜುಗುಪ್ಸೆಯುಂಟಾಗಿತ್ತು... ಪ್ರತಿಯೊಂದು ವಿಷಯದ ಬಗೆಗೂ ಜುಗುಪ್ಸೆ... ಬೆಳಗ್ಗೆ ಎದ್ದಾಗಿನಿಂದಲೂ ಆತನಿಗೇನೋ ನಿರುತ್ಸಾಹ. ಆತನು ವಿಶೇಷ ಜ್ವರಗ್ರಸ್ತನಾದವನಂತೆ ಬಳಲಿದ್ದನು. ಶಾಲೆಯಲ್ಲಿ ಆತನು ಕಲಿತಿದ್ದ ಸೂತ್ರಗಳೆಲ್ಲವನ್ನೂ ಅದು ಅಲುಗಾಡಿಸಿತ್ತು. ಬಾಳುವೆ ಜರ್ಝರಿತಗೊಂಡಿತ್ತು, ಒಂದು ವಿಶೇಷ ಮೌಲ್ಯದ ಸಾವಕಾಶಕತನವನ್ನು ಆತನು ತನ್ನ ಬಾಳಿನಲ್ಲಿ ಕಂಡಿದ್ದನು... ಹೀಗೆ ಆತನಲ್ಲಿ ಬಹುಕಾಲದಿಂದ ಬೆಳೆದುಬಂದಿದ್ದ ಭಾವನೆಯು ಅಂತಿಮ ಸ್ಥಿತಿಯಲ್ಲಿತ್ತು.

ಗ್ರಾಮದ ಕೊನೆಗಾಣದ ನೀಳ ದಿನವನ್ನು ಸೀಳುತ್ತಿದ್ದ ದಮನಕ್ಕೀಡಾಗಿದ್ದ ವೇದನೆಗಳ, ಶೂಲೆಗಳ ಸ್ಪಷ್ಟ ಮನಗಾಣಿಕೆಗಾಗಿ, ಆತನು ಪಟ್ಟಣದಲ್ಲಿ ತನಗೆ ಪರಿಚಿತರಾಗಿದ್ದ ಎಲ್ಲ ಜನರನ್ನೂ ಸಂಧಿಸಬಯಸಿದನು. ಶಾಲೆಯ ಹೆಬ್ಬಾಗಿಲು ಕಾವಲುಗಾರ 'ಅಬ್ಬಾಸ,' ಹಳ್ಳಿಯ ಮುಖಂಡ 'ಶೇಖ್ ಹಮೀದ್', ಮನೆಯೊಡತಿ 'ಫಾತ್ಮಾ' ಮತ್ತು ದೂಳು ತುಂಬಿದ ಮುಖಗಳ ಮಕ್ಕಳು – ಇವರ ಹೊರತು ಬೇರೆ ಜನರನ್ನು ಆತನು ಕಾಣಬಯಸುತ್ತಿದ್ದನು. ಠಾಕು ಠೀಕಾದ ಉಡುಪನ್ನು ಧರಿಸಿಕೊಂಡು ಸಂಜೆಯ ಹೊತ್ತಿನಲ್ಲಿ ಪಟ್ಟಣದಲ್ಲಿ ಗುಂಪುಗೂಡುತ್ತಿದ್ದ ಮತ್ತು ಮಧ್ಯರಾತ್ರಿಯ ತರುವಾಯ ಮನೆಗೆ ಹಿಂದಿರುಗುವುದಕ್ಕೆಂದೇ ಬೀದಿಗಳಲ್ಲಿ ತಿರುಗಾಡುತ್ತಿದ್ದ ಜನರನ್ನು ಸಂಧಿಸುವುದು ಆತನ ನಿರೀಕ್ಷೆಯಾಗಿತ್ತು. ತನ್ನ ಕೋಣೆಯ ಭಾವಣಿಯ ಕಡೆ ನೋಡುತ್ತ, ಅಲ್ಲಿದ್ದ ಹಲಗೆಗಳನ್ನು ಮತ್ತೆ ಮತ್ತೆ ಎಣಿಸುತ್ತ ಆತನು ಬೇಸರಗೊಂಡಿದ್ದನು. ಅಲ್ಲಿದ್ದ ಇಪ್ಪತ್ತು ಹಲಗೆಗಳು ಧೂಳು ತುಂಬಿದ ಹೊಗೆಯಂತೆಯೇ ಕಪ್ಪಾಗಿದ್ದುವು. ಅವುಗಳಲ್ಲೊಂದಂತೂ ಮಧ್ಯಭಾಗದಲ್ಲಿ ಬಾಗಿಕೊಂಡಿದ್ದಿತು. ಅದರ ಉಬ್ಬಿನ ಮೇಲಿದ್ದ ಕೊಂಡಿಗೆ, ಇಲಿಗಳಿಂದ ದೂರವಾಗಿಡಲು ಹಿಟ್ಟಿನ ಚೀಲವೊಂದನ್ನು ತೂಗಹಾಕಲಾಗಿತ್ತು. ಆತನು ತನ್ನ ಪೀಠದಲ್ಲಿ ಅನ್ಯಮನಸ್ಕನಾಗಿ ಕುಳಿತುಕೊಂಡಿದ್ದನು. ಅದುವರೆಗೆ ಆತನು ಸೇದಿ ಮುಗಿಸುತ್ತಿದ್ದ ಸಿಗರೇಟಿನ ತುಂಡಿನಿಂದ ಮತ್ತೊಂದು ಸಿಗರೇಟಿನ ಸಣ್ಣ ತುಂಡೊಂದನ್ನು ಆತನು ಹೊತ್ತಿಸಿಕೊಂಡನು. ತನ್ನ ಸಿಗರೇಟಿನ ಹೊಗೆಯು ಮೃದುವಾಗಿ ಹಬ್ಬಿಕೊಳ್ಳುತ್ತಿದ್ದುದನ್ನು

ಆತನು ಗಮನಿಸಿದನು. ಅದನ್ನು ಕಂಡು ತನ್ನ ಮನದ ಜುಗುಪ್ಸೆಯ ಭಾವನೆಯನ್ನೂ ಆತನು ವ್ಯಾಪಕಗೊಳಿಸಿಕೊಳ್ಳುತ್ತಿದ್ದನು. ತನ್ನ ಗಮನವನ್ನು ಮೇಲ್ಛಾವಣಿಯ ಹಲಗೆಗಳ ಕಡೆಯಿಂದ ಬೇರೆ ಕಡೆಗೆ ತಿರುಗಿಸಬಹುದಾದಂತಹ ಯಾವುದಾದರೂ ವಸ್ತುವನ್ನು– ತನ್ನ ಇಳಿದಿನದ ಅಂತ್ಯವನ್ನು ಗುರುತಿಸುವ ಹೊಸ ಮಾರ್ಗಸರಣಿಯನ್ನು ರಚಿಸಬಲ್ಲ ಮತ್ತು ಬೆಳಗಿನಿಂದ ನಡುಹಗಲಿನವರೆಗೆ ಒಂದೇ ಬಗೆಯ ಬೋಧನಾಗ್ರಾಸವನ್ನು ಕಲಿಸುವ, ...ಸಂಜೆಯಲ್ಲಿ ಹಳ್ಳಿಯ ಸ್ವಾರಸ್ಯರಹಿತ ವಿಚಾರ ಸಂಕಿರಣ, ಮಾರನೆಯ ದಿನದ ಬೆಳಗಿನ ಉಪಾಹಾರದ ಅನ್ವೇಷಣೆ, ರಾತ್ರೆ ಹತ್ತು ಗಂಟೆಗೆ ನಿದ್ರೆ, ಆಮೇಲೆ ಮತ್ತೊಂದು ಬೆಳಿಗ್ಗೆ... ಬೋಧೆ... ಹನ್ನೊಂದು ಗಂಟೆಗೆ ಹಗಲಿನ ಊಟ, ಈ ಬೇಸರಗೊಳಿಸುವ ಏಕರೀತಿಯ ದೈನಿಕ ಕಾರ್ಯಕ್ರಮದಿಂದ ತಪ್ಪಿಸಿಕೊಂಡು ಹೋಗುವುದಕ್ಕೆ ಆತನಿಗೆ ಸಹಾಯಕವಾಗಬಹುದಾದ ಯಾವುದಾದರೂ ವಿಷಯವನ್ನು, – ಹುಡುಕಿ ಕಂಡುಹಿಡಿಯಲು ಆತನು ತನ್ನ ಕೋಣೆಯಲ್ಲಿ ಸುತ್ತಲೂ ಕಣ್ಣು ಹಾಯಿಸಿದನು. ಮನೆಯಲ್ಲಿ ಅಂದು ಸಿಹಿನೀರು–ಕುಡಿಯುವ ನೀರು, – ಮುಗಿದಿತ್ತು ಮತ್ತು ರಾತ್ರೆಯ ಊಟಕ್ಕೋಸ್ಕರ ತನಗಾಗಿ ಸ್ವಲ್ಪ ಸಿಹಿನೀರನ್ನು ತರಲು 'ಅಬ್ಬಾಸ' ಇನ್ನೂ ಪ್ರಯತ್ನಿಸುತ್ತಲೇ ಇದ್ದು, ಅವನು ಅದನ್ನು ತರಲು ಯಾರನ್ನಾದರೂ ಕಂಡುಹಿಡಿಯುವನೋ ಇಲ್ಲವೋ ಯಾರು ಬಲ್ಲರು !

ಆತನು ಕೂಗಾಡಬಲ್ಲ, ಹೌದು, ಅವನ ಮುಖಕ್ಕೆ ಎದುರಾಗಿಯೇ ಕೂಗಾಡಬಲ್ಲ. ಆದರೆ 'ಅಬ್ಬಾಸ' ಸಂಗಡ ಅವನ ಸಂಬಂಧವು ನಿರುದ್ವೇಗದ್ದಲ್ಲ. ಗಾಂಭೀರ್ಯದ ಧೋರಣೆಯನ್ನು ತಳೆಯುವುದು ಆತನ ಸ್ವಭಾವವಲ್ಲ.

ಆದರೂ ಸಿಹಿನೀರಿನ ಅಭಾವವು ಆತನಲ್ಲಿ ಸಿಟ್ಟನ್ನು ಕೆರಳಿಸಿತು, ಆತನು ಉದ್ವಿಗ್ನ ಗೊಂಡನು, ಉದ್ರಿಕ್ತನಾದನು. ಸಮಯೋಚಿತವಾಗಿ ಅವನ ಮುಖಭಾವವೂ ಬದಲಾಯಿಸುತ್ತಿತ್ತು. ತನ್ನ ಉಲ್ಲಾಸದ ಮತ್ತು ಹರ್ಷಚಿತ್ತದ ಚಹರೆಯನ್ನು ಅವನು ತ್ಯಜಿಸಿದನು.

ಆತನಿಗೇ ಸೋಜಿಗವಾಯಿತು. ನಿಜವಾಗಿಯೂ ತನ್ನ ಧಣಿಯ ಮುಖದೆದುರು ತಾನು ಕೂಗಾಡಬಲ್ಲನೆ ? ಹಾಗೆ ಮಾಡಲಾರನು. ಯಾಕೆಂದರೆ, ಷೇಕ್ ತಳೆಯುವ ಮಾತುಗಾರಿಕೆಯು ಆತನನ್ನು ತಡೆಗಟ್ಟುವುದು. ಕುಯುಕ್ತಿಯ ಮುಗುಳ್ನಗೆಯೊಂದಿಗೆ ಸಂದಿಗ್ಧವಾಗಿ ಎರಡರ್ಥದ ಮಾತುಗಳನ್ನಾಡುವುದು ಇನ್ನೂ ಹೆಚ್ಚು ಕೇಡಿನ ವಿಷಯ. ಆ ಹಳ್ಳಿಯ ಮಾರುಕಟ್ಟೆಯಲ್ಲಿಯೂ ಜಿಲ್ಲೆಯ ಕಛೇರಿಗಳ ಉದ್ಯೋಗಿಗಳಿಂದಲೂ ಕಲಿತ ಕೆಲವು ಮಾತುಗಳನ್ನು ಆತನು ಗೊಣಗ ಬಹುದು. ಅಂತಹ ಸಮಯದಲ್ಲಿ ಷೇಕ್ ತನ್ನೆದುರಿಗೆ ಈ ಕೆಳಗಿನಂತೆ ಮಾತುಗಳನ್ನು ಹೊರಚೆಲ್ಲುತ್ತಿದ್ದನು :

– ಅಯ್ಯಾ, ನಾನಿಲ್ಲಿ ಇರುವುದು ತಮ್ಮ ಸೇವೆಗಾಗಿ! ತಾವು ಹೇಳಿದ್ದನ್ನು ನಾವು ವಿಧೇಯರಾಗಿ ಮಾಡುತ್ತೇವೆ... ಮಗೂ, ನಾಳೆ ನದಿಯಿಂದ ನೀರನ್ನು ತಂದು ಕೊಡಲಾಗುವುದು !

ನಿನ್ನೆ ಸಂಜೆಯವರೆಗೂ ಆತನಿಗೆ ಸಿಹಿನೀರು ದೊರೆತಿರಲಿಲ್ಲ, ಅವನೆದುರಾಗಿ ಯಾಕೆ ಕೂಗಾಡಬಾರದು ?

– ನೀನೊಬ್ಬ ಠಕ್ಕ! ಮೋಸದ ಮಾತುಗಾರ! ಧಾರಾಳವಾಗಿ ಮಾತು ಕೊಡುತ್ತಿ, ಆದರೆ ಅದನ್ನು ಈಡೇರಿಸುತ್ತಿಲ್ಲ! ಲಜ್ಜೆಗೆಟ್ಟವನು !... ನಾನು ನಿನ್ನ ಮಕ್ಕಳ ಉಪಾಧ್ಯಾಯ..... ನಾನು ಇತರರ ಹಾಗೆಯೇ ಒಬ್ಬ ಉದ್ಯೋಗಿ...ನಾನು...ನಾನು...

ಹತ್ತಾರು ಕಣ್ಣುಗಳು ಆತನನ್ನು ನೇರವಾಗಿ ದಿಟ್ಟಿಸಿ ನೋಡುವುವು... ಕೆಲವು ಮಂದಿ ಸ್ವತಃ

ಮರುಜವಾಬು ಕೊಡುವ ಸ್ಥಿತಿಯಲ್ಲಿರುವರು. ಇತರರು ತಮ್ಮ ಮುಖಗಳನ್ನು ಬೇರೆ ಕಡೆಗೆ ತಿರುಗಿಸಿಕೊಂಡು, ಆತನ ಬಗೆಗೆ ಹೀಗೆ ಪಿಸು ಮಾತನಾಡಿಕೊಳ್ಳುವರು.

– ಏನು ? ಎಷ್ಟು ದೊಡ್ಡ ಕೂಗು ! ಇವನೇನು ಪೋಲೀಸ್ ಏಜಂಟೆ ! ? ಇವನೇನು ಜಿಲ್ಲೆಯ ಡೈರೆಕ್ಟರೆ ! ? ಬಲಪ್ರಯೋಗದ ಮೂಲಕ ಅವನೊಡ್ಡುವ ಒತ್ತಾಯದ ಬೇಡಿಕೆಗಳಿಗೆ ನಾವೇಕೆ ಮಣಿಯಬೇಕು ? ಅವನಿಗೆ ಸಿಹಿನೀರು ಬೇಕು...ಯಾರಿಗೆ ಬೇಕಾಗಿಲ್ಲ ? ...ಯಾರಾದರೂ ಬೇದುವ್ವೀ ಅರಬ್ ಉಡುಪಿನಲ್ಲಿರುವವರು ಅವನನ್ನು ಕೊಂದು... ರುಂಡವನ್ನು ಮುಂಡದಿಂದ ಬೇರೆ ಮಾಡಿ, ಕಬ್ಬಿಣದ ಪೆಟ್ಟಿಗೆಯಲ್ಲಿಟ್ಟು...ಅವನ ಕತ್ತಿನಿಂದ ರಕ್ತವನ್ನು ಹೀರಿಕೊಳ್ಳಬಹುದು.

ಬೇದುವ್ವೀ ಉಡುಪಿನವನು ಹಳ್ಳಿಯ ಮುಖಂಡನಂತೆ ಕಂಡುಬಂದನು. ಅವನದು ನರಿಯ ಮುಖ. ಅವನ ಕೆಟ್ಟ, ಇಬ್ಬಗೆಯ ಸ್ವಭಾವವು ಅವನ ಮಾತುಗಾರಿಕೆಯ ಮುಗುಳ್ನಗೆಯ ಮುಖಭಾವದ ಹಿಂದೆ ಅಡಗಿತ್ತು.

– ಅಯ್ಯಾ ! ತಾವು ಕೇಳಿರಿ... ನಾವಿದ್ದೇವೆ... ತಮ್ಮ ಸೇವೆಗಾಗಿ ನಾನಿಲ್ಲಿದ್ದೇನೆ !

ವಾಸ್ತವಿಕವಾಗಿಯೂ ಇದು ಬಾಯಿಮಾತಿನ ಸೇವೆಯಲ್ಲದೆ ಬೇರೆ ಏನೂ ಆಗಿರಲಿಲ್ಲ, ಹೇಳಿದ್ದನ್ನೇ ಹೇಳುತ್ತಿರುವುದು ಹೇಗೆಂಬುದನ್ನು ಆ ಹಳ್ಳಿಯ ಈ ದೊಡ್ಡ ಠಕ್ಕನು ಚೆನ್ನಾಗಿ ಅರಿತಿದ್ದನು. ಗ್ರಾಮಸ್ಥರು ತಿಳಿದುಕೊಂಡಿದ್ದಂತೆ, ಬಾವಿಯ ನೀರನ್ನು ಕುಡಿಯಬೇಕೆಂಬ ಪ್ರಬಲ ಇಚ್ಛೆಯಿಂದ ತಮ್ಮಂತೆಯೇ ಆತನೂ ಪ್ರೇರಿತನಾಗಿದ್ದನು ! ? ಆದರೆ, ಹಾಗೆ ಆತನು ಕೂಗಾಡಿದ ಪಕ್ಷದಲ್ಲಿ, ಆತನ ಬಗೆಗೆ ಜಿಲ್ಲೆಯ ಡೈರೆಕ್ಟರಿಗೆ ಹಳ್ಳಿಯ ಮುಖಂಡನು ದೂರು ಕೊಡಬಹುದು. ಆತನು ತನ್ನ ಸರದಿಯಲ್ಲಿ, ದೂರದ ಹಳ್ಳಿಗೆ – ಹೇಸರಕತ್ತೆಯ ಸವಾರಿಯ ಮೂಲಕ ಮಾತ್ರವೇ ತಲಪಬಹುದಾದಂತಹ ದೂರದ ಹಳ್ಳಿಗೆ, – ಈತನನ್ನು ಆಡಳಿತಾಧಿಕಾರ ವ್ಯವಸ್ಥೆಯು ವರ್ಗಾಯಿಸುವಂತೆ ಆಜ್ಞೆ ಹೊರಡಿಸುವನು. ಆದರೆ ಹಾಗೆ ಮಾಡದೆಯೂ ಇರಬಹುದು... ಪ್ರಾಯಶಃ ಈತನಿಗೆ ಪ್ರತಿವಾರವೂ ನದಿಯಿಂದ ನೀರನ್ನು ಒದಗಿಸುವಂತೆ ವ್ಯವಸ್ಥೆಯನ್ನು ಮಾಡಲೂಬಹುದು. ಈತನು ಹೆದರಬಹುದು ಮತ್ತು ಈತನ ಕೂಗುಗಳು ಆ ಗಂಟಲಿನಲ್ಲಿಯೇ ಕೊನೆಗಾಣಬಹುದು ಆಗ ಈತನು ಅರ್ಥವಿಲ್ಲದ ಮಾತುಗಳನ್ನೂ ಗೊಣಗಬಹುದು ಅಥವಾ ಗಂಟಲು ಕಟ್ಟಿದ ಧ್ವನಿಯಲ್ಲಿ ಗೊಂದಲಮಯವಾದ ಮಾತುಗಳನ್ನು ಹೇಳಬಹುದು... ಆಗ ರಾತ್ರೆಯಲ್ಲಿ ಈತನಿಗೆ ಭಯಂಕರವಾದ ಕನಸು ಬೀಳಬಹುದು... ಅನೇಕ ವರ್ಷಗಳ ಅನಂತರವಾದರೂ... ಹೌದು, ವಿಶಿಷ್ಟವಾಗಿ ಈ ಹಳ್ಳಿಯಲ್ಲಿಯೇ ಕಳೆದ ವರ್ಷಗಳ ಅನಂತರ, ತಾನೊಬ್ಬ ಪೋಲೀಸ್ ಏಜೆಂಟ್ ಅಥವಾ ಜಿಲ್ಲಾ ಡೈರೆಕ್ಟರ್ ಆಗುವ ಸರ್ವೋಚ್ಚ ಸ್ಥಿತಿಯಲ್ಲಿದ್ದಂತೆ ಹಿಂದಿನ ಸಲ ಆತನೊಂದು ಕನಸು ಕಂಡಿದ್ದ ಹಾಗೆಯೇ ಅದೂ ಇರಬಹುದು. ಹಳ್ಳಿಯ ಉಪಾಧ್ಯಾಯನಾಗಿದ್ದ ತಾನು, ಪಡೆಗಳ ತಂಡಗಳಿಂದ ಸುತ್ತುವರಿದಿರುವ ವೇಳೆಯಲ್ಲಿ, ಎಂತಹ ಪೀಡನೆಯನ್ನು ಅವನಿಗೆ ಕೊಡಬಹುದೆಂಬುದು ಈ ಠಕ್ಕನಿಗೆ ಆ ಸಮಯದಲ್ಲಿ ಅರಿವಾಗುವುದು.

ಪಶ್ಚಾತ್ತಾಪವೇನೋ ಎಂಬಂತೆ, ಮನಸ್ಸಿನ ಮೇಲೆ ಭಾರಿ ಹೊರೆಯಂತೆ ಇದ್ದ ಆತನ ಮನಗಾಣಿಕೆಯು, ಊಹೆಯ ಈ ಉಡ್ಡಯನವನ್ನು ಕೆಳಕ್ಕೆ ಇಳಿಸಿತು. ದೊಡ್ಡ ಠಕ್ಕನ ಬಗೆಗೆ ಆತನ ಮನಸ್ಸಿನಲ್ಲಿದ್ದ ಕಲ್ಪನೆ, ಹಿಂದಕ್ಕೂ ಮುಂದಕ್ಕೂ ಎತ್ತಿಹಾಕುತ್ತಿದ್ದ ಒಡೆಯನ ಪ್ರಾಬಲ್ಯದಡಿಯಲ್ಲಿ ನರಳುತ್ತಿದ್ದ ಅನೇಕ ತಲೆಮೊರೆಗಳ ಮೂಲಕ ಹಾಯುವಂತೆ ಬಿಡಲಾಗಿದ್ದ ಬಾಣವಲ್ಲದೆ ಮತ್ತೇನೂ ಆಗಿರಲಿಲ್ಲ. ತನ್ನ ಬಗೆಗೆ – ಸಣ್ಣ ಉದ್ಯೋಗಿಯಾದ ತನ್ನ ಬಗೆಗೆ, – ಅದು ಬಾಹ್ಯ ಪ್ರತೀಕಾರದ ವಿಸ್ತರಣವೆಂದೂ ಆದರೆ ಅದು ಪ್ರಬಲ ವ್ಯಕ್ತಿಯಲ್ಲಿ ಕಂಡು

ಬರುವಂತಹುದೆಂದೂ ಹಳ್ಳಿಯ ಮುಖಂಡನು ಭಾವಿಸಿಕೊಂಡಿದ್ದನು. ಈತನು ಕೇವಲ ಹುಡುಗರ ಅಧ್ಯಾಪಕನೆಂದೂ, ಕೈಯಲ್ಲಿ ಕತ್ತಿ ಹಿಡಿದಿದ್ದಾನೆಂದೂ, ಆದರೆ ಅದು ಮರದಿಂದ ಮಾಡಲಾದ ಕತ್ತಿ ಮಾತ್ರವೇ ಎಂದೂ ಅವನು ಭಾವಿಸಿದ್ದನು! ತನ್ನಲ್ಲಿ ಸುಪ್ತವಾಗಿದ್ದ ದ್ವೇಷವನ್ನು ಈತನು ಸಿಟ್ಟಿನಿಂದ ವ್ಯಕ್ತಪಡಿಸಿರಬಹುದು ಮತ್ತು ತನ್ನ ಬುದ್ಧಿಯನ್ನು ಬಳಸದೆಯೇ ಹಾಗೆಯೇ ಮಾತನಾಡಿರಬಹುದು. ಆದರೂ ಪೋಲೀಸ್ ಏಜೆಂಟ್ ಅಥವಾ ಜಿಲ್ಲೆಯ ಡೈರೆಕ್ಟರ್ ಬಂದರೆ, ಅವರ ಮುಂದೆ ಹಾಗೆ ನಡೆದುಕೊಳ್ಳಲಾರನು, ಅವರ ಮುಂದೆ ಅವನು ತನ್ನ ಚಿತ್ತಸ್ವಾಸ್ಥ್ಯವನ್ನೇ ಕಳೆದುಕೊಳ್ಳುವನು. ಆದರೆ ಈಗಿನ ವಸ್ತುಸ್ಥಿತಿಯ ಪ್ರಕಾರ ಅವನ ಮಕ್ಕಳ ವ್ಯಾಸಂಗಕ್ಕೆ ಸಂಬಂಧಪಟ್ಟಿರುವಂತೆ ಮಾತ್ರವೇ ಆತ ಭೇಟಿ ನೀಡಿದ್ದ. ಔತಣ ಸಮಾರಂಭಕ್ಕೆ ಮುಂಚೆ 'ಗ್ರಾಮ ಮಂಡಲಿ'ಯನ್ನು ತ್ಯಜಿಸಿದ ಕಾರಣ, ಆತನು ತನ್ನಷ್ಟಕ್ಕೆ ತಾನು ಇರಬಹುದು ಮತ್ತು ತಾನು ಹೃತ್ಪೂರ್ವಕವಾಗಿ ದ್ವೇಷಿಸುವ ಗೆಳೆಯನೊಬ್ಬನನ್ನು ಕಾಣಬಹುದು. ಅಂತರ್ಮುಖಿಯಾಗಿದ್ದುಕೊಂಡು ಆತನು ತನ್ನ ಮನಸ್ಸಿನಲ್ಲಿ ಇದ್ದ ಜಗತ್ತನ್ನು ಕಂಡುಕೊಂಡು... ಆಮೇಲೆ ನಗರದಲ್ಲಿನ ಹೊಸ ಬೀದಿಯ ಅಥವಾ ಹಳೆಯ ಜಿಲ್ಲೆಯಲ್ಲಿ ಮನೆಯ ಬಳಿಯ ಶಾಲೆಯ ಚಿತ್ರದ ಬಗೆಗೆ ಕಣ್ಣು ಮುಚ್ಚಿಕೊಳ್ಳಬಹುದು. ಸಣ್ಣ ಹುಡುಗನಾಗಿದ್ದ ಕಾಲದಲ್ಲಿ ಮೊದಲಿಗೆ ತನ್ನನ್ನು ತಕ್ಕೈಸಿದ ಶಾಲೆಯ ಬಗೆಗೆ ಮತ್ತು ಈಗ ಮತ್ತೊಂದು ತಲೆಮೊರೆಗೆ ತಾನು ಬೋಧಿಸುತ್ತಿದ್ದ ಶಾಲೆಯ ಬಗೆಗೆ... ತನ್ನ ವಿದ್ಯಾರ್ಥಿಗಳಿಗೆ, ಅವರಂತೆಯೇ ತಾನು ಸಹ ಇದ್ದವನೆಂದೂ, ತನ್ನ ಮೊದಮೊದಲ ಪಾಠಗಳನ್ನು ಅದೇ ಸ್ಥಳದಲ್ಲಿಯೇ ಕಲಿತು ಕೊಂಡವನೆಂದೂ ಹೇಳಿಕೊಳ್ಳಲು ಆತನಿಗೆ ವಿಶೇಷ ಹೆಮ್ಮೆಯಾಗುವುದು!

ಕಳೆದ ಬೇಸಗೆಯ ರಜೆಯನ್ನು ಒಟ್ಟಿಗೆ ಕಳೆದ ಸಹೋದ್ಯೋಗಿಗಳ ಸಂಗಡ ಆತನನ್ನು ಕಾಣಬಹುದು. ಅವರು ಸಹ ದಿಗ್ಭ್ರಾಂತರಾಗಿದ್ದರು...ಅವರು ಚಿಂತಿತರಾಗಿದ್ದರು ಮತ್ತು ಅವರ ಮುಖಗಳು ಕ್ಲೇಶದ ಛಾಯೆಯನ್ನು ಸೂಚಿಸುತ್ತಿದ್ದುವು. ಅವರಲ್ಲೊಬ್ಬಾತನು ಕೆಲವು ದಿನಗಳ ಹಿಂದೆ, ಹಳ್ಳಿಯಲ್ಲಿ ನೆಲೆಸಿದುದಕ್ಕಾಗಿ ಈತನನ್ನು ಸಮಾಧಾನಪಡಿಸಲೆಂಬಂತೆ ಒಂದು ಕಾಗದವನ್ನು ಬರೆದಿದ್ದನು. ಬೇಸರವು ಎಷ್ಟೋ ಸಲ ನಮ್ಮನ್ನು ಕೊಲ್ಲುತ್ತದೆ. ನಮ್ಮ ವಿರಾಮಕಾಲ ಕಳೆಯುವುದಕ್ಕೆ ಕಾಫಿ ಅಂಗಡಿ ಅಥವಾ ಮದ್ಯದ 'ಬಾರ್' ಹೊರತು ಬೇರೇನೂ ಇಲ್ಲ. ತಮ್ಮ ಅಲ್ಪ ಜೀವನದಲ್ಲಿನ ದೊಡ್ಡ ಅಂತರಗಳನ್ನು ಕೂಡಿಸುವ ಬೃಹತ್ ಜಗತ್ತಾದ ಚಲನಚಿತ್ರ ಮಂದಿರ ಸಹ ಆತ್ಯಧಿಕ ಸಂದರ್ಭಗಳಲ್ಲಿ – ಆತನ ಸ್ನೇಹಿತನ ಪತ್ರದಲ್ಲಿ ಸೂಚಿಸಲಾಗಿದ್ದ ಪ್ರಕಾರ – ಬೇಸರವನ್ನು ಉಂಟುಮಾಡುತ್ತದೆ. ಕಲ್ಪನೆಯನ್ನು ಹೊರದೂಡುತ್ತ, ಪಟ್ಟಣದಲ್ಲಿದ್ದ ಯಾವುದೇ ಸ್ಥಿತಿಯಿಂದಲಾದರೂ – ಸಂದುಗೊಂದುಗಳಲ್ಲಿ, ಹರಿಯದೆ ಹಾಗೆಯೇ ಜಡವಾಗಿ ನಿಂತಿದ್ದ ನೀರಿನಿಂದ ಕೂಡ, – ಬೇಸರಗೊಳ್ಳುವ ಸಾಧ್ಯತೆಯನ್ನು ತಳ್ಳಿಹಾಕುತ್ತ, ಆತನು ಹೊಲಗಳ ಕಡೆಗೆ ಹೋಗುವ ದಾರಿಯ ಸಣ್ಣ ಸಂದಿನ ಮೂಲಕ ನೋಡುತ್ತಿದ್ದನು. ಚಳಿಗಾಲದ ಆಗಮನವನ್ನು ಸೂಚಿಸುತ್ತಿದ್ದ ಚಳಿಗಾಳಿಯಲ್ಲಿ ನೀರಸ ಶರತ್ಕಾಲದ ಸುಳಿವನ್ನು ಆತನು ಕಂಡನು. ಬಿತ್ತನೆಯ ಸಮಯ ಮುಗಿದಿತ್ತು. ಬಿಸಿಲಿಗೆ ಬಾಡಿದ್ದ ನೆಲವು ದಿನದಿನಕ್ಕೆ ಹೆಚ್ಚು ಹೆಚ್ಚು ನೀರಡಿಕೆಯನ್ನು ಸೂಚಿಸುತ್ತಿತ್ತು. ಅಕ್ಟೋಬರ್ ತಿಂಗಳಿನ ಲಘು ಮೋಡಗಳನ್ನು ಆ ಕಾಲದಲ್ಲಿ ಚೆದರಿದ್ದ ಒಣಹುಲ್ಲಿನ ಚೂರುಗಳನ್ನು ಹೊತ್ತ ಬಿರುಗಾಳಿಯು ದೂಡುತ್ತಿತ್ತು. ಆ ಮೋಡಗಳು ಆಗಸದಲ್ಲಿ ಅತ್ತಿತ್ತ ಚಲಿಸುತ್ತಿದ್ದುವು. ಚಳಿಗಾಲದಲ್ಲಿ ಸುಡುವುದಕ್ಕಾಗಿ ಹರಡಿದ್ದ ಸಗಣಿಯ ಬೆರಣಿಯ ಮೇಲೆ ಸಂಗ್ರಹವಾಗುತ್ತಿದ್ದ ಹುಲ್ಲು ರಾಶಿ

ಮತ್ತು ಹೊಟ್ಟು, ಇವೆಲ್ಲವನ್ನೂ ಸುಂಟರಗಾಳಿಯು ಅಟ್ಟಿಸಿಕೊಂಡು ಹೋಗುತ್ತಿತ್ತು.

ಗೊಬ್ಬರವನ್ನು ತಿರುವಿ ಹಾಕಲೆಂದು ಬಾಗಿದ ಹಳ್ಳಿ-ಮಹಿಳೆಯರನ್ನು ಕಂಡಾಗ, ಆತನ ತೀವ್ರ ಜಿಗುಪ್ಸೆಯ ಭಾವನೆ ಸ್ವಲ್ಪಮಟ್ಟಿಗೆ ಕಡಮೆಯಾಗುತ್ತಿತ್ತು. ಅವರನ್ನು ಕಾಣುವ ಬಗೆಗೆ ಆತನಿಗಿದ್ದ ದಾಹವು ಮನೋದ್ರೇಕವನ್ನು ಉಂಟುಮಾಡುತ್ತಿತ್ತು ; ಆತನ ಹಸಿವೆ ವಿಶೇಷವಾಗಿ ಹೆಚ್ಚುತ್ತಿತ್ತು. ಹಳ್ಳಿಯ ಸುಡುಬಿಸಿಲಿನಲ್ಲಿ ಅವರ ಕಾಲುಗಳ ಮೇಲೆಯೇ ತನ್ನ ಕಣ್ಣುಗಳ ಗಾಢವಾದ ನೋಟವನ್ನು ಕೇಂದ್ರೀಕರಿಸಿಕೊಂಡಿದ್ದಾಗ, ಆತನಲ್ಲಿ ಅತ್ಯಂತ ಆಳವಾದ ಪಾಶವಿಕ ಭಾವನೆಗಳು ಕೆರಳುತ್ತಿದ್ದುವು. ಅದು ಮುಂದಿನ ಇಡಿಯ ರಾತ್ರೆಯಲ್ಲಿ ಆತನ ಗಾಢ ಕಲ್ಪನೆಗೆ ಗ್ರಾಸವಾಗುತ್ತಿತ್ತು.

ಆತನ ಚೈತನ್ಯವು ಜುಗುಪ್ಸೆಯಿಂದ ತುಂಬಿತ್ತು. ಆ ಜುಗುಪ್ಸೆಯ ಭಾವನೆಯು ಹೋಗದಂತೆ ಪೀಡಿಸಿತು. ಅದು ಆತನ ರಕ್ತ ಪರಿಚಲನೆಯನ್ನು ಬಾಧಿಸುತ್ತಿದ್ದ ಮತ್ತು ಹಿಂದಿನ ಎಲ್ಲ ದಿನಗಳಂತೆಯೇ ಆ ದಿನವೂ ಮಸಕಾದುದೇ ಎಂಬ ಭಾವನೆಯನ್ನು ಆತನಲ್ಲಿ ಉಂಟು ಮಾಡಿದ್ದ, ಕ್ರೋಧದ ಮತ್ತು ಬಳಲಿಕೆಯ ಮಾರಕ ನಾತದೊಂದಿಗೆ ಕೂಡಿದ್ದ ಒಂದು ರೋಗವೆಂದೆನಿಸುತ್ತಿತ್ತು. ಅವು, ಆಸೆಗಳೆಲ್ಲವೂ ಸತ್ತ, ಕೊನೆಗಾಣದ ನಿರೀಕ್ಷೆಯ ನೀರಸ ದಿನಗಳಾಗಿದ್ದವು. ಆತನು ಪ್ರೀತಿಪೂರ್ವಕವಾಗಿ ಮಾಡುತ್ತಿದ್ದ ಕೆಲಸವೂ ಮನಃಪೂರ್ವಕವಾಗಿ ಬಯಸಿದ್ದ ಅಭಿಲಾಷೆಗಳೂ ಈ ಪರಿಸ್ಥಿತಿಯನ್ನು ತೀವ್ರಗೊಳಿಸಿದುವು. ಆದರೂ ಆತನ ಕಲ್ಪನೆಯಲ್ಲಿ ಇಂದಿನ ಸ್ಥಿತಿಯಿಂದ ಪಾರಾಗುವ ಮತ್ತು ಪಟ್ಟಣದ ಅಗ್ಗದ ಮದ್ಯದಂಗಡಿಯಲ್ಲಿ ಸಂತೋಷದ ಸಮಯವನ್ನು ಮಧ್ಯರಾತ್ರೆಯ ತರುವಾಯವೂ ಕಳೆಯುವ ಸಾಧನಗಳ ಅಭಾವವೇನೂ ಇರಲಿಲ್ಲ. ಈ ಸಮಯಗಳು ವಿಷಯಾಸಕ್ತಿಯ ಭಾವೋದ್ರೇಕಕ್ಕಾಗಿ ಅತಿ ಕಂಗಾಲ ಸ್ಥಿತಿಗೂ ಹೇಗೆ ಪ್ರೇಕ್ಷಕವಾಗಿ ಇದ್ದುವೆಂಬುದನ್ನು ಆತನು ಸ್ಮರಿಸಿಕೊಂಡನು. ಮಾಂಸದ ಮುದ್ದೆಯ ಮೇಲೆ ಮತ್ತು ಬಣ್ಣದ ಮುಖದಲ್ಲಿ, ಉಪವಾಸಕ್ಕೆ ಗುರಿಯಾಗಿದ್ದ ಹಸಿವೆಯಿಂದಲೂ ತನ್ನೆಲ್ಲ ಘನತೆಯ ಬಗೆಗೆ ಜನರಲ್ಲಿ ಉಂಟಾಗಿದ್ದ ಭಾವನೆಯನ್ನು ನಷ್ಟಗೊಳಿಸುವ ವಿಷಯಲಂಪಟತನದ ಹಂಬಲದಿಂದಲೂ ಸತತ ಉತ್ತೇಜನೆಗೀಡಾದ ವ್ಯಕ್ತಿಯ ಕೈವಾಡದ ಅನುಭವಗಳನ್ನು ಆತನು ತೊಳೆದುಕೊಳ್ಳುತ್ತಿದ್ದನು. ತನ್ನನ್ನು ಮತ್ತೊಬ್ಬ ವ್ಯಕ್ತಿಯಾಗಿ...ರಾತ್ರೆಯ ಹೊತ್ತು ತನ್ನಿಂದ ಬೇರೆಯಾದ ಮತ್ತು ಹಗಲಿನಲ್ಲಿ ತನ್ನೊಂದಿಗೆ ವಿಲೀನಗೊಂಡ ಅನ್ಯ ವ್ಯಕ್ತಿಯಾಗಿಯೇ ಮಾಡಿದ ಪ್ರೇರಣೆಗಳು ಆತನನ್ನು ಪೀಡಿಸುತ್ತಿದ್ದುವು. ಆತನ ಕಲ್ಪನೆಯು ಹಿಂದಿನ ಪ್ರತಿಯೊಂದು ತಿಂಗಳಿನ ಮೊದಲನೆಯ ದಿನದ ಸಂತೋಷದ ಸವಿಯನ್ನು ಆ ತರುವಾಯದ ದಿನಗಳಲ್ಲಿ ನೆನಪಿಗೆ ತಂದುಕೊಳ್ಳುತ್ತಲೇ ಇದ್ದಿತು. ಇದು-ಒಂದು ಸಮಯದಲ್ಲಿ ತನ್ನ ವಿಚಿತ್ರ ಅನುಭವದ ಬಳಲಿಕೆಯನ್ನು ತಪ್ಪಿಸಿಕೊಳ್ಳುವುದು, ಮತ್ತೊಂದು ಸಮಯದಲ್ಲಿ ಸಹಜವಾದ ನಡವಳಿಕೆಯಿಂದ ದೂರವಾಗಿರುವುದು, – ಆತನ ಜಾಗರೂಕ ಗ್ರಹಣ ಶಕ್ತಿಗೆ ಅತ್ಯಂತ ಸುಲಭ ಮಾರ್ಗವಾಗಿದ್ದಿತು. ಇದು, ಸಿಹಿನೀರನ್ನು ಸರಬರಾಜು ಮಾಡುತ್ತಿದ್ದವಳ ಮುಖವಾಗಿತ್ತು. ಖಂಡಿತವಾಗಿಯೂ ಹಳ್ಳಿಯ ಎಲ್ಲ ಮಹಿಳೆಯರನ್ನೂ ಆಕರ್ಷಿಸಿದ್ದ 'ಮಹಾಶಯ'ನೆಂಬ ಹಿತಕರ ಭಾವನೆಯು, ತನ್ನ ಬಗೆಗೆ ಆಕೆಗೆ ಇದ್ದಿತೆಂಬುದನ್ನು ತನ್ನ ಸಹಜ ತಿಳಿವಳಿಕೆಯಿಂದಲೇ ಆತನು ಮನಗಂಡನು.

ಆಕೆಯು ತನ್ನ ಬುದ್ದಲಿಯಿಂದ ನೀರನ್ನು ಸುರಿಯುತ್ತ ಈತನ ಸಿಹಿನೀರಿನ ಹೂಜಿಯನ್ನು ತುಂಬಿಸುತ್ತಿದ್ದಾಗ, ಆಕೆಯ ಸ್ತನಗಳ ಕ್ಷಣದರ್ಶನ ಆತನಿಗೆ ಲಭ್ಯವಾಯಿತು. ಆಗ ಆತನಲ್ಲಿ ಆಕೆಯ ದೇಹಸುಖವನ್ನು ಪಡೆಯುವ ಬಗೆಗೆ ಉಂಟಾದ ಪ್ರಬಲ ಇಚ್ಛೆಯು, ಬುಡಕಟ್ಟು

ಸಮಾಜದಲ್ಲಿ ಅಪರಿಚಿತ ವ್ಯಕ್ತಿಯಾಗಿ ಆತನಲ್ಲಿದ್ದ ಗೂಢವಾದ ಎಚ್ಚರಿಕೆಯನ್ನೂ ಭೀತಿಯನ್ನೂ ಚುಚ್ಚುತ್ತಿತ್ತು. ಕೋಣೆಯಲ್ಲಿ ಆತನು ಆಕೆಯೊಡನೆ ಮಾತುಕತೆ ನಡೆಸಿರಲಿಲ್ಲ, ಅಥವಾ ಆಕೆಯ ಮುಂದೆ ನಿಂತಿರಲೂ ಇಲ್ಲ, ಯಾಕೆಂದರೆ, ಅಲ್ಲಿಗೆ ಬರಗೊಡದಂತೆ ಮಾಡುವುದು ಆತನಿಗೆ ಇಷ್ಟವಿರಲಿಲ್ಲ. ನೀಲಿಬಣ್ಣದ ಉಡುಪಿನ ಒಳಗಿನ ಆಕೆಯ ಶರೀರದ ಉಬ್ಬುತಗ್ಗುಗಳನ್ನು ದಿಟ್ಟಿಸಿ ನೋಡುವುದರ ಮೂಲಕ ಮತ್ತು ಆಕೆಯು ಬರಿಗಾಲಿನಿಂದ ನಡೆಯುತ್ತಿದ್ದಾಗ ಆಗುತ್ತಿದ್ದ ಆಕೆಯ ಕಾಲಿನ ಆಭರಣದ ಮರ್ಮರ ಶಬ್ದವನ್ನು ಕೇಳುವುದರ ಮೂಲಕ, ತನ್ನಲ್ಲಿ ಅಡಗಿದ್ದ ವಿಷಯಾಸಕ್ತಿಗಳನ್ನು ಮಾನಸಿಕವಾಗಿ ತೀರಿಸಿಕೊಳ್ಳುವುದರಿಂದಲೇ ಆತನು ಸಂತೃಪ್ತನಾಗುತ್ತಿದ್ದನು. ಆ ಆಭರಣದ ಮರ್ಮರ ಶಬ್ದವು, ಆತನ ಅಭಿಧಮನಿಗಳಲ್ಲಿ ತನ್ನ ಮನೋಭಾವನೆಯ ಕರಾಳ ಚ್ಯುತಿಯಿಂದ ಹಬ್ಬಿದ ಜ್ವಲಂತ ವಿಫಲತೆಯ ಕಚಗುಳಿಯನ್ನು ಉಂಟುಮಾಡುತ್ತಿತ್ತು.

ತನ್ನಲ್ಲಿ ಮನೋವೇದನೆಯನ್ನು ಉಂಟುಮಾಡಿದ್ದ ತಲ್ಲೀನತೆಯನ್ನು ಕೊನೆಗಾಣಿಸಲು ಆತನು ಪ್ರಯತ್ನಿಸಿದನು. ತನ್ನ ಜೀವನದಲ್ಲಿ ಆತನು ಮತ್ತೊಂದು ಪ್ರವಾಹಕ್ಕೆ ಸಿಕ್ಕಿಕೊಂಡಿದ್ದನು. ಆ ಬಾಳು ಬಡವಾಗಿತ್ತು. ಪ್ರತಿವರ್ಷವೂ ಅನೇಕ ತಿಂಗಳುಗಳವರೆಗೆ ಆ ಹಳ್ಳಿಯಲ್ಲಿ ಆತನು ಇದ್ದ ಇಡಿಯ ಸಮಯದಲ್ಲಿ ಆದು ಭಾವನೆಯನ್ನು ಅಥವಾ ಅರ್ಥವನ್ನು ಕಳೆದುಕೊಂಡಿತ್ತು. ನಾಗರಿಕತೆಯ ಹೊರವಲಯದಲ್ಲಿ ತನ್ನ ಜನರು ಹೇಗೆ ಬಾಳುತ್ತಿದ್ದಾರೆಂಬುದನ್ನು ಆತನು ಸ್ಮರಿಸಿಕೊಂಡನು ಮತ್ತು ತನ್ನ ಉಪವಾಸದ ಸಹಜ ಪ್ರವೃತ್ತಿಗಳನ್ನು ಆತನು ನುಂಗಿಕೊಂಡನು. ಹಳೆಯ ಉಡುಪಿನ ಕೊಳಕು ದಾರಗಳಂತೆ ಹಾರಾಡುತ್ತ ಕಳೆದುಹೋಗುತ್ತಿದ್ದ ತನ್ನ ಬಾಳಿನ ದಿನಗಳ ಅಲ್ಪ ಸ್ವರೂಪವನ್ನು ಮನಗಂಡು, ಆತನಿಗೆ ಮನೋವೇದನೆಯ ಕಟು ಅನುಭವ ಉಂಟಾಗುತ್ತಿತ್ತು. ತಾನು ಭಾವಿಸಿಕೊಂಡಿದ್ದಂತೆ ಮಂಕು ಬಡಿದ ಹಾಗೆ ಕಂಡುಬರುತ್ತಿದ್ದ ಗುಡಿಸಲಿನಿಂದಲೂ ತನ್ನ ಮೂಗಿನ ಹೊಳ್ಳೆಗಳಲ್ಲಿ ಅಸಹನೀಯವಾಗಿ ಸುಡುತ್ತಿದ್ದ ನಾತದ, ದನದ ಗಂಜಲದಿಂದ ತುಂಬಿದ್ದ ಸಗಣಿಯ ರಾಶಿಗಳಿಂದಲೂ ತನ್ನನ್ನು ಬಿಡುಗಡೆಗೊಳಿಸ ಬಹುದಾದ ದಿನದ ನಿತ್ಯ ನಿರೀಕ್ಷೆಯು ಆತನಲ್ಲಿ ಉಂಟಾಗಿದ್ದ ಕಚ್ಚು – ಕಡಿತದ ವೇದನೆಯನ್ನು ತೀವ್ರಗೊಳಿಸಿತ್ತು.

ನೆಲದ ಮೇಲೆ ಮೋಡಗಳು ಹಾಸಿದ ನೆರಳುಗಳಿಂದ ಕೋಣೆಯಲ್ಲಿ ಕತ್ತಲೆಯು ಹೆಚ್ಚು ಹೆಚ್ಚಾಗಿ ಕವಿದಂತೆ, ಆ ಮಾರನೆಯ ದಿನವೂ ನದಿಗೆ ಯಾರೂ ಹೋಗುವುದಿಲ್ಲವೆಂಬ ವಿಷಯ ಆತನ ಮನಸ್ಸಿಗೆ ಮತ್ತಷ್ಟು ಖಾತರಿಯಾಯಿತು. ಆಗ ಮಳೆಬರಬಹುದೆಂದು ಎನಿಸುತ್ತಿತ್ತು. ಮಳೆ ಬಂದರೆ ಹಳ್ಳಿಯ ಅನುಭವವು ಅದುವರೆಗೆ ಆತನಿಗೆ ತೋರಿಸಿಕೊಟ್ಟಿದ್ದ ಪ್ರಕಾರ, ಸಿಹಿ ನೀರು ತುಂಬಾ ದೊರೆಯುವುದು, ಆಕಾಶದಲ್ಲಿ ಚೆದರಿದ್ದ ಕಾರ್ಮೋಡಗಳು ಮತ್ತೆ ಕೂಡಿಕೊಂಡುವು, ಅವುಗಳನ್ನು ಪಡುವಣ ಗಾಳಿಗಳು ದೂಡಿದುವು. ಅವುಗಳ ವಾಸನೆಯು ಸಮೃದ್ಧ ಪ್ರವಾಹದ ಭರವಸೆಯನ್ನು ನೀಡುತ್ತಿತ್ತು. ಉರಿಯುವ ಕೊಳ್ಳಿಯಂತೆ ಇದ್ದ ಆ ಮರುಭೂಮಿಯಲ್ಲಿ ಸಿಹಿನೀರು ತುಂಬಿಕೊಳ್ಳುವುದೆಂಬ ಭರವಸೆಯ ಸಂತೋಷದೊಂದಿಗೆ, ಆತನಲ್ಲಿ ಹುದುಗಿ ಕೊಂಡಿದ್ದ ಆಸೆಗಳ ನೋವಿನ ಕಾವು ಹಾಗೆಯೇ ಇದ್ದಿತು. ಅದು ಆತನ ಆಸೆಗಳನ್ನು ಶೂನ್ಯ ಸ್ಥಿತಿಯಲ್ಲಿ ಮುಳುಗಿಸುತ್ತಿತ್ತು. ಈ ಶೂನ್ಯ ಸ್ಥಿತಿಯಲ್ಲಿನ ಕೊಲೆಯ ದುರ್ದೆಶೆಯನ್ನು ತನ್ನ ಪಟ್ಟಣಕ್ಕೆ ತಪ್ಪಿಸಿಕೊಂಡು ಹೋಗುವುದರಿಂದ ಮಾತ್ರವೇ ನಿರ್ಮೂಲಗೊಳಿಸುವುದು ಸಾಧ್ಯವಿತ್ತು. ದೂರದ ಗುಡ್ಡದಾಚೆಗೆ, ಹಳ್ಳಿಯ ಪೂರ್ವದಿಗಂತದಲ್ಲಿ ಆ ಪಟ್ಟಣವು ಅಡಗಿ ಕೊಂಡಿತ್ತು. ಅಷ್ಟೊಂದು ಸಾವಕಾಶವಾಗಿ ಕಳೆಯುತ್ತಿದ್ದ ದಿನಗಳಿಂದ ಆತನನ್ನು ಪಾರುಗೊಳಿಸಿ

ಕಾಪಾಡುವಂತಹದು ಪಟ್ಟಣವೊಂದೇ. ಪ್ರತಿಯೊಂದು ತಿಂಗಳಿನ ಕೊನೆಯಲ್ಲೂ ಆತನು ತನ್ನ ದೇಹದ ಹಸಿವೆಯನ್ನು ತೃಪ್ತಿಪಡಿಸಿಕೊಳ್ಳಲು, ಸಣ್ಣ ಉತ್ತಮ ನೀಲಿ ಕಾಗದಗಳನ್ನು (ಹಣದ) ಕಸಿದುಕೊಳ್ಳುವುದಕ್ಕಾಗಿ ಆತನನ್ನು ಪಟ್ಟಣಕ್ಕೆ ಕರೆತರಲಾಗುತ್ತಿತ್ತು. ಆದರೆ ಈ ಹಸಿವೆಯು ತೀರಿದೊಡನೆಯೇ, ಇಲ್ಲಿ ಆತನ ಬರಡು ರಾತ್ರೆಗಳಿಗಿಂತಲೂ ಹೆಚ್ಚು ಬಲಿಷ್ಠವಾದ ಕೋಶಗಳು ತೆರೆಯುತ್ತಿದ್ದವು ಮತ್ತು ಅಡಗಿಸಿದ ದನಿಯಲ್ಲಿ ದೈತ್ಯ ವಿಷಯಾಸಕ್ತಿಯು ಆತನ ಅಭಿಧಮನಿಗಳಲ್ಲಿ ಹುಯಿಲೆಬ್ಬಿಸುತ್ತಿತ್ತು.

ಬೇಗನೆ... ಹಳ್ಳಿಯ ಮಂಚಗಳ ಮೇಲೆ ರಾತ್ರೆ ಕವಿಯುವುದು, ಅವುಗಳನ್ನು ಮೂಕ ಮೌನವು ಆವರಿಸಿಕೊಳ್ಳಲಿದೆ. ಬೊಗಳುವ ನಾಯಿಗಳ ಮತ್ತು ಸಂಜೆಯ ವೇಳೆಗೆ ಹಿಂದಿರುಗುತ್ತ ಅರಚುತ್ತಿರುವ ಕುರಿಗಳ ಧ್ವನಿಗಳು ಮಾತ್ರವೇ ಈ ಮೌನವನ್ನು ಆಗಾಗ್ಗೇ ಮುರಿಯುತ್ತವೆ. ನೀರಿಹೋಸ್ಕರ ದೀರ್ಘಕಾಲದವರೆಗೆ ಅನ್ವೇಷಣೆಯನ್ನು ನಡೆಸಿ 'ಅಬ್ಬಾಸ' ಬಂದನು. ಸಿಹಿ ನೀರಿನ ಬುದ್ದಲಿ ಬೇಗನೆ ಬರುವುದೆಂದೂ, ಅದನ್ನು ಸ್ವತಃ ನೀರಿನವಳೇ ಹೊತ್ತು ತರುವಳೆಂದೂ ಅವನು ತಿಳಿಸಿದನು. 'ಅಬ್ಬಾಸ' ಹೊರಟು ಹೋದಾಗ, ಆತನು ಆ ಇಕ್ಕಟ್ಟಾದ ಅಂಗಳದಲ್ಲಿ ತುಕ್ಕು ಹಿಡಿದಿದ್ದ ಪೀಪಾಯಿಯ ಮುಂದೆ ನೆಲದ ಮೇಲೆ ಕುಳಿತುಕೊಂಡನು. ಆ ಪೀಪಾಯಿಯಲ್ಲಿ ಆತನು ಚಳಿಗಾಲದ ಬಣ್ಣ ಬಣ್ಣದ ಹೂಗಳ ಗಿಡಗಳನ್ನು ನೆಟ್ಟಿದ್ದನು. ಆತನು ಮಣ್ಣನ್ನು ತಿರಿವಿಹಾಕುತ್ತ ಹೀಗಿಡಗಳಿಗೆ ನೀರು ಹಾಕ ತೊಡಗಿದನು. ಆತನ ಕೈಗಳು ನಿಧಾನವಾಗಿ ಕೆಲಸವನ್ನು ಮಾಡುತ್ತಿದ್ದಾಗ, ಆತನ ಮನದಾಳದಲ್ಲಿ ಹೊಸ ವಿಚಾರವೊಂದು ಸ್ವತಃ ರೂಪುಗೊಳ್ಳುತ್ತಿತ್ತು... ಒಮ್ಮೆ ಗಾಬರಿಯ ಕಂಪನವು ಆತನ ಉಸಿರು ಕಟ್ಟಿಸಿತು...ಹಳ್ಳಿಯಲ್ಲಿ ವ್ಯಾಪಿಸಿಕೊಂಡಿರುವ ತಲೆಮೊರೆಗಳವರೆಲ್ಲರೂ ಪಾಲಿಸುವ ಕ್ಲುಪ್ತ ಜೀವನ ಪ್ರಮಾಣಗಳ ಹಿನ್ನೆಲೆಯನ್ನು ತನ್ನ ಮನಸ್ಸಿನಲ್ಲಿ ಇಟ್ಟುಕೊಂಡು ಮತ್ತು ಗೌರವ ಬಗೆಗೆ ಅಪಾರ ಪ್ರಮಾಣದಲ್ಲಿ ಕಂತೆ ಪುರಾಣದ ಕತೆಗಳನ್ನು ಮನಸ್ಸಿನಲ್ಲಿಟ್ಟುಕೊಂಡು... ಹೆದರುತ್ತಿರುವ... ಹೆದರುತ್ತಿರುವ ತಾನು... ಹಾಗೆ ಮಾಡಲು ಸಾಧ್ಯವೆ ? ...ಮತ್ತು ರಕ್ತಪಾತದಿಂದ ಈ ಅಂತರಕ್ಕೆ ಸೇತುಬಂಧನ ಹೇಗೆ ಸಾಧ್ಯವಾದೀತು !

ಹಾಗೆ ಆಲೋಚಿಸುತ್ತಿದ್ದಾಗ ಭಯವುಂಟಾಯಿತಾದರೂ... ಅಬ್ಬಾಸನು ಹಳ್ಳಿಯಲ್ಲಿನ ವೇಶ್ಯಾವಾಟಿಕೆಯ ಬಗೆಗೆ ಪಿಸಿಮಾತಿನಲ್ಲಿ ದೀರ್ಘಕಾಲದವರೆಗೆ ಅನೇಕ ಸಲ ರಾತ್ರೆಯ ವೇಳೆಯಲ್ಲಿ ಹೇಳಿದ್ದನು... ಆ ಮನೆಯಲ್ಲಿ ಹೊಸಬರಿಗೆ ಪ್ರವೇಶವು ದೊರೆಯದೆಂದೂ ಅವನು ತಿಳಿಸಿದ್ದನು... ಹೆಚ್ಚು ಹಣವನ್ನು ಕೊಡುವವರು ಯಾರಾದರೂ ನೀರಿನವಳನ್ನು ಪಡೆಯುವುದು ಅಸಾಧ್ಯವೇನೂ ಅಲ್ಲವೆಂದು ಕೂಡ ಆತನು ಸೂಚಿಸಿದ್ದನು, – ಇವೆಲ್ಲ ವಿಚಾರಗಳೂ ಆತನ ಮನಸಿನಲ್ಲಿದ್ದ ಉಜ್ವಲ ಸತ್ಯದೊಡನೆ ಕೂಡಿಕೊಂಡವು ಮತ್ತು ಆತನ ಭಾವನೆಯ ಆಂತರಿಕ ಛಾಯೆಗಳಲ್ಲಿ ಹುದುಗಿ ಹೋಗಿದ್ದ ಅಂತಿಮ ಸ್ಥಿತಿಯ ದೆಶೆಯಲ್ಲಿ ತಿರುಗಿಕೊಳ್ಳಲು ಅವು ಆತನಿಗೆ ಪ್ರೇರಣೆಯನ್ನು ನೀಡಿದುವು.

ಸಂಜೆಗತ್ತಲೆಯಾದಾಗ... ಬಾಗಿಕೊಂಡಿದ್ದ ಬಾಗಿಲನ್ನು ನೀರಿನವಳು ಸ್ವಲ್ಪ ಮಟ್ಟಿಗೆ ನೂಕಿದಳು ಮತ್ತು ತನ್ನ ನೀರಿನ ಬುದ್ದಲಿಯ ಭಾರವನ್ನು ಹೊತ್ತುಕೊಂಡು ಒಳಕ್ಕೆ ಬರುತ್ತ, ಹೀಗೆ ಕೇಳತೊಡಗಿದಳು ;

– ನೀರನ್ನು ಎಲ್ಲಿ ಸುರಿಯಲಿ ! ? ಇದು ನಮ್ಮಲ್ಲಿಂದ ತಂದ ಸಿಹಿನೀರು ! ಆತನು ತನ್ನ ಹೊಸ ವಿಚಾರವನ್ನು... ಆಗತಾನೇ ಜಾಗೃತಮಟ್ಟದಲ್ಲಿ ಉದ್ಭವಿಸಿದ್ದ ವಿಚಾರವನ್ನು...

ಗೆದ್ದುಕೊಂಡನು. ಆತನು ಏಳಲು ಪ್ರಯತ್ನಿಸಿದಾಗ, ಆತನ ಕಾಲುಗಳಲ್ಲಿ ಚೈತನ್ಯವಿರಲಿಲ್ಲ... ಆಕೆಯು ಆತನೆದುರು ನಿಂತಾಗ, ಆತನಿಗೆ ತೋರಿದ ವಿಚಾರವು... ಬಾವಿಯಿಂದ ಪ್ರತಿದಿನವೂ ಆಕೆಯು ನೀರನ್ನು ತಂದಾಗ ಅನುಭವಕ್ಕೆ ಬಂದ ವಿಚಾರಗಳಿಗಿಂತಲೂ ಹೆಚ್ಚು ಪ್ರಬಲವಾಗಿದ್ದಿತು... ಆದರೆ ಆತನು ಆ ಅವಕಾಶವನ್ನು ಸ್ವತಃ ಬಳಸಿಕೊಳ್ಳುವುದು ಸಾಧ್ಯವಾಗಲಿಲ್ಲ...ಇದೇ ಕ್ಷಣದಲ್ಲಿಯೇ ಆತನು ತನ್ನ ದೇಹವನ್ನು ಶಸ್ತ್ರ ಚಿಕಿತ್ಸಕರ ಶಲ್ಯಕ್ಕೆ ಸ್ವೇಚ್ಛೆಯಿಂದ ಒಡ್ಡುತ್ತಿದ್ದಂತೆ ಆತನಿಗೆ ಭಾಸವಾಯಿತು.... ಆದರೂ, ಆಗ ಅಲ್ಲಿ ಸಂಭವಿಸಿದುದು, ವೇದನೆಯಿಂದ ತುಂಬ ದೂರವಾಗಿತ್ತು... ಮತ್ತು ಸಂತಸದ ಸೌಂದರ್ಯಕ್ಕೆ ಹೆಚ್ಚು ನಿಕಟವಾದುದಾಗಿತ್ತು...

ಅದೋ ಅಲ್ಲಿ !

ಆತನು ತನ್ನ ಕೋಣೆಯನ್ನು ಆಕೆಗೆ ತೋರಿಸಿದನು. ಅಲ್ಲಿ ಸಂಜೆಗತ್ತಲು ಮುತ್ತಿಗೆ ಹಾಕಿತ್ತು. ತಾನು ಕುಳಿತಿದ್ದ ಸ್ಥಳದಿಂದಲೇ ಆತನು ಆಕೆಯನ್ನು ನೋಡುತ್ತಿದ್ದನು. ಆಕೆಯು ಹಿಂದಕ್ಕೆ ಬಾಗಿಕೊಂಡು ತನ್ನ ಬುದ್ದಲಿಯ ಹೊರೆಯನ್ನು ಇಳಿಸುತ್ತಿದ್ದುದನ್ನು, ಬುದ್ದಲಿಯ ತೊಗಲಿಗೆ ತನ್ನ ಬೆನ್ನ ಹಿಂದೆ ಕಟ್ಟಿಕೊಂಡಿದ್ದ ಹಗ್ಗಗಳನ್ನು ನೆಲದ ಮೇಲೆ ಬಿಚ್ಚಿಹಾಕುತ್ತಿದ್ದುದನ್ನು ಆತನು ನೋಡುತ್ತಿದ್ದನು. ಆಕೆಯ ಮತ್ತೊಂದು ಕೈ ಆಕೆಯ ಕಾಲುಗಳ ಸುತ್ತಲೂ ತೊಡರಿಕೊಂಡಿದ್ದ ಉಡುಪಿನ ಅಂಚನ್ನು ಕೂಡಿಸಿಕೊಳ್ಳುವ ಕೆಲಸದಲ್ಲಿ ತೊಡಗಿತ್ತು... ಆತನು ಕಾಯ್ದುಕೊಂಡಿದ್ದನು... ಬುದ್ದಲಿಯ ಬಾಯಿಗೆ ಕಟ್ಟಿದ್ದ ಹಗ್ಗವನ್ನು ಬಿಚ್ಚಿ, ಆಕೆಯು ಕೋಣೆಯ ಮೂಲೆಯಲ್ಲಿದ್ದ ಹೂಜಿಯಲ್ಲಿ ಅದನ್ನು (ಬುದ್ದಲಿಯ ಬಾಯಿಯನ್ನು) ಸೇರಿಸಿ, ಅದರ ನೀರನ್ನು ಸುರಿಯ ತೊಡಗುವವರೆಗೂ ಆತನು ಕಾಯುತ್ತಿದ್ದನು.

ಬಾಗಿಲಿಗೆ ಅಡ್ಡವಾಗಿ ಆತನ ನೆರಳು ಬಂದಾಗ ಆಕೆಗೆ ಹೆದರಿಕೆಯೇನೂ ಆಗಲಿಲ್ಲ... ಆತನೇನೂ ಹೇಳಲೂ ಇಲ್ಲ... ಯಾಕೆಂದರೆ, ಆಕೆಯ ಬಗೆಗೆ ಆತನಿಗೆ ಇನ್ನೂ ಮರುಕವಿದ್ದಿತು... ಹಿಂದೆ ಬಹು ಸಮಯಕ್ಕೆ ಮುಂಚಿನ ಸಂಗತಿಯೊಂದು ಆತನಿಗೆ ನೆನಪಾಯಿತು... ಅದು ಆತನ ಯೌವನ ಕಾಲದ ದಿನಗಳದೊಂದು ಸಂಗತಿಯಾಗಿತ್ತು, ಮಹಿಳೆಯ ಬಗೆಗೆ ಅದು ಆತನ ಮೊದಲನೆಯ ಅನುಭವ. ಆತನು ಆ ಕಾಲದಲ್ಲಿ ವೇಶ್ಯೆಯ ಮನೆಯನ್ನು ಪ್ರವೇಶಿಸಿದ್ದಾಗಲೂ, ಆತನ ಕಾಲುಗಳ ತಳದಿಂದ ಇದೇ ಬಗೆಯ ನಡುಕ ಉಂಟಾಗಿತ್ತು, ಮತ್ತೆ ಈಗಲೂ ಅದೇ ಪರಿಸ್ಥಿತಿ. ನೀರಿನವಳ ಬಳಿಗೆ ಆತನು ಹೆಜ್ಜೆಹಾಕುತ್ತಿದ್ದಾಗ, ಮತ್ತೆ ಅದೇ ಬಗೆಯ ಬಲಹೀನತೆಯ ಅನುಭವ ಉಂಟಾಯಿತು.

ಆಕೆಯು ಬುದ್ದಲಿಯಿಂದ ನೀರನ್ನು ಸುರಿಯುತ್ತಲೇ ಇದ್ದಳು... ಗುಟ್ಟಾಗಿ ಈ ಎಚ್ಚರಿಕೆಯಿಂದಲೂ ಆಕೆಯು ತನ್ನ ಕಣ್ಣೋಟವನ್ನು ಬೀರುತ್ತಲೇ ಇದ್ದಳು...ಒಮ್ಮೆ ಆತನ ಕಡೆಗೂ, ಮತ್ತೊಮ್ಮೆ ಬುದ್ದಲಿಯಿಂದ ಬೀಳುತ್ತಿದ್ದ ನೀರಿನ ಕಡೆಗೂ ತನ್ನ ದೃಷ್ಟಿಯನ್ನು ಆಕೆಯು ಹಾಯಿಸುತ್ತಿದ್ದಳು...

ಡೆರ್ ಡೆಕ್... ಡೆರ್ ಡೆಕ್... ಡೆರ್ ಡೆಕ್... ಆತನ ಮನಸ್ಸಿನಲ್ಲಿ ಉಕ್ಕೇರಿ ಬರುತ್ತಿದ್ದ ಸಂತಸದ ಸೊಬಗು, ಭಾರಿ ಪ್ರವಾಹದಂತೆ ಆತನ ಗಡುಸಾದ ಎಲುಬುಗಳ ನೆಣವನ್ನು ಕೂಡ ತಲಪುತ್ತಿತ್ತು... ಆತನ ಭಾರಿ ವೇದನೆಯು ಇತರ ಮನೋಭಾವಗಳೊಂದಿಗೆ ಜೊತೆಗೂಡಿ ಬಂದ ಭೀತಿಯನ್ನು ತೀವ್ರಗೊಳಿಸಿತು...ಆತನ ದೇಹದಲ್ಲಿ ಪ್ರತಿಯೊಂದು ಸ್ನಾಯುವೂ ಸಂಕುಚಿತಗೊಂಡಿತು, ಆತನ ಕಣ್ಣುಗಳ ಮುಂದೆ ಅದೊಂದು ಪರದೆಯನ್ನು ಹಬ್ಬಿಸಿದಂತಾಯಿತು.

ಆಕೆಯು ಆತನ ತೋಳುಗಳಲ್ಲಿ ಮೃದುವಾಗಿ, ಸಣ್ಣದಾಗಿ ವಿಶ್ರಾಂತಳಾಗಿದ್ದಳು. ಆಕೆಯ

ಕೈಕಾಲುಗಳಿಂದ ಬೆವರು ತೊಟ್ಟಿಕ್ಕುತ್ತಿತ್ತು. ಆತನ ಕೈಗಳು ಆಕೆಯನ್ನೂ ಒತ್ತಿದಂತೆ, ಆಕೆಯ ಬೆಚ್ಚನೆಯ ಗುಟ್ಟಿನ ಸ್ಥಾನಗಳಿಗೆ ಅದು ಕೂಡಿಕೊಂಡಂತೆ, ತೀವ್ರವಾದ ಆ ಸೆಳೆತಗಳಿಗೆ ಆಕೆಯು ವಶಳಾದಳು. ವಾಸಕ್ಕೆ ಆ ಹಳ್ಳಿಯೇ ಸುಂದರವಾದ ಸ್ಥಳವೆಂಬ ಭಾವನೆಯು ಒಡನೆಯೇ ಆತನಿಗೆ ಉಂಟಾಯಿತು. ಅಂದಿನ ತರುವಾಯ ಆತನು ಆ ಹಳ್ಳಿಯನ್ನು ಮೆಚ್ಚಿಕೊಳ್ಳ ಬಹುದೆಂದೆನಿಸಿತು. ಆತನ ಹೃದಯದಲ್ಲಿ ಊರಿನ ದೊಡ್ಡ ಮೋಸಗಾರನ ಬಗೆಗೆ ರೂಢಿಯ ಪ್ರಕಾರ ನಡೆದುಕೊಳ್ಳುವ ಭಾವನೆಯುಂಟಾಯಿತು ಮತ್ತು ಅವನಲ್ಲಿಯೂ ಮಾರ್ದವತೆಯು ಮೂಡಬರುವುದೆಂದು ಆತನಿಗೆನಿಸಿತು... ಮತ್ತು ಆತನು ಅವನ ಬಗೆಗೆ... ಅಥವಾ 'ಅಬ್ಬಾಸನ' ಬಗೆಗೆ ಕೂಗಾಡುವುದಿಲ್ಲವೆಂದೆನಿಸತೊಡಗಿತು !!

ಸಂಜೆಗೆ ಊರೊಳಕ್ಕೆ ಹಿಂದಿರುಗಿ ಬರುತ್ತಿದ್ದ ಕುರಿಗಳು ತಮ್ಮ ಓಡಾಟದಿಂದ ಕೆದರಿ ಎಬ್ಬಿಸಿದ ಧೂಳಿನ ಕಣಗಳು ಆತನ ಮನೆಗೆ ಮುತ್ತಿಗೆ ಹಾಕಿದಾಗ, ಆತನ ಮನಸ್ಸಿಗೆ ಮತ್ತಷ್ಟು ಉತ್ತೇಜನ ಉಂಟಾಯಿತು, ಬುದ್ಧಿಯು ವಿಕಾಸಗೊಂಡಿತು. ಆಕೆಯ ಉಡುಪಿನ ಮೇಲೆ ಬಿದ್ದಿದ್ದ ಸಗಣಿಯ ಸುವಾಸನೆಯೊಡನೆ ಆ ಕಣಗಳು ಬೆರೆತುಕೊಂಡುವು. ದೂರದ ಕತ್ತಲೆಯಲ್ಲಿ ನಾಗರಿಕತೆಯ ಮಿಥ್ಯಾನಂದಗಳ ಬಗೆಗೆ ಆತನಲ್ಲಿ ಅಡಗಿಕೊಂಡಿದ್ದ ಆಸೆಗಳು, ಆತನ ಇತರ ಎಲ್ಲ ಅಭಿಲಾಷೆಗಳೊಂದಿಗೆ ಜಾರಿಕೊಂಡುವು ಮತ್ತು ಆತನು ಏದುಸಿರನ್ನು ಬಿಡತೊಡಗಿದಾಗ, ಅವೆಲ್ಲವೂ ನುಣುಪಾದುವು. ಅವುಗಳನ್ನೆಲ್ಲ ಆತನು ಮರೆತುಬಿಟ್ಟನು, ನೀರಿನವಳ ದೇಹವು ಆತನಿಗೊಂದು ದೊಡ್ಡ ಜಗತ್ತಾಗಿಬಿಟ್ಟಿತ್ತು ಮತ್ತು ಅದು ಆತನ ಕಲ್ಪನೆಯಲ್ಲಿ ಕಂಪಿಸುತ್ತಿದ್ದ ಅಸ್ತಿತ್ವವೆಂದೆನಿಸುತ್ತಿತ್ತು.

ಆಕೆಯ ಕೈಯಿಂದ ನೀರಿನ ಬುದ್ದಲಿಯ ಚರ್ಮವು ಕೆಳಕ್ಕೆ ಬಿತ್ತು. ಅದರಿಂದ ಹೂಜಿಗೆ ತಗುಲಿದ ಹೊಡೆತದ ಪರಿಣಾಮವಾಗಿ, ತುಂಬಿದ್ದ ನೀರಿನೊಂದಿಗೆ ಆ ಹೂಜಿಯು ಕೆಳಗುರುಳಿತು. ಹೂಜಿಯ ಬಾಯಿಯಿಂದ ನೀರು – ಸಿಹಿನೀರು – ಹರಿಯತೊಡಗಿತು. ಆತನ ತುಟಿಗಳ ಮಧ್ಯೆ, ಆಕೆಯ ಬಾಯಿಯಿಂದ ಅಸ್ಪಷ್ಟ ಶಬ್ದಗಳು ಕಂಪಿಸಿ ಬರತೊಡಗಿದುವು.

– ಅಯ್ಯೋ, ಇಲ್ಲಿ ಕೇಳಿ ! ಸಿಹಿನೀರು....ಅಷ್ಟೂ ಹೋಯಿತು !

ಆತನು ಏನೂ ಉತ್ತರ ಕೊಡಲಿಲ್ಲ...ಯಾಕೆಂದರೆ, ಆಗಷ್ಟೇ ಆತನು ಅದನ್ನು ಸ್ವತಃ ಮನಗಂಡಿದ್ದನು...ವಸ್ತುತಃ ಆತನು ಸಿಹಿನೀರಿನಲ್ಲಿಯೇ ಮುಳಗಿ ಹೊರಳುತ್ತಿದ್ದನು. ❍

ಇರಾನ್

○ ಅನಾಮಿಕ

ನಾವಿಕ ಮತ್ತು ಮುತ್ತು ವ್ಯಾಪಾರಿ

ಬಸ್ರಾ ಪಟ್ಟಣದಲ್ಲಿ ಅಬುಅಲ್ ಫವಾರಿಸ್ ಎಂಬೊಬ್ಬಾತನಿದ್ದನೆಂದೂ, ಆತನು ಪಟ್ಟಣದ ನಾವಿಕರ ಮುಖಂಡನಾಗಿದ್ದನೆಂದೂ, ಯಾಕೆಂದರೆ, ಮಹಾಸಾಗರದಲ್ಲಿ ಚರಿಸುತ್ತ ಆತನು ಭೂಸ್ಪರ್ಶ ಮಾಡದೆ ಇದ್ದ ಸ್ಥಳವೇ ಇಲ್ಲವೆಂದೂ ಹೇಳುತ್ತಾರೆ. ಒಂದು ದಿನ ಆತನು ಕಡಲಕರೆಯಲ್ಲಿ ಕುಳಿತಿದ್ದನು. ಆಗ ಅಲ್ಲಿಗೆ ನಾವಿಕರು ಅವನ ಸುತ್ತಲೂ ಕುಳಿತಿದ್ದರು. ಆಗ ಅಲ್ಲಿಗೆ ಬಂದು ತಲಪಿದ ಒಂದು ನೌಕೆಯಿಂದ ಮುದುಕನೊಬ್ಬಾತನು ಇಳಿದನು. ಆತನು ಅಬುಅಲ್ ಫವಾರಿಸ್ ಕುಳಿತಿದ್ದ ಸ್ಥಳಕ್ಕೆ ಬಂದು, "ಗೆಳೆಯಾ, ನನ್ನ ಕೆಲಸಕ್ಕಾಗಿ ನಿನ್ನ ನೌಕೆಯನ್ನು ಆರು ತಿಂಗಳು ಕಾಲ ಬಳಸಬೇಕೆಂದು ನನ್ನ ಆಸೆ. ಅದಕ್ಕೆ ನೀನು ಕೇಳಿದಷ್ಟು ಹಣವನ್ನು ನಾನು ಕೊಡುವೆನು" – ಎಂದು ಆತನಿಗೆ ಹೇಳಿದನು. "ನನಗೆ ಒಂದು ಸಾವಿರ ಚಿನ್ನದ ದಿನಾರ್ ಕೊಡಬೇಕಾಗ್ತದೆ" ಎಂದು ಫವಾರಿಸ್ ಹೇಳಿದನು. ಮುದುಕನು ಆತನು ಕೇಳಿದಷ್ಟು ಹಣವನ್ನು ಕೂಡಲೆ ಕೊಟ್ಟನು ಮತ್ತು ಅಲ್ಲಿಂದ ಹೊರಡುತ್ತ ಅಲ್ಲಿಗೆ ಮಾರನೆಯ ದಿನವೇ ಮತ್ತೆ ಬರುವುದಾಗಿ ತಿಳಿಸಿದನು. ಮಾತಿಗೆ ತಪ್ಪಕೂಡದು, – ಮಾರನೆಯ ದಿನವೇ ನೌಕೆಯೊಂದಿಗೆ ಸಿದ್ಧವಾಗಿರಬೇಕು – ಎಂದು ಆತನು ಅಬುಅಲ್ ಫವಾರಿಸ್‌ನಿಗೆ ಎಚ್ಚರಿಕೆಯನ್ನೂ ನೀಡಿದನು.

ತಾನು ಗಳಿಸಿದ ಚಿನ್ನದ ನಾಣ್ಯಗಳನ್ನು ನಾವಿಕ ಮುಖಂಡನು ತನ್ನ ಮನೆಗೆ ತೆಗೆದುಕೊಂಡು ಹೋದನು. ತನ್ನ ನೌಕೆಯನ್ನು ಸಿದ್ಧಪಡಿಸಿಕೊಂಡು, ಆಮೇಲೆ ತನ್ನ ಹೆಂಡತಿಯಿಂದಲೂ, ಗಂಡುಮಕ್ಕಳಿಂದಲೂ ಬೀಳ್ಕೊಳ್ಳುತ್ತ, ಕಡಲ ತಡಿಗೆ ಹೋದನು. ಆ ವೇಳೆಗಾಗಲೇ ಮುದುಕನು ಅಲ್ಲಿಗೆ ಒಬ್ಬ ಗುಲಾಮನನ್ನೂ ಮತ್ತು ಇಪ್ಪತ್ತು ಕತ್ತೆಗಳು ಹೊರುವಷ್ಟು ಭಾರದ ಖಾಲಿ ಚೀಲಗಳನ್ನೂ ತನ್ನೊಂದಿಗೆ ತಂದಿದ್ದು, ಅಬುಅಲ್ ಫವಾರಿಸ್ ಮತ್ತು ಆತನ ನೌಕೆಗಾಗಿ ಕಾಯುತ್ತಿದ್ದುದು ಕಂಡುಬಂದಿತು. ನಾವಿಕನು ಮುದುಕನಿಗೆ ವಂದನೆಯನ್ನು ಸೂಚಿಸಿದನು. ಚೀಲಗಳನ್ನು ನೌಕೆಯಲ್ಲಿ ತುಂಬಿಸಿಕೊಂಡು ಅವರು ಪ್ರಯಾಣ ಹೊರಟರು. ಒಂದು ವಿಶಿಷ್ಟ ನಕ್ಷತ್ರವನ್ನು ತಮ್ಮ ಗುರುತಾಗಿಟ್ಟುಕೊಂಡು,

ಅವರು ಮೂರು ತಿಂಗಳವರೆಗೆ ನೌಕಾ ಪ್ರಯಾಣ ಮಾಡಿದರು. ಆಗ ಅವರಿಗೆ ಪಕ್ಕದಲ್ಲೊಂದು ದ್ವೀಪ ಕಾಣಿಸಿತು. ಈ ದ್ವೀಪದ ಕಡೆಗೇ ನೌಕೆಯನ್ನು ಮುದುಕನು ತಿರುಗಿಸಿದನು. ಅವರು ಬೇಗನೆ ಆ ದ್ವೀಪವನ್ನು ತಲಪಿ, ದಡದಲ್ಲೊಂದು ಕಡೆ ನೌಕೆಯಿಂದ ಇಳಿದರು. ಮುದುಕನು ತನ್ನ ಗುಲಾಮನ ಮೇಲೆ ಚೀಲಗಳದೊಂದು ಹೊರೆಯನ್ನು ಹೇರಿದನು; ಆಮೇಲೆ ದೂರದಲ್ಲಿ ಕಾಣುತ್ತಿದ್ದ ಒಂದು ಬೆಟ್ಟದ ಬಳಿಗೆ ಅವರನ್ನು ಕರೆದುಕೊಂಡು ಹೋದನು. ಕೆಲವು ಗಂಟೆಗಳ ಪ್ರಯಾಣದ ತರುವಾಯ ಅವರು ಬೆಟ್ಟವನ್ನು ತಲಪಿದರು ಮತ್ತು ಅದರ ತುದಿಯವರೆಗೆ ಹತ್ತಿದರು. ತುದಿಯನ್ನು ತಲಪಿದಾಗ ಅಲ್ಲಿ ಅವರಿಗೆ ವಿಶಾಲವಾದ ಬಯಲು ಕಂಡುಬಂದಿತು. ಆ ಬಯಲಿನಲ್ಲಿ ಇನ್ನೂರಕ್ಕಿಂತಲೂ ಹೆಚ್ಚು ಹಳ್ಳಗಳನ್ನು ಅಗೆಯಲಾಗಿತ್ತು, ಆಗ ಮುದುಕನು ನಾವಿಕ ಫವಾರಿಸನೊಂದಿಗೆ ಮಾತನಾಡುತ್ತ , ತಾನೊಬ್ಬ ವ್ಯಾಪಾರಿ ಎಂಬುದನ್ನೂ ಆ ಸ್ಥಳದಲ್ಲಿ ತಾನೊಂದು ಗಣಿಯನ್ನು ಕಂಡುಹಿಡಿದಿರುವುದನ್ನೂ ತಿಳಿಸಿದನು. "ನಿನ್ನಲ್ಲಿ ನಾನೀಗ ಭರವಸೆ ಯನ್ನಿಟ್ಟಿದ್ದೇನೆ. ನೀನೂ ಸಹ ನಿಷ್ಠೆಯುಳ್ಳವನಾಗಿರುವೆ ಎಂಬುದೇ ನನ್ನ ನಿರೀಕ್ಷೆ. ನೀನು ಈ ಹಳ್ಳಗಳಲ್ಲಿ ಕೆಳಕ್ಕೆ ಇಳಿಯಬೇಕು ಮತ್ತು ಅಲ್ಲಿರುವ ಮುತ್ತುಗಳನ್ನು ಆದಷ್ಟು ಹೆಚ್ಚಾಗಿ ಈ ಚೀಲ ಗಳಲ್ಲಿ ತುಂಬಿ ಮೇಲಕ್ಕೆ ಕಳಿಸಬೇಕೆಂಬುದೇ ನನ್ನ ಇಚ್ಛೆ. ಅವುಗಳಲ್ಲಿ ಅರ್ಧದಷ್ಟನ್ನು ನಾನು ನಿನಗೆ ಕೊಡುವೆನು. ಇನ್ನು ಮುಂದೆ ನಾವು ನಮ್ಮ ಆಯುಸ್ಸನ್ನು ಸುಖವಾಗಿ ಕಳೆಯಬಹುದು" ಎಂದು ಮುದುಕನು ಹೇಳಿದನು. ಈ ಹಳ್ಳಗಳಿಗೆ ಮುತ್ತುಗಳು ಹೇಗೆ ಬಂದವು ?" ಎಂದು ನಾವಿಕನು ಕೇಳಿದನು. ಕೆಳಗಡೆ, ಈ ಹಳ್ಳಗಳನ್ನು ಸಮುದ್ರಕ್ಕೆ ಕೂಡಿಸುವ ಸುರಂಗ ಮಾರ್ಗವಿದೆ ಎಂದು ಮುದುಕನು ತಿಳಿಸಿದನು. ಸಿಂಪಿಗಳು ಈ ಮಾರ್ಗದಿಂದಲೇ ಈಜಿಕೊಂಡು ಬಂದು ಈ ಹಳ್ಳಗಳಲ್ಲಿ ನೆಲೆಮಾಡಿಕೊಂಡಿದ್ದುವೆಂದೂ ತಾನು ಅದನ್ನು ಅನಿರೀಕ್ಷಿತವಾಗಿ ಕಂಡುಕೊಂಡೆನೆಂದೂ ಮುದುಕನು ವಿವರಿಸಿದನು. ತನಗೆ ಸಹಾಯದ ಆವಶ್ಯಕತೆ ಇದ್ದುದರಿಂದಲೇ ತಾನು ಆ ನಾವಿಕನನ್ನು ಕರೆತಂದಿದ್ದನೆಂದು ಸೂಚಿಸುತ್ತ, ಈ ರಹಸ್ಯ ವಿಷಯವನ್ನು ಬೇರೆ ಯಾರಿಗೂ ಆತನು ತಿಳಿಸಲೇಕೂಡದೆಂದು ಮುದುಕನು ಎಚ್ಚರಿಕೆ ನೀಡಿದನು.

ಆಮೇಲೆ ಅಬುಅಲ್ ಫವಾರಿಸ್ ವಿಶೇಷ ಉತ್ಸುಕತೆ ಮತ್ತು ಉತ್ಸಾಹದಿಂದ ಒಂದು ಹಳ್ಳದೊಳಕ್ಕೆ ಇಳಿದನು. ಅಲ್ಲಿ ಬಹುಸಂಖ್ಯೆಯ ಸಿಂಪಿಗಳನ್ನು ಆತನು ಕಂಡನು. ಮುದುಕನು ಒಂದು ಬುಟ್ಟಿಯನ್ನು ಕೆಳಕ್ಕೆ ಇಳಿಸಿದನು. ನಾವಿಕನು ಬುಟ್ಟಿಯಲ್ಲಿ ಸಿಂಪಿಗಳನ್ನು ತುಂಬಿ ಮೇಲಕ್ಕೆ ಕಳಿಸಿದನು. ಹೀಗೆ ಅನೇಕ ಬುಟ್ಟಿಗಳನ್ನು ಮತ್ತೆ ಮತ್ತೆ ತುಂಬಿ ಮೇಲಕ್ಕೆ ಕಳಿಸಿದ ಮೇಲೆ, ಆ ಸಿಂಪಿಗಳು ನಿರುಪಯುಕ್ತವಾದವುಗಳೆಂದೂ ಅವುಗಳಲ್ಲಿ ಮುತ್ತುಗಳೇ ಇಲ್ಲವೆಂದೂ, ಮುದುಕನು ಮೇಲಿನಿಂದ ಕೂಗಿ ಹೇಳುತ್ತ, ತನ್ನ ಅಸಮಾಧಾನವನ್ನು ಸೂಚಿಸಿದನು. ಆದುದರಿಂದ ಅಬುಅಲ್ ಫವಾರಿಸ್ ಆ ಹಳ್ಳವನ್ನು ಬಿಟ್ಟು ಮತ್ತೊಂದಕ್ಕೆ ಇಳಿದನು, ಅಲ್ಲಿ ಬಹುಸಂಖ್ಯೆಯಲ್ಲಿ ಮುತ್ತು ಸಿಂಪಿಗಳಿದ್ದವು. ಅವುಗಳನ್ನು ಆತನು ಮತ್ತೆ ಮತ್ತೆ ಬುಟ್ಟಿಯಲ್ಲಿ ತುಂಬಿ ಮೇಲಕ್ಕೆ ಕಳಿಸಿದನು, ಸಂಜೆಯ ಹೊತ್ತಿಗೆ, ಇಡಿಯ ದಿನದ ಕೆಲಸದಿಂದ ಆತನಿಗೆ ಸಾಕುಸಾಕಾಗಿಹೋಗಿತ್ತು. ಹಳ್ಳದಿಂದ ಮೇಲಕ್ಕೇರಿಬರಲು ತನಗೆ ಸಹಾಯ ಮಾಡಬೇಕೆಂದು ಅವನು ಮುದುಕನನ್ನು ಕೋರಿದನು. ಆದರೆ, ಆತನನ್ನು ಹಳ್ಳದಲ್ಲಿಯೇ ಬಿಟ್ಟಿರುವುದು ತನ್ನ ಉದ್ದೇಶವೆಂದೂ, ಏಕೆಂದರೆ, ಮೇಲಕ್ಕೆ ಬಂದಮೇಲೆ ಆ ಮುತ್ತುಗಳಿಗೋಸ್ಕರ ಅಬುಅಲ್ ಫವಾರಿಸ್ ತನ್ನನ್ನು ಕೊಲ್ಲಲೂಬಹುದೆಂಬ ಭಯ ತನಗುಂಟೆಂದೂ ಆ ಧೂರ್ತ ಮುದುಕನು ಮೇಲಿನಿಂದಲೇ ಕೂಗಿ ಹೇಳಿ, ತಿಳಿಸಿದನು. ನಾವಿಕನು ಹಳ್ಳದ ತಳದಲ್ಲಿ ಆವೇಶದಿಂದ

ಪ್ರತಿಭಟಿಸಿದನು, ಅಂತಹ ದುರುದ್ದೇಶವು ತನಗೇನೂ ಇಲ್ಲವೆಂದು ದೈನ್ಯದಿಂದ ತಿಳಿಸಿದನು. ಆದರೂ ಮುದುಕನು ನಾವಿಕನ ಪ್ರಾರ್ಥನೆಗಳಿಗೆ ಕಿವಿಗೊಡದೆ, ಮುತ್ತಿನ ಸಿಂಪಿಗಳ ಚೀಲಗಳೊಂದಿಗೆ ಆ ನಾವಿಕನ ನೌಕೆಗೆ ಹಿಂದಿರುಗಿ, ವಾಪಸು ಪ್ರಯಾಣಕ್ಕೆ ಹೊರಟೇಬಿಟ್ಟನು.

ಮೂರು ದಿನಗಳವರೆಗೆ ಹಸಿವು – ನೀರಡಿಕೆಗಳಿಂದ ಪರಿತಪಿಸುತ್ತ ಹಳ್ಳದೊಳಗಡೆಯೇ ಅಬುಅಲ್ ಫವಾರಿಸ್ ಉಳಿದುಕೊಂಡಿದ್ದನು. ಅಲ್ಲಿಂದ ಪಾರಾಗುವ ಮಾರ್ಗವನ್ನು ಹುಡುಕಲು ಆತನು ವಿಶೇಷ ಪ್ರಯತ್ನ ಮಾಡಿದನು. ಒಂದು ಕಡೆಯಂತೂ ಅಲ್ಲಿ ಆತನಿಗೆ ಮನುಷ್ಯರ ಅನೇಕ ಮೂಳೆಗಳು ಕಂಡುಬಂದುವು. ತನಗೆ ಮೋಸ ಮಾಡಿದಂತೆಯೇ ಈ ದುಷ್ಟ ಮುದುಕನು ಇನ್ನೂ ಅನೇಕ ಜನರಿಗೆ ಹಿಂದೆ ದ್ರೋಹ ಮಾಡಿದ್ದುದರ ಪರಿಣಾಮವೇ ಅದು ಎಂದು ನಾವಿಕನಿಗೆನಿಸಿತು. ಹತಾಶನಾಗಿ ಆತನು ಅಲ್ಲಿದ್ದ ಮೂಳೆಗಳಿಂದ ತನ್ನ ಸುತ್ತಲೂ ಅಗೆದನು, ಕಟ್ಟಕಡೆಗೆ ಆತನಿಗೊಂದು ಸಣ್ಣ ಕಿಂಡಿಯು ಕಂಡುಬಂದಿತು. ಅದನ್ನು ಆತನು ತನ್ನ ಕೈಗಳಿಂದಲೇ ತೋಡಿ, ದೊಡ್ಡದು ಮಾಡಿದನು, ತಾನು ತೆವಳಿಕೊಂಡು ಹೋಗುವಷ್ಟು ಮಟ್ಟಿಗೆ ಆ ಕಿಂಡಿಯು ದೊಡ್ಡದಾದಾಗ, ಆತನು ಅದರಲ್ಲೇ ಮುಂದಕ್ಕೆ ಮುಂದಕ್ಕೆ ಸರಿದನು. ಕತ್ತಲೆಯಲ್ಲಿ ಹಾಗೆಯೇ ಮುಂದುವರಿಯುತ್ತ ; ಕಡೆಗೆ ಅಲ್ಲಿ ಕೆಸರಿನಲ್ಲಿ ನಿಂತುಕೊಳ್ಳುವಂತಾಯಿತು. ಹಾಗೆಯೇ ಜಾಗರೂಕತೆಯಿಂದ, ನಿಧಾನವಾಗಿ ಆತನು ಮುಂದುಮುಂದಕ್ಕೆ ನಡೆದುಕೊಂಡು ಹೋದನು. ಇದ್ದಕ್ಕಿದ್ದಂತೆಯೇ ಆತನು ಕೊರಳಿನವರೆಗೆ ಮುಳುಗಿದಂತೆ ಭಾಸವಾಯಿತು. ಆ ನೀರಿನ ರುಚಿ ಉಪ್ಪುಪ್ಪಾಗಿತ್ತು. ಸಮುದ್ರದ ಕಡೆಗೆ ಸಾಗುವ ಮಾರ್ಗದಲ್ಲಿ ತಾನಿದ್ದುದು ನಾವಿಕನಿಗೆ ಹೊಳೆಯಿತು. ಅದೇ ನೀರಿನಲ್ಲಿಯೇ ಆತನು ಸ್ವಲ್ಪ ದೂರದವರೆಗೆ ಈಜಿಕೊಂಡು ಹೋದನು. ಆಗ ಆತನಿಗೆ ಮುಂದೆ ಮುಸುಕು ಮಸುಕಾದ ಬೆಳಕು ಕಾಣಿಸಿತು. ಅದನ್ನು ಕಂಡು ಆತನಿಗೆ ವಿಶೇಷ ಉತ್ಸಾಹವುಂಟಾಯಿತು. ಹಾಗೆಯೇ ಕಷ್ಟಪಟ್ಟು ಮುಂದು ಮುಂದಕ್ಕೆ ಈಜಿಕೊಂಡು ಹೋದಾಗ, ಆತನು ಆ ಕಿಂಡಿ ಮಾರ್ಗದ ಮುಖವನ್ನು ತಲಪಿದನು. ಅಲ್ಲಿಂದ ಹೊರಬಂದು ದಡವನ್ನು ಸೇರಿಕೊಂಡಾಗ, ಮುಂದೆ ವಿಶಾಲ ಸಮುದ್ರವು ಆತನಿಗೆ ಕಂಡುಬಂದಿತು. ಪ್ರಾಣಾಪಾಯದಿಂದ ಪಾರಾದುದಕ್ಕಾಗಿ ದಿವ್ಯಶಕ್ತಿಗೆ ತನ್ನ ಧನ್ಯವಾದವನ್ನು ಸೂಚಿಸಲು ಆತನು ತಲೆಬಾಗಿ ನೆಲಮುಟ್ಟಿದನು. ಮೇಲಕ್ಕೆದ್ದು ಸ್ವಲ್ಪ ದೂರದವರೆಗೆ ಮುನ್ನಡೆದನು, ಬೆಟ್ಟ ಹತ್ತುವುದಕ್ಕೆ ಮೊದಲು ಸ್ವತಃ ತಾನೇ ಬಿಟ್ಟುಹೋಗಿದ್ದ, ತೋಳಿಲ್ಲದ ಮೇಲಂಗಿಯು ಅಲ್ಲೇ ಆತನಿಗೆ ಕಂಡುಬಂದಿತು. ಆದರೆ ಮುದುಕ ವ್ಯಾಪಾರಿಯ ಸುಳಿವು ಮಾತ್ರ ಇರಲಿಲ್ಲ. ಅಷ್ಟು ಮಾತ್ರವೇ ಅಲ್ಲದೆ, ಆತನ ನೌಕೆಯೂ ಅಲ್ಲಿಂದ ಮಾಯವಾಗಿತ್ತು.

ತೊಂದರೆಗೆ ಸಿಕ್ಕಿಕೊಂಡು, ನಿರಾಶಾಭರಿತನಾಗಿ ಅಬುಅಲ್ ಫವಾರಿಸ್ ಆ ಜಲದ ಅಂಚಿನಲ್ಲಿಯೇ ಕುಳಿತುಕೊಂಡನು. ಅಚ್ಚರಿಗೊಂಡು, ಮುಂದೇನು ಮಾಡಬೇಕೆಂದು ಕುತೂಹಲ ಪೂರ್ವಕವಾಗಿ ಆಲೋಚಿಸತೊಡಗಿದನು. ಸಮುದ್ರದ ಕಡೆಗೆ ಹಾಗೆಯೇ ದಿಟ್ಟಿಸಿ ನೋಡುತ್ತಿದ್ದಾಗ, ದೂರದಲ್ಲೊಂದು ನೌಕೆಯು ಕಾಣಿಸಿತ್ತು. ಅದರಲ್ಲಿ ಜನರು ತುಂಬಿದ್ದುದು ಆತನಿಗೆ ಕಂಡು ಬಂದಿತು. ಅದನ್ನು ಕಂಡು ನಾವಿಕನಿಗೆ ತಾನಿದ್ದೆಡೆಯಲ್ಲಿಯೇ ನೆಗೆದಾಡುವಷ್ಟು ಸಂತೋಷ ವಾಯಿತು. ತನ್ನ ತಲೆಗೆ ಸುತ್ತಿಕೊಂಡಿದ್ದ ಬಟ್ಟೆಯನ್ನು ಬಿಚ್ಚಿ, ತನ್ನಲ್ಲಿ ಉಳಿದಿದ್ದ ಬಲವೆಲ್ಲವನ್ನೂ ಬಳಸಿ, ಅದನ್ನು ಗಾಳಿಯಲ್ಲಿ ಅಲ್ಲಾಡಿಸಿದನು ಮತ್ತು ತನ್ನ ದನಿಯೇರಿಸಿ ಕೂಗಿದನು. ಆದರೆ, ಅವರು ಸಮೀಪಕ್ಕೆ ಬಂದಾಗ, ತಾನು ಹಾಗೆ ಅಲ್ಲೇಕೆ ಇರಬೇಕಾಯಿತೆಂಬುದರ ಬಗೆಗೆ ಸತ್ಯಾಂಶವನ್ನು ಅವರಿಗೆ ತಿಳಿಸಕೂಡದೆಂದು ಆತನು ನಿರ್ಧರಿಸಿಕೊಂಡನು. ಆದುದರಿಂದಲೇ,

ಅವರು ದಡ ತಲಪಿದ ಮೇಲೆ, ಆತನು ಈ ದ್ವೀಪಕ್ಕೆ ಹೇಗೆ ಬಂದನೆಂದು ಅವರು ಕೇಳಿದಾಗ, ಸಮುದ್ರದಲ್ಲಿ ತನ್ನ ನೌಕೆಯು ಮುಳುಗಿಹೋಯಿತೆಂದೂ ಒಂದು ಹಲಗೆಯನ್ನು ಗಟ್ಟಿಯಾಗಿ ಹಿಡಿದುಕೊಂಡು, ಅದರ ಮೂಲಕ ಆ ದಡಕ್ಕೆ ಬಂದು ಸೇರಿಕೊಂಡೆನೆಂದೂ ಆತನು ಅವರಿಗೆ ತಿಳಿಸಿದನು.

ಅಪಾಯದಿಂದ ಪಾರಾದ ಒಳ್ಳೆಯ ಅದೃಷ್ಟಕ್ಕಾಗಿ ಅವರೆಲ್ಲರೂ ಆತನನ್ನು ಅಭಿನಂದಿಸಿದರು. ಅವರು ಎಲ್ಲಿಯವರೆಂದು ಆತನು ಕೇಳಿದ ಪ್ರಶ್ನೆಗಳಿಗೆ ಉತ್ತರವನ್ನು ನೀಡುತ್ತ, ಅಬಿಸೀನಿಯ ದೇಶದಿಂದ ತಾವು ಬಂದುದಾಗಿಯೂ, ಮುಂದೆ ಹಿಂದೂಸ್ತಾನದ ಕಡೆಗೆ ಪ್ರಯಾಣ ಮಾಡುತ್ತಿರುವುದಾಗಿಯೂ ಅವರು ತಿಳಿಸಿದರು. ಈ ವಿಷಯವು ತಿಳಿದ ಮೇಲೆ, ಆ ನೌಕೆಯಲ್ಲಿ ಹೋಗಲು ಅಬುಅಲ್ ಫವಾರಿಸ್ ಹಿಂಜರಿದನು ಮತ್ತು ತನಗೆ ಹಿಂದೂಸ್ತಾನದಲ್ಲೇನೂ ಕೆಲಸವಿಲ್ಲವೆಂದು ಅವರಿಗೆ ಹೇಳತೊಡಗಿದನು. ಆದರೂ ಕೂಡ, ಅವರು ಬಸ್ರಾ ಕಡೆಗೆ ಹೋಗುವ ನೌಕೆಗಳನ್ನು ಮಾರ್ಗದಲ್ಲಿ ಸಂಧಿಸುವರೆಂದೂ, ಆತನನ್ನು ಅವುಗಳಲ್ಲೊಂದರಲ್ಲಿ ಕಳಿಸಿಕೊಡುವರೆಂದೂ ಆತನಿಗೆ ಆಶ್ವಾಸನೆಯನ್ನು ನೀಡಿದರು. ಆಗ ಆತನು ಅವರೊಂದಿಗೆ ಹೋಗಲು ಒಪ್ಪಿಕೊಂಡನು. ನಲವತ್ತು ದಿನಗಳವರೆಗೆ ಅವರು ಆ ನೌಕೆಯಲ್ಲಿ ಪ್ರಯಾಣ ಮಾಡಿದರು. ಆದರೆ ಜನವಸತಿಯ ಯಾವ ಸ್ಥಳವೂ ಅದುವರೆಗೆ ಅವರ ಕಣ್ಣಿಗೆ ಬೀಳಲಿಲ್ಲ. ಕಟ್ಟಕಡೆಗೆ, ಅವರು ದಾರಿ ತಪ್ಪಿದ್ದರೇನೋ ಎಂಬ ಸಂಶಯ ಉಂಟಾಯಿತು. ಆತನು ಅವರನ್ನು ಕೇಳಿದಾಗ, ಅದೇ ಮಾತು ನಿಜವಾಯಿತು. ತಾವು ಯಾವ ಕಡೆಗೆ ಹೋಗುತ್ತಿದ್ದರೆಂಬುದಾಗಲೀ ಅಥವಾ ಯಾವ ದಿಶೆಯಲ್ಲಿ ಹೋಗಬೇಕಾಗಿದ್ದಿತೆಂಬುದಾಗಲೀ ಅದುವರೆಗೆ ಐದು ದಿನಗಳಿಂದ ಅವರಿಗೆ ತಿಳಿಯಲಿಲ್ಲವೆಂಬುದನ್ನು ಅವರು ಒಪ್ಪಿಕೊಂಡರು. ಆದುದರಿಂದ ಅವರೆಲ್ಲರೂ ಒಟ್ಟಿಗೆ ಕುಳಿತುಕೊಂಡು ಪ್ರಾರ್ಥನೆ ಮಾಡತೊಡಗಿದರು ಮತ್ತು ಸ್ವಲ್ಪ ಹೊತ್ತಿನವರೆಗೆ ಹಾಗೆ ಪ್ರಾರ್ಥನೆ ಮಾಡುತ್ತಲೇ ಇದ್ದರು.

ಆಮೇಲೆ ಬೇಗನೆ ಅವರು ನೌಕೆಯನ್ನು ಮುನ್ನಡೆಸಿಕೊಂಡು ಹೋದಾಗ, ದೂರದಲ್ಲಿ ಮಸೀದಿಯ ಸ್ತಂಭಗೋಪುರದಂತಹ ಕಟ್ಟಡವು ಅವರಿಗೆ ಕಾಣಿಸಿತು ಮತ್ತು ಒಂದು ಪಿಂಗಾಣಿ ಕನ್ನಡಿಯ ಮಿಂಚು ಬೆಳಕನ್ನು ಕಂಡಂತಾಯಿತು. ತಮ್ಮ ನೌಕೆಯು, ಅದಕ್ಕೆ ತಾವೇ ಹುಟ್ಟು ಹಾಕ ಬೇಕಾದ ಶ್ರಮವೇನೂ ಇಲ್ಲದೆಯೇ ಮತ್ತು ಗಾಳಿಯ ಯಾವುದೇ ವಿಶೇಷ ಶಕ್ತಿಯ ನೂಕಣೆಯೂ ಇಲ್ಲದೆಯೇ, ವಿಶೇಷ ವೇಗವಾಗಿ ನೀರಿನ ಮೇಲೆ ಚಲಿಸತೊಡಗಿದುದನ್ನು ಅವರು ಗಮನಿಸಿದರು. ಬೆಕ್ಕಸಬೆರಗಾದ ಆ ನಾವಿಕರು ಹಳೆಯ ಅನುಭವಿಕನೆಂದು ಕಂಡುಬಂದ ಅಬುಅಲ್ ಫವಾರಿಸ್ ಬಳಿಗೆ ಧಾವಿಸಿ ಬಂದು, ತಮ್ಮ ನೌಕೆಯು ಅಷ್ಟೊಂದು ವೇಗವಾಗಿ ಚಲಿಸಲು ಅದಕ್ಕೇನಾಯಿತೆಂದು ಕೇಳಿದರು. ಆತನು ತನ್ನ ಕಣ್ಣೆತ್ತಿ ನೋಡಿದನು. ದೂರದಲ್ಲಿ ಸಮುದ್ರದಲ್ಲೇ ಕಾಣುತ್ತಿದ್ದ ಬೆಟ್ಟವೊಂದನ್ನು ಕಂಡು, ಕಣ್ಣರಳಿಸಿ, ಗಾಢವಾಗಿ ನರಳತೊಡಗಿದನು. ಭೀತಿಯಿಂದ ತನ್ನ ಕೈಗಳನ್ನು ಜೋಡಿಸಿ, ಕಣ್ಣುಗಳವರೆಗೆ ಎತ್ತಿಕೊಂಡು ಗಟ್ಟಿಯಾಗಿ ಹೀಗೆ ಕೂಗಿ ಹೇಳಿದನು ; "ನಾವೆಲ್ಲರೂ ಸಾಯುವೆವು, ನಮ್ಮ ತಂದೆಯವರು ನನಗೆ ಹಿಂದೆ ಎಷ್ಟೋ ಸಲ ಎಚ್ಚರಿಕೆ ನೀಡಿದ್ದರು. ಎಂದಾದರೂ ಸಮುದ್ರದಲ್ಲಿ ದಾರಿ ತಪ್ಪಿದರೆ, ನೌಕೆಯನ್ನು ಪೂರ್ವದ ಕಡೆಗೇ ನಡೆಸಿಕೊಂಡು ಹೋಗಬೇಕೆಂದು ನನಗೆ ಹೇಳಿದ್ದರು. ಪಶ್ಚಿಮದ ಕಡೆಗೆ ಹೋದರೆ, ಖಂಡಿತವಾಗಿಯೂ 'ಸಿಂಹದ ಬಾಯಿ'ಯೊಳಕ್ಕೆ ಬೀಳಬೇಕಾಗುವುದೆಂದು ಅವರು ತಿಳಿಸಿದ್ದರು. 'ಸಿಂಹದ ಬಾಯಿ' ಎಂದರೆ ಏನೆಂದು ನಾನು ಅವರನ್ನು ಕೇಳಿದ್ದೆನು.

ಸರ್ವಶಕ್ತನಾದ ದೇವರು ಸಾಗರದಲ್ಲಿ ಒಂದು ಬೆಟ್ಟದ ಪಾದದ ಬಳಿಯಲ್ಲಿ ಒಂದು ದೊಡ್ಡ ರಂಧ್ರವನ್ನು ಸೃಷ್ಟಿಸಿದ್ದಾನೆಂದೂ, ಅದೇ 'ಸಿಂಹದ ಬಾಯಿ' ಎಂದೂ ಅವರು ನನಗೆ ತಿಳಿಸಿದ್ದರು. ನೂರು ಹರದಾರಿಗಳಿಗಿಂತಲೂ ಹೆಚ್ಚು ದೂರದಿಂದಲೇ ಅದು ನೌಕೆಯನ್ನು ಆಕರ್ಷಿಸುತ್ತದೆಂದೂ ಮತ್ತು ಮೇಲಕ್ಕೆ ತೇಲುವುದಿಲ್ಲವೆಂದೂ ಅವರು ನನಗೆ ತಿಳಿಸಿದ್ದರು. ಇದೇ ಆ ಸ್ಥಳವೆಂದು ನನಗೆನಿಸುತ್ತಿದೆ. ನಾವು ನಿಜವಾಗಿಯೂ ಸಿಕ್ಕಿಬಿದ್ದೆವು."

ತಮ್ಮ ನೌಕೆಯು ಬೆಟ್ಟದ ಕಡೆಗೇ ಬಿರುಗಾಳಿಯಿಂದ ದೂಡಿದಂತೆ ವೇಗವಾಗಿ ಸಾಗುತ್ತಿದ್ದುದನ್ನು ಕಂಡು ನಾವಿಕರಿಗೆ ವಿಶೇಷ ಭೀತಿಯುಂಟಾಯಿತು. ಅದು ಬೇಗನೆ ಸುಳಿಯಲ್ಲಿ ಸಿಕ್ಕಿಕೊಂಡಿತು. ಹತ್ತಾರು ಸಾವಿರದಷ್ಟು ಹಳೆಯ ನೌಕೆಗಳ ಚೂರುಪಾರುಗಳು ಅಲ್ಲಿನ ಸುಳಿಯಲ್ಲಿ ತಳಕ್ಕೂ, ಮೇಲಕ್ಕೂ ಸುತ್ತುತ್ತಿದ್ದುವು. ನೌಕೆಯಲ್ಲಿದ್ದ ನಾವಿಕರೂ ವ್ಯಾಪಾರಿಗಳೂ ಅಬುಅಲ್ ಫವಾರಿಸ್ ಬಳಿ ಗುಂಪುಗೂಡಿದರು ಮತ್ತು ಮುಂದೇನು ಮಾಡಲು ಸಾಧ್ಯವೆಂಬುದನ್ನು ತಿಳಿಸಬೇಕೆಂದು ಆತನನ್ನು ಕೋರಿದರು. ನೌಕೆಯಲ್ಲಿದ್ದ ಹಗ್ಗಗಳೆಲ್ಲವನ್ನೂ ಸರಿಪಡಿಸಿಕೊಂಡು ಸಿದ್ಧರಾಗಬೇಕೆಂದು ಆತನು ಅವರೆಲ್ಲರಿಗೂ ಕೂಗಿ ಹೇಳಿದನು. ತಾನು ಕಷ್ಟಪಟ್ಟು ಸುಳಿಯಿಂದಾಚೆಗೆ ಈಜಿಕೊಂಡು ಹೋಗುವುದಾಗಿಯೂ ಬೆಟ್ಟದ ತಳಭಾಗವನ್ನು ತಲಪುವುದಾಗಿಯೂ ಅಲ್ಲಿ ಬದಿಯಲ್ಲಿರುವ ದಪ್ಪವಾದ ಒಂದು ಮರಕ್ಕೆ ಹಗ್ಗವನ್ನು ಬಿಗಿಸುವುದಾಗಿಯೂ ಆತನು ತಿಳಿಸಿದನು. ಅವರೆಲ್ಲರೂ ಆಗ ತನ್ನ ಕಡೆಗೆ ಅವರವರ ಹಗ್ಗಗಳನ್ನು ಎಸೆಯಬೇಕೆಂದೂ, ಆಗ ಅವರುಗಳನ್ನು ಬೇರೆ ಬೇರೆಯಾಗಿ ಸೆಳೆದುಕೊಂಡು ತಾನು ಅವರನ್ನು ಅಪಾಯದಿಂದ ಪಾರುಗೊಳಿಸುವುದು ಸಾಧ್ಯವಾಗಬಹುದೆಂದೂ ಆತನು ಅವರಿಗೆ ಸೂಚಿಸಿದನು. ಬಹುಮಟ್ಟಿಗೆ ಅವರ ಒಳ್ಳೆಯ ಅದೃಷ್ಟದಿಂದ ಪ್ರವಾಹವು ಆತನನ್ನು ದಡ ಮುಟ್ಟಿಸಿತು. ನೌಕೆಯ ಹಗ್ಗವನ್ನು ಆತನು ದೊಡ್ಡ ಮರಕ್ಕೆ ಕಟ್ಟಿದನು. ಎಲ್ಲರನ್ನೂ ಗಂಡಾಂತರದಿಂದ ಪಾರುಮಾಡಿದನು.

ಆಮೇಲೆ ಸಾಧ್ಯವಾದಷ್ಟು ಬೇಗನೆ ನಾವಿಕನು ಆಹಾರಾನ್ವೇಷಣೆಗಾಗಿ ಬೆಟ್ಟದ ತುದಿಯನ್ನು ತಲಪಿದನು. ಯಾಕೆಂದರೆ, ಆತನಾಗಲೀ ಅಥವಾ ಆ ನೌಕೆಯ ಸಂಗಡಿಗರಾಲೀ ಅದುವರೆಗೆ ಕೆಲವು ದಿನಗಳಿಂದ ಏನೂ ತಿಂದಿರಲಿಲ್ಲ. ಬೆಟ್ಟದ ತುದಿಯನ್ನು ತಲಪಿದಾಗ ಅಲ್ಲಿ ತನ್ನ ಮುಂದೆ ವಿಶಾಲವಾದ ಬಯಲು ಪ್ರದೇಶವನ್ನು ಕಂಡು ಆತನಿಗೆ ಸಂತೋಷವಾಯಿತು. ಆ ಬಯಲಿನ ಮಧ್ಯೆ ದೂರದಲ್ಲೊಂದು ಕಮಾನು ಆತನಿಗೆ ಕಾಣಿಸಿತು. ಹಸುರು ಕಲ್ಲಿನಿಂದ ಅದನ್ನು ಕಟ್ಟಲಾಗಿತ್ತು. ಇನ್ನೂ ಹತ್ತಿರಕ್ಕೆ ಹೋಗಿ, ಒಳಹೊಕ್ಕು ನೋಡಿದ, ಅಲ್ಲಿ ಎತ್ತರದ ಒಂದು ಉಕ್ಕಿನ ಕಂಬವಿತ್ತು. ಅದಕ್ಕೊಂದು ಸರಪಳಿಯನ್ನು ತೂಗಹಾಕಲಾಗಿದ್ದು, ದಮಾಸ್ಕಸ್‌ನ ದೊಡ್ಡ ಕಂಚಿನ ಡೋಲನ್ನು ಅದಕ್ಕೆ ಕಟ್ಟಲಾಗಿತ್ತು. ಅದಕ್ಕೆ ಸಿಂಹದ ಚರ್ಮದ ಹೊದಿಕೆ ಇದ್ದಿತು. ಇದೇ ಕಮಾನಿನಿಂದ ಕಂಚಿನದೊಂದು ದೊಡ್ಡ ಫಲಕವೂ ಸಹ ತೂಗಾಡುತ್ತಿತ್ತು. ಅದರ ಮೇಲಿದ್ದ ಕೆತ್ತನೆಯಲ್ಲಿ ಹೀಗೆ ಸೂಚಿಸಲಾಗಿತ್ತು. "ಅಯ್ಯಾ, ಈ ಸ್ಥಳವನ್ನು ತಲಪಿದ ವ್ಯಕ್ತಿಯೇ! ಈ ವಿಷಯವನ್ನು ತಿಳಿದುಕೋ, ಅಲೆಕ್ಸಾಂಡರನು ಪ್ರಪಂಚದ ಸುತ್ತಲೂ ನೌಕಾಯಾನ ಮಾಡಿ ಈ ಸಿಂಹದ ಬಾಯಿಯನ್ನು ತಲಪಿದಾಗ, ಆತನಿಗೆ ವಿಪತ್ತಿನ ಈ ಸ್ಥಳದ ಬಗೆಗೆ ಮೊದಲೇ ತಿಳಿವಳಿಕೆಯನ್ನು ನೀಡಲಾಗಿತ್ತು. ಆದುದರಿಂದ ಆತನು ನಾಲ್ಕು ಸಾವಿರ ಮಂದಿ ವಿವೇಕವಂತರ ಜೊತೆಗೂಡಿಕೊಂಡು, ಈ ಸ್ಥಳದಿಂದ ಪಾರಾಗುವ ಸಾಧನವನ್ನು ಒದಗಿಸಬೇಕೆಂದು ಅವರಿಗೆ ಆಜ್ಞಾಪಿಸಿದ್ದನು. ತತ್ವಜ್ಞಾನಿಗಳು ಬಹುಕಾಲದವರೆಗೆ ಈ ವಿಷಯವನ್ನು ಕುರಿತು ಆಲೋಚಿಸಿದರು. ಕಟ್ಟಕಡೆಗೆ, ಈ ಡೋಲನ್ನು ತಯಾರಿಸಬೇಕೆಂದು ಅವರಿಗೆ ಪ್ಲೇಟೊ ಹೇಳಿದನು. ಇದರ

ಗುಣವಿಶೇಷವೇನೆಂದರೆ, ಸುಳಿಯಲ್ಲಿ ಸಿಕ್ಕಿದವರು ಯಾರಾದರೂ ಹೊರಬಂದು ಮತ್ತು ಈ ಡೋಲನ್ನು ಮೂರು ಸಲ ಬಡಿದರೆ ಆತನು ತನ್ನ ನೌಕೆಯನ್ನು ಮೇಲಕ್ಕೆ ತರಲು ಸಾಧ್ಯವಾಗುವುದು."

ಈ ಶಾಸನವನ್ನು ನಾವಿಕನು ಓದಿದಾಗ, ಆತನಿಗೆ ವಿಶೇಷ ಸಂತೋಷವಾಯಿತು. ಒಡನೆಯೇ ಆತನು ಕಡಲ ತಡಿಗೆ ಹೋಗಿ ತನ್ನ ಸಂಗಡಿಗರಿಗೆ ಈ ವಿಷಯವನ್ನು ತಿಳಿಸಿದನು. ತುಂಬ ಚರ್ಚೆ ನಡೆಸಿದ ತರುವಾಯ, ಆತನು ತನ್ನ ಜೀವವನ್ನು ಅಪಾಯಕ್ಕೀಡುಮಾಡಿ, ದ್ವೀಪದ ಮೇಲೆಯೇ ಇದ್ದುಕೊಂಡು ಡೋಲನ್ನು ಹೊಡೆಯಲು ಒಪ್ಪಿದನು. ಆದರೆ ಅವರು ತಮ್ಮ ಅಪಾಯದಿಂದ ಪಾರಾದ ಮೇಲೆ, ಬಸ್ರಾ ಪಟ್ಟಣಕ್ಕೆ ಹಿಂದಿರುಗಿ, ತಮ್ಮ ನೌಕೆಯಲ್ಲಿ ಕೊಂಡೊಯ್ಯುವ ಸಂಪತ್ತಿನಲ್ಲಿ ಅರ್ಧದಷ್ಟನ್ನು ತನ್ನ ಹೆಂಡತಿಗೂ ಮಕ್ಕಳಿಗೂ ಕೊಡಬೇಕೆಂಬ ಷರತ್ತನ್ನು ಅವರ ಮುಂದೆ ಇಟ್ಟನು. ಹೀಗೆ, ಅವರನ್ನು ವಾಗ್ದಾನದ ಕಟ್ಟುಪಾಡಿಗೆ ಒಳಪಡಿಸಿ, ಆತನು ಕಮಾನಿಗೆ ಹಿಂದಿರುಗಿದನು. ಒಂದು ದೊಣ್ಣೆಯನ್ನು ತೆಗೆದುಕೊಂಡು ಆ ಡೋಲನ್ನು ಆತನು ಮೂರು ಸಲ ಬಡಿದನು. ಅದರ ಪ್ರಬಲ ಗರ್ಜನೆಯು ಗುಡ್ಡದಿಂದ ಪ್ರತಿಧ್ವನಿಸಿದಂತೆ, ಸುಳಿಯಿಂದ ನೌಕೆಯು ಬಿಲ್ಲಿಗೇರಿಸಿ ಹಾರಿಸಲಾದ ಬಾಣದಂತೆ, ಹೊರಕ್ಕೆ ಹಾರಿಬಂತು. ಆಗ ನಾವಿಕರು ಅಬುಅಲ್ ಫವಾರಿಸಿಗೆ ವಿದಾಯವನ್ನು ತಾವೇ ಹೇಳಿಕೊಂಡು ತಮ್ಮ ಪ್ರಯಾಣವನ್ನು ಮುಂದುವರಿಸಿದರು. ಆಮೇಲೆ ತಮ್ಮ ಮರುಪ್ರಯಾಣದ ಕಾಲದಲ್ಲಿ ಬಸ್ರಾ ಪಟ್ಟಣಕ್ಕೆ ಹೋಗಿ, ತಾವು ತಂದಿದ್ದ ಸಂಪತ್ತಿನಲ್ಲಿ ಅರ್ಧ ಭಾಗವನ್ನು ನಾವಿಕನ ಕುಟುಂಬಕ್ಕೆ ತಮ್ಮ ವಾಗ್ದಾನದ ಪ್ರಕಾರ ತಲಪಿಸಿದರು.

ಸಂಪತ್ತು ದೊರೆತರು ಕೂಡ, ಅಬುಅಲ್ ಫವಾರಿಸ್ ಕಾಣೆಯಾದುದರ ಬಗೆಗೆ ಅವನ ಕುಟುಂಬದವರೂ ಆತನ ಪತ್ನಿಯೂ ವಿಶೇಷ ದುಃಖಿತರಾದರು.

ಇತ್ತ ಅಬುಅಲ್ ಫವಾರಿಸ್ ಬೆಟ್ಟದ ಮೇಲಿನ ಕಮಾನಿನ ಬಳಿಯಲ್ಲಿ ಚೆನ್ನಾಗಿ ನಿದ್ರಿಸಿದ ತರುವಾಯ, ತನ್ನನ್ನು ಜೀವಸಹಿತ ಉಳಿಸಿದ್ದಕ್ಕಾಗಿ ಸೃಷ್ಟಿಕರ್ತನಿಗೆ ಧನ್ಯವಾದವನ್ನು ವ್ಯಕ್ತಪಡಿಸುತ್ತ, ಪುನಃ ಬೆಟ್ಟದ ತುದಿಗೆ ದಾರಿಯನ್ನು ಹುಡುಕಿಕೊಂಡು ಹೋದನು. ಬಯಲಿನಲ್ಲಿ ಹಾಯ್ದು ಮುಂದ ಮುಂದಕ್ಕೆ ಆತನು ಏರಿಹೋದಂತೆ, ದೂರದಲ್ಲಿ ಅಲ್ಲೊಂದು ಕಡೆ ಕಪ್ಪು ಹೊಗೆ ಗಗನಕ್ಕೇರುತ್ತಿದ್ದುದು, ಆತನಿಗೆ ಕಾಣಿಸಿತು. ಅಲ್ಲಿನ ಆ ಬಯಲಿನಲ್ಲಿ ನದಿಗಳೂ ಇದ್ದುವು. ಆತನು ಹಾಗೆ ಒಂಬತ್ತು ನದಿಗಳನ್ನು ದಾಟಿಕೊಂಡು ಹೋದನು. ಹಸಿವೆಯಿಂದಲೂ ಬಳಲಿಕೆಯಿಂದಲೂ ಪೀಡಿತನಾಗಿ ಆತನು ಸಾಯುವ ಸ್ಥಿತಿಯಲ್ಲಿದ್ದಂತಿತ್ತು. ಒಮ್ಮೆಗೇ ಒಂದು ಪಕ್ಕದಲ್ಲಿ ಆತನಿಗೊಂದು ಹುಲ್ಲುಗಾವಲು ಪ್ರದೇಶವು ಕಂಡುಬಂದಿತು. ಅಲ್ಲಿ ಕುರಿಹಿಂಡುಗಳು ಮೇಯುತ್ತಿದ್ದುವು. ಅಂತೂ ಕಟ್ಟಕಡೆಗೆ ಜನವಸತಿಯ ಲಕ್ಷಣವನ್ನು ಕಂಡು ಆತನಿಗೆ ವಿಶೇಷ ಸಂತೋಷವಾಯಿತು. ಕುರಿಗಳ ಬಳಿಗೆ ಹೋದಾಗ, ಅವುಗಳೊಂದಿಗೆ ಅಲ್ಲಿ ಯುವಕನೊಬ್ಬಾತನು ಕಾಣಿಸಿದನು. ಬೆಟ್ಟದಂತೆಯೇ ಅವನೂ ಎತ್ತರವಾಗಿದ್ದ ವ್ಯಕ್ತಿ. ಕೆಂಪು 'ಫೆಲ್ಟ್' ಬಟ್ಟೆಯ, ತೋಳಿಲ್ಲದ, ಚಿಂದಿಯ ನಿಲುವಂಗಿಯೊಂದನ್ನು ಅವನು ತೊಟ್ಟಿದ್ದನು. ಆದರೆ ಅವನ ತಲೆಗೂ ಮೈಗೂ ಉಕ್ಕಿನ ಟೋಪಿ ಮತ್ತು ಕವಚಗಳು ಇದ್ದವು. ನಾವಿಕನು ಆತನಿಗೆ ವಂದಿಸಿದನು. ಮರುವಂದನೆಯೊಂದಿಗೆ 'ಎಲ್ಲಿಂದ ಬಂದೆ ?' ಎಂಬ ಪ್ರಶ್ನೆ ಬಂತು. ತಾನು ವಿಪತ್ತಿಗೆ ಗುರಿಯಾದ ವ್ಯಕ್ತಿಯೆಂದು ಆತನು ಹೇಳಿಕೊಂಡನು ಮತ್ತು ಅದುವರೆಗಿನ ತನ್ನ ಸಾಹಸಗಳನ್ನು ಕುರಿಗಾಹಿಗೆ ವಿವರಿಸಿದನು. ಅದನ್ನು ಕೇಳಿ ಆತ ನಗುತ್ತ, "ಆ ಪ್ರಪಾತದಿಂದ ತಪ್ಪಿಸಿಕೊಂಡದ್ದಕ್ಕೆ

ನೀನು ಸ್ವತಃ ಅದೃಷ್ಟಶಾಲಿ ಎಂದೆಣಿಸಿಕೋ. ಈಗಿನ್ನೇನೂ ಹೆದರಬೇಡ, ನಾನು ನಿನ್ನನ್ನು ಒಂದು ಹಳ್ಳಿಗೆ ಕರೆದುಕೊಂಡು ಹೋಗುತ್ತೇನೆ" ಎಂದು ಹೇಳಿದನು. ಹಾಗೆ ಹೇಳುತ್ತ, ನಾವಿಕನ ಮುಂದೆ ರೊಟ್ಟಿ ಮತ್ತು ಹಾಲು ಇಟ್ಟು, ಸ್ವೀಕರಿಸಲು ಹೇಳಿದನು. ಅದನ್ನು ನಾವಿಕನು ಸೇವಿಸಿದ ಮೇಲೆ, "ನೀನು ಇಡೀ ದಿನ ಇಲ್ಲಿ ಇರಲಾರೆ. ನಾನು ನಿನ್ನನ್ನು ಮನೆಗೆ ಕರೆದುಕೊಂಡು ಹೋಗುತ್ತೇನೆ. ನೀನು ಅಲ್ಲಿ ಸ್ವಲ್ಪ ಹೊತ್ತು ವಿಶ್ರಮಿಸಿಕೊಳ್ಳಬಹುದು" ಎಂದು ಕುರಿಗಾಹಿಯು ಹೇಳಿದನು. ಅವರು ಒಟ್ಟಿಗೆ ಬೆಟ್ಟದ ಪಾದದ ಬಳಿಗೆ ಇಳಿದರು. ಅಲ್ಲೊಂದು ಹೆಬ್ಬಾಗಿಲಿನ ದಾರಿ ಇದ್ದಿತು. ಅದಕ್ಕೊಂದು ಭಾರಿ ಕಲ್ಲು ಆತುಕೊಂಡಿತ್ತು. ಅದನ್ನು ಮೇಲಕ್ಕೆತ್ತುವುದು ನೂರು ಜನರಿಗೂ ಸಹ ಸಾಧ್ಯವಾಗುವಂತಿರಲಿಲ್ಲ. ಆದರೆ ಆ ಕುರಿಗಾಹಿಯು ಒಂದು ರಂಧ್ರದೊಳಕ್ಕೆ ಕೈಹಾಕಿ, ಅದನ್ನು ಹೆಬ್ಬಾಗಿಲಿನ ದಾರಿಯಿಂದ ಪಕ್ಕಕ್ಕೆ ಸುಲಭವಾಗಿಯೇ ಎತ್ತಿಟ್ಟನು ಮತ್ತು ಅಬುಅಲ್ ಫವಾರಿಸನ್ನು ಬಾಗಿಲಿನಿಂದ ಒಳಕ್ಕೆ ಕರೆದುಕೊಂಡು ಹೋದನು. ಆಮೇಲೆ ಅವನು ಕಲ್ಲನ್ನು ಮತ್ತೆ ಯಥಾಸ್ಥಾನದಲ್ಲಿಯೇ ನಿಲ್ಲಿಸಿಟ್ಟು ಹೊರಟುಹೋದನು.

ನಾವಿಕನು ಹೆಬ್ಬಾಗಿಲಿನ ಮೂಲಕ ಹಾಯುತ್ತಿದ್ದಾಗ, ತನ್ನ ಮುಂದೆ ಅಲ್ಲಿ ಸುಂದರವಾದ ಒಂದು ತೋಟವಿದ್ದುದನ್ನು ಕಂಡನು. ಅದರಲ್ಲಿ ಹಣ್ಣುಗಳು ತುಂಬಿದ್ದ ಮರಗಳಿದ್ದುವು. ಅವುಗಳ ಮಧ್ಯೆ ಒಂದು ಮಂಟಪವಿದ್ದಿತು. ಅದು ಆ ಕುರಿಗಾಹಿಯ ಮನೆಯೇ ಆಗಿರಬಹುದೆಂದು ನಾವಿಕನು ಭಾವಿಸಿಕೊಂಡನು. ಆತನು ಒಳಹೊಕ್ಕು ಭಾವಣಿಯ ಸುತ್ತಲೂ ನೋಡಿದನು. ಅನೇಕ ಮನೆಗಳು ಅಲ್ಲಿ ಆತನಿಗೆ ಕಂಡುಬಂದುವಾದರೂ, ಅವುಗಳಲ್ಲಿ ಒಬ್ಬ ವ್ಯಕ್ತಿಯಾದರೂ ಕಾಣಿಸಿಲಿಲ್ಲ. ಆದುದರಿಂದ, ಆತನು ಮೆಟ್ಟಲುಗಳ ಮೂಲಕ ಕೆಳಕ್ಕಿಳಿದನು, ಅತ್ಯಂತ ಸಮೀಪದಲ್ಲಿದ್ದ ಮನೆಯೊಂದನ್ನು ಪ್ರವೇಶಿಸಿದನು. ಅದರ ಹೊಸ್ತಿಲನ್ನು ದಾಟುವ ವೇಳೆಗೆ ಅಲ್ಲಿ ಹತ್ತು ಮಂದಿ ಕಂಡುಬಂದರು. ಅವರೆಲ್ಲರೂ ಬರಿ ಮೈಯಲ್ಲಿದ್ದರು, ತುಂಬಾ ಕೊಬ್ಬಿ ದಪ್ಪವಾಗಿದ್ದರು. ಅವರ ಕಣ್ಣುಗಳೆಲ್ಲವೂ ಮುಚ್ಚಿದ್ದಂತೆ ಕಂಡುಬರುತ್ತಿತ್ತು. ತಮ್ಮ ತಲೆಗಳನ್ನು ತಮ್ಮ ಮೊಳಕಾಲುಗಳ ಮೇಲೆ ಇಟ್ಟುಕೊಂಡು, ಅವರೆಲ್ಲರೂ ಜೋರಾಗಿ ಅಳುತ್ತಿದ್ದರು. ನಾವಿಕನ ಹೆಜ್ಜೆಗಳ ಸಪ್ಪಳ ಕೇಳಿಸಿದೊಡನೆಯೇ ಅವರು ತಮ್ಮ ತಲೆಗಳನ್ನೆತ್ತಿದರು. "ನೀನು ಯಾರು ?" ಎಂದು ನಾವಿಕನನ್ನು ಕೇಳಿದರು. ಕುರಿಗಾಹಿಯು ತನ್ನನ್ನು ಕರೆದುಕೊಂಡು ಬಂದನೆಂದೂ, ಆತಿಥ್ಯವನ್ನು ನೀಡಿದ್ದಾನೆಂದೂ ಅವರಿಗೆ ಆತನು ತಿಳಿಸಿದನು. ಇದನ್ನು ಕೇಳಿ ಅವರೆಲ್ಲರೂ ಒಮ್ಮೆಗೆ ಗಟ್ಟಿಯಾಗಿ ಕೂಗಿದರು. "ನಮ್ಮಂತೆಯೇ ಇಲ್ಲಿ ಇನ್ನೊಬ್ಬ ದುರದೃಷ್ಟಶಾಲಿ ಸಿಕ್ಕಿಬಿದ್ದ. ಈ ದೈತ್ಯನ ಹಿಡಿತಕ್ಕೆ ಸಿಕ್ಕಿ ಬಿದ್ದ, ಅವನು ತುಂಬಾ ಕೆಟ್ಟ ಹುಳ, ಕುರಿಗಾಹಿಯ ವೇಷದಲ್ಲಿ ಓಡಾಡುತ್ತಾನೆ. ಮನುಷ್ಯರನ್ನು ಹಿಡಿದು ಅವರನ್ನು ಕಬಳಿಸುತ್ತಾನೆ. ನಾವೆಲ್ಲರೂ ವ್ಯಾಪಾರಿಗಳು. ಪ್ರತಿಕೂಲ ಬಿರುಗಾಳಿಗೆ ಸಿಕ್ಕಿ ನಾವಿಲ್ಲಿಗೆ ಬರಲೇಬೇಕಾಯಿತು. ಆ ಪಿಶಾಚಿಯು ನಮ್ಮನ್ನು ಹೀಗೆ ಮಾಡಿಟ್ಟಿದ್ದಾನೆ." ಎಂದು ಅವರು ಹೇಳಿದರು.

ಕಟ್ಟಕಡೆಗೆ ತನಗೂ ಅದೇ ದುರ್ಗತಿಯುಂಟಾಗುತ್ತದೆಯೆಂದು ನಾವಿಕನೂ ನರಳ ತೊಡಗಿದನು. ಅದೇ ಸಮಯದಲ್ಲಿಯೇ ಕುರಿಗಾಹಿಯು ಬರುತ್ತಿದ್ದುದನ್ನು ಆತನು ಕಂಡನು. ಕುರಿಗಾಹಿಯು ತೋಟದೊಳಕ್ಕೆ ಕುರಿಗಳನ್ನು ಹೊಡೆದಟ್ಟಿದನು ಮತ್ತು ಮಂಟಪದೊಳಕ್ಕೆ ಬರುವುದಕ್ಕೆ ಮೊದಲು ಹೆಬ್ಬಾಗಿಲನ್ನು ಬಂಡೆಗಲ್ಲಿನಿಂದ ಮುಚ್ಚಿದನು. ಒಂದು ಚೀಲದ ತುಂಬ ಬಾದಾಮಿ, ಪಿಸ್ತಾ ಬೀಜಗಳನ್ನು ಮತ್ತು ಖರ್ಜೂರವನ್ನು ಅವನು ತಂದಿದ್ದನು. ಅದನ್ನು ನಾವಿಕನಿಗೆ ಕೊಟ್ಟು, ಇತರರೊಂದಿಗೆ ಅದನ್ನು ಹಂಚಿಕೊಳ್ಳಬೇಕೆಂದು ಆತನಿಗೆ ತಿಳಿಸಿದನು.

ಅವನಿಗೇನಾದರೂ ಹೇಳುವುದು ಅಬುಅಲ್ ಫವಾರಿಸಿಗೆ ಸಾಧ್ಯವಾಗಲಿಲ್ಲ, ಹಾಗೆಯೇ ಕುಳಿತುಕೊಂಡು, ಇತರ ಸಂಗಡಿಗರೊಡನೆ ಆ ಆಹಾರವನ್ನು ಆತನು ಸೇವಿಸಿದನು. ಅವರೆಲ್ಲರೂ ತಿಂದುದು ಮುಗಿದ ತರುವಾಯ ಕುರಿಗಾಹಿಯು ಮತ್ತೆ ಅಲ್ಲಿಗೆ ವಾಪಸು ಬಂದನು. ಕೊಬ್ಬಿದ್ದವರಲ್ಲೊಬ್ಬಾತನನ್ನು ಕೈಹಿಡಿದು ಎಳೆದುಕೊಂಡು, ಅವರೆಲ್ಲರ ಮುಂದೆಯೇ ಆತನನ್ನು ಕೊಂದು, ಅಲ್ಲಿಯೇ ಒಲೆಯ ಬೆಂಕಿಯ ಮೇಲೆ ಸುಟ್ಟು, ಆ ಮಾಂಸವನ್ನು ಅವನು ಕಬಳಿಸಿದನು. ಅವನಿಗೆ ತೃಪ್ತಿಯಾದಾಗ, ದ್ರಾಕ್ಷಾರಸದ ಬುದ್ದಲಿಯನ್ನು ತಂದು, ಅಮಲೇರಿ ಕೆಳಕ್ಕೆ ಬೀಳುವವರೆಗೂ ಅದನ್ನು ಕುಡಿದು, ಆಮೇಲೆ ಹಾಗೆಯೇ ನಿದ್ರಿಸಿದನು.

ಆ ತರುವಾಯ ನಾವಿಕನು ಅಲ್ಲಿನ ತನ್ನ ಸಂಗಡಿಗರ ಕಡೆಗೆ ತಿರುಗಿ, ಹೀಗೆ ಹೇಳಿದನು : "ನಾನು ಸಾಯಬೇಕಾಗಿರುವುದರಿಂದ, ಮೊದಲು ನಾನೇ ಅವನನ್ನು ನಾಶಗೊಳಿಸುವುದಕ್ಕೆ ನನಗೆ ಅವಕಾಶವನ್ನು ಕೊಡಿರಿ, ನನಗೆ ನೀವು ಸಹಾಯ ಮಾಡುವಿರಾದರೆ, ನಾನು ಆ ಕೆಲಸ ಮಾಡಿ ಮುಗಿಸುವೆನು." ತಮ್ಮಲ್ಲೇನೂ ಶಕ್ತಿ ಉಳಿದಿಲ್ಲವೆಂದು ಅವರು ಹೇಳಿದರು. ಆದರೆ ನಾವಿಕನು ಸುಮ್ಮನೆ ಇರಲಿಲ್ಲ. ಆ ನರಭಕ್ಷಕ ರಾಕ್ಷಸನು ನರಮಾಂಸವನ್ನು ಸುಡಲು ಬಳಸಿದ್ದ ಎರಡು ಸಲಾಕೆಗಳನ್ನು ಕೆಂಡದಲ್ಲಿಟ್ಟು, ಅವು ಕೆಂಪಗೆ ಕೆಂಡದಂತೆ ಆದಮೇಲೆ ಅವುಗಳಿಂದ ಆ ದೈತ್ಯನ ಕಣ್ಣುಗಳನ್ನು ಚುಚ್ಚಿದನು.

ಕುರಿಗಾಹಿ ದೈತ್ಯನು ಜೋರಾಗಿ ಕೂಗಾಡುತ್ತ ಮೇಲಕ್ಕೆ ನೆಗೆದನು, ತನ್ನನ್ನು ಹಿಂಸಿಸಿದವನನ್ನು ಹಿಡಿದುಕೊಳ್ಳಲು ಪ್ರಬಲ ಪ್ರಯತ್ನ ಮಾಡಿದನು. ಆದರೆ ನಾವಿಕನು ಸಿಕ್ಕಲಿಲ್ಲ. ಪಕ್ಕಕ್ಕೆ ಜಿಗಿದನು. ಕುರಿಗಾಹಿಯು ಹೆಬ್ಬಾಗಿಲಿನ ಕಲ್ಲುಬಂಡೆಯ ಬಳಿಗೆ ತಡಕಾಡಿಕೊಂಡು ಹೋದನು. ಕಲ್ಲನ್ನು ಪಕ್ಕಕ್ಕೆ ಸರಿಸಿ, ಕುರಿಗಳನ್ನು ಒಂದಾದ ಮೇಲೊಂದರಂತೆ ಹೊರಬಿಡತೊಡಗಿದನು. ತೋಟವು ಬಹುಮಟ್ಟಿಗೆ ಖಾಲಿಯಾದಾಗ, ನಾವಿಕನನ್ನು ಸುಲಭವಾಗಿ ಹಿಡಿದುಕೊಳ್ಳಬಹುದೆನ್ನುವುದು ಅವನ ಲೆಕ್ಕಾಚಾರ. ಅವನ ಉದ್ದೇಶವನ್ನು ಅಬುಅಲ್ ಫವಾರಿಸ್ ಅರಿತುಕೊಂಡನು. ಸಾವಕಾಶ ಮಾಡದೆಯೇ, ಆತನೊಂದು ಕುರಿಯನ್ನು ಕೊಂದನು. ಅದರ ಚರ್ಮವನ್ನು ಹೊದೆದುಕೊಂಡು ಹೊರಕ್ಕೆ ಹೊರಟುಹೊಗಲು ಪ್ರಯತ್ನಿಸಿದನು. ಆದರೆ ಮೈಮುಟ್ಟಿದೊಡನೆಯೇ ಕುರಿಗಾಹಿ ರಾಕ್ಷಸನಿಗೆ ಅದು ಕುರಿಯಲ್ಲವೆಂಬುದು ತಿಳಿಯಿತು. ಅವನು ಆ ಕುರಿ – ಮೈಯ ಮನುಷ್ಯನನ್ನು ಬೆನ್ನಟ್ಟಿಕೊಂಡು ಮುನುಗ್ಗಿದನು, ಅಬುಅಲ್ ಫವಾರಿಸ್ ತಾನು ಹೊದ್ದಿದ್ದ ಆ ತುಪ್ಪಟವನ್ನು ದೂರಕ್ಕೆ ಎಸೆದು, ವಾಯುವೇಗದಿಂದ ಓಡತೊಡಗಿದನು. ಬೇಗನೆ ಸಮುದ್ರವನ್ನು ತಲಪಿ ಅದರೊಳಕ್ಕೆ ಹಾರಿ, ಮುಳುಗಿಕೊಂಡನು. ಸ್ವಲ್ಪ ದೂರ ಅಟ್ಟಿಸಿಕೊಂಡು ಬಂದ ತರುವಾಯ ಕುರಿಗಾಹಿಯು ನಿರಾಶೆಯಿಂದ ಹಿಂದಿರುಗಿದನು. ಯಾಕೆಂದರೆ ಅವನಿಗೆ ಈಜಲು ಬರುತ್ತಿರಲಿಲ್ಲ. ಕಣ್ಣೂ ಇರಲಿಲ್ಲ.

ನಾವಿಕನು ಸಂಪೂರ್ಣವಾಗಿ ಭಯಪೀಡಿತನಾಗಿ, ಬೆಟ್ಟದ ಇನ್ನೊಂದು ಬದಿಯನ್ನು ತಲಪುವವರೆಗೂ ಈಜಿಕೊಂಡು ಹೋದನು. ಅಲ್ಲಿ ಒಬ್ಬ ಮುದುಕನು ಈತನನ್ನು ಕಂಡು, ಶುಭಾಶಯವನ್ನು ಸೂಚಿಸಿ, ಮಾತನಾಡಿಸಿದನು. ಈ ನಾವಿಕನ ಸಾಹಸದ ಕತೆಯೆಲ್ಲವನ್ನೂ ಕೇಳಿ ಮುದುಕನು ಆತನಿಗೆ ಆಹಾರ ಕೊಟ್ಟು ತನ್ನ ಮನೆಗೆ ಕರೆದುಕೊಂಡು ಹೋದನು. ಆದರೆ ಈ ಮುದುಕನೂ ಒಬ್ಬ ನರಭಕ್ಷಕನೇ ಎಂಬುದನ್ನು ಅಬುಅಲ್ ಫವಾರಿಸ್ ಕಂಡು ಹಿಡಿದನು ಮತ್ತು ವಿಶೇಷ ಭಯಗ್ರಸ್ತನಾದನು. ಆ ದೈತ್ಯನ ಹೆಂಡತಿಗೆ ಮನೆಗೆಲಸಕ್ಕೆ ಬೇಕಾದ ಅನೇಕ ಉಪಯುಕ್ತ ಸಲಕರಣೆಗಳನ್ನು ತಾನು ಮಾಡಿಕೊಡುವುದು ಸಾಧ್ಯವಿದೆಯೆಂದು ತಿಳಿಸಿ, ವಿಶೇಷ

ಉಪಾಯದಿಂದ ಆಕೆಯ ಮೊರೆಹೊಕ್ಕನು. ಆತನನ್ನು ಉಳಿಸಬೇಕೆಂದು ಮುದುಕನಿಗೆ ಹೆಂಡತಿಯು ಶಿಫಾರಸು ಮಾಡಿದಳು. ಆ ಮನೆಯಲ್ಲಿ ಅನೇಕ ದಿನಗಳವರೆಗೆ ಇದ್ದ ತರುವಾಯ, ಆತನನ್ನು ಮತ್ತೊಬ್ಬ ಕುರಿಗಾಹಿಯ ಬಳಿಗೆ ಕಳಿಸಿಕೊಡಲಾಯಿತು. ಕುರಿಗಳನ್ನು ಕಾಯುವ ಕೆಲಸಕ್ಕೆ ಆತನನ್ನು ತೊಡಗಿಸಲಾಯಿತು. ಅಲ್ಲಿಂದ ತಪ್ಪಿಸಿಕೊಂಡು ಹೋಗಲು ಆತನು ದಿನದಿನಕ್ಕೂ ಉಪಾಯ ಹುಡುಕಿದನು. ಆದರೆ ಆ ಬೆಟ್ಟವನ್ನು ದಾಟಿಕೊಂಡು ಹೋಗುವುದಕ್ಕೆ ಒಂದೇ ಒಂದು ಮಾರ್ಗವಿದ್ದಿತು. ಆ ಮಾರ್ಗವು ವಿಶೇಷ ಕಟ್ಟುನಿಟ್ಟಾದ ಕಾವಲಿಗೆ ಒಳಪಟ್ಟಿತ್ತು.

ಒಂದು ದಿನ ಆತನು ಅಡವಿಯಲ್ಲಿ ಓಡಾಡಿದನು. ಒಂದು ಮರದ ಟೊಳ್ಳು ಪೊಟರೆಯಲ್ಲಿ ಜೇನಿನ ಸಂಗ್ರಹವಿದ್ದಿತು. ಮನೆಗೆ ಹೋದಾಗ ಕುರಿಗಾಹಿಯ ಹೆಂಡತಿಗೆ ಆತನು ಈ ವಿಷಯವನ್ನು ತಿಳಿಸಿದನು. ಆ ಮಾರನೆಯ ದಿನವೇ ಆಕೆಯು ತನ್ನ ಗಂಡ ಮತ್ತು ಅಬುಅಲ್ ಫವಾರಿಸ್, ಇವರಿಬ್ಬರನ್ನೂ ಜೇನು ತರುವುದಕ್ಕೆಂದು ಕೊಟ್ಟು ಕಳಿಸಿದಳು. ಆದರೆ ಮಾರ್ಗದಲ್ಲಿ ನಾವಿಕನು ಕುರಿಗಾಹಿಯ ಮೇಲೆರಗಿ, ಅವನನ್ನು ಒಂದು ಮರಕ್ಕೆ ಕಟ್ಟಿಹಾಕಿದನು ಮತ್ತು ಹೋಗಲು ತನಗೆ ಅನುಮತಿಯನ್ನು ಕುರಿಗಾಹಿಯು ನೀಡಿದನೆಂದು ಅವನ ಹೆಂಡತಿಗೆ ತಿಳಿಸುತ್ತ, ಅದಕ್ಕೊಂದು ಗುರುತಾಗಿ ಕುರಿಗಾಹಿಯು ತನ್ನ ಉಂಗುರವನ್ನು ಕಳಿಸಿದ್ದಾನೆಂದು ತಿಳಿಸಿದನು. ಆದರೆ ಆ ಹೆಂಗಸು ಕುಯುಕ್ತಿಯವಳಾಗಿದ್ದಳು, "ಈ ಮಾತು ಹೇಳಲು ನನ್ನ ಗಂಡನು ತಾನೇ ಯಾಕೆ ಬರಲಿಲ್ಲ?" ಎಂದು ಕೇಳಿದಳು. ನಾವಿಕನ ಅಂಗಿಯನ್ನು ಹಿಡಿದುಕೊಂಡು, ತಾನೂ ಆತನೊಟ್ಟಿಗೆ ಹೋಗಿ ನಿಜಾಂಶವನ್ನು ಕಂಡುಹಿಡಿಯುವುದಾಗಿ ಹೇಳಿದಳು. ಆದರೂ ಆಕೆಯಿಂದ ಕೈ ಬಿಡಿಸಿಕೊಂಡು ನಾವಿಕನು ಸಮುದ್ರದ ಕಡೆಗೆ ಓಡಿದನು. ಅಲ್ಲಿ ತಾನು ಪ್ರಾಣಾಪಾಯವನ್ನು ತಪ್ಪಿಸಿಕೊಳ್ಳಬಹುದೆಂದು ಆತನು ಭಾವಿಸಿದ್ದನು. ಅನೇಕ ಗಂಟೆಗಳವರೆಗೆ ಆತನು ಆತುರದಿಂದ, ಭಯದಿಂದ ಈಜುತ್ತಿದ್ದನು. ಆಗ ತನ್ನ ಕಡೆಗೆ ಒಂದು ಹಡಗು ಬರುತ್ತಿದ್ದುದು ಆತನಿಗೆ ಕಾಣಿಸಿತು. ಅದರ ತುಂಬ ಅನೇಕ ಜನರಿದ್ದರು. ಅವರೆಲ್ಲರೂ ಆಶ್ಚರ್ಯಚಕಿತರಾದರು, ಆತನು ಅಲ್ಲಿಗೆ ಹೇಗೆ ಬಂದನೆಂದು ಅವರು ಕೇಳಿದರು. ಆತನು ತನ್ನ ಸಾಹಸಗಳನ್ನು ಅವರಿಗೆ ವಿವರಿಸಿದನು.

ಆ ನೌಕೆಯ ಕಪ್ತಾನನಿಗೆ ಆ ಕಡಲ ತೀರದಲ್ಲೊಂದು ಕಡೆ ಮಾತ್ರವಷ್ಟೇ ಕೆಲಸವಿದ್ದುದೂ ಮತ್ತು ಅಲ್ಲಿಂದ ಆತನ ನೌಕೆಯು ಬಸ್ರಾ ಪ್ರಯಾಣ ಬೆಳೆಸಲಿದ್ದುದೂ ಅಬುಅಲ್ ಫವಾರಿಸಿಗೆ ವಿಶೇಷ ಸೌಭಾಗ್ಯದ ವಿಷಯವಾಗಿದ್ದಿತು. ಆದುದರಿಂದ ಆಮೇಲೆ ಒಂದು ತಿಂಗಳ ಅವಧಿಯಲ್ಲಿ ಆತನು ತನ್ನೂರಿಗೆ ಹಿಂದಿರುಗಿದನು. ಅದರಿಂದ ಕುಟುಂಬದವರೆಲ್ಲರಿಗೂ ಅಪಾರ ಸಂತೋಷವಾಯಿತು.

ನಾವಿಕನು ಅನುಭವಿಸಿದ್ದ ಅನೇಕ ಅಪಾಯಗಳಿಂದಲೂ ಕಷ್ಟಗಳಿಂದಲೂ ಆತನ ಕೂದಲು ಬೆಳ್ಳಗಾಗಿತ್ತು. ಅನೇಕ ದಿನಗಳವರೆಗೆ ಆತನು ವಿಶ್ರಾಂತಿ ಪಡೆದನು. ಆಮೇಲೆ ಒಂದು ದಿನ ಆತನು ಕಡಲ ತೀರದಲ್ಲಿ ಓಡಾಡುತ್ತಿದ್ದಾಗ, ಹಿಂದೆ ತನ್ನ ನೌಕೆಯನ್ನು ಬಾಡಿಗೆಗೆ ತೆಗೆದು ಕೊಂಡು ಹೋಗಿ ಮುತ್ತಿನ ದ್ವೀಪದಲ್ಲಿ ತನ್ನನ್ನು ಮೋಸಗೊಳಿಸಿ ನೌಕೆಯೊಂದಿಗೆ ಕಾಣೆಯಾಗಿದ್ದ ಮುದುಕನೇ ಮತ್ತೆ ಅಲ್ಲಿ ಕಾಣಿಸಿಕೊಂಡನು. ಅವನು ನಾವಿಕ ಅಬುಅಲ್ ಫವಾರಿಸನ್ನು ಗುರುತಿಸಲಿಲ್ಲ. ಆರು ತಿಂಗಳು ಕಾಲ ನೌಕೆಯನ್ನು ಬಾಡಿಗೆಗೆ ಕೊಡುವುದಾದೀತೆ? – ಎಂದು ಅವನು ಆತನನ್ನು ಹಿಂದಿನಂತೆಯೇ ಕೇಳಿದನು. ಒಂದು ಸಾವಿರ ಚಿನ್ನದ ದಿನಾರುಗಳಿಗಾದರೆ ಕೊಡಬಹುದೆಂದು ಅಬುಅಲ್ ಫವಾರಿಸ್ ಒಪ್ಪಿಕೊಂಡನು, ಒಮ್ಮೆಗೇ ಆ ಮುದುಕನು ಅಷ್ಟು

ಹಣವನ್ನು ನಗದಾಗಿಯೇ ಕೊಟ್ಟನು ಮತ್ತು ಮಾರನೆಯ ದಿನವೇ ಪ್ರಯಾಣಕ್ಕೆ ಸಿದ್ಧನಾಗಿ ಬರುವುದಾಗಿ ಹೇಳಿ ಹೊರಟುಹೋದನು.

ಮುದುಕನು ಹೊರಟುಹೋದ ಮೇಲೆ ನಾವಿಕನು ಆ ಹಣವನ್ನು ತೆಗೆದುಕೊಂಡು ಹೋಗಿ ತನ್ನ ಹೆಂಡತಿಗೆ ಕೊಟ್ಟನು. ಪುನಃ ಆತನು ಅಪಾಯಕ್ಕೆ ಸಿಕ್ಕಿಕೊಳ್ಳದಂತೆ ಎಚ್ಚರಿಕೆಯನ್ನು ವಹಿಸಬೇಕೆಂದು ಹೆಂಡತಿಯು ಸೂಚಿಸಿದಳು. ಅದಕ್ಕೆ ಆತನು ಉತ್ತರ ಕೊಡುತ್ತ, ಸ್ವತಃ ತನಗೋಸ್ಕರವಾಗಿ ಮಾತ್ರವಷ್ಟೇ ಅಲ್ಲದೆ, ಈ ಧೂರ್ತ ಮುದುಕನಿಂದ ಅಸಹನೀಯ ಆಕಾಲ ಮೃತ್ಯುವಶರಾದ ಸಾವಿರಾರು ಮಂದಿ ಮುಸ್ಲಿಮರಿಗಾಗಿ ಕೂಡ, ತಾನು ಅವನ ಮೇಲೆ ಸೇಡು ತೀರಿಸಿಕೊಳ್ಳಲೇಬೇಕಾಗಿದೆ ಎಂದು ಆತನು ಪತ್ನಿಗೆ ತಿಳಿಸಿದನು.

ಮಾರನೆಯ ದಿನವೇ, ಅಬುಅಲ್ ಫವಾರಿಸ್ ತನ್ನ ಹೊಸ ನೌಕೆಯಲ್ಲಿ ಮುದುಕನನ್ನೂ ಮತ್ತು ಅವನ ಕಪ್ಪು ಅಡಿಯಾಳೊಬ್ಬನನ್ನೂ ಕರೆದುಕೊಂಡು ಪ್ರಯಾಣ ಹೊರಟನು. ಮೂರು ತಿಂಗಳುಗಳವರೆಗೆ ಅವರು ನೌಕಾಯಾನ ನಡೆಸಿದರು. ಆಗ ಮತ್ತೊಮ್ಮೆ ಅವರು ಆ ಮುತ್ತಿನ ದ್ವೀಪವನ್ನು ತಲಪಿದರು, ನೌಕೆಯನ್ನು ದ್ವೀಪದ ಸಮುದ್ರ ತೀರದಲ್ಲೊಂದು ಕಡೆ ಭದ್ರಪಡಿಸಿ, ಚೀಲಗಳನ್ನು ತೆಗೆದುಕೊಂಡು ಅವರು ಬೆಟ್ಟದ ತುದಿಗೆ ಹತ್ತಿದರು, ತುದಿಯನ್ನು ತಲಪಿದ ತರುವಾಯ, ಮುದುಕನು ಹಿಂದೆ ಅಬುಅಲ್ ಫವಾರಿಸ್ ಜೊತೆಯಲ್ಲಿ ಮಾತನಾಡಿದ್ದಂತೆಯೇ, – ಹಳ್ಳದೊಳಕ್ಕೆ ಆತನು ಇಳಿದು, ಮುತ್ತುಗಳನ್ನು ಮೇಲಕ್ಕೆ ಕಳಿಸಿಕೊಡಬೇಕೆಂದು ಕೋರಿದನು. ನಾವಿಕನು ತನಗೆ ಆ ಸ್ಥಳದ ಪರಿಚಯವಿಲ್ಲ; ಆದುದರಿಂದ, ಅಲ್ಲಿ ಅಪಾಯವೇನೂ ಇಲ್ಲವೆಂಬುದನ್ನು ರುಜುವಾತುಪಡಿಸಿಕೊಡಲು, ಆ ಹಳ್ಳದಲ್ಲಿ ಮುದುಕನೇ ಮೊದಲು ಇಳಿದು ತೋರಿಸಬೇಕು – ಎಂದು ತಿಳಿಸಿದನು. ಖಂಡಿತವಾಗಿಯೂ ಅದರಲ್ಲೇನೂ ಅಪಾಯ ಇಲ್ಲವೆಂದು ಮುದುಕನು ಭರವಸೆಯ ಮಾತನ್ನು ಹೇಳಿದನು. ತನ್ನ ಜೀವಿತ ಕಾಲಾವಧಿಯಲ್ಲಿ ಒಂದು ಸಣ್ಣ ಇರುವೆಗೂ ತನ್ನಿಂದ ಹಾನಿಯಾಗಿಲ್ಲ ಎಂದು ಕೂಡ ಆ ಮುದುಕನು ಹೇಳಿಕೊಂಡನು. ಅದರಲ್ಲೇನಾದರೂ ಅಪಾಯ ಉಂಟಾಗುವುದೆಂಬ ಸಂಶಯ ತನಗೆ ಇದ್ದಿದ್ದರೆ, ಹಳ್ಳದೊಳಕ್ಕೆ ಇಳಿಯುವಂತೆ ಆ ನಾವಿಕನಿಗೆ ಖಂಡಿತವಾಗಿಯೂ ತಾನೆಂದಿಗೂ ಹೇಳುತ್ತಿರಲಿಲ್ಲವೆಂದೂ ಸಹ ತಿಳಿಸಿದನು, ಆದರೆ ನಾವಿಕನು ಆ ಕೆಲಸವನ್ನು ಹೇಗೆ ಮಾಡಬೇಕೆಂಬುದು ತನಗೆ ತಿಳಿಯದೆಂದೂ, ಆ ಕಾರ್ಯಭಾರವನ್ನು ತಾನು ಕೈಗೊಳ್ಳುವುದು ಅಸಾಧ್ಯವೆಂದೂ ಖಂಡಿತವಾಗಿ ಮೊಂಡುತನದಿಂದ ಹೇಳಿಬಿಟ್ಟನು.

ಆದುದರಿಂದ, ಮುದುಕನು ತನಗೆ, ಮನಸ್ಸಿಲ್ಲದಿದ್ದರೂ ಕೂಡ, ಒಂದು ಬುಟ್ಟಿಯನ್ನು ತೆಗೆದುಕೊಂಡು, ಹಗ್ಗದ ಮೂಲಕ ಮೊದಲನೆಯ ಹಳ್ಳದೊಳಕ್ಕೆ ತಾನೇ ಸ್ವತಃ ಇಳಿಯುವುದಕ್ಕೆ ಅವಕಾಶವನ್ನು ಮಾಡಿಕೊಡಲೇಬೇಕಾಯಿತು. ಅವನು ಬುಟ್ಟಿಯೊಳಗೆ ಸಿಂಪಿಗಳನ್ನು ತುಂಬಿ, ಬುಟ್ಟಿಯನ್ನು ಮೇಲಕ್ಕೆ ಸೆಳೆದುಕೊಳ್ಳಬೇಕೆಂದು ನಾವಿಕನಿಗೆ ಹೇಳಿದನು. "ನೋಡಿದೆಯಾ, ಈ ಹಳ್ಳದಲ್ಲಿ ಅಪಾಯಕರವಾದದ್ದು ಏನೂ ಇಲ್ಲ, ಈಗ ನನ್ನನ್ನು ಮೇಲಕ್ಕೆ ಎಳೆದುಕೊ, ನಾನು ಮುದುಕ, ನನ್ನಲ್ಲಿ ಸಾಮರ್ಥ್ಯವು ಏನೂ ಉಳಿದಿಲ್ಲ" ಎಂದು ಏರುದನಿಯಲ್ಲಿ ಕೂಗಿ ಹೇಳಿದನು. ಅದಕ್ಕೆ ನಾವಿಕನು ಹೀಗೆ ಉತ್ತರವಿತ್ತನು : "ಈಗ ನೀನು ಕೆಳಕ್ಕೆ ಇಳಿದಿದ್ದೀಯಷ್ಟೆ, ಇಂದು ನೀನು ನಿನ್ನ ಕಾರ್ಯಭಾರವನ್ನು ಮುಗಿಸಲು ಅಲ್ಲೇ ಕೆಳಗಡೆ ಉಳಿದಿರುವುದು ಹೆಚ್ಚು ಒಳ್ಳೆಯದು. ನಾಳೆ ನಾನೇ ಸ್ವತಃ ಇನ್ನೊಂದು ಹಳ್ಳದೊಳಕ್ಕೆ ಇಳಿಯುವೆನು ಮತ್ತು ನೌಕೆಯನ್ನು ತುಂಬಿಸುವುದಕ್ಕೆ ಸಾಕಾಗುವಷ್ಟು ಮುತ್ತಿನ ಸಿಂಪಿಗಳನ್ನು ಮೇಲಕ್ಕೆ ಕಳಿಸಿಕೊಡುವೆನು." ಆ ದಿನ

ತುಂಬ ಹೊತ್ತಾಗುವವರೆಗೂ ಮುದುಕನು ಅಲ್ಲಿ ಹಾಗೆಯೇ ಕೆಲಸವನ್ನು ಮಾಡಿಕೊಂಡಿದ್ದನು. ಮುತ್ತುಸಿಂಪಿಗಳನ್ನು ಬುಟ್ಟಿಯಲ್ಲಿ ಮೇಲಕ್ಕೆ ಕಳಿಸಿಕೊಡುತ್ತಿದ್ದನು. ಕಟ್ಟಕಡೆಗೆ ಮುದುಕನು ಹೀಗೆ ಕೂಗಿ ಹೇಳಿದನು: "ತಮ್ಮಾ, ಈಗ ನಾನು ತುಂಬ ಬಳಲಿದ್ದೇನೆ. ದಯವಿಟ್ಟು ಇನ್ನು ನನ್ನನ್ನು ಮೇಲಕ್ಕೆ ಎಳೆದುಕೋ." ಆಗ ನಾವಿಕನು ಮುದುಕನನ್ನು ಉದ್ದೇಶಿಸಿ ಮಾತನಾಡುತ್ತ, "ಅಯ್ಯಾ, ನೀನು ಯಾವಾಗಲೂ ನಿನ್ನ ಸ್ವಂತದ ತೊಂದರೆಗಳನ್ನು ಮಾತ್ರವೇ ಗಮನಿಸುವವನು. ಇತರ ಜನರ ಕಷ್ಟನಷ್ಟಗಳನ್ನು ಲೆಕ್ಕಿಸುತ್ತಿಲ್ಲ. ಅದು ಹೇಗಾದೀತು? ಈಗ ಹೇಗಿದೆ? ನೀನು, ತಪ್ಪಿ ಹುಟ್ಟಿದ ನಾಯಿ! ನಿನ್ನ ಕಣ್ಣು ಕುರುಡಾಗಿದೆಯೇ? ನಾನು ಯಾರೆಂಬುದು ನಿನಗಿನ್ನೂ ತಿಳಿಯಲಿಲ್ಲವೆ? ನಾನು ಅಬುಅಲ್ ಫವಾರಿಸ್, ನಾವಿಕ. ನನ್ನನ್ನು ಆ ದಿನ ಹಳ್ಳದಲ್ಲೇ ಬಿಟ್ಟು ಹೊರಟು ಹೋದೆಯಲ್ಲಾ, ನಿನಗೆ ನೆನಪಿಲ್ಲವೇ? ಅಲ್ಲಾಹ್ ದೇವರ ಕೃಪೆಯಿಂದ ನಾನು ಹೇಗೋ ಆಗ ಪಾರಾದೆ. ಈಗ ನಿನ್ನ ಸರದಿ ಬಂದಿದೆ. ನಿನ್ನ ಕಣ್ಣು ತೆರೆದು ನಿಜಾಂಶ ನೋಡಿ ಗ್ರಹಿಸಿಕೋ. ನಿನ್ನಿಂದ ಎಷ್ಟು ಜನರು ಜೀವಸಮಾಧಿಗಿಂತಲೂ ಕೀಳಾಗಿ, ಸೊರಗಿ, ಕೊರಗಿ ಸಾಯುವಂತೆ ದುರ್ದಶೆಗೆ ಗುರಿಯಾಗಬೇಕಾಯಿತೆಂಬುದನ್ನು ನೆನಪು ಮಾಡಿಕೋ" ಎಂದು ವಿಶೇಷ ಸಿಟ್ಟಿನಿಂದ ಬಿರುನುಡಿದನು. ತನ್ನ ಮೇಲೆ ದಯೆ ತೋರಿಸಬೇಕೆಂದು ಮುದುಕನು ಗಟ್ಟಿಯಾಗಿ ಕೂಗುತ್ತ ಬೇಡಿಕೊಂಡನು. ಆದರೆ ಅದರಿಂದ ಪ್ರಯೋಜನವೇನೂ ಆಗಲಿಲ್ಲ. ಯಾಕೆಂದರೆ, ಅಬುಅಲ್ ಫವಾರಿಸ್ ಒಂದು ದೊಡ್ಡ ಕಲ್ಲುಬಂಡೆಯನ್ನು ತಂದು ಆ ಹಳ್ಳಕ್ಕೆ ಮುಚ್ಚಳ ಹಾಕಿಬಿಟ್ಟನು. ಮುದುಕನೊಂದಿಗೆ ಬಂದಿದ್ದ ಅಡಿಯಾಳನ್ನು ಬೆದರಿಸಿ, ಹೆದರಿಸಿ, ತನಗೆ ಅಧೀನಗೊಳಿಸಿಕೊಂಡನು ಮತ್ತು ಅವರು ಬಸ್ರಾ ಪಟ್ಟಣಕ್ಕೆ ತಮ್ಮ ಮರುಪ್ರಯಾಣವನ್ನು ಬೆಳೆಸಿದರು. ಮೂರು ತಿಂಗಳುಗಳ ತರುವಾಯ, ಅವರು ಬಸ್ರಾ ತಲಪಿದರು. ಅಲ್ಲಿ ಅಬುಅಲ್ ಫವಾರಿಸ್ ತನ್ನ ಸಾಹಸವನ್ನು ಬಣ್ಣಿಸುತ್ತ ಎಲ್ಲರನ್ನೂ ಬೆರಗುಗೊಳಿಸಿದನು. ಅಲ್ಲಿಂದಾಚೆಗೆ ಆತನು ಸಮುದ್ರಯಾನವನ್ನೇ ತೊರೆದು, ಸುಖಜೀವನವನ್ನು ನಡೆಸತೊಡಗಿದನು. ಕಟ್ಟಕಡೆಗೆ ಆತನೂ ತೀರಿಕೊಂಡನು. ಆತನ ನೆನಪಿಗಾಗಿ ಈ ಕತೆ ಮಾತ್ರವಷ್ಟೇ ಉಳಿದಿದೆ. ಅಲ್ಲಾಹ್ ದೇವರು ಎಲ್ಲವನ್ನೂ ಬಲ್ಲರು.

○ ಹೆಲೆನ್ ದವೀದಿಯನ್

ಮತ್ಸರದ ಮಡದಿ

ತನ್ನ ನೀಗ್ರೋ ದಾಸಿಯ ಸಹಾಯದಿಂದ ಫಾರಸೀ ಕೊರವಂಜಿಯಾಗಿ ಮಾರುವೇಷವನ್ನು ಜುಬೇದಾ ಹಾಕಿಕೊಂಡಳು. ಗುಲಾಬಿ ಹೂವಿನ ಹಳದಿಯ ಚಿತ್ರಗಳಿದ್ದ, ನೀಲಿಬಣ್ಣದ ಸಡಿಲವಾದ ರವಿಕೆಯನ್ನೂ, ಮೊಣಕಾಲಿನವರೆಗೆ ಇದ್ದ ಕಡುಗೆಂಪು ನೀಳ್ಗಾವುಡೆಯನ್ನೂ, ನಯವಾದ, ಹೊಳಪುಗಪ್ಪಿನ 'ಸ್ಯಾಟಿನ್' ಬಟ್ಟೆಯ ಷರಾಯಿಯನ್ನೂ ಮತ್ತು ಬಿಗಿತೊಡುಗೆಯ ಹಸುರು ಕವಚವನ್ನೂ ಆಕೆಯು ಧರಿಸಿಕೊಂಡಳು.

ಎತ್ತರವಾಗಿ ತೆಳ್ಳಗೆ ಇದ್ದರು ಕೂಡ, ಆಕೆಯು ತನ್ನ ಆ ಜಿಪ್ಸಿ ಉಡುಪಿನಲ್ಲಿ ಕುಳ್ಳಾಗಿ ಕಂಡುಬರುತ್ತಿದ್ದಳು. ತಲೆಯನ್ನು ಮುಚ್ಚಿಕೊಳ್ಳುವ ಹಾಗೆ ಬಿಳಿಯ ದೊಡ್ಡ ವಸ್ತ್ರವೊಂದನ್ನು ಮಡಿಸಿ ಗದ್ದದ ಅಡಿಯಲ್ಲಿ ಅದಕ್ಕೆ ಬಿಗಿಯಾಗಿ ಕೊಂಡಿಯನ್ನು ಹಾಕಿಕೊಂಡಳು ಮತ್ತು ಬಣ್ಣ ಬಣ್ಣದ ಮಣಿಗಳ ಸರವನ್ನೂ ತೋಳ್ಬಂದಿಯನ್ನೂ ಆಕೆ ತೊಟ್ಟಿದ್ದಳು. ದೊಡ್ಡದೊಂದು ಕನ್ನಡಿಯ ಮುಂದೆ ಮೆತ್ತನೆಯ ದಿಂಬಿನ ಮೇಲೆ ಆಕೆಯು ಕುಳಿತುಕೊಂಡು ತನ್ನ ಅಂದವನ್ನು ಆ ಕನ್ನಡಿಯಲ್ಲಿ ನೋಡಿಕೊಂಡಳು. ಆದರೆ ಒಡನೆಯೇ ತನ್ನ ಮುಖವನ್ನು ಕನ್ನಡಿಯ ಕಡೆಯಿಂದ ಬೇರೆ ಕಡೆಗೆ ತಿರುಗಿಸಿದಳು. ತನ್ನ ಹೃದಯಾಂತರಾಳದಲ್ಲಿ ಆಕೆಯು ಶಾಪದ ಕೆಲವು ನುಡಿಗಳನ್ನು ಹೇಳಿಕೊಳ್ಳುತ್ತ, ಗಟ್ಟಿಯಾಗಿ ಹೀಗೆ ಗೊಣಗಿದಳು : "ಆತನಿಗೆ ಹೀಗೆಯೇ ಆಗಬೇಕು, ಇದೇ ಸರಿಯಾದದ್ದು, ನಾಸ್ತಿಕ ! ಈ ಮೂರು ದಿನಗಳಿಂದ ಮನೆಗೇ ಬಂದಿಲ್ಲ !"

ಪ್ರಸಾಧನ ವಸ್ತುಗಳದೊಂದು ದೊಡ್ಡ ಪೆಟ್ಟಿಗೆಯನ್ನು ಆಕೆಯ ನೀಗ್ರೋ ದಾಸಿಯು ತಂದಳು. ಅದರಿಂದ ಕಡುಗೆಂಪಾದ ಅಂಟಂಟು ಪುಡಿಯನ್ನು ಹೊರತೆಗೆದಳು. ಅದನ್ನು ಜುಬೇದಾಳ ಮುಖಕ್ಕೂ, ಕೈಗಳಿಗೂ ಹಚ್ಚಿದಳು. ಆಮೇಲೆ ದಾಸಿಯು ಆಕೆಯ ಹುಬ್ಬುಗಳ ಸೂಕ್ಷ್ಮ ವಕ್ರ ವಿನ್ಯಾಸಗಳನ್ನು ವಿಸ್ತೃತಗೊಳಿಸಿದಳು ಮತ್ತು ಆಕೆಯ ರೆಪ್ಪೆಗೂದಲುಗಳಿಗೆ ಕಡುನೀಲಿಯ ಬಣ್ಣವನ್ನು ಬಳಿದಳು. ಜುಬೇದಾ ಕನ್ನಡಿಯ ಕಡೆ ಮತ್ತೆ ದಿಟ್ಟಿಸಿ ನೋಡಿಕೊಂಡಳು. ತನ್ನ ಆ ಮಾರುವೇಷವನ್ನು ಆಕೆಯು ದ್ವೇಷಿಸಿದಳಾದರೂ, ಅದರಿಂದ ಆಕೆಗೆ ತೃಪ್ತಿಯುಂಟಾಯಿತು. ಆಕೆಯ ಕಣ್ಣುಗಳು ರಾತ್ರೆಯಂತೆ ಕಪ್ಪಾಗಿ

ಕನ್ನಡಿಯಲ್ಲಿ ಕಂಡುಬಂದುವು ಮತ್ತು ಅವು ರೋಷಭರಿತವಾಗಿದ್ದುವು. ಸಾಹಸದ ಕಾರ್ಯವನ್ನು ಕೈಗೊಂಡು ಆಕೆಯು ಮೇಲಕ್ಕೆದ್ದಳು. ದ್ವಿಪದ್ರಾಕ್ಷಿಯನ್ನೂ ಮತ್ತು ಅಕ್ರೋಟದ ಬೀಜಗಳನ್ನೂ ತುಂಬಿದ್ದ ಚೀಲವನ್ನು ತೆಗೆದುಕೊಂಡು, ಅದರಲ್ಲೊಂದು ಸಣ್ಣ ಪೊಟ್ಟಣವನ್ನು ಆತುರದಿಂದ ತುರುಕಿದಳು. ಆಮೇಲೆ ಎರಡು ದೊಡ್ಡ ಜರಡಿಗಳನ್ನು ತನ್ನ ಹೆಗಲಿನ ಮೇಲೆ ಇಟ್ಟುಕೊಂಡು, ಭಾರವಾಗಿದ್ದ ಬಣ್ಣಬಣ್ಣದ ಬುರುಕಿಯನ್ನು ಧರಿಸಿಕೊಂಡು ಮನೆಯ ಹಿಂಬಾಗಿಲಿನಿಂದ ಹೊರಟಳು.

ಜುಬೇದಾ ಬೀದಿಗಿಳಿದ ಮೇಲೆ ಅವಳ ಎದೆಗುಂಡಿಗೆ ಕಂಪಿಸತೊಡಗಿತು. ಅವಳು ತನಗೆ ತಾನೇ ಅಂದುಕೊಂಡಳು : "ಏನು ಮಾಡ್ತಿದ್ದೇನೆ ನಾನು ? ನನ್ನ ಧ್ವನಿಯು ಮಾರ್ಪಾಟು ಸಮರ್ಪಕವಾಗಿ ಆಗದಿದ್ದರೆ, ನನ್ನ ಗುಟ್ಟು ಬಯಲಾದರೆ, ನಾನು ಅಪಹಾಸ್ಯಕ್ಕೆ ಗುರಿಯಾಗ್ತೇನೆ. ಅಲ್ಲದೆ, ನನ್ನ ಗಂಡ ಅಲ್ಲಿ ನಿಜವಾಗಿಯೂ ಇದ್ದದ್ದೇ ಆದರೆ ನಾನು ಮಾಡುವುದೇನು ?"

ಬ್ರಿಟನ್ ದೇಶದ ದೂತ – ಕಾರ್ಯಾಲಯದ ದೊಡ್ಡ ಗಡಿಯಾರದಲ್ಲಿ ಹತ್ತು ಗಂಟೆ ಬಡಿಯಿತು. "ನಾನು ಬೇಗಬೇಗನೆ ಹೋಗಬೇಕು" ಎಂದು ಜುಬೇದಾ ಆಲೋಚಿಸಿದಳು. ಆತನು ನಿನ್ನೆ ರಾತ್ರೆ ಅಲ್ಲಿ ತಂಗಿದ್ದನಾದರೆ, ತನ್ನ ಚಿಕಿತ್ಸಾಲಯಕ್ಕೆ ಹನ್ನೊಂದು ಗಂಟೆ ಹೊತ್ತಿಗೆ ಹಿಂದಿರುಗಿ ಹೋಗಲೇಬೇಕಾಗ್ತದೆ" ಎಂದುಕೊಂಡಳಾಕೆ.

ಹಿಂಬದಿಯ ಕೆಸರಿನಲ್ಲಿ ಹೆಜ್ಜೆ ಹಾಕಿಕೊಂಡು ದಾರಿ ಮಾಡಿಕೊಳ್ಳುತ್ತ, ಆಕೆ ಶಹಾಬಾದಿಗೆ ಬಂದು, ಅಲ್ಲೇ ಬಾಗಿಲಿನ ಮುಂದೆ ನಿಂತುಕೊಂಡಳು. ತನ್ನ ಕೈಯಲ್ಲಿದ್ದ ಸಾಮಾನುಗಳನ್ನು ಕೆಳಗಡೆ ಇಟ್ಟು ತನ್ನ ತಣ್ಣನೆಯ ಕೈಬೆರಳುಗಳ ಮೇಲೆ ಬಿಸಿಯುಸಿರನ್ನು ಊದಿಕೊಂಡಳು. ತನ್ನನ್ನೂ ಮತ್ತು ತನ್ನ ಹಿಂದಿನ ಏಳು ಪೀಳಿಗೆಯವರನ್ನೂ ಆಕೆಯು ತನ್ನ ಮನಸ್ಸಿನಲ್ಲಿ ಸ್ವತಃ ಶಪಿಸಿದಳು. ಇನ್ನೂ ಕೆಲವು ಶಾಪವಚನಗಳು ತನ್ನ ಗಂಡನ ಬಗೆಗೆ, ಆಕೆಯ ನಾಲಗೆಯ ತುದಿಗೆ ಬಂದಿದ್ದುವು. ಆದರೆ ಆ ಮಾತುಗಳನ್ನು ಆಕೆಯು ಅದುಮಿ ಹಿಡಿದಳು. ತನ್ನ ಉಡುಪನ್ನು ಆಕೆಯು ಸರಿಪಡಿಸಿಕೊಂಡಳು ಮತ್ತು ಅಲ್ಲಿ ಮುಚ್ಚಲಾಗಿದ್ದ ಬಾಗಿಲಿನ ಬಿರುಕಿನ ಕಡೆಗೇ ತನ್ನ ಕಣ್ಣಿಟ್ಟಳು, ತನ್ನ ಗಂಟಲನ್ನು ಸರಿಪಡಿಸಿಕೊಂಡಳು ಮತ್ತು ಆ ಬಾಗಿಲ ಬಿರುಕಿನ ಬಳಿಯಲ್ಲೇ ತನ್ನ ತುಟಿಗಳನ್ನಿಟ್ಟುಕೊಂಡು, ಜಿಪ್ಸೀ ಜನರಂತೆ ಸೀಳು ದನಿಯಿಂದ "ಖಾನುಮ್, ನನ್ನಲ್ಲಿ ದ್ವಿಪದ್ರಾಕ್ಷಿ, ಅಕ್ರೋಟದ ಬೀಜಗಳು ಮತ್ತು ಒಣಗಿದ ಉಪ್ಪುನೇರಿಳೆ ಹಣ್ಣು ಇವೆ ! ನಿಮ್ಮ ಭವಿಷ್ಯ ಕೂಡ ನಾನು ಹೇಳಬಲ್ಲೆ ! ಹೌದಮ್ಮಾ ಖಾನುಮ್ ! ಹೇಳಬಲ್ಲೆ," ಎಂದು ಕೂಗಿ ಹೇಳಿದಳು.

ಅವಳು ಸ್ವಲ್ಪ ಹೊತ್ತು ಸುಮ್ಮನೆ ನಿಂತುಕೊಂಡಿದ್ದು, ಹಾಗೆಯೇ ಕಿವಿಗೊಟ್ಟು ಕೇಳುತ್ತಿದ್ದಳು. ಆಮೇಲೆ, "ಆ ಹಾದರಗಿತ್ತಿ ಒಳಕ್ಕೆ ನನ್ನನ್ನು ಕರೆಯುವವರೆಗೂ, ನನ್ನ ಸಾಮಾನಿನ ಬಗೆಗೆ ನಾನು ಕೂಗುತ್ತಲೇ ಇರ್ತೇನೆ," ಎಂದು ತನಗೆ ತಾನೇ ಗೊಣಗಿಕೊಂಡಳು,

ಪುನಃ ಆಕೆ ಕೂಗಿ ಹೇಳತೊಡಗಿದಳು : "ಏಯ್, ಖಾನುಮ್, ಹಿಟ್ಟು ಸೋಸುವ ತಂತಿ ಜರಡಿಗಳೂ ನನ್ನಲ್ಲಿವೆ. ಒಳ್ಳೆಯ ಅದೃಷ್ಟ ತರುವ ತಾಯಿತಗಳನ್ನೂ ನಾನು ಮಾರ್ತೇನೆ !"

ದಾಸಿಯೊಬ್ಬಳು ಬಂದು ಬಾಗಿಲು ತೆರೆದು ಕೂಗಾಡತೊಡಗಿದಳು : "ಏನು ಇದೆಲ್ಲ ನಿನ್ನ ಕೂಗಾಟ ? ನಿರ್ಲಜ್ಜ ನಾಸ್ತಿಕಳು ನೀನು ! ಊರಿನ ಜನರನ್ನೆಲ್ಲ ನಿನ್ನ ಹೊಲಸು ಬಾಯಿಯ ಮಾತುಗಳಿಂದ ಯಾಕೆ ಪೀಡಿಸ್ತೀಯ ? ಒಳಗೆ ಬಾ, ನಮ್ಮ ಖಾನುಮ್ ಕರೀತಿದ್ದಾರೆ !"

ಜುಬೇದಾ ಒಳಹೊಕ್ಕಳು, ತನ್ನ ಜರಡಿಗಳಿಂದ ಆಕೆಯು ಬಾಗಿಲನ್ನು ತಟ್ಟುತ್ತಿದ್ದುದನ್ನು ಕಂಡು, "ಎಚ್ಚರಿಕೆ, ದೊಡ್ಡ ಮಾರಾಯ್ತಿ ! ಬಾಗಿಲು ಗೀಚಿಹಾಕಬೇಡ !" – ಎಂದು ಆ ಹೆಣ್ಣಾಳು ಕೂಗಿ ಹೇಳಿದಳು.

"ನನಗೂ ಕಣ್ಣಿದೆ, ತಂಗಿ. ಆದರೆ, ಈ ಮನೇಲಿ ಹೊಸಬರು ಬೇರೆ ಯಾರಾದರೂ ಇದ್ದಾರೆಯೆ ?" – ಎಂದು ಕೇಳಿದಳು.

"ಮೂರ್ಖಳೇ, ನಿನಗೆ ಸಂಬಂಧವಿಲ್ಲದ ಪ್ರಶ್ನೆಗಳನ್ನು ಕೇಳಬೇಡ. ನನ್ನ ಹಿಂದೆ ಬಾ, ಕೆಳಗಡೆ ನೋಡುತ್ತ, ಕಾಲಿಟ್ಟುಕೊಂಡು ಬಾ" – ಎಂದು ಗೊಣಗುತ್ತ, ಆ ಹೆಣ್ಣಾಳು ಬಾಗಿಲಿನ ಅಗಣಿಯನ್ನು ಹಾಕಿದಳು.

ತನ್ನ ತುಟಿ ಕಚ್ಚಿಕೊಂಡು ಜುಬೇದಾ ಆ ಹೆಣ್ಣಾಳಿನ ಹಿಂದೆ ಹೊರಟಳು. ಆಕೆಯ ಹೃದಯದ ಬಡಿತ ಜೋರಾಯಿತು. ಅಂಗಳದ ಮೂಲಕ ಹಾಯ್ದು, ಅಲ್ಲಿದ್ದ ಸಣ್ಣ ಮೆಟ್ಟಿಲುಗಳನ್ನೇರಿ, ತುದಿಯ ಬಳಿಯ ಬಾಗಿಲಿನ ಹತ್ತಿರ ತನ್ನ ಚಡಾವುಗಳನ್ನು ಆಕೆ ಕಳಚಿದಳು ಮತ್ತು ಹೆಣ್ಣಾಳನ್ನು ಹಿಂಬಾಲಿಸಿಕೊಂಡು ವಾಸದ ಕೋಣೆಯೊಳಗೆ ಹೆಜ್ಜೆ ಇಟ್ಟಳು.

"ಶಾಂತಿ ! ಶಾಂತಿಯಾಗಲಿ, ಖಾನುಮ್ !" ಎಂದು ಒಡಕು ದನಿಯಲ್ಲಿ ಜುಬೇದಾ ಹೇಳಿದಳು. ಖಾನುಮ್ ಅಲ್ಲಿಯೇ ಕುರ್ಚಿಯ ಬಳಿ ಕುಳಿತಿದ್ದಳು. ಆಕೆಯು ತನ್ನ ನೀರಿನ–ನಾಳದ ಗುಡುಗುಡಿಯನ್ನು (ಹುಕ್ಕಾ) ಸೋಮಾರಿತನದಿಂದ ಸೇದುತ್ತಿದ್ದಂತೆ, ಆಕೆಯ ಸ್ಥೂಲವಾದ ಮೈ ಬೆಚ್ಚಗಾಗುತ್ತ, ಆಗಾಗ್ಗೆ ವಿಸ್ತಾರಗೊಳ್ಳುತ್ತಿತ್ತು.

ತನ್ನ ಗುಡುಗುಡಿಯಿಂದ ಹೊಗೆಯನ್ನು ಸೇದಿಕೊಂಡು, ಅದನ್ನು ತನ್ನ ಮೂಗಿನ ಹೊಳ್ಳೆಗಳ ಮೂಲಕ ನಿಧಾನವಾಗಿ ಹೊರಬಿಟ್ಟ ತರುವಾಯ ಖಾನುಮ್ ಉತ್ತರ ಕೊಟ್ಟಳು. "ನಿನಗೂ ಶಾಂತಿಯಾಗಲಿ !" ಸಾವಕಾಶವಾಗಿ ಹಾಗೆ ಉತ್ತರ ಕೊಡುವವರೆಗೂ ಆಕೆಯ ದೊಡ್ಡ ಕಣ್ಣುಗಳು, ಅನಾದರದಿಂದ ತುಂಬಿದ್ದ ಕಣ್ಣುಗಳು ಜುಬೇದಾಳನ್ನು ಮುಡಿಯಿಂದ ಅಡಿಯವರೆಗೆ ಹಾಗೆಯೇ ಅಳೆದು ನೋಡಿದುವು.

ಅಷ್ಟೊಂದು ಸಣ್ಣದಾಗಿಯೂ ಪುಷ್ಟವಾಗಿಯೂ ಇದ್ದ ಖಾನುಮಳ ಮುಖವನ್ನು ಜುಬೇದಾ ನೋಡಿದಳು. ಆ ಮುಖವು ಕಿರುಗೊರಳಿನ ಮೇಲೆ ಕುಳಿತಿತ್ತು ಮತ್ತು ಬಣ್ಣ ಬಳಿದಿದ್ದಂತೆ ಹೊಳೆಯುತ್ತಿತ್ತು, "ಸಾರ್ವಜನಿಕ ಸ್ನಾನಾಗಾರದ ಗೋಡೆಗಳ ಮೇಲೆ ಕಾಣುವ ಚಿತ್ರಗಳಲ್ಲೊಂದ ರಂತೆ ನೀನು ಕಾಣುತ್ತಿ!" ಎಂದು ತನ್ನ ಮನದಲ್ಲೇ ಜುಬೇದಾ ಅಂದುಕೊಂಡಳು. ಆದರೆ ಬಹಿರಂಗವಾಗಿ, ಮನೆಯೊಡತಿಯನ್ನು ಉದ್ದೇಶಿಸಿ, ತನ್ನ ಮೃದುವಾದ ಸ್ವರದಲ್ಲಿ "ಅಂದಚೆಂದದ ಖಾನುಮ್, ನಿಮಗೆ ಏನು ಇಷ್ಟ ?" ಎಂದು ಕೇಳಿದಳು.

"ತಾಳು ಸ್ವಲ್ಪ ! ನಾನು ಗುಡುಗುಡಿ ಸೇದುತ್ತಿರುವುದು ನಿನಗೆ ಕಾಣಿಸುತ್ತಿಲ್ಲವೆ ? ನಿಮ್ಮಮ್ಮನ ಹೊಟ್ಟೆಯಲ್ಲಿ ಒಂಬತ್ತು ತಿಂಗಳು ಕಾಲ, ಅದು ಹೇಗೆ ಕಾದುಕೊಂಡಿದ್ದೆ ?"

ಜುಬೇದಾ ನಿಂತಿದ್ದಳು. ವಿಶಾಲವಾಗಿದ್ದ ಆ ಕೋಣೆಯ ಸುತ್ತಲೂ ತನ್ನ ಚಂಚಲ ದೃಷ್ಟಿಯನ್ನು ಆಕೆ ಹಾಯಿಸಿದಳು. ಅಲ್ಲಿನ ಬಾಗಿಲುಗಳಿಗೂ ಕಿಟಕಿಗಳಿಗೂ ಕಡುಗಂದು ಬಣ್ಣದ ಭಾರಿ ಪರದೆಗಳನ್ನು ತೂಗಹಾಕಲಾಗಿತ್ತು. ಗೋಡೆಗಳಲ್ಲಿದ್ದ ಗೂಡುಗಳನ್ನು ಕಸೂತಿಯ ಅಂಚುಗಳಿದ್ದ ಶುಭ್ರವಾದ ಬಿಳಿಯ ಬಟ್ಟೆಗಳಿಂದ ಅಲಂಕರಿಸಲಾಗಿತ್ತು. ಒಂದು ಗೂಡಿನಲ್ಲಿ ಖಾನುಮಿನ ಎರಡು ಕಪ್ಪು ಷೂ ಮತ್ತು ಒಂದು ಜೊತೆ ಕಾಲುಚೀಲ – ಇದ್ದುವು, ಇನ್ನೊಂದು ಗೂಡಿನಲ್ಲಿ ಒಂದು ಕನ್ನಡಿಯೂ ಬಿಳಿಯ ರೇಷ್ಮೆದಾರದ ಒಂದು ಉಂಡೆಯೂ ಮುಚ್ಚಳವನ್ನು ತೆರೆದಿಟ್ಟಿದ್ದ, ಪ್ರಸಾಧನ ವಸ್ತುಗಳದೊಂದು ಪೆಟ್ಟಿಗೆಯೂ ಇದ್ದುವು. ಇನ್ನೊಂದು ಗೂಡಿನಲ್ಲಿ ಆಕೆಗೆ ಒಡನೆಯೇ ಒಂದು ಟೊಪ್ಪಿಗೆಯು ಕಾಣಿಸಿತು. ತನ್ನ ದೃಷ್ಟಿಯನ್ನು ಆಕೆ ಕೆಳಕ್ಕೆ ಹಾಯಿಸಿದಳು. ಅಲ್ಲೇ ಆ ಗೂಡಿನ ಕೆಳಗಡೆ, ಬೆಳ್ಳಿಯ ಹಿಡಿಕೆಯದೊಂದು ಬೆತ್ತವನ್ನು ಕಂಡಳು.

ಅದು ತನ್ನ ಗಂಡನದೆಂಬ ವಿಷಯವು ಆಕೆಗೆ ಚೆನ್ನಾಗಿಯೇ ತಿಳಿದಿತ್ತು. ಭೀತಿಯಿಂದಲೂ ಸಿಟ್ಟಿನಿಂದಲೂ ಆಕೆಯ ಮೊಣಕಾಲುಗಳು ನಡುಗತೊಡಗಿದುವು. ಅಲ್ಲಿನ ಪ್ರತಿಯೊಂದು ಪರದೆಯ ಹಿಂದಿನಿಂದಲೂ ತನ್ನ ಗಂಡನ ಕಣ್ಣುಗಳು ತನ್ನನ್ನು ಎವೆಯಿಕ್ಕದೆಯೇ ನೋಡುತ್ತಿದ್ದುವೇನೋ ಎಂದು ಆಕೆಗೆ ಭಾಸವಾಯಿತು; ಆ ಬೆತ್ತವೂ ಸಹ ತನ್ನನ್ನು ಗುರುತಿಸಿತೇನೋ ಎಂದೆನಿಸಿತು.

ತನ್ನ ಗುಟ್ಟನ್ನು, ತಾನೇ ಸ್ವತಃ ಹೊರಗೆಡಹದೆ ಇರಲು ಆಕೆಯು ಗೋಡೆಯ ಕಡೆಗೆ ತಿರುಗಿಕೊಂಡಳು. ತನ್ನ ಕೈಯಲ್ಲಿದ್ದ ಜರಡಿಗಳನ್ನು ಕೆಳಗಿಟ್ಟಳು ಮತ್ತು ಅವುಗಳ ಮೇಲೆ ಚೀಲಗಳನ್ನಿಟ್ಟುಕೊಂಡಳು. ಅದನ್ನು ಕಂಡು ಮನೆಯೊಡತಿ ಹೀಗೆಂದಳು :

"ಅದೇಕೆ ಆ ಚೀಲಗಳನ್ನು ಹಾಗೂ ಹೀಗೂ ಎತ್ತಿಡುತ್ತಿ ? ನಿನ್ನ ದ್ರಾಕ್ಷಿಯನ್ನಾಗಲೀ ಉಪ್ಪುನೇರಳೆಯ ಹಣ್ಣುಗಳನ್ನಾಗಲೀ ಇಲ್ಲಿ ಯಾರೂ ಕೊಳ್ಳುವುದಿಲ್ಲ, ನೀನು ನನ್ನ ಭವಿಷ್ಯ ಹೇಳು. ಕಣಿ ಕೇಳೋದಕ್ಕೇ ನಾನು ನಿನ್ನ ಕರೆಸಿದ್ದು."

ಜುಬೇದಾ ತನ್ನ ನೋಟ ಕೆಳಕ್ಕೆ ಹಾಯಿಸಿದಳು ಮತ್ತು ಆ ಖಾನುಮಿನ ಮುಂದೆ ಇದ್ದ ಕಂಬಳಿಯ ಮೇಲೆ ತನ್ನ ಮೊಣಕಾಲನ್ನೂರುತ್ತ. ಮುಗುಳ್ನಗೆಯೊಂದಿಗೆ ಅಂದಳು : "ಚೆಂದದ ಖಾನುಮ್, ಎಲ್ಲಿ ನಿಮ್ಮ ಕೈ ಈಕಡೆ ಕೊಡಿ, ನೋಡೋಣ! ನಿಮಗೆ ಶತ್ರುಗಳಿದ್ದಾರೆ ಅಂತ, ಚಂದ್ರನ ಹಾಗಿರುವ ನಿಮ್ಮ ಮುಖ ಹೇಳ್ತದೆ, ನಿಮ್ಮಂತಹ ಅಂದಗಾತಿಗೆ ಅನೇಕ ಮಂದಿ ಸ್ಪರ್ಧಿಗಳು ಇರಲೇಬೇಕು."

ಆ ಸ್ಥೂಲಕಾಯೆ ಖಾನುಮ್ ಅಗಲವಾದ ಮುಗುಳ್ನಗೆಯನ್ನು ಸೂಸಿದಳು. ತನ್ನ ಎಡಗೈಯನ್ನು ಮುಂದಕ್ಕೆ ಚಾಚಿದಳು. ಆ ಕೈಯನ್ನು ಮೆಲ್ಲಮೆಲ್ಲನೆ ಬೆರಳ ತುದಿಗಳವರೆಗೂ ಜುಬೇದಾ ನೇವರಿಸಿದಳು. ಆಮೇಲೆ ಅದನ್ನು ತನ್ನ ಅಂಗೈಯಲ್ಲಿ ತಿರುಗಿಸಿಟ್ಟುಕೊಂಡಳು. ಕ್ಷಣಕಾಲ ಅದರ ಕಡೆಗೆ ದಿಟ್ಟಿಸಿ ನೋಡುತ್ತ, ಆಮೇಲೆ ಅದನ್ನು ಕೆಳಗಿಟ್ಟಳು. ತನ್ನ ಜೇಬಿನಿಂದ ತಾಮ್ರದ ಎರಡು ದಾಳಗಳನ್ನು ತೆಗೆದುಕೊಂಡು, ತನ್ನ ಕೈಗಳಲ್ಲಿ ಅಲ್ಲಾಡಿಸುತ್ತ, ಅವುಗಳ ಕಡೆ ನೋಡಿದಳು.

"ಹೌದು, ನಾನು ಹೇಳಿದ್ದೇ ಸರಿ, ನೀವು ಚೆಂದುಳ್ಳವರು, ನಿಮ್ಮ ಸುತ್ತೂ ನಿಮಗೆ ಅನೇಕ ಮಂದಿ ಶತ್ರುಗಳು ಇರಬಹುದು. ಆದರೆ ಅವರನ್ನು ನೀವು ಮಾತ್ರ ನಿಮ್ಮ ಸ್ನೇಹಿತರು ಎಂದು ಎಣಿಸುತ್ತೀರಿ, ಅವರಲ್ಲೊಬ್ಬಾಕೆ ಕುಳ್ಳಾಗಿದ್ದಾಳೆ, ದಪ್ಪ ಹೆಂಗಸು. ಇನ್ನೊಬ್ಬಾಕೆ ಕೆಂಗೂದಲು ಹುಡುಗಿ, ನಿಮ್ಮ ಅದೃಷ್ಟ ಚಕ್ರ ಬೇಗ ತಿರುಗುತ್ತಿದೆ. ಅದರೆ ಅದು ನಿಮಗೆ ತಿಳಿಯುತ್ತಿಲ್ಲ. ಆದರೂ ಕೂಡ, ಸ್ವಲ್ಪ ತಾಳಿಕೊಂಡಿರಿ! ಓಹೋ, ಇಲ್ಲಿ ನಮಗೇನು ಕಾಣಿಸುತ್ತಿದೆ! ನಿಮ್ಮ ಅದೃಷ್ಟ ಚಕ್ರದ ಸುತ್ತಾಟ ನಿಧಾನವಾಗುತ್ತಿದೆ!"

ದಾಳವನ್ನು ಮತ್ತೊಮ್ಮೆ ಜುಬೇದಾ ಎತ್ತಿಹಾಕಿದಳು. ಅದನ್ನು ನೋಡಿ, ಹೀಗೆ ಹೇಳಿದಳು : "ನಿಮ್ಮನ್ನು ಪ್ರೀತಿಸುವವರು ಯಾರೋ ಒಬ್ಬರು ಇದಾರೆ!" ಈ ಮಾತನ್ನು ಖಾನುಮ್ ವಿಶೇಷ ಆಸಕ್ತಿಯಿಂದ ಕೇಳುತ್ತಿದ್ದಳು. ಅವಳ ಸಣ್ಣ ತಲೆಯು ಜುಬೇದಾ ಕಡೆಗೆ ಬಾಗಿಕೊಂಡಿತ್ತು.

"ಹೌದು, ಆತನೊಬ್ಬ ಘನವಂತ, ಒಳ್ಳೆಯ ರೂಪ, ದೊಡ್ಡ ಕಪ್ಪು ಕಣ್ಣುಗಳು!"

"ಏಯ್ ಡಾಕ್ಟರ್!" ಎಂದು ಖಾನುಮ್ ಗಟ್ಟಿಯಾಗಿ ಕೂಗಿದಳು. "ಈ ಹಾದರಗಿತ್ತಿ ಮಗಳು ಹೇಳಿದ್ದು ಕೇಳಿಸಿತೆ ? ಅಲ್ಲಿಂದ ಹೊರಕ್ಕೆ ಬಂದು ಇವಳು ಹೇಳುವುದನ್ನು ಸ್ವಲ್ಪ ಕೇಳಬಾರದೆ!" ಎಂದು ನುಡಿದಳು.

"ಅಯ್ಯೋ, ನನ್ನ ತಲೆ ಮೇಲೆ ಧೂಳು ಬೀಳಲಿ! ಈ ಮನೇಲಿ ಗಂಡಸರೊಬ್ಬರು

ಇದ್ದಾರೆಂದು ನನಗೆ ಮೊದಲೇ ಯಾಕೆ ಹೇಳಲಿಲ್ಲ?" ಎಂದು ಕೇಳುತ್ತ ಜುಬೇದಾ ತನ್ನ ಮುಖಪರದೆಯನ್ನು ಆತುರದಿಂದ ತಲೆಯ ಮೇಲಿನಿಂದ ಕೆಳಕ್ಕೆ ಸೆಳೆದುಕೊಂಡಳು.

"ನೀನೇನೂ ಗಾಬರಿಯಾಗಬೇಕಾಗಿಲ್ಲ. ಆತನು ನಿನ್ನನ್ನೇನೂ ತಿಂದುಹಾಕುವುದಿಲ್ಲ. ಇಷ್ಟೇ ಅಲ್ಲ. ಅವರೊಬ್ಬರು ಡಾಕ್ಟರ್" ಎಂದು ಹೇಳುತ್ತ, ಖಾನುಮ್ ಗಟ್ಟಿಯಾಗಿ ಕೋಳಿ ಕೂಗಿದಂತೆ ನಕ್ಕಳು, "ಡಾಕ್ಟರ್, ಹೊರಗೆ ಬನ್ನಿ, ನಿಮ್ಮ ಭವಿಷ್ಯ ಕೂಡ ನಾನು ಕೇಳಲೇಬೇಕು. ನಿಮ್ಮ ಹೃದಯದ ಗುಟ್ಟುಗಳು ತಿಳಿಯುವವರೆಗೂ, ನಿಮ್ಮನ್ನು ನಾನು ಮನೆಯಿಂದ ಹೊರಕ್ಕೆ ಬಿಡೋದಿಲ್ಲ" ಎಂದು ಹೇಳಿದಳು.

ಜುಬೇದಾ ಮತ್ತೆ ದಾಳವನ್ನು ಹಾಕುತ್ತಿದ್ದಾಗ, ಆಕೆಯ ಮೊಣಕಾಲುಗಳು ನಡುಗಿದುವು. ಆಕೆಯು ಹೀಗೆಂದಳು : "ಖಾನುಮ್, ನಿಮ್ಮ ಶತ್ರುಗಳ ಕಣ್ಣು ಕುರುಡಾಗಲಿ! ಅವರು – ವಿಶೇಷವಾಗಿ ಅವರಲ್ಲಿ, ಆ ಮೃದುವಾದ ಎರಳೆಗಣ್ಣುಗಳ, ಒಳ್ಳೆಯ ಆಕೃತಿಯ ಮಹಿಳೆಯು, ಬುಲ್‌ಬುಲ್ ಪಕ್ಷಿಯಂತೆ ಹಾಡುವವಳು, ಹುಣ್ಣಿಮೆಯ ಚಂದಿರನಂತೆ ಸುಂದರಿಯಾದವಳು– ನಿಮಗೆ ಅಪಾಯ ಉಂಟು ಮಾಡಲು ಪ್ರಯತ್ನಿಸುತ್ತಿದ್ದಾರೆ. ಆಕೆಯ ವಿಷಯದಲ್ಲಿ ಎಚ್ಚರ ಇರಲಿ! ಆಕೆ ಸ್ನೇಹಿತೆಯಂತೆ ನಟಿಸಿದರೂ, ನಿಮಗೆ ಅತ್ಯಂತ ಕೆಟ್ಟ ಶತ್ರು."

ಖಾನುಮಿನ ತುಟಿಗಳ ಮೇಲಿನ ಮುಗುಳ್ನಗೆ ಜಡವಾಯಿತು. ಅವಳು ತನ್ನ ಹುಬ್ಬು ಗಂಟು ಹಾಕಿಕೊಂಡಳು ಮತ್ತು ಹೀಗೆ ಕೂಗಿ ಹೇಳಿದಳು ; "ಡಾಕ್ಟರ್, ನಾನು ಸುಳ್ಳು ಹೇಳುತ್ತಿಲ್ಲವೆಂಬುದು ಈಗ ನಿಮ್ಮ ಗಮನಕ್ಕೆ ಬಂತೆ ? ನಿಮ್ಮ ಹೆಂಡತಿಯೇ ನನ್ನ ಶತ್ರು! ನನಗೆ ಬಲೆಯೊಡ್ಡುತ್ತಿದ್ದಾಳೆ."

ಈ ಮಾತನ್ನು ಕೇಳಿಕೊಂಡು ಆ ಪರದೆಗಳಲ್ಲೊಂದರ ಹಿಂದಿನಿಂದ ಸಿಟ್ಟಿನ ಧ್ವನಿಯಲ್ಲಿ ಡಾಕ್ಟರ್ ಹೇಳಿದನು : "ಮುಚ್ಚು ಬಾಯಿ! ನಾನು ನಿನ್ನನ್ನು ಕಾಣಲು ಬರುತ್ತಿರುವ ವಿಷಯ ನನ್ನ ಹೆಂಡತಿಗೆ ಎಷ್ಟು ಮಾತ್ರವೂ ತಿಳಿಯದು!"

ಅದಕ್ಕೆ ಉತ್ತರವಾಗಿ ಖಾನುಮ್ ಗಟ್ಟಿಯಾಗಿಯೇ ಉದ್ಗರಿಸಿ ಹೇಳಿದಳು : "ನೀವು ತುಂಬಾ ಮೂರ್ಖರು! ಅವಳಿಗೆ ತಿಳಿಯದೇ ತಿಳಿಯದಂತೆ!! ಹೌದು, ಗಂಡಸರ ವಿಷಯವಾಗಿ ನಮಗೆ ಹೆಂಗಸರಿಗೆ ತಿಳಿಯದಿರುವುದು ಏನಾದರೂ ಇದೆಯೆ ? ನೀವು ಬಡಪಾಯಿ ಮೂರ್ಖರು!"

ತನ್ನ ಗಂಡನ ಧ್ವನಿಯನ್ನು ಕೇಳಿದ ಬಳಿಕ ಜುಬೇದಾ ಭಯಗ್ರಸ್ತಳಾದಳು. ಆಕೆಯು ಎದ್ದುನಿಂತು, ತನ್ನ ಮುಸುಕನ್ನು ಮುಂದಕ್ಕೆಳೆದುಕೊಂಡು, ಮುಖ ಮುಚ್ಚಿಕೊಂಡಳು. ತನ್ನ ಮುಖವನ್ನು ಗೋಡೆಯ ಕಡೆಗೆ ತಿರುಗಿಸಿಕೊಂಡು, ತನ್ನ ಸಾಮಾನುಗಳನ್ನು ಎತ್ತಿಕೊಳ್ಳುತ್ತ, ತನ್ನ ಮನದಲ್ಲೇ "ಈ ನಾತದ ಹೆಂಗಸು! ಸಾವಿರ ಜನ ಬಿಟ್ಟುಬಿಟ್ಟಿದ್ದಾರೆ! ಅಯೋಗ್ಯ ನಾಯಿ! ನೀವು ಆರಿಸಿಕೊಂಡಿರುವುದು ಇಂಥವಳನ್ನೇ, ಹಾಗಾದರೆ!" ಎಂದು ಮನಸಿನೊಳಗೇ ಶಪಿಸಿದಳು.

ಯಾಚಿಸುವ ಧ್ವನಿಯಲ್ಲಿ ಗಟ್ಟಿಯಾಗಿ, "ಖಾನುಮ್, ದಯವಿಟ್ಟು ನನ್ನ ಹಣ ಕೊಡಿ ನಾನು ಹೋಗ್ತೇನೆ!" ಎಂದು ಆಕೆ ಕೇಳಿದಳು.

"ಏನಿದು ಆತುರ, ಒಳ್ಳೇ ಹೆಂಗಸು ನೀನು ! ತಾಳು ಸ್ವಲ್ಪ. ಡಾಕ್ಟರು ಹೊರಗೆ ಬರ್ತಾರೆ. ಅವರದೂ ಕೂಡ ಕಣಿ ಹೇಳಿಬಿಡು."

"ಹೌದು, ಅವಳು ಕಾದಿರ್ಲಿ, ನಾನು ನನ್ನ ಷೂ ಹಾಕಿಕೊಂಡು ಬೇಗ ಬರ್ತೇನೆ" –ಎಂದು ಪಕ್ಕದ ಕೋಣೆಯೊಳಗಿನಿಂದ ಡಾಕ್ಟರ್ ಕೂಗಿ ಹೇಳಿದನು.

ಆದರೆ ಖಾನುಮ್ ತನ್ನ ನೀರ್ಗೊಳವೆಯ ಗುಡುಗುಡಿಯನ್ನು ಸೇದುತ್ತ, ಮುಖ ಗಂಟು ಹಾಕಿಕೊಂಡು, ಕೊರವಂಜಿಗೆ ಹಣ ಕೊಟ್ಟು ಕಳಿಸಿಬಿಡಲು ಹೆಣ್ಣಾಳಿಗೆ ಸನ್ನೆ ಮಾಡಿದಳು.

ಜುಬೇದಾ ಆ ಬೆಳ್ಳಿಯ ನಾಣ್ಯಗಳ ಕಡೆ ನೋಡಲೇ ಇಲ್ಲ. ಆತುರದಿಂದ ಅವುಗಳನ್ನು ತನ್ನ ಕರವಸ್ತ್ರದ ಮೂಲೆಯಲ್ಲಿ ಗಂಟುಹಾಕಿಕೊಂಡು, ಕೋಣೆಯಿಂದ ಹೊರಕ್ಕೆ ಧಾವಿಸಿದಳು.

ಬೀದಿಯಲ್ಲಿ ತಾನೊಬ್ಬಳೇ ಇದ್ದಾಗ, ಗಂಟಲಿನಲ್ಲಿ ತಾನು ಅದುವರೆಗೆ ಅದುಮಿಟ್ಟು ಕೊಂಡಿದ್ದ ಬಿಕ್ಕುಗಳನ್ನು ಸಡಿಲಗೊಳಿಸಿ, ಆಕೆಯು ಅಳತೊಡಗಿದಳು. ಆಕೆಯ ಕೆನ್ನೆಗಳಿಂದ ಕಣ್ಣೀರು ಕೆಳಹರಿಯತೊಡಗಿತು. ಆಕೆಯು ರಸ್ತೆಯ ಕೊನೆಯಲ್ಲಿದ್ದ ಒಂದು ಮುರುಕು ಮನೆಯನ್ನು ಆತುರದಿಂದ ಒಳಹೊಕ್ಕು, ಅಲ್ಲಿನ ಗೋಡೆಯ ಹಿಂದಿನ ಕೆಸರಿನಲ್ಲಿ ತನ್ನ ಜರಡಿಗಳನ್ನು ಬಿಸುಟಳು. ಆಮೇಲೆ ತನ್ನ ಚೀಲದಿಂದ ತನ್ನ ಪ್ರತಿದಿನದ ಬಟ್ಟೆಗಳ ಗಂಟನ್ನು ಹೊರತೆಗೆದು, ತನ್ನ ಉಡುಪು ಧರಿಸಿಕೊಂಡು, ಕೊರವಂಜಿ ಬಟ್ಟೆಗಳನ್ನು ಸುತ್ತಿ ಹೊರಗೆಸೆದಳು.

ಮನೆಗೆ ಹಿಂದಿರುಗಿ ಹೋಗುತ್ತ, ದಾರಿಯಲ್ಲೊಂದು ಸಣ್ಣ ಅಂಗಡಿಯ ಮುಂದೆ ಆಕೆ ನಿಂತು ಕೊಂಡಳು. 'ಆಗಾ, ನನಗೆ ಹದಿನಾರು ಗುಲಗಂಜಿ ತೂಕ ಅಫೀಮು ಕೊಡು" – ಎಂದು ಆಕೆ ಕೇಳಿದಳು, ವ್ಯಾಪಾರಿಯು ಆಕೆಯ ಕಡೆಗೆ ತೀಕ್ಷ್ಣ ದೃಷ್ಟಿ ಬೀರುತ್ತ, ತನ್ನ ಮೀಸೆಗಳನ್ನು ತಿರುವಿದನು.

"ಬೇಗ ಕೊಡು ಆಗಾ, ನನಗೆ ತುಂಬ ಕೆಲಸವಿದೆ"–ಎನ್ನುತ್ತ ಬೆಳ್ಳಿಯ ನಾಣ್ಯವನ್ನು ಅವನ ಕೈಯಲ್ಲಿ ಆಕೆಯು ಹಾಕಿದಳು. ಅದನ್ನು ತೆಗೆದುಕೊಂಡು ಅವನು ಆಕೆಯ ಮೃದುವಾದ ಕೈಯನ್ನು ತನ್ನ ಕೈಬೆರಳುಗಳಿಂದ ತಟ್ಟಿದನು. ಸಿಟ್ಟಿನಿಂದ ಆಕೆಯು ತನ್ನ ಕೈಯನ್ನು ಹಿಂದಕ್ಕೆ ಸೆಳೆದುಕೊಂಡಳು.

"ಇದು ಹೆಣ್ಣಾಳಿನ ಕೈಯಂತೆ ಕಾಣುತ್ತಿಲ್ಲ, ದಯವಿಟ್ಟು ಮುಸುಕು ತೆಗೆದು, ನಿನ್ನ ಸುಂದರವಾದ ಮುಖ ತೋರಿಸು" ಎಂದು ಅವನು ದಿಟ್ಟತನದಿಂದ ಹೇಳಿದನು.

ಜುಬೇದಾ ಕೈಬೀಸಿ, ಆ ಮನುಷ್ಯನಿಗೆ ಕಪಾಳ ಸೇವೆ ಮಾಡಿದಳು. ಅವನು ಅದನ್ನು ಲೆಕ್ಕಿಸದೆ, "ಓಹೋ, ಅದು ಚೆನ್ನಾಗಿದೆ! ಎಲ್ಲಿ, ಇನ್ನೊಂದು ಹಾಕು, ನನ್ನ ಆತ್ಮವೇ, ಇನ್ನೊಂದು ಹಾಕು!" ಎನ್ನುತ್ತ, ತನ್ನ ಮತ್ತೊಂದು ಕೆನ್ನೆಯನ್ನು ಆಕೆಯ ಕಡೆಗೆ ತಿರುಗಿಸಿದನು. ಆಕೆಯು ನೆಲದ ಮೇಲೆ 'ಥೂ' ಎಂದು ಉಗಿದು, ಅಲ್ಲಿಂದ ಮುಂದಕ್ಕೆ ಹೊರಟು ಹೋದಳು, ತಾನು ಕೊಟ್ಟಿದ್ದ ಹಣವನ್ನು ಕೂಡ ವಾಪಸು ತೆಗೆದುಕೊಳ್ಳಲಿಲ್ಲ, "ಗಂಡಸರು ಬೀದಿನಾಯಿಗಳಿಗಿಂತಲೂ ಕೆಟ್ಟವರು! ಮೂರ್ಖರು," ಎಂದು ತನ್ನಷ್ಟಕ್ಕೆ ಅಂದುಕೊಂಡಳು. "ಜನರು ನಿಶ್ಚಿಂತೆಯಿಂದ ಹರಟುತ್ತ ಅಥವಾ ನಗುತ್ತ ಅಥವಾ ಹಾಡುತ್ತ ಕೂಡ ಬೀದಿಯಲ್ಲಿ ಹಿಂದಕ್ಕೂ ಮುಂದಕ್ಕೂ ಯಾಕೆ ಓಡಾಡುತ್ತಿದ್ದಾರೆ? ಅವರು ಅಫೀಮಿಗೆ ಬದಲಾಗಿ ಆಹಾರವನ್ನೇಕೆ ತೆಗೆದುಕೊಳ್ಳುತ್ತಾರೆ?" ಎಂದೆಲ್ಲ ಆಕೆ ಆಲೋಚಿಸತೊಡಗಿದಳು. "ನನ್ನ ಅಜ್ಜಿ ಅಫೀಮು ಸೇವಿಸಿ ತನ್ನ ದುರವಸ್ಥೆಯ ಜೀವನವನ್ನು ಕೊನೆಗಾಣಿಸಿದ್ದಳು. ನನಗೆ ಗೊತ್ತಿರುವ ಮಟ್ಟಿಗೆ, ಆಕೆ ಅತ್ಯಂತ ವಿವೇಕಿಯಾದ ಮಹಿಳೆಯಾಗಿದ್ದಳು" ಎಂದುಕೊಂಡಳಾಕೆ.

ಕಟ್ಟಕಡೆಗೆ, ಸ್ವಲ್ಪ ತೊಂದರೆಪಟ್ಟುಕೊಂಡೇ ಆಕೆಯು ಇನ್ನೊಂದು ಕಡೆ ಹದಿನಾರು ಗುಲಗಂಜಿ ತೂಕ ಅಫೀಮನ್ನು ಕೊಂಡುಕೊಂಡಳು. ಅದನ್ನು ಕಾಗದದಲ್ಲಿ ಸುತ್ತಿ, ತನ್ನ ಕೈಯಲ್ಲಿ ಬಿಗಿಯಾಗಿ ಹಿಡಿದುಕೊಂಡಳು. ಯಾಂತ್ರಿಕವಾಗಿ ಆಕೆ ತನ್ನ ಮನೆಯ ಕಡೆಗೆ ನಡೆಯತೊಡಗಿದಳು.

ಆಕೆಯ ನೀಗ್ರೋ ದಾಸಿ ಖದೀಜೆಯು ಆಕೆಗಾಗಿ ಕಾಯುತ್ತ, ಬಾಗಿಲಿನ ಹೊರಗಡೆಯೇ ಕುಳಿತಿದ್ದಳು. ಮನೆಗೆ ಆಕೆ ವಾಪಸು ಬಂದ ಮೇಲೆ, ಆಕೆಯ ಬಟ್ಟೆ ತೆಗೆದು, ಆಕೆಯ ಮುಖದ ಮೇಲಿನ ಬಣ್ಣವನ್ನು ತೊಳೆದು, ಒರೆಸಿದಳು ಹೆಣ್ಣಾಳು. ಅವಳ ಯಜಮಾನಿ ಕದಲದೆ ಹಾಗೆಯೇ ಕುಳಿತಿದ್ದಳು.

'ಬಡಪಾಯಿ ಖದೀಜಾ, ನೀನು ನನ್ನ ಬಟ್ಟೆ ತೆಗೆಯುವುದೂ, ಮುಖ ತೊಳೆಯುವುದೂ ಇದೇ ಕಡೆಯ ಸಲವೆಂಬುದು ನಿನಗೆ ತಿಳಿಯದು' ಎಂದು ಆಕೆಯು ಮನಸ್ಸಿನಲ್ಲಿಯೇ ಹೇಳಿಕೊಂಡಳು. ಮೇಲಕ್ಕೆದ್ದು, ತನ್ನದೊಂದು ಕಪ್ಪು ಅಂಗಿಯನ್ನು ತೊಟ್ಟುಕೊಂಡು, ಪಾಟಲ ವರ್ಣದ ರೇಷ್ಮೆ ಚದ್ದರನ್ನು ಹೊದ್ದುಕೊಂಡಳು. "ಖದೀಜಾ, ನನ್ನ ಮಾತು ಕೇಳು, ಇವತ್ತು ನನ್ನನ್ನು ಯಾವುದಕ್ಕೂ ತೊಂದರೆಪಡಿಸಕೂಡದು. ಒಂದು ವೇಳೆ ಡಾಕ್ಟರು ಬಂದರು ಕೂಡ, ನಾನು ಮನೆಯಲ್ಲಿಲ್ಲವೆಂದು ಹೇಳಿಬಿಡು. ಈಗ ನನಗೊಂದು ಲೋಟದಲ್ಲಿ ನೀರು ತಾ, ಬೇಗ" ಎಂದು ಆ ಹೆಣ್ಣಾಳಿಗೆ ಅವಳು ಹೇಳಿದಳು.

ಕೈಯಲ್ಲಿ ನೀರಿನ ಲೋಟವನ್ನು ಹಿಡಿದುಕೊಂಡು ಆಕೆಯು ತನ್ನ ಗಂಡನ ವ್ಯವಹಾರದ ಕೋಣೆಯನ್ನು ಪ್ರವೇಶಿಸಿದಳು ಮತ್ತು ತನ್ನ ಹಿಂದೆಯೇ ಬಾಗಿಲಿಗೆ ಬೀಗವನ್ನೂ ಬಿಗಿದಳು. ತೋಟದ ಕಡೆಗೆ ಇದ್ದ ಕಿಟಕಿಗಳನ್ನು ತೆರೆದಿಡಲಾಗಿತ್ತು. ತೋಟದ ಮಧ್ಯೆ ಒಂದು ಹೊಂಡವಿದ್ದಿತು. ಅದರ ಸುತ್ತಲೂ ಹೂಗಿಡಗಳೂ ಹಣ್ಣಿನ ಮರಗಳೂ ಮತ್ತು ರೆಂಬೆಗಳು ಜೋತುಬಿದ್ದಿದ್ದ ನೀರು ಹಬ್ಬೆಯ ಗಿಡಗಳೂ ಇದ್ದುವು.

"ಈ ಶಕುನ ಒಳ್ಳೆಯದಲ್ಲ. ನನ್ನ ಒಡತಿ ಯಾವಾಗಲೂ ಬುಲ್‌ಬುಲ್‌ನಂತೆ ಹಾಡುತ್ತಿದ್ದಾಕೆ. ಆಕೆ ಇಂತಹ ದುಗುಡದ ಸ್ಥಿತಿಯಲ್ಲಿದ್ದುದನ್ನು ನಾನು ಹಿಂದೆ ಎಂದೂ ಕಂಡಿಲ್ಲ, ಸೀಮೆ ಸುಣ್ಣದಂತೆ ಆಕೆ ಬಿಳಿಚಿಕೊಂಡಿದ್ದಾಳೆ. ಆಕೆಯ ಕಣ್ಣುಗಳು ಕೆಂಪಾಗಿ, ಊದಿಕೊಂಡಿವೆ. ಡಾಕ್ಟರು ತನ್ನ ಕೆಟ್ಟ ಹೆಜ್ಜೆಯನ್ನು ಈ ಮನೆಯೊಳಕ್ಕೆ ಎಂದೂ ಹಾಕಲೇಬಾರದಾಗಿತ್ತು, ಇಂಥ ದಿನವೇ ಬರಬಾರದಾಗಿತ್ತು" – ಎಂದುಕೊಂಡಳು ಆ ಹೆಣ್ಣಾಳು ತನ್ನಷ್ಟಕ್ಕೆ ತಾನೇ.

ತನ್ನ ಮುಸುಕು ಹಾಕಿಕೊಂಡು, ಅವಳು ಬೀಗ ಹಾಕಿದ್ದ ಬಾಗಿಲಿನ ಮುಂದೆ ಕುಳಿತು ಕೊಂಡಳು, ತನ್ನ ಕಾಲುಗಳನ್ನು ಮುದುಡಿಕೊಂಡಿದ್ದಳು. "ಈ ಕೆಟ್ಟ ಸಮಯ ಕಳೆಯುವವರೆಗೂ ನಾನು ಈ ಬಾಗಿಲ ಬಳಿಯೇ ಕುಳಿತಿರುವೆನು" – ಎಂದು ತನಗೆ ತಾನೇ ಹೇಳಿಕೊಂಡಳು.

ಒಳಗಡೆ ಜುಬೇದಾ ಆ ಕೋಣೆಯ ಕಿಟಕಿಯ ಮತ್ತು ಬಾಗಿಲಿನ ಪರದೆಗಳನ್ನೆಳೆದಳು. ಆಮೇಲೆ ತನ್ನ ಗಂಡನ ಇಳಿಮೇಜಿನ ಬಳಿಗೆ ಹೋದಳು. ಅದರ ಮೇಲಿದ್ದ ಕಾಗದಗಳನ್ನೂ ಪುಸ್ತಕಗಳನ್ನೂ ಹುಡುಕಾಡಿದಳು. ಕೆಲವು ಕಾಗದಗಳನ್ನು ಕೈಗೆತ್ತಿಕೊಂಡಳು ಮತ್ತು ಅವುಗಳ ಕಡೆ ನೋಡದೆಯೇ, ಅವುಗಳನ್ನೆಲ್ಲ ಚೂರು ಮಾಡಿ ಕಸದ ಬುಟ್ಟಿಯೊಳಕ್ಕೆ ಎಸೆದಳು. ಪುಸ್ತಕಗಳ ರಕ್ಷಾಪತ್ರಗಳನ್ನು ಹರಿದುಹಾಕಿದಳು ಮತ್ತು ಆಮೇಲೆ ಮೇಜಿನ ಅರೆಗಳಿಂದ ಎಲ್ಲ ಕಾಗದಗಳನ್ನೂ ಒಂದೊಂದಾಗಿಯೇ ಹೊರತೆಗೆದು, ಅವುಗಳನ್ನೂ ನೆಲದ ಮೇಲೆ ಚೆಲ್ಲಾಪಿಲ್ಲಿಯಾಗಿ ಬಿಸಾಡಿದಳು.

ಹೊರಗೆ ಬಾಗಿಲ ಬಳಿ ಖದೀಜಾ ಹೀಗೆ ಆಲೋಚಿಸುತ್ತಿದ್ದಳು : ಒಳ್ಳೆಯದೇ ಆಯಿತು. ಆಕೆಯು ಕನಿಷ್ಠಪಕ್ಷ ತನ್ನ ಗಂಡನ ಇಳಿಮೇಜನ್ನು ಖಾಲಿ ಮಾಡುತ್ತಿದ್ದಾಳೆ. ಅವಳು ಎದ್ದು ನಿಂತುಕೊಂಡಳು ಮತ್ತು ಬಾಗಿಲಿನ ಬಿರುಕಿನ ಮೂಲಕ ಒಳಗಡೆಗೆ ತನ್ನ ದೃಷ್ಟಿಯನ್ನು ಹಾಯಿಸ ತೊಡಗಿದಳು. ಹಿಂದೆ ಎಷ್ಟೋ ಸಲ ಅವಳು ಅದೇ ಬಿರುಕಿನ ಮೂಲಕ ಡಾಕ್ಟರ್ ಮತ್ತು ಆತನ ರೋಗಿಗಳ ಕಡೆ ನೋಡುತ್ತಿದ್ದುದು ಅವಳಿಗೆ ರೂಢಿಯಾಗಿತ್ತು. ಛೇ ಛೇ ! ಕೆಟ್ಟ ಶನಿಯೇ, ನೀನು ಹಾಳಾಗು ! ಆಕೆಯು ಬಾಗಿಲ ಪರದೆಗಳನ್ನು ಮುಚ್ಚಿಬಿಟ್ಟಿದ್ದಾಳೆ ಎಂದು ಅವಳು ತನ್ನಷ್ಟಕ್ಕೆ ಅಂದುಕೊಂಡಳು ಮತ್ತು ಹಿಂದಕ್ಕೆ ಕುಳಿತುಕೊಂಡು, ತನ್ನದೊಂದು ಕಿವಿಯನ್ನು ಬಾಗಿಲಿಗೆ ಹತ್ತಿರವಾಗಿಟ್ಟು, ಒಳಗಿನ ಸಪ್ಪಳವನ್ನು ಕಿವಿಗೊಟ್ಟು ಕೇಳಲು ಅವಳು ಪ್ರಯತ್ನಿಸಿದಳು.

ಮೇಜಿನ ಅರೆಗಳಲ್ಲಿದ್ದ ಒಂದು ಪೆಟ್ಟಿಗೆಯನ್ನು ಜುಬೇದಾ ಹೊರತೆಗೆದಳು. ಇವು ಅವಳ ಕಾಗದಗಳಿರಬಹುದು ಎಂದುಕೊಂಡಳಾಕೆ. ಆ ಪೆಟ್ಟಿಗೆಯನ್ನು ಆಕೆ ನೆಲದ ಮೇಲೆ ಎಸೆದಳು ಮತ್ತು ತನ್ನ ಕಾಲಿನ ಕೆಳಗೆ ಅದನ್ನೊಡೆದು ತೆಗೆದಳು. ಪಾಟಲ ವರ್ಣದ ಪಟ್ಟಿಯಿಂದ ಕಟ್ಟಿದ್ದ ಕಾಗದಗಳದೊಂದು ಕಟ್ಟು ಹೊರಬಿದ್ದಿತು. ಆ ಪಟ್ಟಿಯನ್ನು ಆಕೆಯು ತನ್ನ ಹಲ್ಲುಗಳಿಂದ ಕಡಿದುಹಾಕಿದಳು. ಅದರಲ್ಲಿದ್ದ ಕಾಗದಗಳನ್ನು ಕೋಣೆಯಲ್ಲೆಲ್ಲ ಚೆಲ್ಲಾಪಿಲ್ಲಿಯಾಗಿ ಬಿಸುಟು ಹರಡಿದಳು. ಆ ಕಟ್ಟಿನಿಂದ ಸಣ್ಣದೊಂದು ಚಿತ್ರವು ಹಾರಿ, ಮೇಜಿನ ಮೇಲಿದ್ದ ಹಸುರುಬಣ್ಣದ ಹೀರುಕಾಗದದ ಮೇಲೆ ಬಿದ್ದಿತು. 'ಈ ವ್ಯವಹಾರದ ವಿಷಯ ನನಗೇನೂ ತಿಳಿಯದೆಂದು ಇನ್ನು ಈ ಅಪರಾಧಿ ವ್ಯಕ್ತಿ ಭಾವಿಸಬೇಕಾಗಿಲ್ಲ' ಎಂದು ಆಕೆಯು ತನಗೆ ತಾನೇ ಹೇಳಿಕೊಂಡಳು. ಕುರ್ಚಿಯ ಮೇಲೆ ಕುಸಿದು ಬಿದ್ದು, ಜುಬೇದಾ ತನ್ನ ಕಣ್ಣುಗಳನ್ನು ಮುಚ್ಚಿಕೊಂಡಳು.

ಆಕೆಯ ಜೇಬಿನಲ್ಲಿದ್ದ ಅಫೀಮಿನ ವಾಸನೆಯು ಆಕೆಯ ಮೂಗಿನ ಹೊಳ್ಳೆಗಳಿಗೆ ಏರಿತು ಮತ್ತು ಆಕೆಯನ್ನು ಜಾಗೃತಗೊಳಿಸಿತು. ತನ್ನ ಕಣ್ಣುಗಳನ್ನು ತೆರೆದು ನೋಡಿದಾಗ, ಮೇಜಿನ ಮೇಲೆ, ಆ ಹಸುರು ಹೀರು ಕಾಗದದ ಮೇಲೆ ಬಿದ್ದಿದ್ದ ಚಿತ್ರವು ಆಕೆಗೆ ಕಾಣಿಸಿತು. ಆ ಮುಗುಳ್ನಗೆ ಮೊಗವು ಬೇರೆಯವರದಲ್ಲ, ಆಕೆಯದೇ ಆಗಿತ್ತು. ಕಟು ಮನೋಭಾವದಿಂದ ನಗುತ್ತ, 'ಇಲ್ಲ! ಇದು ನನ್ನ ಚಿತ್ರವಲ್ಲ! ಇದು ಗತಕಾಲದ ಸಂತಸದ ಜುಬೇದಾಳ ಚಿತ್ರ.' ಎಂದುಕೊಂಡಳಾಕೆ. ಅದನ್ನೂ ಹರಿದುಹಾಕಿ, ಆ ಚೂರುಗಳನ್ನು ಕಸದ ಬುಟ್ಟಿಯೊಳಕ್ಕೆಸೆದಳು. ಆಮೇಲೆ ಆಕೆಯು ಅಫೀಮನ್ನು ತನ್ನ ಜೇಬಿನಿಂದ ಹೊರತೆಗೆದು, ತನ್ನ ಕೈಯಲ್ಲಿಟ್ಟುಕೊಂಡಳು. ಆದರೆ, 'ಬೇಡ, ಬೇಡ, ಇನ್ನೂ ಈಗಲೇ ಬೇಡ!' ಎಂದು ತನಗೆ ತಾನೇ ಹೇಳಿಕೊಂಡಳು, ಅಫೀಮನ್ನು ಅಲ್ಲಿನ ಇಳಿಮೇಜಿನ ಮೇಲೆ, ನೀರಿನ ಲೋಟದ ಬಳಿಯಲ್ಲೆ ಆಕೆಯು ಇಟ್ಟುಕೊಂಡಳು. ನಾನು ಹುಚ್ಚಿಯೆಂದೂ ಆತ್ಮಹತ್ಯೆ ಮಾಡಿಕೊಂಡೆನೆಂದೂ ಜನರು ಭಾವಿಸ ಕೂಡದು, ಮೊದಲು ನಾನೊಂದು ಕಾಗದವನ್ನು ಬರೆಯಲೇಬೇಕು' –ಎಂದುಕೊಂಡಳಾಕೆ. ಆಮೇಲೆ ಒಂದು ಕಾಗದದ ಹಾಳೆಯನ್ನು ತೆಗೆದುಕೊಂಡು, ಜುಬೇದಾ ಬರೆಯತೊಡಗಿದಳು. ಆಕೆಯ ಆಲೋಚನೆಗಳು ಅತ್ಯಂತ ವೇಗವಾಗಿ ಹರಿದುವು. ಆದರೆ, ಆ ಆಲೋಚನೆಗಳನ್ನು ಅನುಸರಿಸಿಕೊಂಡು ಅವುಗಳನ್ನು ಅಕ್ಷರಶಃ ಪ್ರತಿಬಿಂಬಿಸುವುದು ಆಕೆಗೆ ಸಾಧ್ಯವಾಗಲಿಲ್ಲ.

'ಸ್ವಾರ್ಥಿ, ನೀನು ನನ್ನ ಜೀವನದ ಕತೆ ಕೇಳಬಯಸುತ್ತೀಯಾ? ಅದನ್ನು ನಾನು ನಿನಗೆ ತಿಳಿಸುತ್ತೇನೆ, ಕೇಳು. ಡಾಕ್ಟರರ ಪಕ್ಕದಲ್ಲಿ ಮೆತ್ತನೆಯ ದಿಂಬುಗಳಿಗೆ ಒರಗಿ ನೀನು ಈ ಕಾಗದವನ್ನು ಓದುತ್ತಿರುವಾಗ ಸಂತೋಷದಿಂದಲೇ ಇರು, ಯಾಕೆಂದರೆ, ಆಗ ಇನ್ನೆಷ್ಟು ಮಾತ್ರಕ್ಕೂ ಜುಬೇದಾ ಜೀವದಿಂದಿರುವುದಿಲ್ಲ. ಆದರೆ ನಿನ್ನಿಂದ ನಾನು ಒಂದು ವಿಷಯವನ್ನು ಕೇಳಿ ಕೊಳ್ಳುತ್ತೇನೆ. ನನ್ನ ಶವ ಸಂಸ್ಕಾರಕ್ಕೆ ಬರುವ ಸಾಹಸವನ್ನು ಮಾತ್ರ ನೀನು ಮಾಡಬೇಡ, ಹಾಗೆ ನೀನು ಬಂದೇ ಬರುವೆಯಾದರೆ, ಗೋರಿಯಿಂದಲೂ ನಾನು ನಿನ್ನನ್ನು ಶಪಿಸುವೆನು... ನಾನು ಎರಡು ವರ್ಷಗಳ ಹಿಂದೆಯೇ ಡಾಕ್ಟರನ್ನು ಮದುವೆಯಾದಾಗ, ನನ್ನ ಯೌವನದ ಉತ್ಸಾಹದ ಚಟುವಟಿಕೆಯ ಕಾಲವು ಆ ವೇಳೆಗಾಗಲೇ ಮುಗಿದಿತ್ತೆಂಬುದು ನಿನಗೂ ಚೆನ್ನಾಗಿ ತಿಳಿದ ವಿಷಯವೇ. ನಾವು ಮೊದಲನೆಯ ಸಲಕ್ಕೆ ಭೇಟಿಯಾದಾಗಲೇ ನೀನು ಕೂಡಲೇ ನನ್ನ ನಿಕಟ ಸ್ನೇಹಿತೆಯಾದೆ. ನೀನು ನನ್ನ ಗಂಡನನ್ನು ಪ್ರೀತಿಸತೊಡಗಿದ್ದುದೇ ಇದಕ್ಕೆ ಕಾರಣವಾಗಿತ್ತು.'

ಆ ಕಾಗದದ ಮೇಲೆ ಕಣ್ಣೀರಿನ ತೊಟ್ಟುಗಳು ಬಿದ್ದುವು. ತನ್ನ ಅಂಗಿಯ ತೋಳಿನ ತುದಿಯಿಂದ ಆಕೆಯು ತನ್ನ ಕಣ್ಣೊರಸಿಕೊಂಡಳು. ಇನ್ನೂ ಮುಂದೆ ಬರೆಯತೊಡಗಿದಳು :

"ನಾನೊಂದು ದೊಡ್ಡ ಹಣವಂತ ಕುಟುಂಬದಲ್ಲಿ ಹುಟ್ಟಿ, ತುಂಟಿಯಾಗಿದ್ದೆ. ನನ್ನ ಹಿರಿಯರಿಗೆ ನಾನೊಬ್ಬಳೇ ಮಗಳು. ನನ್ನ ಅತ್ಯಂತ ಸಣ್ಣ ಆಸೆಯನ್ನು ಕೂಡ ಒಡನೆಯೇ ಅವರು ನೆರವೇರಿಸುತ್ತಿದ್ದರು. ನಾನು ಊಟಕ್ಕೆ ಕುಳಿತುಕೊಂಡಾಗ, ನನ್ನ ತಾಯಿಯ ನೀಗ್ರೋ ಹೆಣ್ಣಾಳುಗಳೆಲ್ಲರೂ ನನ್ನ ಸೇವೆಯಲ್ಲಿ ತೊಡಗಿರುತ್ತಿದ್ದರು. ಅವರು ನನ್ನ ಕೈಗೊಂಬೆಗಳಂತೆ ಇದ್ದರು. ಅವರಲ್ಲೊಬ್ಬಳು ನನಗಾಗಿ ದೊಡ್ಡ ಖಂಜರಿಯನ್ನು ನುಡಿಸುತ್ತಿದ್ದಳು, ಮತ್ತೊಬ್ಬಳು ಕುಣಿಯುತ್ತಿದ್ದಳು, ಮೂರನೆಯವಳು ನನ್ನ ಬಾಯಿಯಲ್ಲಿ ಅತ್ಯುತ್ತಮವಾದ ಆಹಾರದ ತುತ್ತುಗಳನ್ನು ಇಡುತ್ತಿದ್ದಳು ಮತ್ತು ನಾಲ್ಕನೆಯವಳು ಬಾಗಿಲಿನ ಬಳಿಯಲ್ಲಿಯೇ ಕಾದಿರುತ್ತಿದ್ದಳು – ನನ್ನ ಖಯಾಲಿ ಕೋರಿಕೆಗಳನ್ನು ನೆರವೇರಿಸುವುದಕ್ಕಾಗಿ. ನನಗೆ ಜಗತ್ತಿನಲ್ಲಿ ಯಾವುದರ ಅಭಾವವೂ ಇರಲಿಲ್ಲ. ಆದರೆ ವಯಸ್ಸಿಗೆ ಬಂದಂತೆ, ಆ ಮಾದರಿಯ ಜೀವನದ ಬಗೆಗೆ ನನಗೆ ಜುಗುಪ್ಸೆಯಾಯಿತು. ನಾನು ಯಾರ ಮಾತೂ ಕೇಳುತ್ತಿರಲಿಲ್ಲ. ಪ್ರತಿಯೊಂದು ವಸ್ತುವೂ ನನ್ನ ಸ್ವಂತದ್ದೇ ಎಂದು ನಾನು ಭಾವಿಸಿಕೊಂಡಿದ್ದೆ. ಪಂಜರದ ಪಕ್ಷಿಯಂತೆ ಮಾತ್ರವೇ ನಾನು ತಿನ್ನುತ್ತಿದ್ದೆ, ಹಾಡುತ್ತಿದ್ದೆ. ಆದರೆ ಸ್ವಾತಂತ್ರ್ಯದ ಬಗೆಗೆ ನನಗೆ ಬಲವಾದ ಇಚ್ಛೆ ಇತ್ತು. ಆ ಸೆರೆಮನೆಯಿಂದ ಹೊರಬರಬೇಕೆಂದು ನಾನು ನಿರ್ಧರಿಸಿಕೊಂಡೆನು. ಯಾಕೆಂದರೆ, ನಾನು ಅಂತಃಪುರಕ್ಕಾಗಿ ಹುಟ್ಟಿದವಳಲ್ಲ, ಕಟ್ಟಕಡೆಗೆ ನಾನು ಹೊರಬಂದೆನು. ಹಾಡಿಗಾಗಿಯೂ ನಾನು ಪ್ರೀತಿಸುತ್ತಿದ್ದ ಕಲೆಗಾಗಿಯೂ ನಾನು ನನ್ನ ಬಾಳನ್ನೇ ಮೀಸಲುಗೊಳಿಸಿದೆನು. ನನ್ನ ಹಿರಿಯರೂ ಬಂಧುಗಳೂ ನನ್ನ ಬಗೆಗೆ ನಿರಾಶೆಗೊಂಡು, ನಾನು ಸತ್ತೆನೆಂದು ಭಾವಿಸಿಕೊಂಡರು. ಆದರೆ ನಾನು ಅದರ ಬಗೆಗೆ ಚಿಂತಿಸಲಿಲ್ಲ. ಯಾಕೆಂದರೆ, ನಾನು ಸ್ವತಂತ್ರಳಾಗಿದ್ದೆ, ಸುಖಿಯಾಗಿದ್ದೆ.

"ನನ್ನ ತೋಟವೇ ನನಗೆ ಸ್ವರ್ಗವೆಂದೆನಿಸಿತು. ನನ್ನ ಆಳುಗಳು ಇರುವೆಗಳಂತೆ ವ್ಯಸ್ತರಾಗಿ ಓಡಾಡುತ್ತಿದ್ದರು ಮತ್ತು ನನ್ನ ಸ್ವಂತ ಹೆಣ್ಣಾಳು ಖದೀಜಾ, ನನ್ನ ನೆರಳಿನಂತೆಯೇ ನನ್ನನ್ನು ಹಿಂಬಾಲಿಸಿಕೊಂಡಿರುತ್ತಿದ್ದಳು..." ("ಓ, ನನ್ನ ಬಡಪಾಯಿ ಖದೀಜಾ, ನಿನ್ನ ಇಳಿವಯಸ್ಸಿನಲ್ಲಿ ಈ ದುಃಖವನ್ನು ನೀನು ಹೇಗೆ ಸಹಿಸಿಕೊಳ್ಳುವೆಯೊ ಎಂಬ ಚಿಂತೆ ನನಗೆ" ಎಂದು ಮನಸ್ಸಿನಲ್ಲಿಯೇ ಭಾವಿಸಿಕೊಂಡಳಾಕೆ.)

"ಮದುವೆ ಮಾಡಿಕೊಳ್ಳುವ ಇಚ್ಛೆ ನನಗೆ ಇರಲಿಲ್ಲ, ಎಲ್ಲ ಗಂಡಸರನ್ನೂ ನಾನು ದ್ವೇಷಿಸುತ್ತಿದ್ದೆ. ಚಳಿಗಾಲದ ದೀರ್ಘ ರಾತ್ರೆಗಳಲ್ಲಿ, ತೆಹೆರಾನ್ ನಗರದಲ್ಲಿ ಘನಹಿಮದ ದಪ್ಪ ಪದರದ ಹೊದಿಕೆ ಹಬ್ಬಿಕೊಂಡಿದ್ದಾಗ ಮತ್ತು ಗಂಡಸರ ಗಡ್ಡಗಳ ಮೇಲೆ ಉಸಿರು ಹೆಪ್ಪುಗಟ್ಟುತ್ತಿದ್ದಾಗ, ಅನೇಕ ಜನ ಪುರುಷರು ನನ್ನ ಮನೆಯ ಬಾಗಿಲಿಗೆ ಬರುತ್ತಿದ್ದರು. ನನ್ನ ಹಾಡು ಕೇಳುವುದು ಅವರೆಲ್ಲರಿಗೂ ಇಷ್ಟವಾಗಿತ್ತು. ನನ್ನ ಪ್ರೇಮ ಕಟಾಕ್ಷಕ್ಕಾಗಿ ನನ್ನ ಭೇಟಿಗೆ ಬಂದವರು ಮೊಣಕಾಲೂರಿ ಬೇಡುತ್ತಿದ್ದರು. ಆದರೆ ನನ್ನ ಹೃದಯವು ಕಲ್ಲಿನಂತೆ ಕಠಿಣವಾಗಿತ್ತು ಮತ್ತು ನನ್ನ ಆತ್ಮಾಭಿಮಾನವು ಉನ್ನತ ಗಗನದಲ್ಲಿ ಹಾರಾಡುತ್ತಿತ್ತು.

"ಈ ವಿವರಗಳೆಲ್ಲವನ್ನೂ ನಾನು ನಿನಗೆ ಯಾಕೆ ಬರೆಯುತ್ತಿದ್ದೇನೆ, ಗೊತ್ತೆ? ಸ್ಥೀಯೆ ತಾಳ್ಮೆಯಿಂದಿರು! ಮತ್ತು ಕೊನೆಯ ಸಲಕ್ಕೆ ನಾನು ನನ್ನ ಗತಕಾಲದ ಅಚಲ ಸಂತಸವನ್ನು ಮತ್ತೊಮ್ಮೆ – ಕೊನೆಯ ಬಾರಿಗೆ ಸವಿಯಬಯಸುತ್ತೇನೆ.

ಆಮೇಲೆ ಜುಬೇದಾ "ನಾನೇನು ಬರೆದು ಬಿಟ್ಟೆ?!" ಎಂದು ತನ್ನನ್ನು ತಾನೇ ಕೇಳಿಕೊಂಡಳು. ತನ್ನ ಹುಬ್ಬನ್ನು ಗಂಟುಹಾಕಿಕೊಂಡು, ಆಗಷ್ಟೇ ಅಲ್ಲಿ ತಾನು ಬರೆದಿದ್ದ ಶಬ್ದಗಳನ್ನು ಮತ್ತೆ ಓದಿಕೊಂಡಳು, "ಅಚಲ..." "ಆದರೆ ಯಾಕೆ?" ಒಡನೆಯೇ ಆಕೆಗೆ

ತನ್ನೊಳಗೆ ಮಸಕುಮಸಕಾದ ಆಸೆಯು ಮೂಡುತ್ತಿದ್ದಂತೆ ಭಾಸವಾಯಿತು. ಅದನ್ನು ಕಡೆಗಣಿಸಲು ಆಕೆಯು ಪ್ರಯತ್ನಿಸಿದಳು.

"ಅನೇಕ ವರ್ಷ ಕಾಲ ನಾನು ನನ್ನ ಸ್ವಾತಂತ್ರ್ಯವನ್ನೂ ಸುಖವನ್ನೂ ಅನುಭವಿಸಿದೆನು, ಆಮೇಲೆ ತಂಪಾದ, ವಸಂತಕಾಲದ ರಾತ್ರೆ ಬಂದಿತು. ಓಹ್, ಅಂದಿನ ರಾತ್ರಿಯೇ ಈ ಜಗತ್ತು ಯಾಕೆ ಕೊನೆಗಾಣಲಿಲ್ಲ? ನನ್ನ ಮನೆಯ ಮುಖಮಂಟಪದಲ್ಲಿ ಕಳೆಗುಂದಿದ ಚಂದಿರನ ಬೆಳಕು ಬಿದ್ದಿತ್ತು. ಉದ್ಯಾನದಲ್ಲೆಲ್ಲ ಜೇನೂಡಿ ಹೂವಿನ ಸುವಾಸನೆ ಹಬ್ಬಿಕೊಂಡಿತ್ತು. ನಾನು ಅರೆವಾಸಿ ಉಡುಪನ್ನಷ್ಟೇ ಧರಿಸಿಕೊಂಡು, ಮೃದುವಾದ ಮೆತ್ತೆಗಳಿಗೆ ಒರಗಿಕೊಂಡು, ಚಂದ್ರನನ್ನು ನೋಡುತ್ತಾ ಕುಳಿತೆ. ನನ್ನ ಚರ್ಮದ ಮೇಲೆ ತಿಂಗಳ ಬೆಳಕಿನ ಪ್ರೀತಿಯ ಸ್ಪರ್ಶ ಹಿತಕರವಾಗಿತ್ತು. ಆ ರಾತ್ರಿಯಲ್ಲಿ ಸಂದರ್ಶನಕ್ಕೆ ಬರಲು ಯಾರಿಗೂ ನಾನು ಅವಕಾಶವನ್ನು ನೀಡಲಿಲ್ಲ. ಆಮೇಲೆ ನಾನು ಯಾವ ಹೊದಿಕೆಯೂ ಇಲ್ಲದೆ ಅರ್ಧ ನಗ್ನ ಸ್ಥಿತಿಯಲ್ಲೇ ವಸಂತ ಕಾಲದ ಆ ಇಡಿಯ ರಾತ್ರೆಯಲ್ಲಿ ಅಲ್ಲೇ ನಿದ್ರಿಸಿದೆನು. ಮಾರನೆಯ ದಿನವೇ ನಾನು ಶ್ವಾಸಕೋಶದ ಉರಿಯೂತದ ಜ್ವರದಿಂದ ಪೀಡಿತಳಾದೆನು.

"ಆಗ ಡಾಕ್ಟರ್ ಬಂದರು ಮತ್ತು ನನ್ನ ಜೀವವನ್ನು ಉಳಿಸಿದರು. ಆಮೇಲೆ ನಾನು ಅಮೂಲ್ಯವೆಂದು ಪರಿಗಣಿಸಿಕೊಂಡಿದ್ದ ಪ್ರತಿಯೊಂದು ವಿಷಯವನ್ನೂ ಅವರು ನನ್ನಿಂದ ಅಪಹರಿಸಿದರು. ನನ್ನ ಕೃಶ ಶರೀರದಲ್ಲಿ ನನ್ನ ಆತ್ಮವು ಬಲಹೀನವಾಗಿತ್ತು, ತಮ್ಮ ಕಣ್ಣುಗಳ ಚುಂಬಕಶಕ್ತಿಯಿಂದ ಆತನು ನನ್ನನ್ನು ಗೆದ್ದುಕೊಂಡರು. ಆತ್ಮದಲ್ಲೂ ದೇಹದಲ್ಲೂ ನಾನು ಕುಮಾರಿಯಾಗಿದ್ದೆನೆಂಬುದನ್ನು ಆತನು ಚೆನ್ನಾಗಿ ತಿಳಿದುಕೊಂಡಿದ್ದರು. ಸ್ವತಃ ತಾವೇ ಕಟ್ಟಿಕೊಂಡಿದ್ದ ಮನೆಯನ್ನು ಆತನು ಹೇಗೆ ತ್ಯಜಿಸಲಾದೀತು? ನನಗಾಗಿಯೇ ಅವರು ತಮ್ಮ ಹೆಂಡಿರು ಮಕ್ಕಳನ್ನು ಹೇಗೆ ತೊರೆಯುವವರಿದ್ದರೆಂಬುದನ್ನು ತಿಳಿದುಕೊಳ್ಳಲು ನನಗೆ ಆಗ ಸಾಧ್ಯವಾಗಲಿಲ್ಲ. ನಾನು ಅವರ ಮಾತುಗಳನ್ನು ನಂಬಿದೆನು."

ಜುಬೇದಾಳ ಹೃದಯದ ಮಿಡಿತವು ಹೆಚ್ಚು ಹೆಚ್ಚಾಯಿತು. ಆದರೂ ಆಕೆಯು ತನ್ನ ಲೇಖನಿಯನ್ನು ದೃಢವಾಗಿ ಹಿಡಿದುಕೊಂಡಿದ್ದಳು ಮತ್ತು ಮುಂದೆ ಮುಂದೆ ಬರೆಯ ತೊಡಗಿದಳು :

"ಆದ್ದರಿಂದ ಸೆಫೀಯೆ, ನಿನ್ನ ಮೇಲೆ ನಾನು ದೋಷವನ್ನು ಹೊರಿಸುತ್ತಿಲ್ಲ. ನೀನು ಸಹ ಮುಂದೆ ಅನುಭವಿಸಲೇಬೇಕಾದ ಸಂಕಷ್ಟಗಳ ಬಗೆಗೆ ಈಗ ನಾನು ಆಲೋಚಿಸುತ್ತಿದ್ದೇನೆ. ಆತನನ್ನು ಪ್ರೀತಿಸುವವರೆಲ್ಲರೂ ಯಾವುದೋ ಶಕ್ತಿಯ ಒತ್ತಡಕ್ಕೆ ಮಣಿದು ಹಾಗೆ ಮಾಡುತ್ತಾರೆ. ಆದರೆ, ಆತನು ನಿನ್ನನ್ನು ಕೂಡ ತ್ಯಜಿಸಿದಾಗ, ಅದರಿಂದ ನೀನು ಸಹ ಮನನೊಂದಿರುವಾಗ, ಆಗ ನನ್ನನ್ನು ನೀನು ನೆನಪು ಮಾಡಿಕೋ..."

ಒಡನೆಯೇ ಆಕೆಯು ತನ್ನೊಳಗೊಳಗೇ ತನ್ನ ದೃಢ ಸಂಕಲ್ಪದ ಸಡಿಲತೆಯ ಅನುಭವವನ್ನು ಪಡೆದಳು. ತನ್ನ ಗಂಡನನ್ನು ದ್ವೇಷಿಸುವುದು ಆಕೆಗೆ ಸಾಧ್ಯವಾಗಲಿಲ್ಲ. ಅದೆಲ್ಲಕ್ಕೂ ತನ್ನ ತಪ್ಪೇ ಕಾರಣವೆಂದು ಆಕೆಯು ಭಾವಿಸಿಕೊಂಡಳು. ತನ್ನ ಕಣ್ಣುಗಳ ಮುಂದೆ ಸೆಫೀಯೆಯ ಭಂಡ ಮುಖವನ್ನು ತಾನು ಕಂಡಂತೆಯೂ ಅವಳು ಜುಗುಪ್ಸೆಯನ್ನು ಮೂಡಿಸುವಂತೆ ತನ್ನ ಕೀರಲು ಧ್ವನಿಯಲ್ಲಿ ನಗುತ್ತಿದ್ದುದು ಕೇಳಿಸಿದಂತೆಯೂ ಆಕೆಯು ಭಾವಿಸಿಕೊಂಡಳು. ಲೇಖನಿಯನ್ನು ಕೆಳಗಿಟ್ಟು ಆಕೆಯು ಥಟ್ಟನೆ ಎದ್ದುನಿಂತಳು ಮತ್ತು ಉದ್ರಿಕ್ತತೆಯ, ಗಾಬರಿಯ ಮನೋಭಾವದಿಂದ ಅಲ್ಲೇ ಶತಪಥ ತುಳಿಯತೊಡಗಿದಳು... "ಆತ ವಾಪಸು ಬರುವರು! ಖಂಡಿತವಾಗಿಯೂ

ಹಿಂತಿರುಗಿ ಬರುವರು ! ಚಿಂತೆಯನ್ನು ಅನುಭವಿಸಬೇಕಾದವಳು ಸೆಫೀಯೆಯೇ !" ಎಂದು ಆಕೆ ಆಲೋಚಿಸತೊಡಗಿದಳು.

ಕಿಟಕಿಯ ಬಳಿಗೆ ಹೋಗಿ, ಆಕೆಯು ಹೊರಗಡೆ ನೋಡಿದಳು. ಮಳೆನಿಂತಿತ್ತು. ವಸಂತ ಸೂರ್ಯನ ಹೊಳಪಾದ ಬಿಸಿಲು ಪದರವು ಹೊಂಡದ ಮೇಲೆ ಹಬ್ಬಿಕೊಂಡಿತ್ತು. ಅದರಲ್ಲಿ ಸಣ್ಣ ಹೊಮ್ಮೀನುಗಳು ಆಡುತ್ತಿದ್ದುವು, ಹೊಳೆಯುತ್ತಿದ್ದವು. ನಿಧಾನವಾಗಿ, ದೃಢವಾಗಿ ಆಕೆಯ ಹೃದಯವು ಜೀವಾವೇಶದ ನಿಧಾನವಾದ ದೃಢವಾದ ಹಿಡಿತಕ್ಕೆ ಸಿಕ್ಕಿದ್ದಿತು.

ತೋಟಗಾರನು ತನ್ನ ದೊಡ್ಡ ಕತ್ತರಿಯಿಂದ ಗುಲಾಬಿಯ ಗುಲ್ಮಗಳನ್ನು ಸವರುತ್ತಿದ್ದನು. ಗೋಡೆಯ ಗೂಡಿನ ಅಂಚಿನಲ್ಲಿ ಒಂದು ಗುಬ್ಬಿಯು ತನ್ನ ಕೊಕ್ಕಿನಲ್ಲಿ ಒಂದು ಹುಳುವನ್ನು ಕಚ್ಚಿಕೊಂಡಿದ್ದುದನ್ನು ಆಕೆಯು ಕಂಡಳು.

ಆಕೆಯ ತಣ್ಣನೆಯ ಕೈಗಳ ಮೇಲೆ ಬೆಚ್ಚನೆಯ ಬಿಸಿಲು ಹಿತಕರವಾಗಿತ್ತು, ಕೆಳಗಡೆ ಉದ್ಯಾನದಲ್ಲಿನ ಹಸುರು ಪೊದೆಗಳಲ್ಲಿ ಪಾಟಲ ಹೂಗಳು ಅರಳಿದ್ದುವು. ಗಾಳಿಯು ಚೈತನ್ಯಭರಿತವಾಗಿದ್ದಿತು. ವಸಂತಕಾಲದ ಉಸಿರಿನ ಸುವಾಸನೆಯು ಅಲ್ಲೆಲ್ಲ ತುಂಬಿತ್ತು.

ಒಂದು ಧ್ವನಿಯು ಆಕೆಯ ಹೃದಯಾಂತರಾಳದಿಂದ, "ಆತನು ವಾಪಸು ಬರಬಹುದು. ಆತನು ಬಾರದೆ ಇರಲೂಬಹುದು. ಆದರೆ ಕೇವಲ ನಿನ್ನ ಸಂಗೀತಕ್ಕಾಗಿಯಾದರೂ ನೀನು ಜೀವಿಸಿರಲೇಬೇಕು. ಆಗ ನೀನು ಹಿಂದೆ ಇದ್ದಂತೆಯೇ ಸುಖವಾಗಿ ಇರುವೆ," – ಎಂದು ಹೇಳುತ್ತಿತ್ತು.

ತೇವಗೊಂಡಿವೆಯೆನ್ನ ಕಣ್ಣಾಲಿಗಳು, ನನ್ನೆದೆಯಲಿದೆ
ಕೆಂಡ ತುಂಬಿದ ಕುಲುಮೆ.
ನನ್ನ ಸುಖದ ಬಟ್ಟಲು ಮರಳಿ ತುಂಬಿದೆ
ಅದರಲಿದೆ ನನ್ನ ಮಿಡಿವ ಗುಂಡಿಗೆಯ ರಕ್ತ.

ಆಕೆಯು ಮುಗುಳ್ನಕ್ಕಳು. ಹಿಂದೆ ಮುಗುಳ್ನಕ್ಕಂದಿನಿಂದೀಚೆಗೆ, ಅನೇಕ, ಅನೇಕ ವರ್ಷಗಳೇ ಸಂದಿದ್ದುವೆಂದು ಆಗ ಅನಿಸಿತು. ❍

○ ಸಮದ್ ಬೆಹ್ರಂಗಿ

ಪುಟ್ಟ ಕಪ್ಪು ಮೀನು

ಸಮುದ್ರ ತಳದಲ್ಲೊಂದು ಚಳಿ ರಾತ್ರೆ. ಆಗ ಅಲ್ಲೊಂದು ದೊಡ್ಡ ಮೀನು ತನ್ನ ಹನ್ನೆರಡು ಸಾವಿರ ಮಕ್ಕಳು – ಮೊಮ್ಮಕ್ಕಳನ್ನು ಒಟ್ಟು ಗೂಡಿಸಿಕೊಂಡು, ಅವುಗಳಿಗೆ ಈ ಕತೆಯನ್ನು ಹೇಳತೊಡಗಿತು :

*　　　*　　　*

ಒಂದಾನೊಂದು ಕಾಲದಲ್ಲಿ ಒಂದು ಪುಟ್ಟ ಮೀನು ಇತ್ತು. ಅದು ತನ್ನ ತಾಯಿಯೊಂದಿಗೆ ಒಂದು ಸಣ್ಣ ಹೊಳೆಯಲ್ಲಿ ವಾಸಿಸುತ್ತಿತ್ತು. ಒಂದು ದೊಡ್ಡ ಬೆಟ್ಟದ ಕಲ್ಲುಗೋಡೆಗಳಾಚೆಗೆ ಈ ಹೊಳೆಯು ಹರಿಯುತ್ತಿತ್ತು ಮತ್ತು ಕೆಳಗಡೆಯ ಕಣಿವೆಯೊಳಕ್ಕೆ ಬೀಳುತ್ತಿತ್ತು.

ಪುಟ್ಟ ಕಪ್ಪು ಮೀನು ಮತ್ತು ಅದರ ತಾಯಿ, ಇವೆರಡೂ ಒಂದು ಕಪ್ಪು ಬಂಡೆಯ ಹಿಂದೆ, ಪಾಚಿಯ ತಳದಲ್ಲಿ ವಾಸಿಸುತ್ತಿದ್ದುವು. ಪ್ರತಿ ದಿನವೂ ಇಡೀ ದಿನವೆಲ್ಲಾ ಪುಟ್ಟ ಮೀನು ಮತ್ತು ತಾಯಿ ಅಲ್ಲೇ ತಮ್ಮ ಹೊಳೆಯಲ್ಲೇ ಹಿಂದೆ – ಮುಂದೆ ಸುತ್ತಾಡಿಕೊಂಡಿರುತ್ತಿದ್ದುವು. ಕೆಲವು ಸಮಯಗಳಲ್ಲಿ ಅವು ಒಂದನ್ನೊಂದು ಅಟ್ಟಿಸಿಕೊಂಡು ಹೋಗುತ್ತಿದ್ದವು. ಕೆಲವು ವೇಳೆ ಅಲ್ಲಿಯೇ ಹಾದುಹೋಗುತ್ತಿದ್ದ ಮೀನು ರಾಶಿಗಳ ಮಧ್ಯೆ ನುಗ್ಗಿ ಕೊಂಡು ಹೋಗುತ್ತಿದ್ದುವು. ಅಂತಹ ಸಮಯಗಳಲ್ಲಿ, ಎಷ್ಟೋ ಸಲ ಅವು ಒಂದನ್ನೊಂದು ತಪ್ಪಿಸಿಕೊಳ್ಳುತ್ತಲೂ ಇದ್ದುವು. ಆದರೂ ಕೂಡ, ಪುನಃ ಒಂದನ್ನೊಂದು ಕಂಡುಕೊಂಡು ಮತ್ತೆ ಸದಾ ಕೂಡಿಕೊಳ್ಳುತ್ತಿದ್ದುವು.

ಒಂದು ದಿನ ಪುಟ್ಟ ಮೀನು ತುಂಬಾ ಆಲೋಚನಾಮಗ್ನ ವಾಗಿತ್ತು. ಸರಿಯಾಗಿ ಅದು ಮಾತೇ ಆಡುತ್ತಿರಲಿಲ್ಲ. ಸಂತೋಷ ವಾಗಲೀ ಆಸಕ್ತಿಯಾಗಲೀ ಇಲ್ಲದೆ, ಅದು ಸೋಮಾರಿತನದಿಂದ ತನ್ನ ತಾಯಿಯ ಹಿಂದೆಯೇ ಈಜಾಡಿಕೊಂಡಿತ್ತು. ತನ್ನ ಮಗುವಿಗೆ ಅನಾರೋಗ್ಯವಾಗಿರಬೇಕೆಂದೂ ಬೇಗ ಅದು ಸುಧಾರಿಸಿ ಕೊಳ್ಳುವುದೆಂದೂ ತಾಯಿ ಮೀನು ಭಾವಿಸಿಕೊಂಡಿತ್ತು. ತನ್ನ ಪುಟ್ಟ ಮಗುವಿನ ಅನಾರೋಗ್ಯಕ್ಕೆ ಅತ್ಯಂತ ವಿಶೇಷ ಕಾರಣವಿದ್ದುದು ಅದಕ್ಕೆ ಹೊಳೆದಿರಲಿಲ್ಲ.

ಮಾರನೆಯ ದಿನ ಮುಂಬೆಳಗಿನಲ್ಲಿ, ಸೂರ್ಯೋದಯಕ್ಕೆ

ಮೊದಲೇ ಆ ಪುಟ್ಟ ಮೀನು ತನ್ನ ತಾಯಿಯನ್ನು ಎಬ್ಬಿಸಿತು, ಮತ್ತು 'ಅಮ್ಮಾ ನಿನ್ನ ಕೂಡ ನಾನು ಮಾತಾಡಬೇಕಾಗಿದೆ' ಎಂದು ಹೇಳಿತು.

"ಮಗೂ, ನಿನಗೆ ಬೇರೆ ಸಮಯವೇ ಸಿಕ್ಕಲಿಲ್ಲವೆ? ನಾವು ಆಮೇಲೆ ಮಾತಾಡಿಕೋಬಹುದು. ಈಗ ಹೋಗಿ ತಿರುಗಾಡಿಕೊಂಡು ಬರೋಣ, ಬಾ" –ಎಂದು ತಾಯಿ ಮೀನು ಹೇಳಿತು.

"ಆಗೋಲ್ಲಾಮ್ಮ. ನಾನು ಇನ್ನು ಮೇಲೆ ಈ ತಿರುಗಾಟಕ್ಕೆ ಬರೋದಿಲ್ಲ. ಇದೋ ನಾನು ಇಲ್ಲಿಂದ ಹೊರಟೆ," ಎಂದು ಪುಟ್ಟ ಕಪ್ಪು ಮೀನು ಉತ್ತರ ಕೊಟ್ಟಿತು.

ತಾಯಿ ಮೀನಿಗೆ ಇನ್ನೂ ಆಗ ಭಾರೀ ನಿದ್ರೆಯ ಮಂಪರವಾಗಿದ್ದರು ಸಹ, "ಬೆಳಿಗ್ಗೆ ಇಷ್ಟು ಬೇಗ ನೀನು ಎಲ್ಲಿಗೆ ಹೊರಡಬೇಕೂಂತಿದೀಯ" ಎಂದು ಮರಿಯನ್ನು ಅದು ಕೇಳಿತು.

ಪುಟ್ಟ ಮೀನು ಹೀಗೆ ಉತ್ತರ ಕೊಟ್ಟಿತು : "ಈ ಹೊಳೆ ಎಲ್ಲಿ ಮುಗಿಯುತ್ತೊ ಅಲ್ಲಿಗೆ ಹೋಗಿ ಅದನ್ನು ನಾನು ನೋಡಬಯಸ್ತೇನೆ. ಅಮ್ಮಾ ಇದರ ವಿಷಯವಾಗಿ ಅನೇಕ ತಿಂಗಳುಗಳಿಂದ ನಾನು ಆಲೋಚಿಸುತ್ತಿದ್ದೇನೆ. ಆದರು ಕೂಡ, ಅದನ್ನೆಲ್ಲಾ ಗೊತ್ತುಪಡಿಸಿಕೊಳ್ಳುವುದು ಸಾಧ್ಯವಾಗಿಲ್ಲ. ನಿನ್ನೆ ರಾತ್ರೆಯಿಂದ ನನಗೆ ಕಣ್ಣು ಮುಚ್ಚುವುದೇ ಅಸಾಧ್ಯವಾಯಿತು. ಬರಿಯ ಒಂದೇ ಆಲೋಚನೆಯಾಗಿತ್ತು. ಕಟ್ಟಕಡೆಗೆ, ಈ ಹೊಳೆಯ ಕೊನೆಯನ್ನು ಸ್ವತಃ ನಾನೇ ನೋಡಬೇಕೂಂತ ನಿರ್ಧರಿಸಿಕೊಂಡಿದ್ದೇನೆ. ಸಹಜವಾಗಿಯೇ, ಮಾರ್ಗದಲ್ಲಿ ಬೇರೆ ಸ್ಥಳಗಳಲ್ಲೂ ಏನಾಗುತ್ತಿದೆಯೆಂಬುದನ್ನೂ ಕಂಡುಕೊಳ್ಳುತ್ತೇನೆ."

ಆದರೆ ಪುಟ್ಟ ಕಪ್ಪು ಮೀನಿನ ತಾಯಿಯು ತನ್ನ ಮರಿಯ ಕಡೆ ನೋಡಿ ನಕ್ಕಿತು. ಆಮೇಲೆ ಅದು ಹೀಗೆ ಹೇಳಿತು : "ಮಗೂ, ನಾನು ಕೂಡ ಮರಿಯಾಗಿದ್ದಾಗ ಹೀಗೆಯೇ ಆಲೋಚಿಸಿದ್ದೆ. ಆದರೆ ಈ ಹೊಳೆಗೆ ಕೊನೆಯಾಗಲೀ ಪ್ರಾರಂಭವಾಗಲೀ ಇಲ್ಲ. ಅದು ಹೇಗಿದೆಯೋ ಅಷ್ಟೇ. ಹೊಳೆ ಯಾವಾಗಲೂ ಚಲಿಸುತ್ತ, ಉರುಳುತ್ತ, ಹರೀತದೆ. ಆದರೆ ಅದು ಎಂದೂ ತನ್ನ ಅಂತ್ಯವನ್ನು ತಲಪುವುದಿಲ್ಲ."

"ಹಾಗಾದರೆ, ಅಮ್ಮಾ, ಪ್ರತಿಯೊಂದಕ್ಕೂ ಒಂದು ಅಂತ್ಯವಿದೆಯೆಂಬ ಮಾತು ನಿಜವೆಂದು ನೀನು ಭಾವಿಸೋದಿಲ್ಲವೆ ? ರಾತ್ರೆ ಮತ್ತು ಹಗಲು ಕೊನೆಗಾಣ್ತವೆ. ವಾರಗಳು, ತಿಂಗಳುಗಳು, ವರ್ಷಗಳು..." ಎಂದು ಪುಟ್ಟ ಕಪ್ಪು ಮೀನು ಹೇಳತೊಡಗಿತು.

ಆಗ ತಾಯಿ ಮೀನು ಅದರ ಮಾತನ್ನು ತೀವ್ರವಾಗಿ ತಡೆಗಟ್ಟುತ್ತ, "ಸಾಕು, ನಿಲ್ಲಿಸು, ಇವೆಲ್ಲಾ ನಿರರ್ಥಕ ವಿಚಾರಗಳು. ಏಳು ಹೊರಗೆ ಹೋಗೋಣ ಬಾ. ಇದು ಖುಷಿಯಾಗಿ ಇರಬೇಕಾದ ಸಮಯ. ಇಂತಹ ಮಾತುಗಳಿಗೆ ತಕ್ಕ ವೇಳೆ ಅಲ್ಲ," ಎಂದಿತು, ದೃಢವಾಗಿ.

"ಅಲ್ಲಾಮ್ಮಾ, ಅದು ಹಾಗಲ್ಲಾ. ಈ ತಿರುಗಾಟ ನನಗೆ ಇಷ್ಟವಿಲ್ಲ. ಬೇಸರವಾಗಿದೆ. ನಾನು ಎಲ್ಲಿಗಾದರೂ ಹೊಸ ಸ್ಥಳಕ್ಕೆ ಹೋಗಬೇಕು. ಎಲ್ಲೆಲ್ಲಿ ಏನೇನು ನಡೀತಿದೆ ಅಂತ ನಾನು ನೋಡಬೇಕು. ನನಗೆ ಈ ವಿಷಯಗಳನ್ನೆಲ್ಲಾ ಬೇರೆ ಯಾರೊ ಕಲಿಸಿದ್ದಾರೆ ಅಂತ ಪ್ರಾಯಶಃ ನಿನಗೆನಿಸಬಹುದು. ಆದರೆ, ಹಾಗೇನೂ ಇಲ್ಲ. ಬಹು ಕಾಲದಿಂದ ನಾನೇ ಇದೆಲ್ಲಾ ಆಲೋಚಿಸ್ತಾ ಇದ್ದೇನೆ" – ಎಂದು ಪುಟ್ಟ ಮೀನು ಹೇಳಿತು.

"ಸಹಜವಾಗಿಯೇ ಎಷ್ಟೋ ವಿಷಯಗಳನ್ನು ನಾನು ಬೇರೆ ಬೇರೆ ಕಡೆಗಳಿಂದ ತಿಳಿದುಕೊಂಡಿದ್ದೇನೆ. ಉದಾಹರಣೆಗೆ, ಅನೇಕ ಮೀನುಗಳು ತಮ್ಮ ಮುಪ್ಪಿನ ಕಾಲದಲ್ಲಿ, ತಮ್ಮ ಇಡಿಯ ಜೀವನವೇ ವ್ಯರ್ಥವಾಯಿತೆಂದು ಭಾವಿಸುತ್ತವೆಯೆಂಬುದು ನನಗೆ ತಿಳಿದಿದೆ. ಅವು ಯಾವಾಗಲೂ ಪ್ರತಿಯೊಂದು ವಿಷಯದ ಬಗೆಗೂ ಮೂದಲಿಸ್ತಲೇ ಇರುತ್ತವೆ, ಶಾಪ

ಹಾಕ್ತಿರುತ್ತವೆ. ಸಣ್ಣ ಸ್ಥಳದಲ್ಲಿ ಈಜಾಡಿಕೊಂಡಿರುವುದು, ಮುಪ್ಪಾಗುವವರೆಗೂ ಅಲ್ಲೇ ಹಿಂದಕ್ಕೂ ಮುಂದಕ್ಕೂ ಹೋಗುತ್ತಿರುವುದು – ಇದಿಷ್ಟೇ ನಮ್ಮ ಬಾಳಿನ ನಿಜವಾದ ಅರ್ಥವೇ ? ಅಥವಾ ಈ ಲೋಕದಲ್ಲಿ ಬಾಳಬಹುದಾದ ಬೇರೆ ಯಾವುದಾದರೂ ದಾರಿ ಉಂಟೆ ? ಈ ವಿಷಯವನ್ನು ನಾನು ತಿಳಿದುಕೊಳ್ಳಬೇಕೆಂಬ ಆಸೆ ನನಗೆ ಇದೆ" – ಎಂದು ಅದು ತನ್ನ ಮನದ ಬಯಕೆಯನ್ನು ತಿಳಿಸತೊಡಗಿತು.

ಪುಟ್ಟ ಕಪ್ಪು ಮೀನು ತನ್ನ ಮಾತು ಮುಗಿಸಿದಾಗ, ಅದರ ತಾಯಿ ಹೀಗೆಂದಿತು : "ಮಗೂ, ನಿನಗೇನೋ ಜ್ವರ ಬಂದಹಾಗಿದೆ. ಯಾವಾಗಲೂ ಬಡಬಡಿಸುತ್ತ ಅವಿವೇಕದ ಮಾತನ್ನಾಡುತ್ತಿ. ಲೋಕ... ಲೋಕ... ಲೋಕ ಎಂಬುದು ನಾವು ಈಗ ವಾಸಿಸುತ್ತಿರುವ ಸ್ಥಳವೇ. ಇನ್ನು ಬಾಳೇನೂ ಬೇರೆಯದಲ್ಲ, ಅದು ನಮ್ಮ ಜೀವನವೇ."

ಅವುಗಳ ನೆಲೆಮನೆಯ ಬಳಿಯಲ್ಲಿಯೇ ತಿರುಗಾಡುತ್ತಿದ್ದ ನೆರೆಹೊರೆಯ ಮೀನೊಂದು ಆಗ ಅಲ್ಲಿಗೆ ಬಂದಿತು. ಪುಟ್ಟ ಕಪ್ಪು ಮೀನಿನ ತಾಯಿಯನ್ನು ಮಾತನಾಡಿಸುತ್ತ, "ನಿನ್ನ ಮಗುವಿನ ಜೊತೇಲಿ ಏನೋ ವಾದ ನಡೀತಾ ಇದೆಯಲ್ಲಾ ? ನಿಮಗೆ ಇವತ್ತು ತಿರುಗಾಟಕ್ಕೆ ಹೋಗೋದು ಇಷ್ಟವಿಲ್ಲ ಅಂತ ಕಾಣ್ತದೆ" ಎಂದಿತು.

ನೆರೆಹೊರೆಯ ಮೀನಿನ ಆ ಮಾತು ಕೇಳಿಸಿದೊಡನೆಯೇ ತಾಯಿ ಮೀನು ತನ್ನ ನೆಲೆಮನೆಯಿಂದ ಹೊರಬಂದಿತು.

"ಈಗ ಈ ಕಾಲದಲ್ಲಿ ಏನೇನಾಗ್ತಾ ಇದೆ ಗೊತ್ತೆ? ಮಕ್ಕಳು ಕೂಡ ತಮ್ಮ ತಾಯಿಂದಿರಿಗೆ ಹೇಳಿಕೊಡೋಕೆ ಬರ್ತವೆ" – ಎಂದಿತು ತಾಯಿ ಮೀನು.

"ಅದು ಹೇಗೆ ?" – ಎಂದು ಕೇಳಿತು ನೆರೆಮನೆಯ ಮೀನು.

ಮರಿಮೀನಿನ ತಾಯಿ ಹೇಳಿತು : "ಈ ತಿಳಿಗೇಡಿ ಮರಿ ಕಡೆ ನೋಡು, ಅದಕ್ಕೆ ಏನು ಮಾಡಬೇಕೆಂಬ ಆಸೆ ಇದೆಯೋ ಕೇಳು. ಲೋಕದಲ್ಲೆಲ್ಲಾ ಏನೇನು ನಡೆಯುತ್ತೋ ಅದನ್ನೆಲ್ಲಾ ತಾನು ನೋಡಬೇಕಂತೆ ! ಅರ್ಥವಿಲ್ಲದ ಮಾತು !"

"ಏನು ಮರೀ, ನೀನು 'ಋಷಿ' ಮತ್ತು 'ತತ್ತ್ವಜ್ಞಾನಿ' ಆದೆಯಾ ? ಅದರ ವಿಷಯ ನಮಗೆ ತಿಳಿಸೋದೇ ಮರೆತೆಯಲ್ಲಾ ? !" ಎಂದು ನೆರೆನೆಲೆಯ ಮೀನು ಮರಿಯನ್ನು ಕೇಳಿತು.

ಪುಟ್ಟ ಕಪ್ಪು ಮರಿಮೀನು ಅದಕ್ಕೆ ಉತ್ತರ ಕೊಟ್ಟಿತು; "ಅಲ್ಲಾರೀ, ನೀವು 'ತತ್ತ್ವಜ್ಞಾನಿ' ಎಂದು ಹೇಳೋದರ ಅರ್ಥವಾಗಲೀ ಅಥವಾ ನೀವು 'ಋಷಿ' ಅಂತ ಯಾರನ್ನು ಕರೆಯುತ್ತೀರೆಂಬುದಾಗಲೀ ನನಗೆ ತಿಳಿಯದು. ನನಗಿಷ್ಟು ಮಾತ್ರ ಗೊತ್ತಿದೆ. ಸ್ಥಳಗಳ ತಿರುಗಾಟದಿಂದ ನನಗೆ ಬೇಜಾರಾಗಿದೆ. ಇನ್ನೆಷ್ಟು ಮಾತ್ರಕ್ಕೂ ನಾನು ಇಲ್ಲಿನ ಸುತ್ತಾಟಕ್ಕೆ ಹೋಗೋದಿಲ್ಲ, ನಾನು ಚೆನ್ನಾಗಿ ಬೆಳೆದ ಮೇಲೆ ಒಂದು ದಿನ ಕಣ್ತೆರೆದು ನನಗೇನೂ ತಿಳಿಯದು ಎಂದುದನ್ನು ಕಂಡುಕೊಳ್ಳೋದು ನನಗೆ ಇಷ್ಟವಿಲ್ಲ."

ನೆರೆನೆಲೆಯ ಮೀನು, ಪುಟ್ಟ ಕಪ್ಪು ಮೀನಿನ ತಾಯಿಯ ಕಡೆ ನೋಡುತ್ತ, "ಇದೇನು ಮಾತು ?" ಎಂದು ಕೇಳಿತು.

ತಾಯಿಮೀನು ಒಳಗೊಳಗೇ ಮುಲುಕುತ್ತ, ಹೀಗೆ ಹೇಳಿತು : "ನನ್ನದೊಂದೇ ಮಗು. ಅದೂ ಹೀಗಾಗುತ್ತೆ ಎಂದು ನಾನು ಭಾವಿಸಿರಲಿಲ್ಲ. ಯಾರೋ ಭಯಂಕರರು ನನ್ನ ಮುದ್ದು ಮಗುವಿನ ಮನಸ್ಸೇ ಕೆಡಿಸಿಬಿಟ್ಟಿದ್ದಾರೆ."

"ನನ್ನ ಮನಸ್ಸು ಯಾರೂ ಕೆಡಿಸಿಲ್ಲಾಮ್ಮಾ, ಆದರೆ, ನೋಡಲು ಕಣ್ಣುಗಳೂ ಅರಿಯಲು

ಮೆದುಳೂ ನನಗೇ ಇವೆ." – ಎಂದು ಪುಟ್ಟ ಮರಿಯು ಮಧ್ಯೆ ಹೇಳಿತು.

ಇದ್ದಕ್ಕಿದ್ದ ಹಾಗೆಯೇ ನೆರೆನೆಲೆಯ ಮೀನು ತಲೆಹಾಕುತ್ತ, "ತಂಗಿ, ಆ ವಕ್ರವಾದ ಮುದಿ ಶಂಬೂಕ ನಿನಗೆ ನೆನಪಿದೆಯೆ ?" ಎಂದು ತಾಯಿ ಮೀನನ್ನು ಕೇಳಿತು.

"ಹೌದು, ನಿಜವಾಗಿಯೂ ನೆನಪಿದೆ. ಹಾಳಾದ್ದು ಅದು ಯಾವಾಗಲೂ ನನ್ನ ಈ ಮುದ್ದು ಮರಿಗೇ ಅಂಟಿಕೊಂಡಿರುತ್ತಿತ್ತು!" ಎಂದು ತಾಯಿ ಮೀನು ಉತ್ತರ ಕೊಟ್ಟಿತು.

"ಅಯ್ಯೋ, ಅಮ್ಮಾ, ದಯವಿಟ್ಟು ಹಾಗೆ ಹೇಳಬೇಡ, ಅದು ನನ್ನ ಪ್ರೀತಿಯ ಸ್ನೇಹಿತ" – ಎಂದು ಪುಟ್ಟ ಮೀನು ಕೂಗಿ ಹೇಳಿತು.

"ಬಸವನ ಹುಳುಗಳು ಮೀನುಗಳ ಶತ್ರುಗಳಾಗಿರಲೇಬೇಕೆಂಬುದನ್ನು ನನ್ನ ಜೀವನದಲ್ಲಿ ನಾನೆಲ್ಲೂ ಕೇಳಿಲ್ಲ. ಆದರೆ ನೀವು ಕ್ರೂರವಾಗಿ ಅದನ್ನು ನೆಲೆಯ ಗ್ರಾಮದಿಂದಲೇ ಓಡಿಸಿ ಬಿಟ್ಟಿದ್ದೀರಿ" – ಎಂದು ಪುಟ್ಟ ಕಪ್ಪು ಮೀನು ಅಳುತ್ತಾ ಹೇಳಿತು.

ಚುಟುಕಾಗಿ ನಿರೂಪಿಸುವುದಾದರೆ, ಅವುಗಳ ವಾಗ್ವಾದದ ಸಪ್ಪಳವನ್ನು ಕೇಳಿ ಆ ನೆಲೆಗ್ರಾಮದ ಮೀನುಗಳೆಲ್ಲವೂ ಅ ನೆಲೆಮನೆಯ ದ್ವಾರದ ಬಳಿ ಗುಂಪುಗೂಡಿದುವು. ಪುಟ್ಟ ಮೀನಿನ ಮಾತುಗಳಿಂದ, ಪ್ರತಿಯೊಂದು ಮೀನಿಗೂ ಸಿಟ್ಟು ಬಂತು. ಯಾಕೆಂದರೆ, ಅವುಗಳಲ್ಲಿ ಯಾವುದಕ್ಕೂ ಆ ಸ್ಥಳವನ್ನು ಎಂದಾದರೂ ಬಿಟ್ಟು ಹೊರಟುಹೋಗಬೇಕೆಂಬ ಆಸೆಯೇ ಇರಲಿಲ್ಲ.

"ನಿನ್ನ ಸ್ವೇಚ್ಛೆಯ ವಿಚಾರಗಳನ್ನು ನಾವು ಕ್ಷಮಿಸುವೆವೆಂದು ನೀನು ತಿಳಿದುಕೊಂಡಿದ್ದಿಯಾ ?" – ಎಂದು ಒಂದು ಮುದಿ ಮೀನು, ಆ ಮರಿಯನ್ನು ಕೇಳಿತು.

"ಅದರ ಕಿವಿ ಹಿಂಡಬೇಕು" ಎಂದು ಮತ್ತೊಂದು ಹೇಳಿತು.

ಆದರೆ ಪುಟ್ಟ ಕಪ್ಪು ಮೀನಿನ ತಾಯಿಯು ಸಿಟ್ಟಿನಿಂದ, "ಎಲ್ಲರೂ ಆಚೆ ಹೋಗಿ. ನನ್ನ ಮಗುವಿನ ಹತ್ತಿರ ಬರಬೇಡಿ. ಅದನ್ನು ಯಾರೂ ಮುಟ್ಟಬೇಡಿ" ಎಂದು ಕೂಗಾಡತೊಡಗಿತು.

ಯಾವುದೋ ಒಂದು ಮೀನು ಹಿರಿದನಿಯಲ್ಲಿ ಹೇಳತೊಡಗಿತು. "ನಿನ್ನ ಮಕ್ಕಳನ್ನು ಸರಿಯಾಗಿ ಬೆಳೆಸದೆ ಇದ್ದರೆ, ಅದರ ಪರಿಣಾಮಗಳನ್ನು ಅನುಭವಿಸಲೇಬೇಕಾಗುತ್ತೆ."

ನೆರೆನೆಲೆಯ ಮೀನು ಗಂಭೀರವಾಗಿ ಹೀಗೆ ಹೇಳಿತು: "ನಿನ್ನ ನೆಲೆಮನೆಯ ಪಕ್ಕದಲ್ಲಿ ವಾಸಿಸಲು ನನಗೇ ನಾಚಿಕೆಯಾಗ್ತದೆ."

ಯಾವುದೋ ಮತ್ತೊಂದು, ಹೀಗೆ ಸೂಚಿಸಿತು: "ಈ ವಿಷಯ ಕೈಮೀರಿ ಹೋಗುವುದಕ್ಕೆ ಮೊದಲೇ ನಾವು ಅದನ್ನು ನ್ಯಾಯಾಧೀಶರ ಮುಂದೆ ವಿಚಾರಣೆಗೆ ತೆಗೆದುಕೊಂಡು ಹೋಗೋಣ."

ಹಾಗೆ ಹೇಳಿದ ಮೇಲೆ, ಮುದಿ ಮೀನು ಪುಟ್ಟ ಕಪ್ಪು ಮರಿಮೀನನ್ನು ಹಿಡಿದುಕೊಳ್ಳಲು ಪ್ರಯತ್ನಿಸಿತು. ಆದರೆ ಆ ಮರಿಮೀನನ್ನು ರಕ್ಷಿಸಲು ಅದರ ಮಿತ್ರ ಮೀನುಗಳು ಸುತ್ತುಗಟ್ಟಿ ಕೊಂಡವು ಮತ್ತು ಅದನ್ನು ಆ ಗುಂಪಿನಿಂದಾಚೆಗೆ ಕರೆದುಕೊಂಡು ಹೋದವು. ಅವು ಹೊರಗೆ ಹೋಗುತ್ತಿದ್ದಂತೆ, ಪುಟ್ಟ ಕಪ್ಪು ಮೀನಿನ ತಾಯಿಯು ತನ್ನ ಈಜು ರೆಕ್ಕೆಗಳನ್ನು ಬಡಿಯುತ್ತ ವಿಷಾದದಿಂದ, "ಅಯ್ಯೋ, ದೇವರೇ, ನಾನೇನು ಮಾಡಲಿ ? ನನ್ನ ಮರೀನ ನಾನು ಕಳಕೊಳ್ತಾ ಇದ್ದೇನಲ್ಲಾ !" ಎಂದು ಮರುಗಿತು.

ಪುಟ್ಟ ಮರಿಯು ಕೂಗಿ ಹೇಳಿತು: "ಅಮ್ಮಾ ನೀನು ನನಗಾಗಿ ಅಳಬೇಡ. ಬಳಲಿ ಬಿದ್ದಿರುವ ಈ ಮುದಿಮೀನಿಗಾಗಿ ಅಳು."

"ಏಯ್ ಕೊಳೆ ಪಾಚಿ ಪಿಳ್ಳೆ, ನಮ್ಮನ್ನು ನಿಂದಿಸಬೇಡ." – ಎಂದು ಯಾವುದೋ ಒಂದು ಮೀನು ಕೂಗಿ ಹೇಳಿತು.

"ನೀನೇ ನೋಡುವಿಯಂತೆ ಇರು, ಇಷ್ಟರಲ್ಲೇ ನೀನು ಮೀನುಗಾರನ ಗಾಳಕ್ಕೆ ಸಿಕ್ಕಿ ನೇತಾಡುವೆ. ಆಗ ನೀನು ಎಂತಹ ಅಲ್ಪ ಔತಣವಾಗುವೆ!" – ಎಂದು ಇನ್ನೊಂದು ಮೀನು ಹೇಳಿತು. (ಆ ನೆಲೆಗ್ರಾಮದ ಮೀನುಗಳು ಹೊಳೆಯ ಎಲ್ಲ ಮೀನುಗ್ರಾಮಗಳಲ್ಲಿನವುಗಳಂತೆಯೇ, ಮೀನುಗಾರರಿಗೆ ಸದಾ ಹೆದರುತ್ತಿದ್ದುವು. ಬೇರೆ ರೀತಿಯಲ್ಲಿ ಏನಾದರೂ ಮಾಡಬೇಕೆಂದು ಯಾರಾದರೂ ಸೂಚಿಸಿದಾಗಲೆಲ್ಲ, ಹಾಗೆ ಮಾಡುವುದು ಸರಿಯಲ್ಲವೆಂದೂ ಯಾಕೆಂದರೆ, ಅದು ಮೀನುಗಾರರ ಗಮನಕ್ಕೆ ಬರುವ ವಿಷಯವೆಂದೂ ಅವು ಹೇಳುತ್ತಿದ್ದುವು.)

ಮರಿಮೀನುಗಳು ಕೂಗಾಡುತ್ತಲೇ ಇದ್ದುವು. "ನೀನು ಇಲ್ಲಿಂದ ಹೋದ ಮೇಲೆ, ಖೇದಪಟ್ಟುಕೊಂಡು ಮತ್ತೆ ಹಿಂದಿರುಗಿದೆಯಾದರೆ, ಆಗ ನಾವು ನಿನ್ನನ್ನು ಇಲ್ಲಿಗೆ ಬರಗೊಡುವುದಿಲ್ಲ" – ಎಂದು ಒಂದು ಮರಿ ಮೀನು ಹೇಳಿತು.

"ಇವು ಯೌವನ ಕಾಲದ ಹುಚ್ಚು ಕೆಲಸಗಳು. ಇಲ್ಲಿಂದ ಹೊರಟುಹೋಗಬೇಡ" –ಎಂದು ಮತ್ತೊಂದು ಮರಿಮೀನು ದನಿಗೂಡಿಸಿತು.

"ಈಗ ಇಲ್ಲಿ ಏನು ಕೆಟ್ಟು ಹೋಗಿದೆ ?" ಎಂದು ಮುದಿಮೀನು ಗೊಣಗುತ್ತ ಕೇಳಿತು.

"ಬೇರೆ ಲೋಕವೆಂಬುದೇ ಇಲ್ಲ. ಜಗತ್ತು ಇಲ್ಲಿಯೇ ಇದೆ. ಹೋಗಬೇಡ. ಬಾ, ಹಿಂದಕ್ಕೆ" – ಎಂದು ಮತ್ತೊಂದು ಮೀನು ಕೂಗಿ ಹೇಳಿತು.

ಮತ್ತೊಂದು ಯಾವುದೋ ಮೀನು ತನ್ನ ವ್ಯವಹಾರ ಕುಶಲತೆಯನ್ನು ಹೀಗೆ ಸೂಚಿಸಿತು : "ವಿವೇಕಿಯಾಗಿ ನೀನು ಹಿಂದಕ್ಕೆ ಬಂದೆಯಾದರೆ ಆಗ ನೀನು ನಿಜವಾಗಿಯೂ ವಿವೇಕಿ ಮರಿಯೆಂದು ನಾವು ನಂಬ್ತೇವೆ."

ಆದರೆ ಅವುಗಳಿಗೆಲ್ಲಕ್ಕೂ ತಾನು ಹೇಳಬೇಕಾದಂತಹ ವಿಷಯವು ಬೇರೆ ಏನೂ ಇಲ್ಲವೆಂದು ಪುಟ್ಟ ಕುಪ್ಪು ಮೀನು ತಿಳಿದುಕೊಂಡಿದ್ದಿತು.

ಅದರ ಯುವ ಮಿತ್ರ –ಮೀನುಗಳು ಪುಟ್ಟ ಕಪ್ಪು ಮೀನಿಗೆ ವಿದಾಯವನ್ನು ಸೂಚಿಸುವುದಕ್ಕಾಗಿ ಅದರೊಂದಿಗೆ ಅಲ್ಲಿನ ಜಲಪಾತದವರೆಗೂ ಬಂದುವು.

"ಸ್ನೇಹಿತರೇ, ನಿಮ್ಮೆಲ್ಲರನ್ನೂ ಮತ್ತೆ ಕಾಣುವ ಆಸೆ ನನಗಿದೆ, ನನ್ನನ್ನು ಮರೆಯಬೇಡಿರಿ" ಎಂದು ಹೇಳುತ್ತ, ಜಲಪಾತದ ತುದಿಯ ಬಳಿ ಪುಟ್ಟ ಮೀನು ಅವುಗಳನ್ನು ಬೀಳ್ಕೊಂಡಿತು.

"ನಿನ್ನನ್ನು ನಾವು ಹೇಗೆ ಮರೆಯಬಲ್ಲೆವು ? ದೀರ್ಘ ನಿದ್ರೆಯಿಂದ ನಮ್ಮನ್ನು ನೀನು ಎಬ್ಬಿಸಿದೆ. ನೀನು ಸಾಹಸಿ. ನಮಗೂ ನಿನ್ನನ್ನು ಮತ್ತೆ ನೋಡುವ ಆಸೆ ಇದೆ." – ಎಂದು ಅವು ಉತ್ತರ ಕೊಟ್ಟುವು.

ಪ್ರವಾಹವು ಪುಟ್ಟ ಕಪ್ಪು ಮೀನನ್ನು ಜಲಪಾತದ ಮೇಲಿಂದ ಕೊಂಡೊಯ್ದು ಅಲ್ಲಿಂದ ಕೆಳಕ್ಕೆ ಎಸೆಯಿತು. ಕೆಳಗಿನ ಮಡುವಿನಲ್ಲಿ ಬಿದ್ದಾಗ, ಮೊದಲು ಕೆಲವು ಕ್ಷಣಗಳವರೆಗೆ ಮರಿಮೀನು ತತ್ತರಿಸಿ ಹೋಯಿತು. ಆಮೇಲೆ ಚೇತರಿಸಿಕೊಂಡು, ಸ್ತಿಮಿತ ಮನೋಭಾವದಿಂದ ಮತ್ತೆ ಮಡುವಿನಲ್ಲೇ ಈಜಾಡತೊಡಗಿತು. ಬಿಂಕದಿಂದ ಸುತ್ತಾಡತೊಡಗಿತು. ಹಿಂದೆ ಅದು ಒಂದೇ ಸ್ಥಳದಲ್ಲಿ ಅಷ್ಟು ನೀರನ್ನು ಎಂದೂ ಕಂಡಿರಲಿಲ್ಲ. ಈ ಮಡುವಿನಲ್ಲಿ ಬಾಲದ ಕಪ್ಪೆ ಮರಿಗಳು ಸಾವಿರಾರು ಗುಂಪುಗೂಡಿಕೊಂಡು ಸುತ್ತಾಡುತ್ತಿದ್ದುವು. ಪುಟ್ಟ ಕಪ್ಪು ಮೀನನ್ನು ಕಂಡೊಡನೆಯೇ ಅವು ಅದನ್ನು ತಮಾಷೆ ಮಾಡತೊಡಗಿದುವು. "ಅದರ ರೂಪ ನೋಡು ! ಅದರ ರೂಪ ನೋಡು ! ಏಯ್ ನೀನೆಂತಹ ಪ್ರಾಣಿ ?" – ಎಂದು ಉದ್ಗರಿಸಿದುವು.

ಪುಟ್ಟ ಕಪ್ಪು ಮೀನು ಕ್ಷಣ ಕಾಲದಲ್ಲಿ ಅವುಗಳನ್ನು ತಡೆದು ನಿಲ್ಲಿಸುತ್ತ, "ದಯವಿಟ್ಟು

ಅಪಹಾಸ್ಯ ಮಾಡಬೇಡಿ. ಇದು ನನ್ನ ಬೇಡಿಕೆ. ನನ್ನ ಹೆಸರು ಪುಟ್ಟ ಕಪ್ಪು ಮೀನು. ನಿಮ್ಮ ಹೆಸರುಗಳೇನು ? ಹೇಳಿರಿ. ನಾವು ಸ್ನೇಹಿತರಾಗೋಣ" – ಎಂದು ಹೇಳಿತು.

ಬಾಲಗಪ್ಪೆಗಳಲ್ಲೊಂದು ಮುಂಬಂದಿತು. "ನಮ್ಮನ್ನು ಬಾಲಗಪ್ಪೆಗಳೆಂದು ಕರೀತಾರೆ" ಎಂದು ಅದು ತಿಳಿಸಿತು.

"ನಾವು ಘನತೆ ಮತ್ತು ಲಾವಣ್ಯ ಉಳಿಸಿಕೊಂಡಿರುವವರು" ಎಂದು ಮತ್ತೊಂದು ದನಿಗೂಡಿಸಿತು.

"ಈ ಲೋಕದಲ್ಲಿ ನಮಗಿಂತಲೂ ಹೆಚ್ಚು ಚೆಲುವಾಗಿರುವವರನ್ನು ಯಾರೂ ಕಾಣಲಾರರು" –ಎಂದು ಮತ್ತೊಂದು ತಿಳಿಸಿತು.

"ನಾವು ನಿನ್ನಂತೆ ವಿಕಾರವಾಗಿಲ್ಲ, ಕುರೂಪಿಗಳಲ್ಲ" – ಎಂದಿತು ಮತ್ತೊಂದು.

ಅಚ್ಚರಿಯಿಂದಲೂ ಸಿಟ್ಟಿನಿಂದಲೂ ಪುಟ್ಟ ಕಪ್ಪು ಮೀನು ಬಾಲಗಪ್ಪೆಗಳ ಕಡೆ ಬಿರುಗುಟ್ಟುತ್ತ ನೋಡಿತು, "ನಿಮ್ಮ ಬಗೆಗೆ ಇಂತಹ ಉತ್ಪ್ರೇಕ್ಷೆಯ ವಿಚಾರಗಳು ನಿಮಗೆ ಈ ಲೋಕದಲ್ಲೆಲ್ಲಿಂದ ಬಂದುವು ? ಹೋಗಲಿ ಬಿಡಿ, ಪರವಾಯಿಲ್ಲ. ನಾನು ನಿಮ್ಮನ್ನು ಕ್ಷಮಿಸ್ತೇನೆ. ಯಾಕೆಂದರೆ, ನಿಮಗೆ ತಿಳಿವಳಿಕೆ ಸಾಲದು, ನೀವು ಮೂಢರು," –ಎಂದು ಅದು ಹೇಳಿತು.

ಅದನ್ನು ಕೇಳಿ ಬಾಲಗಪ್ಪೆಗಳಿಗೂ ಸಿಟ್ಟೇರಿತು. ಅವೆಲ್ಲವೂ ಒಟ್ಟಿಗೆ ಕೂಗತೊಡಗಿದುವು : "ಏನೆಂದೆ ? ...ಮೂಢರೇ ? ...ಏನು ನೀನು ಹೇಳೋದು ? ...ನಾವೆ ಮೂಢರೆ ?"

"ಸಹಜವಾಗಿಯೇ" ಎನ್ನುತ್ತ ಪುಟ್ಟ ಕಪ್ಪು ಮೀನು ತನ್ನ ಮಾತನ್ನು ಮುಂದುವರಿಸಿತು. "ನೀವು ಮೂಢರಲ್ಲದೆ ಇದ್ದಿದ್ದರೆ, ಜಗತ್ತಿನಲ್ಲಿ ತಮ್ಮ ಸ್ವಂತ ಆಕೃತಿ ಕೂಡ ಸಂತೋಷವನ್ನು ಉಂಟು ಮಾಡುತ್ತದೇಂತ ಭಾವಿಸುವವರು ಇತರರೂ ಕೂಡ ಇದ್ದಾರೆಂಬ ವಿಷಯವು ನಿಮಗೆ ತಿಳೀತಿತ್ತು."

ಬಾಲಗಪ್ಪೆಗಳಿಗೆ ರೋಷವುಂಟಾಯಿತು. ಪುಟ್ಟ ಕಪ್ಪು ಮೀನು ಹೇಳಿದ ಮಾತು ನಿಜವೆಂಬುದು ಅವುಗಳಿಗೂ ತಿಳಿದಿತ್ತು. ಆದರೆ ವಾದದಲ್ಲಿ ಸೋಲುವುದು ಇಷ್ಟವಿರಲಿಲ್ಲ, ಅವು ಇನ್ನೊಂದು ರೀತಿಯ ಕ್ರಮವನ್ನು ಅನುಸರಿಸಲು ನಿರ್ಧರಿಸಿದುವು. ಅವುಗಳಲ್ಲೊಂದು ಹೀಗೆ ಮಾತನಾಡ ತೊಡಗಿತು : "ಹೋಗಲಿ ಬಿಡು, ಮೀನೇ, ನೀನು ವೃಥಾ ಉದ್ರೇಕಗೊಳ್ಳುತ್ತಿದ್ದಿ. ಅದಕ್ಕೇನೂ ಕಾರಣವೇ ಇಲ್ಲ, ಅಷ್ಟೇಕೆ, ನಾವು ಪ್ರತಿ ದಿನವೂ ಲೋಕದಲ್ಲಿ ಸುತ್ತಾಡ್ತೇವೆ, ನಾವು ನಿಧಾನವಾಗಿ ಒಂದು ಕೊನೆಯಿಂದ ಇನ್ನೊಂದು ಕೊನೆಯವರೆಗೆ ಸುತ್ತಾಡುತ್ತಿರುತ್ತೇವೆ, ಗೊತ್ತೆ ?"

"ಹೌದು, ಅಷ್ಟೇಕೆ, ನಾವು ಸಹಜವಾಗಿಯೇ ನಮ್ಮ ಹೊರತು, ನಮ್ಮ ತಾಯ್ತಂದೆಗಳ ಹೊರತು ಬೇರೆ ಯಾರನ್ನೂ ಕಾಣುತ್ತಿಲ್ಲ. ತುಂಬ ಸಣ್ಣ ಸಣ್ಣ ಹುಳುಗಳು ಕೆಲವು ಇರುತ್ತವೆ. ಆದರೆ ಅವು ನಿಜವಾಗಿಯೂ ಲೆಕ್ಕಕ್ಕಿಲ್ಲ." ಎಂದು ಮತ್ತೊಂದು ಬಾಲಗಪ್ಪೆ ತನ್ನ ದನಿಗೂಡಿಸಿತು.

ಪುಟ್ಟ ಕಪ್ಪು ಮೀನಿಗೆ ವಿಶೇಷ ಆಶ್ಚರ್ಯವಾಯಿತು. "ಆದರೆ ನೀವು ಈ ಮಡುವನ್ನು ಬಿಟ್ಟು ಬೇರೆ ಎಲ್ಲಿಯೂ ಹೋಗಿಲ್ಲ. ಹಾಗಿದ್ದರೂ ಕೂಡ, ಲೋಕವನ್ನೆಲ್ಲಾ ಸುತ್ತಿರುವ ಮಾತು ನೀವು ಹೇಳುತ್ತಿದ್ದೀರಿ," ಎಂದು ಅದು ಸೂಚಿಸಿತು.

"ಇದನ್ನು ಬಿಟ್ಟು ಬೇರೆ ಇನ್ನೂ ಯಾವುದಾದರೂ ಲೋಕವಿದೆಯೆ, ಹಾಗಾದರೆ ?" – ಎಂದು ಆ ಬಾಲಗಪ್ಪೆಗಳು ಕೇಳಿದುವು.

"ಹೋಗಲಿ, ಕನಿಷ್ಠ ಪಕ್ಷ ಇಷ್ಟಾದರೂ ನೀವು ಸ್ವತಃ ಕೇಳಿಕೊಳ್ಳಬಹುದು. ನಿಮ್ಮ ಮಡುವಿಗೆ ಈ ನೀರೆಲ್ಲಾ ಎಲ್ಲಿಂದ ಬರ್ತದೆ ?" – ಎಂದು ಅವುಗಳನ್ನು ಪ್ರಶ್ನಿಸುತ್ತಾ, ಪುಟ್ಟ ಮೀನು

ಉತ್ತರವನ್ನೂ ಕೊಟ್ಟಿತು. ಆಮೇಲೆ ಅದಕ್ಕೆ, ತನ್ನ ನೆಲೆಮನೆಯ ಬಳಿಯಲ್ಲಿದ್ದ ಮುದಿ ಶಂಬೂಕವು ಹೇಳಿದ್ದ ಮಾತು ನೆನಪಾಯಿತು. ಆಮೇಲೆ, "ನೀರಿನ ಹೊರಗಡೆಯೂ ಬೇರೆ ಸ್ಥಳಗಳಿವೆ" – ಎಂದು ಅದು ಬಾಲಗಪ್ಪೆಗಳಿಗೆ ತಿಳಿಸಿತು.

"ಅದು ಯಾವುದು ?" – ಎಂದು ಬಾಲಗಪ್ಪೆಗಳೆಲ್ಲವೂ ಒಟ್ಟಾಗಿ ಕೇಳಿದುವು. (ಈಗ ಅವು ಎಲ್ಲವೂ ಗಟ್ಟಿಯಾಗಿ ನಗತೊಡಗಿದುವು.) "ನಿನಗೆ ನಿಜವಾಗಿಯೂ ಭ್ರಾಂತಿಯಾಗಿರಲೇಬೇಕು. ನೀನು ಹೇಳುವಂತಹ ಸ್ಥಳಗಳು ಎಲ್ಲಿವೆ ? ತಿಳಿಸು ನಮಗೆ. ನೀರು ಇಲ್ಲದ ಸ್ಥಳವಿದೆಯೆ ?" – ಎಂದು ಅವು ಕೇಳಿದುವು.

ಪುಟ್ಟ ಕಪ್ಪು ಮೀನು ಅವುಗಳ ಮುಖಗಳ ಕಡೆ ನೋಡಿತು. ತನ್ನದು ನಿರರ್ಥಕವಾದ ಹೋರಾಟವೆಂದು ಅದಕ್ಕೆನಿಸಿತು. 'ಈ ಬಾಲಗಪ್ಪೆಗಳನ್ನು ಬಿಟ್ಟು, ಹಾಗೆಯೇ ಹೊರಟು ಹೋಗುವುದು ಹೆಚ್ಚು ಒಳ್ಳೆಯದು' ಎಂದು ಸ್ವತಃ ಭಾವಿಸಿಕೊಂಡು, 'ಪ್ರಾಯಶಃ ಅವುಗಳ ತಾಯಿಯನ್ನು ನಾನು ಮೊದಲು ಕಾಣುವುದು ಸಾಧ್ಯವಾದರೆ ಚೆನ್ನಾಗಿದ್ದೀತು' ಎಂದು ಅದು ತನಗೆ ತಾನೇ ಹೇಳಿಕೊಂಡಿತು.

ಇದ್ದಕ್ಕಿದ್ದಂತೆಯೇ ವಟಗುಟ್ಟುವ ಶಬ್ದವನ್ನು ಕೇಳಿ ಅದು ಹೌಹಾರಿತು. ಮಡುವಿನ ಪಾರ್ಶ್ವದಲ್ಲೊಂದು ಕಲ್ಲಿನ ಮೇಲೆ ಒಂದು ಕಪ್ಪೆ ಕುಳಿತಿತ್ತು. ಅದು ನೀರಿನೊಳಕ್ಕೆ ನೆಗೆದು, ಪುಟ್ಟ ಕಪ್ಪು ಮೀನಿನ ಬಳಿಗೆ ಬಂದಿತು.

"ನಾನಿಲ್ಲೇ ಇದ್ದೇನೆ, ನನ್ನಿಂದ ನಿನಗೆ ಏನಾಗಬೇಕಾಗಿದೆ ?" –ಎಂದು ಆ ಕಪ್ಪೆ ಕೇಳಿತು.

"ತಾವೇ ತಾಯಿಯೆ ? ಚೆನ್ನಾಗಿದ್ದೀರಾ, ಯಜಮಾನಿ ?" –ಎನ್ನುತ್ತಾ ಪುಟ್ಟ ಕಪ್ಪು ಮೀನು ವಿನಯಪೂರ್ವಕವಾಗಿ ಮಾತನಾಡತೊಡಗಿತು.

ಕಪ್ಪೆ ಹೀಗೆ ಹೇಳಿತು : "ಪುಟ್ಟ ಮರಿಗಳಿಗೆಲ್ಲ ದೊಡ್ಡ ದೊಡ್ಡ ವಿಚಾರಗಳನ್ನು ಹೇಳಿ ಅವುಗಳ ಮೇಲೆ ಪ್ರಭಾವ ಬೀರಲು ನಿನಗೆ ಸಮಯ ಸಿಕ್ಕಿತಲ್ವೆ ? ಒಳ್ಳೆಯದಾಯಿತಲ್ಲವೆ ? ಏಯ್ ಗಿಡ್ಡ ಪಿಳ್ಳೆ ! ನನಗೆ ಮೋಸ ಮಾಡಲು ನೀನು ಪ್ರಯತ್ನಿಸಬೇಡ. ಈ ಮಡುವೇ ಲೋಕವೆಂಬುದನ್ನು ತಿಳಿದುಕೊಳ್ಳಲು ನಾನು ಸಾಕಾದಷ್ಟು ಕಾಲದಿಂದ ಬದುಕಿದ್ದೇನೆ, ನಿನ್ನ ವ್ಯವಹಾರವೇನೋ ಅದನ್ನು ನೀನು ನೋಡಿಕೊಂಡು ಹೋಗು. ನನ್ನ ಮಕ್ಕಳಿಗೆ ಮೋಸ ಮಾಡಬೇಡ. ತಿಳೀತೆ ?"

ಪುಟ್ಟ ಕಪ್ಪು ಮೀನು ಹೀಗೆ ಉತ್ತರ ಕೊಟ್ಟಿತು : "ನೀನು ಈಗಾಗಲೇ ಜೀವಿಸಿ ರುವುದಕ್ಕಿಂತಲೂ ಇನ್ನೂ ನೂರುಪಟ್ಟು ಹೆಚ್ಚು ಕಾಲ ಬದುಕಿದ್ದರೂ ಬೇರೆಯವರ ಮಾತು ಕೇಳಕೂಡದೂಂತ ನೀನು ನಿರ್ಧರಿಸಿಕೊಂಡಿದ್ದ ಪಕ್ಷದಲ್ಲಿ, ನೀನು ಏನೂ ಕಲಿಯುವುದಿಲ್ಲ, ಹೇಗೆ ತಾನೆ ಸಾಧ್ಯ...?"

ಮರಿ ಮೀನು ಹೇಳುತ್ತಿದ್ದ ಮಾತು ಮುಗಿಯುವುದಕ್ಕೆ ಕಪ್ಪೆಯು ಅವಕಾಶವನ್ನು ನೀಡಲಿಲ್ಲ. ಪುಟ್ಟ ಕಪ್ಪು ಮೀನಿನ ಕಡೆಗೆ ಅದು ನೆಗೆಯಿತು. ಆದರೆ ಮೀನು ಸುಲಭವಾಗಿ ಜಾರಿಕೊಂಡಿತು. ಬೇಗನೇ ಅದು ನೀರಿನೊಳಕ್ಕೆ ನುಸುಳಿಕೊಂಡಿತು. ಮಡುವಿನ ತಳದಿಂದ ಕೆಸರಿನ ಮತ್ತು ಹುಳುಗಳ ದೊಡ್ಡ ಅಲೆಮೋಡವನ್ನು ಅದು ನೀರಿನಲ್ಲಿ ಕದಡಿ ಎಬ್ಬಿಸಿತು. ಕಪ್ಪೆಗೆ ಸಿಕ್ಕಲಿಲ್ಲ.

ಆ ಕಣಿವೆಯು ಅಲ್ಲಿನ ಬೆಟ್ಟಗಳ ನಡುವೆ ಹಾವಿನಂತೆ ಸೊಟ್ಟೆಪಟ್ಟೆಯಾಗಿ ಬೆಳೆದು ಕೊಂಡಿದ್ದಿತು. ಮುಂದೆ ಆ ಪುಟ್ಟ ಹೊಳೆಯು ಹೆಚ್ಚು ಅಗಲವಾಯಿತು, ಹೆಚ್ಚು ಆಳವೂ ಆಯಿತು. ಅದರಲ್ಲಿ ನೀರು ಭಾರಿ ಪ್ರಮಾಣದಲ್ಲಿತ್ತು, ಸಮೃದ್ಧವಾಗಿತ್ತು. ಬೆಟ್ಟಗಳ ಮೇಲಿನಿಂದ ಕಣಿವೆಯ ಕಡೆ ನೋಡಿದಾಗ, ಹೊಳೆಯು ಒಂದು ಬಿಳಿಯ ದಾರದಂತೆ ಕಂಡುಬರುತ್ತಿತ್ತು.

ಒಂದು ಕಡೆ ಒಂದು ದೊಡ್ಡ ಬಂಡೆಯು ಬೆಟ್ಟದಿಂದ ಸಡಿಲಗೊಂಡು ಬೇರ್ಪಟ್ಟು, ಹೊಳೆಯೊಳಕ್ಕೆ ಬಿದ್ದು, ಅದನ್ನು ಎರಡಾಗಿ ಕವಲೊಡೆಯಿಸಿತ್ತು. ಬಂಡೆಯ ತುದಿಯ ಮೇಲೆ ಅಂಗೈಯ ಅಗಲದಷ್ಟು ದೊಡ್ಡದಾದ ಒಂದು ಹಲ್ಲಿಯು ಬಂಡೆಗೆ ಬಿಗಿಯಾಗಿ ಅಂಟಿಕೊಂಡಿತ್ತು. ತನ್ನ ಎದೆಯನ್ನು ಬಂಡೆಗೆ ಅಪ್ಪಿಕೊಂಡು, ಅದು ಹಿತಕರವಾದ ಎಳೆಬಿಸಿಲಲ್ಲಿ ಮೈ ಕಾಯಿಸಿ ಕೊಳ್ಳುತ್ತಿತ್ತು. ಅಲ್ಲಿಂದ ಕೆಳಗಡೆಗೆ ದೃಷ್ಟಿಯನ್ನು ಹಾಯಿಸುತ್ತ, ಅದು ಒಂದು ಏಡಿಯನ್ನು ಕಂಡಿತು. ಆ ಏಡಿಯು ತನ್ನ ಹಿಡಿತಕ್ಕೆ ಸಿಕ್ಕಿದ್ದ ಕಪ್ಪೆಯೊಂದನ್ನು ನೀರಿನ ತಳದ ಮರಳಿನ ಮೇಲೆ ತಿನ್ನುತ್ತಿತ್ತು, ಪುಟ್ಟ ಕಪ್ಪು ಮೀನು ಈ ಭಾಗಗಳಿಗೆ ಬಂದಾಗ, ಅದರ ಕಣ್ಣಿಗೆ ಏಡಿಯು ಕಾಣಿಸಿದೊಡನೆಯೇ, ಅದಕ್ಕೆ ವಿಶೇಷ ಭಯವುಂಟಾಯಿತು. ದೂರದಲ್ಲಿದ್ದುಕೊಂಡೇ ಅದು ಏಡಿಗೆ ತನ್ನ ವಂದನೆಯನ್ನು ಸೂಚಿಸುತ್ತ, "ಚೆನ್ನಾಗಿದ್ದೀರಾ ?" ಎಂದು ವಿನಯಪೂರ್ವಕವಾಗಿ ಕ್ಷೇಮ ಸಮಾಚಾರವನ್ನು ವಿಚಾರಿಸಿತು. ಏಡಿಯು ಪಾರ್ಶ್ವ ದೃಷ್ಟಿಯನ್ನು ಬೀರುತ್ತ, "ಎಂತಹ ವಿನಯಶಾಲಿ ಮೀನು, ನೀನು ! ಬಾ ಮರಿ, ಇನ್ನೂ ಹತ್ತಿರಕ್ಕೆ ಬಾ," ಎಂದು ಅದನ್ನು ಕರೆಯಿತು.

ಪುಟ್ಟ ಕಪ್ಪು ಮೀನು ಹೇಳಿತು : "ನಾನು ಲೋಕ ಸಂಚಾರಕ್ಕೆ ಹೊರಟಿದ್ದೇನೆ. ನಿಮಗೆ ಆಹಾರವಾಗುವ ಇಷ್ಟ ನನಗೆ ಎಷ್ಟು ಮಾತ್ರಕ್ಕೂ ಇಲ್ಲಾ ರೀ."

ಅದಕ್ಕೆ ಉತ್ತರವನ್ನು ಕೊಡುತ್ತ ಏಡಿಯು, "ನಿನ್ನಂತಹ ದೊಡ್ಡ ಹೆಣ್ಣು ಮೀನು ಮರಿಯನ್ನು ಹೆದರಿಸುವಂತಹುದು ನನ್ನಲ್ಲಿ ಏನಿದೆ" ಎಂದು ಅದನ್ನು ಕೇಳಿತು.

"ನಾನೇನೂ ಒಳ್ಳೆಯ ಕಾರಣವಿಲ್ಲದೆ ಹೆದರುತ್ತಿಲ್ಲಾ ರೀ ; ಆದರೆ, ನನ್ನ ಕಣ್ಣುಗಳು ಕಂಡದ್ದನ್ನು, ನನ್ನ ಮೆದುಳು ನನಗೆ ತಿಳಿಸಿದ್ದನ್ನು, ನನ್ನ ನಾಲಗೆಯು ಹೇಳುತ್ತದಷ್ಟೇ," ಎಂದು ಆ ಪುಟ್ಟ ಕಪ್ಪು ಮೀನು ಮರಿಯು ಉತ್ತರವನ್ನು ಕೊಟ್ಟಿತು.

"ಒಳ್ಳೆಯದು. ನಾವು ನಿನ್ನನ್ನು ತಿಂದುಹಾಕುತ್ತೇವೆಂದು ನೀನು ಹೇಳುವುದಕ್ಕೆ ನಿನ್ನ ಕಣ್ಣು ಗಳು ಕಂಡದ್ದೇನು ಮತ್ತು ನಿನ್ನ ಮೆದುಳು ತಿಳಿಸಿದ್ದೇನು ಎಂಬುದನ್ನು ನೀನು ನಮಗೆ ಹೇಳಬಲ್ಲೆಯಾ ?" –ಎಂದು ಏಡಿಯು ಗಂಭೀರವಾಗಿ ಆ ಮರಿಯನ್ನು ಕೇಳಿತು.

"ಪುಟ್ಟ ಕಪ್ಪು ಮೀನು ಮರಿಯು ಕಪ್ಪೆಯ ಕಡೆ ನೋಡುತ್ತ ತಲೆಬಾಗಿ ವಂದಿಸಿತು ಮತ್ತು ನನಗೆ ಮೋಸ ಮಾಡಲು ಪ್ರಯತ್ನಿಸಬೇಡಿ !" ಎಂದು ಅದಕ್ಕೆ ಹೇಳಿತು.

"ಓಹೋ, ಕಪ್ಪೆಗೆ ಹೇಳುತ್ತಿದ್ದೇಯೋ ? ಸರಿ, ಹಾಗಾದರೆ." ಎನ್ನುತ್ತ ಆ ಏಡಿಯು ನಕ್ಕಿತು. ಆಮೇಲೆ "ಬಾ, ಬಾ ಮರಿ. ನೀನು ಹುಡುಗಾಟ ಮಾಡುತ್ತಿ. ಕಪ್ಪೆಗಳ ಬಗೆಗೆ ನನಗೆ ಅಸಂತೋಷವಿದೆ. ಅದಕ್ಕೆ ಅವುಗಳನ್ನು ನಾನು ಬೇಟೆಯಾಡಿ ತಿನ್ನುತ್ತೇನೆ. ಅವು ಲೋಕದಲ್ಲಿ ಸ್ವತಃ ತಾವು ಮಾತ್ರವೇ ಸುಂದರ ಪ್ರಾಣಿಗಳೆಂದು ಭಾವಿಸುತ್ತವೆ. ಅವುಗಳಿಗೆ ಹೆಮ್ಮೆ ಜಾಸ್ತಿ. ಅವುಗಳನ್ನು ಒಂದೆರಡು ಮೆಟ್ಟಲು ಕೆಳಕ್ಕೆ ನಾನು ಇಳಿಸಬಯಸುತ್ತೇನೆ, ನಿಜವಾಗಿಯೂ ಲೋಕವು ಯಾರ ಕೈಗಳಲ್ಲಿ ಇದೆಯೆಂಬುದನ್ನು ಅವುಗಳಿಗೆ ತೋರಿಸಬಯಸುತ್ತೇನೆ, ನೀನೇನೂ ಹೆದರಬೇಕಾಗಿಲ್ಲ ಮರಿ, ಬಾ ಇನ್ನೂ ಹತ್ತಿರಕ್ಕೆ ಬಾ !" ಎಂದು ಅದನ್ನು ಕರೆಯಿತು.

ತನ್ನೀ ಮಾತುಗಳನ್ನು ಮುಗಿಸುತ್ತಿದ್ದಂತೆಯೇ ಏಡಿಯು ತನ್ನ ನಾಲ್ಕು ಕಾಲುಗಳನ್ನೂ ಆಡಿಸತೊಡಗಿತು. ತಾನೇ ಪುಟ್ಟ ಕಪ್ಪು ಮೀನಿನ ಬಳಿಗೆ ಹೆಚ್ಚು ಹತ್ತಿರಕ್ಕೆ ಬರತೊಡಗಿತು. ಅದರ ಗಿಡ್ಡ ಮತ್ತು ದೊಡ್ಡ ಮೈ ವಿಚಿತ್ರವಾಗಿ ಕಾಣುತ್ತಿತ್ತು. ಪುಟ್ಟ ಕಪ್ಪು ಮೀನು ಸ್ವತಃ ಹೆದರುತ್ತಿತ್ತಾದರೂ ಕೂಡ, ಏಡಿಯನ್ನು ಕಂಡು ನಗತೊಡಗಿತು.

ಹಲ್ಲಿ ಕೂಡ ಬಂಡೆಯ ತುದಿಯಲ್ಲಿ ನಗುತ್ತಿತ್ತು. ಅದು ಏಡಿಯನ್ನು ಕೂಗಿ "ಏಯ್, ಏಡಿ !

ನಿನಗಿನ್ನೂ ನಡೆಯುವುದೇ ತಿಳಿಯದು, ಲೋಕವು ಯಾರ ಕೈಗಳಲ್ಲಿದೆ ಎಂಬುದು ನಿನಗೆ ಹೇಗೆ ತಿಳಿದೀತು ?" –ಎಂದು ಕೇಳಿತು.

ಪುಟ್ಟ ಕಪ್ಪು ಮೀನು ಹಿಂದಿರುಗತೊಡಗಿದಂತೆ, ಜಲರಾಶಿಯ ಮೇಲೆ ದೊಡ್ಡ ನೆರಳು ಬಿದ್ದಂತೆ ಅದಕ್ಕೆ ಭಾಸವಾಯಿತು. ಆಮೇಲೆ ಇದ್ದಕ್ಕಿದ್ದ ಹಾಗೆಯೇ, ನೀಳವಾದ ಮತ್ತು ಕಂದು ಬಣ್ಣದ ಅದೇನೋ ವಸ್ತು ದಪ್ಪವಾದ ಜೊಂಡಿನಂತೆ ಏಡಿಯ ಮೇಲೆ ಬಿದ್ದು, ಅದನ್ನು ನೀರಿನ ತಳಕ್ಕೆ ಮರಳು ತುಂಬಿದ್ದ ತಳನೆಲದಲ್ಲಿ ಹೆಚ್ಚು ಆಳಕ್ಕೆ ತನ್ನ ಹೊಡೆತದಿಂದ ನೂಕಿದುದನ್ನು ಪುಟ್ಟ ಮರಿಯು ಕಂಡಿತು. ಆಗ ಒಂದು ಅಂಗುಲದಷ್ಟು ಕೂಡ ಅತ್ತಿತ್ತ ಕದಲುವುದು ಏಡಿಗೆ ಸಾಧ್ಯವಾಗಲಿಲ್ಲ !

ಅದನ್ನು ಕಂಡು ಹಲ್ಲಿಯೂ ಸಹ ಜೋರಾಗಿ ನಗುತ್ತಿತ್ತು. ನಗೆಯ ಭರಾಟೆಯಲ್ಲಿ ಅದೂ ಜಾರಿ ನೀರಿನಲ್ಲಿ ಬೀಳುವುದು ಸ್ವಲ್ಪದರಲ್ಲಿಯೇ ತಪ್ಪಿತು.

ಪುಟ್ಟ ಕಪ್ಪು ಮೀನು ತಲೆಯೆತ್ತಿ ನೋಡಿತು. ಕುರಿಗಾಹಿ ಹುಡುಗಿಯೊಬ್ಬಳು ನೀರಿನ ಅಂಚಿನಲ್ಲಿ ಮೊಣಕಾಲೂರಿಕೊಂಡು ಕುಳಿತಿದ್ದಳು. ಅವಳ ಕೈಯಲ್ಲೊಂದು ಕೋಲು ಇತ್ತು. ಪುಟ್ಟ ಕಪ್ಪು ಮೀನು ಮರಿಯ ಕಡೆ ನೋಡುತ್ತ ಕುರಿಗಾಹಿ ಹುಡುಗಿಯು ಮುಗುಳ್ನಕ್ಕಳು. ಅದೂ ಸಹ ನಸುನಗೆಯನ್ನು ಸೂಚಿಸಿತು. ನೀರಿನ ಬಳಿಗೆ ಆಡುಗಳ ಮತ್ತು ಕುರಿಗಳ ಹಿಂಡೊಂದು ಬಂದಿತು. ಅವು ಅಲ್ಲಿನ ನೀರನ್ನು ಕುಡಿಯಲು ತಮ್ಮ ಮುಖಗಳನ್ನು ತಗ್ಗಿಸಿದವು. ಮತ್ತೆ ಮತ್ತೆ ಆ ಕಣಿವೆಯಲ್ಲಿ 'ಮಾ... ಆ... ಆ' 'ಬಾ... ಆ... ಆ' ಎಂಬ ಶಬ್ದಗಳು ತುಂಬಿಕೊಂಡುವು. ಆಡುಗಳೂ ಮರಿಗಳೂ ನೀರನ್ನು ಕುಡಿದು ಅಲ್ಲಿಂದ ಹೊರಟು ಹೋಗುವವರೆಗೂ ಪುಟ್ಟ ಕಪ್ಪು ಮೀನು ಅವುಗಳನ್ನು ತನ್ನ ಬೆರಗುಗಣ್ಣುಗಳಿಂದ ನೋಡುತ್ತಿತ್ತು. ತನ್ನ ಜೀವನದಲ್ಲಿ ಅದು ಹಿಂದೆಂದೂ ಇಂತಹ ಭವ್ಯ ಪ್ರಾಣಿಗಳನ್ನು ಕಂಡಿರಲಿಲ್ಲ.

ಕುರಿಗಾಹಿ ಹುಡುಗಿಯೂ ಅವಳ ಆಡು – ಕುರಿ ಹಿಂಡುಗಳೂ ಹೊರಟುಹೋದ ಮೇಲೆ, ಬಂಡೆಯ ತುದಿಗೆ ಅಂಟಿಕೊಂಡಿದ್ದ ಹಲ್ಲಿಯನ್ನು ಕಂಡು, ಅದನ್ನು ಪುಟ್ಟ ಕಪ್ಪು ಮೀನು ಮಾತನಾಡಿಸಿತು, "ರೀ ಹಲ್ಲೀ ! ನಾನೊಂದು ಸಣ್ಣ ಕಪ್ಪು ಮೀನು, ಈ ಹೊಳೆಯ ಕೊನೆಯನ್ನು ಕಾಣಲು ನಾನು ಹೋಗುತ್ತಿದ್ದೇನೆ. ನೀವು ಒಂದು ಬುದ್ಧಿವಂತ ಪ್ರಾಣಿಯೆಂದು ನನ್ನ ನಂಬಿಕೆ. ಆದ್ದರಿಂದ, ಕೆಲವು ವಿಷಯಗಳನ್ನು ನಿಮ್ಮಿಂದ ನಾನು ತಿಳಿದುಕೊಳ್ಳಬಯಸುತ್ತೇನೆ," ಎಂದಿತು.

"ಹೇಳು, ಹೇಳು. ಏನು ಬೇಕಾದರೂ ಕೇಳು." ಎಂದು ಹಲ್ಲಿ ಪ್ರೋತ್ಸಾಹಿಸಿತು.

ಪುಟ್ಟ ಕಪ್ಪು ಮೀನು ಹೀಗೆ ಹೇಳತೊಡಗಿತು : 'ಪೆಲಿಕನ್,' ಕತ್ತಿ–ಮೀನು, ಕಡಲಕಾಗೆ ಇವುಗಳ ವಿಷಯವಾಗಿ ನನಗೊಂದು ಜಾಣ, ದಯಾವಂತ ಶಂಬೂಕವು ಹಿಂದೆಯೇ ಎಚ್ಚರಿಕೆಯನ್ನು ಕೊಟ್ಟಿತ್ತು. ಅವುಗಳ ಬಗೆಗೆ ನಿಮಗೇನಾದರೂ ತಿಳಿದಿದ್ದರೆ, ದಯವಿಟ್ಟು ನನಗೆ ತಿಳಿಸಿ."

"ಕತ್ತಿ – ಮೀನು ಮತ್ತು ಕಡಲಕಾಗೆ ಈ ಪ್ರಾಂತಗಳಲ್ಲಿ ಇಲ್ಲ." –ಎಂದು ಹಲ್ಲಿಯು ಪುಟ್ಟ ಕಪ್ಪು ಮೀನು ಮರಿಗೆ ತಿಳಿಸಿತು. "ಕತ್ತಿ – ಮೀನು ವಿಶೇಷವಾಗಿ ಸಮುದ್ರದಲ್ಲಿ ಮಾತ್ರವೇ ಇರುತ್ತದೆ. ಆದರೆ ಪೆಲಿಕನ್ ನೀರು ಕೋಳಿ ಇರುವ ಸ್ಥಳವು ಇಲ್ಲಿಂದ ಹೆಚ್ಚು ದೂರವೇನೂ ಇಲ್ಲ, ಆದ್ದರಿಂದ ನೀನು ಮೂರ್ಖತನದಿಂದ ಅದರ ಚೀಲದೊಳಕ್ಕೆ ನಿನ್ನನ್ನು ದೂಡುವ ಸೆಳೆತಕ್ಕೆ ಮಾತ್ರ ಎಂದೂ ಸಿಕ್ಕಿಕೊಳ್ಳಬೇಡ–" ಎಂದು ಹಲ್ಲಿಯು ಪುಟ್ಟ ಮೀನಿಗೆ ಎಚ್ಚರಿಕೆಯನ್ನು ನೀಡಿತು.

"ಯಾವ ಚೀಲದೊಳಕ್ಕೆ ?" ಎಂದು ಪುಟ್ಟ ಮೀನು ಕೇಳಿತು.

ಪೆಲಿಕನ್ ನೀರುಕೋಳಿಗೆ ಅದರ ಕೊರಳಿನಲ್ಲಿ ಒಂದು ಚೀಲವಿರುತ್ತದೆಯೆಂದೂ ಅದರಲ್ಲಿ ನೀರು ತುಂಬಿರುತ್ತದೆಯೆಂದೂ ಹಲ್ಲಿಯು ತಿಳಿಸಿತು. ನೀರಿನಲ್ಲಿ ಪೆಲಿಕನ್ ಈಜುತ್ತಿರುವಾಗ, ಕೆಲವು ವೇಳೆ ಮೀನುಗಳು ತಮಗೆ ಅರಿವಾಗದಂತೆಯೇ ಅದರ ಚೀಲದ ನೀರಿನೊಳಕ್ಕೆ ಸೇರಿಕೊಳ್ಳುತ್ತವೆಯೆಂದೂ ಮತ್ತು ಅಲ್ಲಿಂದ ನೇರವಾಗಿ ಪೆಲಿಕನಿನ ಹೊಟ್ಟೆಯೊಳಕ್ಕೇ ಹೋಗಬೇಕಾಗುತ್ತದೆಯೆಂದೂ ಎಚ್ಚರಿಕೆಯನ್ನೂ ನೀಡಿತು. ಸಹಜವಾಗಿಯೇ, ಪೆಲಿಕನಿಗೆ ಹೆಚ್ಚು ಹಸಿವೇನೂ ಇಲ್ಲದೆ ಇದ್ದರೆ, ಮೀನುಗಳು ಅದರ ಚೀಲದಲ್ಲಿಯೇ ಸ್ವಲ್ಪ ಸಮಯದವರೆಗೆ ಉಳಿದಿರುತ್ತವೆಯೆಂದೂ ಆಮೇಲೆ ಅದಕ್ಕೆ ಹಸಿವೆಯಾದಾಗ ಅದರ ಹೊಟ್ಟೆಗೆ ಸೇರಬೇಕಾಗು ವುದೆಂದೂ ತಿಳಿಸಿತು.

"ಹಾಗಾದರೆ ಒಂದು ಮೀನು ಪೆಲಿಕನಿನ ಕೊರಳ ಚೀಲದಲ್ಲಿ ಸೇರಿ ಸಿಕ್ಕಿಕೊಂಡ ಮೇಲೆ ಅಲ್ಲಿಂದ ತಪ್ಪಿಸಿಕೊಂಡು ಹೊರಕ್ಕೆ ಬರಲು ಮಾರ್ಗವೇ ಇಲ್ಲವೆ ?" – ಎಂದು ಪುಟ್ಟ ಮೀನು ಭೀತಿಯಿಂದ ಕೇಳಿತು.

"ಬೇರೆ ಮಾರ್ಗ ಯಾವುದೂ ಇಲ್ಲ. ಆದರೆ ಆ ಚೀಲ ಹರಿದಿದ್ದರೆ ಮಾತ್ರ ಅದು ಸಾಧ್ಯವಾಗುತ್ತದೆ" ಎಂದು ಹಲ್ಲಿಯು ಹೇಳಿತು.

ಹಾಗೆಂದು ಹೇಳಿದ ಮೇಲೆ ಹಲ್ಲಿಯು ಬಂಡೆಯಲ್ಲಿದ್ದ ಬಿರುಕಿನೊಳಕ್ಕೆ ಸೇರಿಕೊಂಡಿತು ಮತ್ತು ಸ್ವಲ್ಪ ಸಮಯದಲ್ಲಿಯೇ ಅದು ಹಿಂದಿರುಗಿ ಹೊರಕ್ಕೆ ಬಂದಿತು. ಅತ್ಯಂತ ಸಣ್ಣ ಬಾಕುವೊಂದನ್ನು ಅದು ತನ್ನ ಜೊತೆಯಲ್ಲಿ ಹೊರತಂದಿತು.

"ನಾನು ಈ ಸಣ್ಣ ಬಾಕುವನ್ನು ನಿನಗೆ ಕೊಡುತ್ತೇನೆ. ಇದನ್ನು ಯಾವಾಗಲೂ ನಿನ್ನ ಹತ್ತಿರವೇ ಭದ್ರವಾಗಿ ಇಟ್ಟುಕೊಂಡಿರು. ನೀನೊಂದು ವೇಳೆ ಪೆಲಿಕನಿನ ಚೀಲದೊಳಕ್ಕೆ ಬಿದ್ದ ಪಕ್ಷದಲ್ಲಿ, ಇದರಿಂದ ನೀನು ತಪ್ಪಿಸಿಕೊಳ್ಳಬಹುದು" – ಎಂದು ಹಲ್ಲಿಯು ಸೂಚಿಸಿತು.

ಪುಟ್ಟ ಕಪ್ಪು ಮೀನು ಇನ್ನೂ ಪುಟ್ಟದಾಗಿದ್ದ ಆ ಬಾಕುವನ್ನು ತನ್ನ ಈಜು ರೆಕ್ಕೆಯ ಹಿಂದೆ ಭದ್ರವಾಗಿ ಸಿಕ್ಕಿಸಿಕೊಂಡು ಹೇಳಿತು :

"ಪ್ರೀತಿಯ ಹಲ್ಲಿ, ನೀವು ತುಂಬಾ ಒಳ್ಳೆಯ ಪ್ರಾಣಿ. ನಿಮಗೆ ಹೇಗೆ ಧನ್ಯವಾದ ಹೇಳಬೇಕೆಂದು ನನಗೆ ತಿಳಿಯದು."

"ಧನ್ಯವಾದದ ಅಗತ್ಯವೇನೂ ಇಲ್ಲ, ಮಗು. ನನ್ನ ಬಳಿ ಇಂತಹ ಅನೇಕ ಬಾಕುಗಳು ಇವೆ. ಮಾಡಲು ನನಗೇನೂ ಕೆಲಸವಿಲ್ಲದ ವೇಳೆಯಲ್ಲಿ ನಾನು ಕುಳಿತುಕೊಂಡು ಈ ಬಾಕುಗಳನ್ನು ಗಿಡದ ಮುಳ್ಳುಗಳಿಂದ ತಯಾರಿಸುತ್ತಿರುತ್ತೇನೆ. ನಿನ್ನಂತಹ ಜಾಣ ಮೀನು ಯಾವುದಾದರೂ ಬಂದಾಗ ಅದಕ್ಕೆ ನಾನು ಈ ಬಾಕುವನ್ನು ಕೊಡುತ್ತಿರುತ್ತೇನೆ." –ಎಂದು ಹಲ್ಲಿ ತಿಳಿಸಿತು.

"ಓಹೋ, ಹಾಗಾದರೆ, ಬೇರೆ ಯಾವುದಾದರೂ ಮೀನು ಈ ಮಾರ್ಗವಾಗಿ ಹೋಗಿ ದೆಯೆ ?" ಎಂದು ಪುಟ್ಟ ಕಪ್ಪು ಮೀನು ಅಚ್ಚರಿಯಿಂದ, ಕುತೂಹಲದಿಂದ ಕೇಳಿತು.

"ಹಾಗೇಕೆ ಕೇಳುತ್ತಿ ? ಹೌದು, ಎಷ್ಟೋ ಮೀನುಗಳು ಹೋಗಿವೆ. ಈಗ ಅವುಗಳೆಲ್ಲವೂ ಗುಂಪುಗಳಾಗಿ ಒಟ್ಟುಗೂಡಿಕೊಂಡಿವೆ ಮತ್ತು ಮೀನುಗಾರರಿಗೆ ಅವು ತುಂಬಾ ತೊಂದರೆ ಯನ್ನು ಉಂಟುಮಾಡುತ್ತಿವೆ." –ಎಂದು ಹಲ್ಲಿಯು ಉತ್ತರ ಕೊಟ್ಟಿತು.

ಪುಟ್ಟ ಕಪ್ಪು ಮೀನು ಕೇಳಿತು : "ಕ್ಷಮಿಸಿ. ಆದರೆ ಒಂದು ಪ್ರಶ್ನೆಯಿಂದ ಇನ್ನೊಂದು ಪ್ರಶ್ನೆ ಹುಟ್ಟುತ್ತದೆ. ನನ್ನ ಕುತೂಹಲವು ಜಾಸ್ತಿಯೆಂದು ನಿಮಗೆ ಎನಿಸದೆ ಇದ್ದ ಪಕ್ಷದಲ್ಲಿ, ಆ ಮೀನುಗಾರರಗೆ ಅವು ಹೇಗೆ ತೊಂದರೆ ಕೊಡುತ್ತವೆ ಎಂಬುದನ್ನು ತಿಳಿಸುತ್ತೀರಾ ?"

"ಅವೆಲ್ಲವೂ ಒಟ್ಟಿಗೆ ಕೂಡಿಕೊಂಡಿರುವುದೇ ಅವರಿಗೆ ತೊಂದರೆ. ಮೀನುಗಾರನು ತನ್ನ ಬಲೆಯನ್ನು ಎಸೆದೊಡನೆಯೇ ಅವು ಬಲೆಯೊಳಕ್ಕೆ ಹೋಗುತ್ತವೆ ಮತ್ತು ಒಟ್ಟು ಗೂಡಿಕೊಂಡೇ ಬಲೆಯನ್ನು ಅವು ಸಮುದ್ರದ ತಳಕ್ಕೆ ದೂಡಿಕೊಂಡು ಹೋಗುತ್ತವೆ," –ಎಂದು ಹಲ್ಲಿಯು ಉತ್ತರ ಕೊಟ್ಟಿತು.

ಆಮೇಲೆ ಹಲ್ಲಿಯು ತನ್ನ ಬಂಡೆಯ ಬಿರುಕಿಗೆ ಕಿವಿಯನ್ನಿಟ್ಟುಕೊಂಡು ಕ್ಷಣಕಾಲ ಆಲಿಸಿತು. "ನಾನೀಗ ಹೋಗುತ್ತೇನೆ, ನನ್ನ ಮಕ್ಕಳು ನಿದ್ದೆಯಿಂದ ಏಳುತ್ತಿವೆ," –ಎಂದು ಹೇಳುತ್ತ, ಹಿಂದಿರುಗಿ ಹಲ್ಲಿಯು ಬಂಡೆಯ ಬಿರುಕಿನೊಳಕ್ಕೆ ಸೇರಿಕೊಂಡು ಕಣ್ಮರೆಯಾಯಿತು.

ಪುಟ್ಟ ಕಪ್ಪು ಮೀನು ಪುನಃ ಒಂಟಿಯಾಯಿತು. ಅದು ಒಂದಾದ ಮೇಲೊಂದು ಪ್ರಶ್ನೆಯ ಬಗೆಗೆ ತನ್ನಲ್ಲಿ ತಾನೇ ವಿಚಾರ ಮಾಡಿಕೊಳ್ಳತೊಡಗಿತು ಮತ್ತು ತನ್ನ ಮಾರ್ಗವನ್ನು ಅನುಸರಿಸಿಕೊಂಡು ಈಜುತ್ತ ಮುಂದುವರಿಯಿತು.

"ಪೆಲಿಕನ್ ನೀರುಕೋಳಿಯು ಒಂದು ವೇಳೆ ನನಗಿಂತಲೂ ಹೆಚ್ಚು ಬಲಿಷ್ಠವಾಗಿದ್ದರೆ ?"; "ಕತ್ತಿ ಮೀನು ತನ್ನ ಸ್ವಂತ ಮರಿಗಳನ್ನೇ ತಿಂದುಹಾಕಲು ಅದಕ್ಕೆ ಮನಸ್ಸು ಹೇಗೆ ಒಗ್ಗುತ್ತದೆ ?"; "ಕಡಲ ಕಾಗೆಯು ನಮಗೇಕೆ ಶತ್ರುವಾಗಬೇಕು ?" – ಎಂಬೀ ಪ್ರಶ್ನೆಗಳು ಪುಟ್ಟ ಕಪ್ಪು ಮೀನಿನ ಮನಸ್ಸಿನಲ್ಲಿ ಮೂಡಿದುವು.

ತಾನು ಸಂಚರಿಸುತ್ತಿದ್ದಾಗ, ಕಲಿಯಲು ಏನಾದರೊಂದು ಹೊಸ ವಿಷಯವು ತನಗೆ ಅಡಿಗಡಿಗೂ ತನ್ನ ಮಾರ್ಗದಲ್ಲಿ ಸಿಕ್ಕಿತ್ತು. ಹೊಸ ವಸ್ತುಗಳೂ ಪ್ರಾಣಿಗಳೂ ತನಗೆ ಕಂಡುಬಂದುವು ಎಂಬುದನ್ನು ಆ ಮೀನಿನ ಮರಿಯು ಸ್ವತಃ ಮನದಲ್ಲೇ ಮೆಲಕು ಹಾಕಿತು. ಜಲಪಾತಗಳ ಮೂಲಕ ಅದು ಸಂತೋಷವಾಗಿ ಕೆಳಕ್ಕೆ ಉರುಳಬಯಸುತ್ತಿತ್ತು. ಆಮೇಲೆ ತನ್ನ ಈಜಾಟವನ್ನು ಪುನಃ ಪ್ರಾರಂಭಿಸುತ್ತ ಇದ್ದಿತು. ತನ್ನ ಬೆನ್ನಿನ ಮೇಲೆ ಸೂರ್ಯ ಶಾಖದ ಸ್ಪರ್ಶಾನುಭವ ಉಂಟಾದಾಗ, ಅದಕ್ಕೆ ಹಿತಕರವಾಗಿ ಹೊಸ ಚೈತನ್ಯ ಉಂಟಾಗುತ್ತಿತ್ತು.

ಒಂದು ಸ್ಥಳದಲ್ಲಿ ಅದೊಂದು ಜಿಂಕೆಯನ್ನು ಕಂಡಿತು. ಅದು ಹೊಳೆಯ ನೀರನ್ನು ಕುಡಿಯುತ್ತಿತ್ತಾದರೂ, ವಿಶೇಷ ಆತುರದಲ್ಲಿದ್ದಂತೆ ಕಂಡುಬಂದಿತು.

"ಏನ್ರಿ ಸುಂದರ ಪ್ರಾಣಿ, ಇಷ್ಟೇಕೆ ಆತುರ ?" – ಎಂದು ಅದನ್ನು ಮರಿಮೀನು ಕೇಳಿತು.

"ಬೇಟೆಗಾರ ನನ್ನ ಬೆನ್ನಟ್ಟಿ ಬರುತ್ತಿದ್ದಾನೆ ನೋಡು, ಅವನು ನನ್ನ ಕಡೆಗೆ ಗುಂಡು ಕೂಡ ಹಾರಿಸಿದ..." ಎಂದು ಆ ಜಿಂಕೆಯು ಉತ್ತರ ಕೊಟ್ಟಿತು.

ಪುಟ್ಟ ಕಪ್ಪು ಮೀನಿಗೆ ಜಿಂಕೆಯ ಗಾಯವು ಕಾಣಿಸಲಿಲ್ಲ. ಆದರೆ ಜಿಂಕೆಯು ಕುಂಟಿಕೊಂಡು ಓಡುತ್ತಿದ್ದುದನ್ನು ಮೀನು ಮರಿ ಕಂಡಿತು. ಅದಕ್ಕೆ ಏನೋ ಭಾರೀ ಪ್ರಮಾದ ಉಂಟಾಯಿತೆಂಬುದನ್ನು ಆ ಪುಟ್ಟ ಕಪ್ಪು ಮೀನು ಗ್ರಹಿಸಿಕೊಂಡಿತು.

ಮತ್ತೊಂದು ಸ್ಥಳದಲ್ಲಿ ಅನೇಕ ಹೊಳೆಯಾಮೆಗಳು ಬಿಸಿಲಿಗೆ ಮೈ ಕಾಯಿಸಿಕೊಂಡು ನಿದ್ರಿಸುತ್ತಿದ್ದುದನ್ನು ಮೀನಿನ ಮರಿಯು ಕಂಡಿತು. ಇನ್ನೊಂದು ಕಡೆ ಕವುಜುಗ ಪಕ್ಷಿಗಳ ಕಿಲಕಿಲ ನಾದವು ಕಣಿವೆಯಲ್ಲಿ ಪ್ರತಿಧ್ವನಿಸುತ್ತಿದ್ದುದು ಅದಕ್ಕೆ ಕೇಳಿಸಿತು. ಬೆಟ್ಟದ ಹುಲ್ಲಿನ ಸುವಾಸನೆಯು ಗಾಳಿಯಲ್ಲಿ ತುಂಬಿತ್ತು ಮತ್ತು ಆ ಪರಿಮಳವು ಅಲ್ಲಿನ ನೀರಿನಲ್ಲಿಯೂ ಬೆರೆತಿತ್ತು.

ಮಧ್ಯಾಹ್ನದ ವೇಳೆಗೆ ಅದು ತಲಪಿದ ಸ್ಥಳದಲ್ಲಿ ಕಣಿವೆಯು ವಿಶಾಲವಾಗಿತ್ತು ಮತ್ತು ನೀರು ಹರಿಯುತ್ತಿತ್ತು. ಅಲ್ಲಿನ ನೀರಿನ ಹೊಸ ಆಳವನ್ನು ಕಂಡು ಪುಟ್ಟ ಕಪ್ಪು ಮೀನಿಗೆ ಸಂತೋಷ ಉಂಟಾಯಿತು. ಅಲ್ಲಿ ಅದು ಇತರ ಮೀನುಗಳನ್ನೂ ಕಂಡಿತು. ಅದು ತನ್ನ ನೆಲೆಯನ್ನು ಬಿಟ್ಟು

ಬಂದ ಮೇಲೆ ಮೊದಲನೆಯ ಸಲ ಕಾಣಿಸಿದ್ದ ಮೀನುಗಳು ಅವು. ಕೆಲವು ಮರಿ ಮೀನುಗಳು ಈ ಪುಟ್ಟ ಕಪ್ಪು ಮೀನಿನ ಸುತ್ತಲೂ ಗುಂಪುಗೂಡಿಕೊಂಡುವು. "ಇಲ್ಲಿಗೆ ನೀನು ಹೊಸದು ಎಂದೆನಿಸುತ್ತೆ, ಹೌದೇ ?" – ಎಂದು ಅವು ಪುಟ್ಟ ಕಪ್ಪು ಮೀನನ್ನು ಕೇಳಿದುವು.

ಪುಟ್ಟ ಕಪ್ಪು ಮೀನು ಉತ್ತರ ಕೊಟ್ಟಿತು : "ಹೌದು, ನಿಜವೇ, ನಾನೊಂದು ಹೊಸ ಮೀನು. ಬಲು ದೂರದಿಂದ ಬಂದಿದ್ದೇನೆ. ನಿಮ್ಮನ್ನೆಲ್ಲ ಕಂಡದ್ದು ಸಂತೋಷ."

"ಈಗ ಎಲ್ಲಿಗೆ ಹೋಗಬೇಕು ಅಂತ ನಿನ್ನ ಯೋಚನೆ ?" ಎಂದು ಪುಟ್ಟ ಮೀನೊಂದು ಕೇಳಿತು.

"ಈ ಹೊಳೆಯ ಕೊನೆಯನ್ನು ಕಾಣಲು ನಾನು ಹೋಗುತ್ತಿದ್ದೇನೆ." –ಎಂದಿತು ಅದು.

"ಯಾವ ಹೊಳೆಯದು ?" –ಎಂದು ಅವು ಕೇಳಿದುವು.

"ಸಹಜವಾಗಿಯೇ, ನಾವು ಈಗ ಈಜಾಡುತ್ತಿರುವ ಈ ಹೊಳೆಯದೇ." –ಎಂದು ಪುಟ್ಟ ಕಪ್ಪು ಮೀನು ಉತ್ತರ ಕೊಟ್ಟಿತು.

"ಓ ಹಾಗೋ ! ನಾವು ಇದನ್ನು ನದಿ ಎಂದು ಕರೆಯುತ್ತೇವೆ."

ಪುಟ್ಟ ಕಪ್ಪು ಮೀನು ಏನೂ ಉತ್ತರ ಹೇಳಲಿಲ್ಲ. ಆಗ ಆ ಸಣ್ಣ ಮರಿ ಮೀನುಗಳಲ್ಲೊಂದು, ಅದನ್ನು ಕುರಿತು ಹೀಗೆ ಕೇಳಿತು :

"ಈ ಮಾರ್ಗದಲ್ಲಿ ಪೆಲಿಕನ್ ಇದೆ ಎಂಬುದು ನಿನಗೆ ಗೊತ್ತಿದೆಯೆ ?"

"ಹೌದು, ಅದನ್ನು ನಾನೂ ಬಲ್ಲೆ."

"ಪೆಲಿಕನ್ ಹತ್ತಿರ ಒಂದು ದೊಡ್ಡ ಚೀಲವಿದೆಯೆಂಬ ವಿಷಯ ಗೊತ್ತೆ ?"

"ಹೌದು, ಅದನ್ನೂ ಕೂಡ ಬಲ್ಲೆ," –ಎಂದು ಪುಟ್ಟ ಕಪ್ಪು ಮೀನು ಹೇಳಿತು.

ಆಗ ಇನ್ನೊಂದು ಸಣ್ಣ ಮೀನು ಕೇಳಿತು : "ಇಷ್ಟೆಲ್ಲ ತಿಳಿದಿದ್ದು ಕೂಡ ಇನ್ನೂ ನೀನು ಮುಂದೆ ಹೋಗಬಯಸುತ್ತೀಯಾ ?"

"ಹೌದು, ಆದದ್ದಾಗಲಿ. ನಾನು ಹೋಗಲೇಬೇಕು," ಎಂದು ಅದು ಉತ್ತರವಿತ್ತಿತು.

ಒಂದು ಪುಟ್ಟ ಕಪ್ಪು ಮೀನು ಬಹುದೂರದಿಂದ ಬಂದಿತ್ತೆಂದೂ, ಅದು ನದಿಯ ಕೊನೆಯನ್ನು ಕಂಡುಹಿಡಿಯಲು ಹೋಗಬಯಸುತ್ತಿತ್ತೆಂದೂ, ಆ ಕ್ಷೇತ್ರದ ಮೀನುಗಳ ಮಧ್ಯೆ ಸುದ್ದಿಯು ಬಹು ಬೇಗನೆ ಹಬ್ಬಿತು. ಅದು ಯಾವುದಕ್ಕೂ, ಪೆಲಿಕನಿಗೆ ಸಹ ಹೆದರುತ್ತಿಲ್ಲವೆಂದೂ ಅವು ತಮ್ಮ ತಮ್ಮಲ್ಲೇ ಹೇಳಿಕೊಳ್ಳತೊಡಗಿದುವು.

ಕೆಲವು ಸಣ್ಣ ಮೀನುಗಳು ಪುಟ್ಟ ಕಪ್ಪು ಮೀನನ್ನು ಕಾಣಬಯಸಿದುವು. ಅದರ ಜೊತೆಗೆ ತಾವೂ ಸಹ ಪ್ರಯಾಣ ಮಾಡಲು ಇಚ್ಛಿಸಿದವು. ಆದರೆ ತಮ್ಮ ಹಿರಿಯರ ಭಯದಿಂದ ಅವು ಸುಮ್ಮನೆ ಇದ್ದುವು. ಅವುಗಳಲ್ಲೊಂದು ಹೀಗೆ ಹೇಳಿತು : "ಪೆಲಿಕನ್ ಇಲ್ಲದೆ ಇದ್ದಿದ್ದರೆ, ನಾವೆಲ್ಲರೂ ನಿನ್ನ ಜೊತೆಯಲ್ಲಿ ಖಂಡಿತವಾಗಿಯೂ ಬರುತ್ತಿದ್ದೆವು. ಆದರೆ ನಮಗೆ ಅದಕ್ಕಿರುವ ಚೀಲದ ಬಗೆಗೆ ಭಯವಾಗ್ತದೆ."

ಆ ನದಿಯ ತೀರದಲ್ಲೊಂದು ಹಳ್ಳಿ ಇತ್ತು. ಸ್ವಲ್ಪ ಸಮಯದವರೆಗೆ ಪುಟ್ಟ ಕಪ್ಪು ಮೀನು ಮರಿಯು ಮಾನವ ಜೀವಗಳ ಶಬ್ದಗಳನ್ನು ಕಿವಿಗೊಟ್ಟು ಕೇಳುತ್ತಿತ್ತು ಮತ್ತು ಅವರ ಮಕ್ಕಳು ನದಿಯಲ್ಲಿ ಈಜಾಡುತ್ತಿದ್ದುದನ್ನು ಅದು ನೋಡುತ್ತಿತ್ತು. ಆಮೇಲೆ ಇತರ ಮೀನುಗಳಿಗೆ ವಿದಾಯವನ್ನು ಹೇಳಿ, ತನ್ನ ಮಾರ್ಗದಲ್ಲಿ ಮುಂದುವರಿಯಿತು. ಪುಟ್ಟ ಕಪ್ಪು ಮೀನು ಈಜುತ್ತ ಮುಂದುವರಿಯಿತು. ಕತ್ತಲಾದಾಗ ಅದು ಒಂದು ಕಲ್ಲಿನ ತಳದಲ್ಲಿ ನಿದ್ರಿಸಿತು.

ಮಧ್ಯರಾತ್ರೆಯಲ್ಲಿ ಅದಕ್ಕೆ ಎಚ್ಚರವಾಯಿತು. ಪ್ರತಿಯೊಂದು ವಸ್ತುವನ್ನೂ ಹೊಳೆಯುವಂತೆ

ಮಾಡುವ ಬೆಳದಿಂಗಳು ನೀರಿನ ಮೇಲೆ ತೇಲುತ್ತಿದ್ದುದನ್ನು ಪುಟ್ಟ ಕಪ್ಪು ಮೀನು ಕಂಡಿತು. ಚಂದಿರನೆಂದರೆ ಆ ಪುಟ್ಟ ಮೀನಿಗೆ ತುಂಬಾ ಇಷ್ಟ. ತನ್ನ ನೆಲೆಮನೆಯ ಜಲರಾಶಿಯ ಮೇಲೆ ಚಂದ್ರನು ಕುಣಿಯುತ್ತಿದ್ದಂತೆ ಕಂಡುಬರುತ್ತಿದ್ದ ರಾತ್ರೆಗಳಲ್ಲಿ ಅದು ತಮ್ಮ ನೆಲೆಮನೆಯ ಪಾಚಿ ಛಾವಣಿಯ ತಳದಲ್ಲಿಯೇ ತೆವಳಿಕೊಂಡು ಹೊರಕ್ಕೆ ತಲೆಹಾಕುತ್ತ, ಚಂದ್ರನೊಡನೆ ಮಾತನಾಡುತ್ತಿತ್ತು. ಆದರೆ ಅದರ ತಾಯಿಯು ಸದಾ ತಾನೂ ಎದ್ದು, ಹಿಂದಕ್ಕೆ ನೆಲೆಮನೆಯೊಳಕ್ಕೆ ಮರಿಯನ್ನು ಕರೆಯುತ್ತಿತ್ತು. ಆದುದರಿಂದಲೇ ಮರಿಯು ಈಗ ಯಾರ ತಡೆಯೂ ಇಲ್ಲದೆಯೇ ಎದ್ದು ನೀರಿನ ಬದಿಗೆ ಹೋಯಿತು. ಚಂದ್ರನ ಪ್ರತಿಬಿಂಬದ ಅಂಚಿನಲ್ಲಿ ಅದು ನಿಂತಿತು ಮತ್ತು "ಸುಂದರ ಚಂದ್ರ, ಚೆನ್ನಾಗಿದ್ದೀಯಾ ?" ಎಂದು ಕೇಳತೊಡಗಿತು.

"ಪುಟ್ಟ ಕಪ್ಪು ಮೀನು ಮರಿ, ನೀನೂ ಚೆನ್ನಾಗಿದ್ದೀಯಾ ?" ಎಂದು ಆಗ ಚಂದ್ರನೂ ಮರು ಪ್ರಶ್ನೆ ಕೇಳಿದುದು ಅದರ ಕಿವಿಗೆ ಬಿದ್ದಿತು.

ಆಮೇಲೆ ಪುಟ್ಟ ಮರಿ ಹೇಳಿತು : "ನಾನು ಲೋಕ ಸಂಚಾರ ಹೊರಟಿದ್ದೇನೆ."

"ಲೋಕ ತುಂಬಾ ದೊಡ್ಡದು, ನೀನು ಅದನ್ನೆಲ್ಲ ಕಾಣಲಾರೆ," ಎಂದಿತು ಚಂದ್ರ.

"ಹಾಗಾದರೆ ಸರಿ, ಎಲ್ಲೆಲ್ಲಿಗೆ ಸಾಧ್ಯವೋ ಅಲ್ಲಿಗೆ ಹೋಗ್ತೇನೆ" – ಎಂದಿತು ಆ ಮೀನು ಮರಿ.

ಆಮೇಲೆ ಚಂದ್ರ ಹೀಗೆಂದಿತು : "ನಿನ್ನ ಜೊತೆಯಲ್ಲಿರಲು ನನಗೂ ತುಂಬಾ ಇಷ್ಟವೇ. ಆದರೆ ನನ್ನ ಕಡೆಗೆ ಒಂದು ಕಪ್ಪು ಮೋಡ ಬರ್ತಿದೆ. ಅದು ನನ್ನ ಬೆಳಕಿಗೆ ಅಡ್ಡವಾಗ್ತಿದೆ."

"ಸುಂದರ ಚಂದ್ರ, ನಿನ್ನ ಬೆಳಕು ನನಗೆ ತುಂಬಾ ಇಷ್ಟ. ಅದು ಯಾವಾಗಲೂ ನನ್ನ ಮೇಲೆ ಹೊಳೆಯುತ್ತ ಇರಬೇಕೆಂಬುದೇ ನನ್ನ ಆಸೆ," – ಎಂದಿತು ಪುಟ್ಟ ಮೀನು.

"ಪ್ರೀತಿಯ ಪುಟ್ಟ ಕಪ್ಪು ಮೀನೇ, ನೀನು ನಿಜವನ್ನು ತಿಳಿದುಕೊಳ್ಳಬಯಸ್ತೀಯಾದರೆ, ನನ್ನಲ್ಲಿ ಯಾವ ಬೆಳಕೂ ಇಲ್ಲವೆಂದು ನಾನು ಹೇಳಲೇಬೇಕು. ಸೂರ್ಯನಿಂದ ನನಗೆ ಬಂದ ಬೆಳಕನ್ನು ನಾನು ಭೂಮಿಯ ಮೇಲೆ ಪ್ರತಿಬಿಂಬಿಸ್ತೇನೆ, ಅಷ್ಟೆ. ಇದೇ ಸಂದರ್ಭವಾಗಿ ಹೇಳುವುದಾದರೆ, ಮನುಷ್ಯರು ನನ್ನ ಮೇಲೆ ಕಾಲಿಟ್ಟು ಓಡಾಡಿದ್ದಾರೆಂಬ ವಿಷಯ ನಿನಗೆ ತಿಳಿದಿದೆಯೆ ?" – ಎಂದು ಚಂದ್ರ ಕೇಳಿತು.

"ಆದರೆ... ಅದು ಅಸಾಧ್ಯ. ಅಲ್ಲವೇ ?!" – ಎಂದು ಪುಟ್ಟ ಕಪ್ಪು ಮೀನು ಬೆಕ್ಕಸಬೆರಗಾಗಿ ಚಂದ್ರನನ್ನು ಕೇಳಿತು.

ಚಂದ್ರ ಹೇಳಿತು : "ಇಲ್ಲ, ಹಾಗೇನೂ ಇಲ್ಲ. ಆದರೆ ಅದು ತುಂಬಾ ಕಷ್ಟ ಎಂಬ ಮಾತು ಮಾತ್ರ ನಿಜ, ಆದರೂ ಮನುಷ್ಯರಂತೂ ತಮ್ಮ ಯಾವ ಪ್ರಯತ್ನವನ್ನಾದರೂ ಸಾಧಿಸಿಕೊಳ್ಳಬಲ್ಲರು."

ಚಂದ್ರ ತನ್ನ ಮಾತನ್ನು ಮುಗಿಸುವುದು ಸಾಧ್ಯವಾಗಲಿಲ್ಲ. ಯಾಕೆಂದರೆ ಅದರ ಮುಖವನ್ನು ಮೋಡವು ಮುಚ್ಚಿಹಾಕಿತು. ರಾತ್ರೆಯ ಕತ್ತಲು ಮತ್ತೆ ಹಬ್ಬಿಕೊಂಡಿತು. ಪುಟ್ಟ ಕಪ್ಪು ಮೀನು ಮತ್ತೆ ಒಂಟಿಯಾಯಿತು. ಕೆಲವು ನಿಮಿಷಗಳವರೆಗೆ ಅದು ಕತ್ತಲಿನ ಕಡೆಯೇ ನೋಡುತ್ತಿತ್ತು, ಆಮೇಲೆ ಅದು ನದಿಯ ಮೇಲ್ಮೈ ತಳಕ್ಕೆ ಜಾರಿಕೊಂಡು, ಅಲ್ಲಿಯೇ ನಿದ್ರಿಸತೊಡಗಿತು.

ಮಾರನೆಯ ದಿನ ಬೆಳಿಗ್ಗೆ ಅದು ಬೇಗ ಎದ್ದಿತು. ಸಣ್ಣ ಸಣ್ಣ ಮೀನುಮರಿಗಳು ಪರಸ್ಪರ ಮಾತನಾಡಿಕೊಳ್ಳುತ್ತಿದ್ದ ಗದ್ದಲಕ್ಕೆ ಅದು ಎಚ್ಚರಗೊಂಡಿತ್ತು. ಅದು ಎಚ್ಚತ್ತುದನ್ನು ಕಂಡೊಡನೆಯೇ ಅವೆಲ್ಲವೂ ಒಟ್ಟಿಗೆ "ಸುಪ್ರಭಾತ ! ಪುಟ್ಟ ಕಪ್ಪು ಮೀನೇ" ಎಂದು ಹೇಳುತ್ತ ಅದಕ್ಕೆ ನಮಸ್ಕರಿಸಿದುವು.

ಪುಟ್ಟ ಕಪ್ಪು ಮೀನು ಅವುಗಳನ್ನು ಒಮ್ಮೆಗೇ ಗುರುತಿಸಿತು. ಅವುಗಳಿಗೆ ಉತ್ತರ ಕೊಡುತ್ತಾ,

“ಸುಪ್ರಭಾತ ! ಹಾಗಾದರೆ ನೀವೆಲ್ಲರೂ ನನ್ನೊಟ್ಟಿಗೆ ಬರಲು ನಿರ್ಧರಿಸಿದ್ದೀರಿ ಎಂದಾಯಿತು.” – ಎಂದು ಹೇಳಿತು.

“ಹೌದು, ಆದರೆ ಭಯವಿನ್ನೂ ಇದ್ದೇ ಇದೆ,” ಎಂದು ಅವುಗಳಲ್ಲೊಂದು ಉತ್ತರವನ್ನು ಕೊಟ್ಟಿತು.

ಇನ್ನೊಂದು ಹೀಗೆ ಹೇಳಿತು : “ಪೆಲಿಕನ್‌ನ ಕುರಿತಾದ ಆಲೋಚನೆಯಿಂದ ನಮಗೆ ಇನ್ನೂ ತುಂಬಾ ಗೊಂದಲವಿದ್ದೇ ಇದೆ.”

“ನೀವು ತುಂಬ ಯೋಚಿಸುತ್ತೀರಿ, ಚಿಂತಿಸುತ್ತೀರಿ. ಯಾವಾಗಲೂ ನೀವು ಆಲೋಚಿಸುತ್ತಲೇ ಇರಬೇಕಾದ ಅಗತ್ಯವಿಲ್ಲ. ಒಮ್ಮೆ ನಾವು ಮುಂದೆ ಮುಂದಕ್ಕೆ ಹೋಗುತ್ತಾ ಇದ್ದರೆ, ನಮ್ಮ ಭೀತಿ ಕ್ರಮೇಣ ಮಾಯವಾಗ್ತದೆ.” ಎಂದು ಪುಟ್ಟ ಕಪ್ಪು ಮೀನು ಅವುಗಳನ್ನು ಸಮಾಧಾನ ಪಡಿಸಿತು.

ಪುಟ್ಟ ಕಪ್ಪು ಮೀನು ಈ ಮಾತುಗಳನ್ನು ಹೇಳಿದೊಡನೆಯೇ, ತಮ್ಮ ಸುತ್ತಲೂ ನದಿಯು ವಿಚಿತ್ರವಾಗಿ ಮೇಲಕ್ಕೇರುತ್ತಿದ್ದಂತೆ ಅವುಗಳಿಗೆಲ್ಲ ಭಾಸವಾಯಿತು, ಅವುಗಳ ತಲೆಗಳ ಮೇಲೆ ಒಂದು ದೊಡ್ಡ ಚಪ್ಪರ ಬಿದ್ದಂತಾಯಿತು. ಎಲ್ಲೆಲ್ಲೂ ಕತ್ತಲೆ. ತಪ್ಪಿಸಿಕೊಂಡು ಹೊರಗೆ ಹೋಗಲು ಮಾರ್ಗವೇ ಕಂಡುಬರಲಿಲ್ಲ, ಒಡನೆಯೇ ಆ ಪರಿಸ್ಥಿತಿಯು ಪುಟ್ಟ ಕಪ್ಪು ಮೀನಿಗೆ ಅರ್ಥವಾಯಿತು. ತಾವೆಲ್ಲವೂ ಪೆಲಿಕನಿನ ಚೀಲದಲ್ಲಿ ಸಿಕ್ಕಿಬಿದ್ದಿದ್ದುವೆಂಬುದನ್ನು ಅದು ಗ್ರಹಿಸಿಕೊಂಡಿತು.

“ನಾವೆಲ್ಲರೂ ಪೆಲಿಕನ್ ನೀರುಕೋಳಿಯ ಚೀಲದಲ್ಲಿ ಸಿಕ್ಕಿಬಿದ್ದಿದ್ದೇವೆ. ಆದರೆ ಈಗಲೂ ನಾವು ನಿರಾಶೆ ಪಡಬೇಕಾಗಿಲ್ಲ” – ಎಂದು ಅದು ಅವುಗಳಿಗೆ ಹೇಳಿತು.

ಸಣ್ಣ ಮೀನುಗಳು ಅಳತೊಡಗಿದವು, ಕೂಗಾಡತೊಡಗಿದುವು. ಅವುಗಳಲ್ಲೊಂದು ಹೀಗೆ ಹೇಳಿತು : “ಹೊರಗೆ ಹೋಗಲು ನಮಗೆ ಈಗ ಮಾರ್ಗವೇ ಇಲ್ಲ, ಇದಕ್ಕೆಲ್ಲಕ್ಕೂ ನೀನೇ ಕಾರಣ. ನೀನು ನಮಗೆಲ್ಲಕ್ಕೂ ಮೋಸ ಮಾಡಿಬಿಟ್ಟೆ, ನಮ್ಮನ್ನೆಲ್ಲ ತಪ್ಪು ದಾರಿಗೆ ಸೆಳೆದುಬಿಟ್ಟೆ. ಈಗ ಅದು ಇನ್ನೇನು ನಮ್ಮನ್ನು ನುಂಗಿಹಾಕ್ತದೆ. ಇನ್ನು ನಮ್ಮೆಲ್ಲರ ಕಥೆ ಮುಗಿಯಿತು.”

ಇದ್ದಕ್ಕಿದ್ದಂತೆಯೇ ನೀರಿನ ಮೂಲಕ ಆ ಪಿಶಾಚಿ ನಗುವಿನ ಶಬ್ದವು ಅವುಗಳಿಗೆ ಗುಡುಗಿನಂತೆ ಕೇಳಿಸತೊಡಗಿತು. ಪೆಲಿಕನ್ ನಗುನಗುತ್ತ, ಹೇಳಲಾರಂಭಿಸಿತು : “ಓಹೋ ! ಎಂತಹ ಸಣ್ಣ ಸಣ್ಣ ಮೀನುಗಳನ್ನು ಹಿಡಿದಿದ್ದೇನೆ ! ನಿಮಗಾಗಿ ನನಗೆ ನಿಜವಾಗಿಯೂ ವಿಷಾದವಾಗ್ತದೆ. ಹಾ... ಹಾ... ನಿಮ್ಮನ್ನು ನಿಜವಾಗಿಯೂ ನಾನು ನುಂಗಬಯಸುತ್ತಿಲ್ಲ.”

ಪುಟ್ಟ ಮೀನುಗಳು ಚೀಲದಲ್ಲಿಯೇ ಕೆಳ ಬಿದ್ದು ಪೆಲಿಕನನ್ನು ಬೇಡಿಕೊಳ್ಳತೊಡಗಿದುವು, “ಘನತೆವೆತ್ತ ಮಾನ್ಯ ಪೆಲಿಕನರೇ, ನಾವು ನಿಮ್ಮ ವಿಷಯವಾಗಿ ಎಷ್ಟೋ ಕೇಳಿದ್ದೇವೆ. ತಾವು ಅನುಗ್ರಹವಿಟ್ಟು ತಮ್ಮ ಬಾಯಿಯನ್ನು ಸ್ವಲ್ಪ ತೆರೆದರೆ, ನಾವು ಹೊರಗೆ ಹೋಗುವೆವು. ತಮ್ಮ ಘನ ಔದಾರ್ಯಕ್ಕೆ ನಾವು ಎಂದೆಂದಿಗೂ ತಮಗೆ ಕೃತಜ್ಞರಾಗಿ ಇರುವೆವು.”

ಪೆಲಿಕನ್ ಅವುಗಳಿಗೆ ಹೇಳಿತು : “ಕೂಡಲೇ ನಾನೇನೂ ನಿಮ್ಮನ್ನು ನುಂಗಬಯಸುತ್ತಿಲ್ಲ. ನನ್ನಲ್ಲಿ ಸಾಕಾದಷ್ಟು ಸಂಗ್ರಹವಿದೆ. ಈ ಚೀಲದಲ್ಲಿ ಕೆಳಗಡೆ ನೋಡಿ. ನಿಮಗೇ ತಿಳಿಯುತ್ತೆ.”

ಕೆಲವು ದೊಡ್ಡ ಮತ್ತು ಸಣ್ಣ ಮೀನುಗಳು ಚೀಲದ ತಳಭಾಗದಲ್ಲಿ ಸತ್ತು ಬಿದ್ದಿದ್ದುವು. ಅವುಗಳನ್ನು ಕಂಡು ಪುಟ್ಟ ಮೀನು ಮರಿಗಳು ಪೆಲಿಕನಿಗೆ ಹೀಗೆ ಹೇಳಿದುವು: “ಘನತೆವೆತ್ತ ಮಾನ್ಯ ಪೆಲಿಕನರೇ, ನಾವೇನೂ ತಪ್ಪು ಮಾಡಿಲ್ಲ. ನಾವು ಅಮಾಯಕರು, ನಮಗೇನೂ ತಿಳಿಯದು. ಈ ಪುಟ್ಟ ಮೀನೇ ನಮಗೆ ಮೋಸ ಮಾಡಿತು.”

ಪುಟ್ಟ ಕಪ್ಪು ಮೀನು ಆಗ ಕೂಗಿ ಹೇಳತೊಡಗಿತು: "ಹೇಡಿಗಳೇ, ಹೀಗೇಕೆ ಬೇಡಿ ಕೊಳ್ಳುತ್ತಿದ್ದೀರಿ ? ಈ ಮೋಸಗಾರ ಪಕ್ಷಿಯು ನಿಮ್ಮನ್ನು ಬಿಟ್ಟುಬಿಡುವುದೆಂದು ನಿಜವಾಗಿಯೂ ನಂಬಿದ್ದೀರಾ ?"

"ನೀನು ಯಾವುದರ ಬಗೆಗೆ ಮಾತನಾಡುತ್ತಿದ್ದೀಯ ಎಂಬುದೇ ನಿನಗೆ ತಿಳಿಯದು, ಘನತೆವೆತ್ತವರು ನಮ್ಮನ್ನು ಹೇಗೆ ಕ್ಷಮಿಸುವರೆಂಬುದನ್ನೂ ನಿನ್ನನ್ನು ಹೇಗೆ ನುಂಗುವ ರೆಂಬುದನ್ನೂ ಇನ್ನು ಸ್ವಲ್ಪ ಸಮಯದಲ್ಲಿ ನೀನೇ ಕಾಣುವೆ" –ಎಂದು ಅವು ಕೂಗಾಡಿದುವು.

ಪೆಲಿಕನಾ ನುಡಿಯಿತು : "ಹೌದು : ನಾನು ನಿಮ್ಮನ್ನು ಕ್ಷಮಿಸ್ತೇನೆ. ಆದರೆ ಒಂದು ಶರತ..."

"ಖಂಡಿತವಾಗಿ, ಅಪ್ಪಣೆ ಕೊಡಿಸಿ," ಎಂದು ಅವು ಉತ್ತರವಿತ್ತುವು.

ಆಮೇಲೆ ಪೆಲಿಕನ್ ಹೇಳಿತು : "ಈ ಪುಟ್ಟ ಕಪ್ಪು ಮೀನಿನ ಉಸಿರು ಕಟ್ಟಿಸಿರಿ. ಆಗ ನೀವು ಸ್ವತಂತ್ರರಾಗುವಿರಿ."

ಪುಟ್ಟ ಕಪ್ಪು ಮೀನು ಒಂದು ಮೂಲೆಗೆ ಈಜಿಕೊಂಡು ಹೋಯಿತು. "ಅದನ್ನು ಒಪ್ಪಿಕೊಳ್ಳಬೇಡಿ. ಈ ಮೋಸಗಾರ ನೀರ್ಕೋಳಿಯು ನಮ್ಮನ್ನು ಪರಸ್ಪರರ ವಿರುದ್ಧವಾಗಿ ಎತ್ತಿಕಟ್ಟಿ, ನಾವು ಕಚ್ಚಾಡುತ್ತಿರುವುದನ್ನು ತಾನು ನೋಡಬಯಸ್ತದೆ, ನನ್ನಲ್ಲೊಂದು ಯೋಜನೆ ಇದೆ..." ಎಂದು ಹೇಳತೊಡಗಿತು.

ಆದರೆ ಆ ಸಣ್ಣ ಮೀನುಗಳಿಗೆ ಪೆಲಿಕನಿನ ಉದಾರ ಅನುಗ್ರಹದ ಮೂಲಕವೇ ಅದರ ಚೀಲದಿಂದ ತಪ್ಪಿಸಿಕೊಂಡು ಹೋಗುವುದರ ಬಗೆಗೆ ವಿಶೇಷಾಸಕ್ತಿ ಇದ್ದುದರಿಂದ, ಅವು ಪುಟ್ಟ ಕಪ್ಪು ಮೀನಿನ ಮಾತಿಗೆ ಕಿವಿಗೊಡಲಿಲ್ಲ. ಅವು ಪುಟ್ಟ ಕಪ್ಪು ಮೀನಿನ ಮಾತಿಗೆ ಕಿವಿಗೊಡಲಿಲ್ಲ. ಅವು ಪುಟ್ಟ ಕಪ್ಪು ಮೀನಿನ ಮೇಳೆ ದಾಳಿ ಮಾಡಲು ಅದರ ಕಡೆಗೆ ನುಗ್ಗಿದುವು, ಆದರೆ ಅದು ಪೆಲಿಕನಿನ ಚೀಲದ ಮತ್ತೊಂದು ಪಾರ್ಶ್ವಕ್ಕೆ ಸರಿಯಿತು.

ಮೆಲ್ಲನೆಯ ಮಾತಿನಲ್ಲಿ ಪುಟ್ಟ ಕಪ್ಪು ಮೀನು ಹೀಗೆ ಹೇಳಿತು : "ಹೇಡಿಗಳಿರಾ, ಹೇಗಿದ್ದರೂ ನೀವೆಲ್ಲರೂ ಬಲೆಯಲ್ಲಿ ಸಿಕ್ಕಿಕೊಂಡಿದ್ದೀರಿ. ಇಲ್ಲಿಂದ ತಪ್ಪಿಸಿಕೊಂಡು ಹೋಗಲು ನಿಮಗೆ ಯಾವ ಮಾರ್ಗವೂ ಇಲ್ಲ ಮತ್ತು ನನ್ನನ್ನು ಸೋಲಿಸುವಷ್ಟು ಬಲವೂ ನಿಮ್ಮಲ್ಲಿ ಇಲ್ಲ."

ಆದರೆ ಅವು ಗಟ್ಟಿಯಾಗಿ ಕೂಗಾಡುತ್ತ, ಜವಾಬುಕೊಟ್ಟುವು : "ನಿನಗೆ ನಾವು ಉಸಿರು ಕಟ್ಟಿಸಬೇಕು, ನಮ್ಮ ಸ್ವಾತಂತ್ರ್ಯ ನಾವು ಪಡೆಯಬೇಕು."

"ನಿಮಗೇನಾಯಿತು ? ನಿಮ್ಮ ಸ್ವಂತ ಬುದ್ಧಿ ಹೋಯಿತೆ ? ನೀವು ಒಂದು ವೇಳೆ ನನ್ನ ಉಸಿರು ಕಟ್ಟಿಸಿದರು ಕೂಡ, ನಿಮ್ಮ ಬಿಡುಗಡೆಯೇನೂ ಆಗುವುದಿಲ್ಲ. ಅದರ ಮಾತಿಗೆ ನೀವು ಮೋಸ ಹೋಗಬೇಡಿ." – ಎಂದು ಪುಟ್ಟ ಕಪ್ಪು ಮೀನು ಹೇಳಿತು.

ತನ್ನ ಮಾತನ್ನು ಮುಂದುವರಿಸುತ್ತ, ಅದು ಹೀಗೆ ಹೇಳಿತು : "ಇಲ್ಲಿ ನನ್ನ ಮಾತು ಕೇಳಿರಿ. ನಾನು ನಿಮಗೆ ರುಜುವಾತು ಮಾಡಿ ತೋರಿಸ್ತೇನೆ. ಇಲ್ಲಿ ಸತ್ತು ಬಿದ್ದಿರುವ ಮೀನುಳೊಂದಿಗೆ ನಾನೇ ಸೇರಿಕೊಳ್ತೇನೆ. ನಾನೂ ಸತ್ತ ಹಾಗೆ ನಟಿಸ್ತೇನೆ. ಆಗ ನಿಮ್ಮ ಬಿಡುಗಡೆಯಾಗ್ತದೇನೋ, ನೋಡೋಣ."

ಆಮೇಲೆ ಹಲ್ಲಿಯು ತನಗೆ ಕೊಟ್ಟಿದ್ದ ಸಣ್ಣ ಬಾಕುವನ್ನು ಹೊರತೆಗೆಯುತ್ತ ಅದು ಹೇಳಿತು : "ನಾನು ಸೂಚಿಸಿರುವುದನ್ನು ಈಗಲೇ ಒಪ್ಪಿಕೊಳ್ಳಿ. ಇಲ್ಲವಾದರೆ, ಇದರಿಂದ ನಿಮ್ಮನ್ನೆಲ್ಲ ಕೊಂದು, ಪೆಲಿಕನಿನ ಚೀಲವನ್ನು ಸೀಳಿ, ಸ್ವತಃ ನಾನು ತಪ್ಪಿಸಿಕೊಂಡು ಹೊರಟು ಹೋಗುತ್ತೇನೆ."

"ಇನ್ನು ಸಾಕು ನಿಲ್ಲಿಸು, ನಿನ್ನ ಅವಿವೇಕ" ಎನ್ನುತ್ತ ಒಂದು ಪುಟಾಣಿ ಮೀನು ಜೋರಾಗಿ

ಅಳತೊಡಗಿತು. ನಾನು ಈ ಮಾತನ್ನು ಇನ್ನೆಷ್ಟು ಮಾತ್ರಕ್ಕೂ ಸಹಿಸಲಾರೆನು ...ಊ ...ಊ ...ಹೂ ... ಬೂ... ಹೂ..." ಎಂದು ಅದು ತಡೆಯಿಲ್ಲದೆ ಅಳಲಾರಂಭಿಸಿತು.

ಅದರ ಅಳು ಕಂಡು, ಪುಟ್ಟ ಕಪ್ಪು ಮೀನು ತನ್ನ ಹಿರಿದನಿಯಲ್ಲಿ ಹೇಳತೊಡಗಿತು : "ಒಳ್ಳೆಯ ದುಃಖ, ಅದೇ ನಮಗೆಲ್ಲರಿಗೂ ಈಗ ಬೇಕಾದುದು. ಈ ಅಳುಮೋರೆಯ ಮರಿಯನ್ನು ನೀವೇಕೆ ಕರೆತಂದಿರಿ ?"

ಆಮೇಲೆ ಅದು ತನ್ನ ಪುಟ್ಟ ಬಾಕುವನ್ನು ಎತ್ತಿ ಹಿಡಿಯಿತು. ಆಗ ಆ ಮೀನುಗಳಿಗೆ ಅದರ ಯೋಜನೆಯನ್ನು ಅಂಗೀಕರಿಸದೆ ಬೇರೆ ದಾರಿ ಉಳಿದಿರಲಿಲ್ಲ. ಸ್ವಲ್ಪ ಸಮಯದವರೆಗೆ ಅವು ಹೋರಾಡಿದಂತೆ ನಟಿಸಿದುವು. ಆಮೇಲೆ ಪುಟ್ಟ ಕಪ್ಪು ಮೀನು ಸತ್ತಂತೆ ನಟಿಸಿತು. ಆ ತರುವಾಯ ಮಿಕ್ಕ ಮೀನುಗಳು ಚೀಲದಲ್ಲಿ ಮೇಲಕ್ಕೇರಿದುವು ಮತ್ತು ಪೆಲಿಕನನ್ನು ಉದ್ದೇಶಿಸಿ ಹೀಗೆ ಹೇಳಿದುವು : "ಘನತೆವೆತ್ತ ಮಾನ್ಯ ಪೆಲಿಕನರೇ, ನಾವು ಅದನ್ನು ಉಸಿರುಗಟ್ಟಿಸಿದ್ದಾಯಿತು. ಪುಟ್ಟ ಕಪ್ಪು ಮೀನು ಸತ್ತಿತು."

ಪೆಲಿಕನ್ ಗಹಗಹಿಸಿ ನಗುತ್ತ,: ನೀವು ಒಳ್ಳೆಯ ಕೆಲಸ ಮಾಡಿದಿರಿ. ನಿಮ್ಮ ಕೆಲಸಕ್ಕಾಗಿ ನಿಮಗೆ ಪುರಸ್ಕಾರ ಕೊಡ್ತೇನೆ. ನಿಮ್ಮೆಲ್ಲರನ್ನೂ ಒಟ್ಟಿಗೆ ಜೀವಂತವಾಗಿರುವಾಗಲೇ ನಾನು ನುಂಗಿಹಾಕ್ತೇನೆ. ನೀವು ನನ್ನ ಹೊಟ್ಟೆಯಲ್ಲಿ ಸಂಚರಿಸುವುದಕ್ಕೆ ತಕ್ಕ ಅವಕಾಶ ಮಾಡಿಕೊಡ್ತೇನೆ" – ಎಂದು ಲೋಕಾಭಿರಾಮವಾಗಿ ಅವುಗಳಿಗೆ ಹೇಳಿತು.

ಪುಟ್ಟ ಮೀನುಗಳಿಗೆ ಏನು ಮಾಡುವುದಕ್ಕೂ ಸಮಯಾವಕಾಶವೇ ಇರಲಿಲ್ಲ. ವಿದ್ಯುತ್ಪ್ರವಾಹದಂತೆ ಅವು ಪೆಲಿಕನಿನ ಗಂಟಲಿನ ಮೂಲಕ ಕೆಳಕ್ಕೆ ಹೊಟ್ಟೆಗೆ ಹೋದುವು.

ಆದರೆ ಪುಟ್ಟ ಕಪ್ಪು ಮೀನು ತನ್ನ ಬಾಕುವನ್ನು ಹೊರ ತೆಗೆದು ಒಂದೇ ಹೊಡೆತದಿಂದ ಪೆಲಿಕನಿನ ಚೀಲದ ಚರ್ಮವನ್ನು ಸೀಳಿ, ಆ ರಂಧ್ರದ ಮೂಲಕ ತಾನು ತಪ್ಪಿಸಿಕೊಂಡು ಹೊರಟು ಹೋಯಿತು. ತನಗಾದ ನೋವಿನಿಂದ ಪೆಲಿಕನ್ ಚೀರಿತು. ಮತ್ತು ತನ್ನ ತಲೆಯನ್ನು ನೀರಿನೊಳಕ್ಕೆ ಮುಳುಗಿಸಿತು. ಆದರೆ ಪುಟ್ಟ ಕಪ್ಪು ಮೀನನ್ನು ಅಟ್ಟಿಸಿಕೊಂಡು ಹೋಗುವುದು ಅದಕ್ಕೆ ಸಾಧ್ಯವಾಗಲಿಲ್ಲ. ಎಲ್ಲಿಯೂ ನಿಲ್ಲದೆಯೇ ಈಜುತ್ತ ಈಜುತ್ತ ಕಪ್ಪು ಮೀನು ಹೊರಟುಹೋಯಿತು.

ಬೆಟ್ಟಗಳೂ ಕಣಿವೆಯೂ ಕಣ್ಮರೆಯಾದುವು. ನದಿಯು ಆಗ ಒಂದು ಬಯಲು ಪ್ರದೇಶದಲ್ಲಿ ಹರಿಯುತ್ತಿತ್ತು. ಎಡ ಮತ್ತು ಬಲ ಕಡೆಗಳಿಂದ ಸಣ್ಣ ಸಣ್ಣ ಹೊಳೆಗಳು ಅದಕ್ಕೆ ಬಂದು ಸೇರಿ ಕೊಳ್ಳುತ್ತಿದ್ದುವು. ನದಿಯಲ್ಲಿ ನೀರು ಇನ್ನೂ ಹೆಚ್ಚು ಹೆಚ್ಚು ಆಳವಾಗುತ್ತಿತ್ತು. ಜಲಸಮೃದ್ಧಿಯನ್ನು ಕಂಡು ಪುಟ್ಟ ಕಪ್ಪು ಮೀನು ಸಂತೋಷಪಡುತ್ತಿತ್ತು. ಆಗ ಆ ನದಿಗೆ ತಳವೇ ಇಲ್ಲವೆಂದು (ಅಥವಾ, ಕನಿಷ್ಠ ಪಕ್ಷ ಆ ತಳವನ್ನು ಕಾಣಲು ತನಗೆ ಸಾಧ್ಯವಾಗುತ್ತಿರಲಿಲ್ಲವೆಂದು) ಅದಕ್ಕೆ ಇದ್ದಕ್ಕಿದ್ದಂತೆಯೇ ಮನವರಿಕೆಯಾಯಿತು. ಯಾವುದಕ್ಕೂ ತಾಕದೆಯೇ ಅದು ಆ ಕಡೆಗೂ ಈ ಕಡೆಗೂ ತೂಗಾಡಿಕೊಂಡು ಹೋಗುತ್ತಿತ್ತು. ನೀರು ಅಪಾರವಾಗಿದ್ದಿತು. ಅದರಲ್ಲಿ ಮೀನಿನ ಮರಿಗೆ ತನ್ನ ಅಸ್ತಿತ್ವವನ್ನೇ ಕಳೆದುಕೊಂಡಂತೆ ಎನಿಸತೊಡಗಿತ್ತು. ಪ್ರತಿಯೊಂದು ದಿಕ್ಕಿನಲ್ಲೂ ಅದು ತನ್ನ ಮನಸ್ಸಿನ ಆಶೆಯ ಪ್ರಕಾರ ನುಗ್ಗುತ್ತ ಈಜಾಡುತ್ತಿತ್ತು. ಆದರೂ, ಅದಕ್ಕೆದುರಾಗಿ, ದೊಡ್ಡದೊಂದು ಪ್ರಾಣಿಯು ಕಾಣಿಸಿತು. ಅದು ತನ್ನ ಕಡೆಗೇ ಮಿಂಚಿನ ವೇಗದಿಂದ ಈಜಿಕೊಂಡು ಬರುತ್ತಿದ್ದಂತೆ ಕಂಡುಬಂತು. ಅದೊಂದು ಕತ್ತಿ–ಮೀನು. ಅದರ ಕತ್ತಿಗೆ ಎರಡಂಚಿನ ಅಲಗು ಇದ್ದಿತು. ಯಾವ ಕ್ಷಣದಲ್ಲಿಯಾದರೂ ತನ್ನ ಮೈ ಖಂಡಿತವಾಗಿಯೂ ಎರಡು ಹೋಳುಗಳಾಗಿ ಕತ್ತರಿಸಿ ಹೋಗುವುದೆಂದು ಪುಟ್ಟ ಕಪ್ಪು ಮೀನು ಭಾವಿಸಿಕೊಂಡಿತು. ಕ್ಷಿಪ್ರಗತಿಯಲ್ಲಿ ತಪ್ಪಿಸಿಕೊಂಡದ್ದರಿಂದ

ಮಾತ್ರವೇ ಅದು ಉಳಿಯಿತು ಮತ್ತು ನೀರಿನ ಮೇಲ್ಮೈಗೆ ಏರಿತು.

ಸ್ವಲ್ಪ ಸಮಯದ ತರುವಾಯ ಅದು ಮತ್ತೆ ಕೆಳಕ್ಕೆ ಇಳಿದು ತಳವನ್ನು ಹುಡುಕತೊಡಗಿತು. ಹಾಗೆ ಕೆಳಕ್ಕೆ ಈಜುತ್ತಿದ್ದಾಗ, ಅದಕ್ಕೆ ಅಲ್ಲಿ ಮೀನುಗಳ ಹಿಂಡೊಂದು ಕಂಡುಬಂದಿತು. ಅದರಲ್ಲಿ ಸಾವಿರ – ಸಾವಿರಾರು ಮೀನುಗಳಿದ್ದುವು. ಅವುಗಳಲ್ಲೊಂದನ್ನು ಉದ್ದೇಶಿಸಿ ಪುಟ್ಟ ಕಪ್ಪು ಮೀನು ಕೇಳಿತು : "ಗೆಳೆಯರೇ, ನಾನೊಂದು ಹೊಸ ಮೀನು. ಬಹುದೂರದಿಂದ ಬಂದಿದ್ದೇನೆ. ಈಗ ನಾನೆಲ್ಲಿದ್ದೇನೆ ? ಹೇಳಿರಿ."

ಈ ಮೀನು ತನ್ನ ಮಿತ್ರರನ್ನು ಕೂಗಿತು. "ಇಲ್ಲಿ ನೋಡಿ, ಮತ್ತೊಂದು" ಎಂದು ಅದು ಅವುಗಳಿಗೆ ತಿಳಿಸಿತು.

ಆಮೇಲೆ ಪುಟ್ಟ ಕಪ್ಪು ಮೀನಿನ ಕಡೆಗೆ ತಿರುಗಿ, "ಗೆಳೆಯರೇ, ಸಮುದ್ರಕ್ಕೆ ಬಂದು ತಲಪಿರುವ ತಮಗೆ ಸ್ವಾಗತ !" ಎಂದು ಅದು ಆದರದ ಆಹ್ವಾನ ಸೂಚಿಸಿತು.

"ಎಲ್ಲ ನದಿಗಳೂ, ಹೊಳೆಗಳೂ ಇಲ್ಲಿಯೇ ಕೊನೆಗಾಣ್ತವೆ. ಸಹಜವಾಗಿಯೇ ಅವುಗಳಲ್ಲಿ ಕೆಲವು ಜೌಗು ಭೂಮಿಗಳಿಗೂ ಸೇರ್ತವೆ" – ಎಂದು ಇನ್ನೊಂದು ಹೇಳಿತು.

"ಯಾವ ಹೊತ್ತಿನಲ್ಲಾದರೂ ನಮ್ಮ ಗುಂಪನ್ನು ನೀವು ಸೇರಿಕೋಬಹುದು" – ಎಂದು ಮತ್ತೊಂದು ಮೀನು ದನಿಗೂಡಿಸಿತು.

ತಾನು ಸಮುದ್ರವನ್ನು ತಲಪಿದ್ದೇನೆಂಬುದನ್ನು ಅರಿತುಕೊಂಡಾಗ, ಪುಟ್ಟ ಕಪ್ಪು ಮೀನಿಗೆ ರೋಮಾಂಚನವಾಯಿತು, ಅದು ಅತ್ಯಂತ ಉತ್ಸಾಹದಿಂದ ಮಾತನಾಡತೊಡಗಿತು. ಅದನ್ನು ಕಂಡು, ಅದರ ಉತ್ಸಾಹವನ್ನು ನೋಡಿ, ಇತರ ಮೀನುಗಳು ನಕ್ಕುವು. ನಿಧಾನವಾಗಿ ಮಾತನಾಡಬೇಕೆಂದು ಪುಟ್ಟ ಕಪ್ಪು ಮೀನಿಗೆ ಸೂಚಿಸಿದುವು. ಅದು ಕಟ್ಟಕಡೆಗೆ ಹೀಗೆ ಹೇಳಿತು : "ನಾನು ನಿಮ್ಮ ಗುಂಪನ್ನು ಸೇರಿಕೊಳ್ಳೋದಕ್ಕೆ ಮೊದಲು, ಸುತ್ತು ಮುತ್ತಲೂ ಸ್ವಲ್ಪ ಸುತ್ತಾಡಿ ನೋಡಬಯಸ್ತೇನೆ. ಹೌದು, ಮೀನುಗಾರನ ಬಲೆಯನ್ನು ಮುಂದಿನ ಸಲ ನೀವು ಸಮುದ್ರ ತಳಕ್ಕೆ ಸೆಳೆಯುತ್ತಿರುವಾಗ, ಖಂಡಿತವಾಗಿ ನಾನೂ ನಿಮ್ಮೊಡನೆ ಇರಬಯಸ್ತೇನೆ."

"ನಿನ್ನ ಇಚ್ಛೆ ಬೇಗ ನೆರವೇರ್ತದೆ" – ಎಂದು ಅವುಗಳಲ್ಲೊಂದು ಮೀನು ಹೇಳಿತು. ಆಮೇಲೆ, "ಹೋಗು, ಮೊದಲು ಸುತ್ತಲೂ ನೋಡು, ಆದರೆ ನೀರಿನ ಮೇಲ್ಮೈಗೆ ಹೋದಾಗ ಮಾತ್ರ ಎಚ್ಚರಿಕೆ ಇರಲಿ, ಕಡಲ ಕಾಗೆ ಈ ದಿನಗಳಲ್ಲಿ ತುಂಬಾ ಸಾಹಸಿಯಾಗ್ತಿದೆ. ಅದು ನಮ್ಮ ಗುಂಪಿನ ನಾಲ್ಕೈದು ಮೀನುಗಳನ್ನು ಬೇಟೆಯಾಡದೆ ಇರುವ ದಿನವೇ ಇಲ್ಲ" – ಎಂದು ಅದಕ್ಕೆ ಬುದ್ಧಿ ಹೇಳಿತು.

ಪುಟ್ಟ ಕಪ್ಪು ಮೀನು ಕಡಲ ಮೀನುಗಳಿಂದ ಬೀಳ್ಕೊಂಡು, ತಾನೇ ಸ್ವತಃ ಅತ್ತಿತ್ತ ಒಂಟಿಯಾಗಿ ಈಜಾಡತೊಡಗಿತು. ಸ್ವಲ್ಪ ಸಮಯದ ಬಳಿಕ ಅದು ನೀರಿನ ಮೇಲ್ಮೈಗೆ ಬಂದಿತು. ಅಲ್ಲಿ ಬೆಚ್ಚನೆಯ ಬಿಸಿಲಿದ್ದಿತು. ಆಗ ಅಲ್ಲಿ ಅದಕ್ಕೆ ತನ್ನ ಬೆನ್ನಿನ ಮೇಲೆ ಉರಿಯುವಂತಹ ಸೂರ್ಯ ಶಾಖದ ಅನುಭವ ಉಂಟಾಯಿತು. ಮೆಲ್ಲಮೆಲ್ಲನೆ ಮತ್ತು ಸುಖವಾಗಿ ಅದು ನೀರಿನ ಮೇಲ್ಮೈ ಬಳಿಯಲ್ಲೇ ಈಜಾಡತೊಡಗಿತು. ತನ್ನ ನೆಲೆಗ್ರಾಮದಲ್ಲಿ ಹಿಂದೆ ತಾನು ಕಲಿತಿದ್ದ ಹಾಡೊಂದನ್ನು ತನಗೆ ತಾನೇ ಗುನಗುನ ಎಂದು ಗುಂಜಾಯಿಸತೊಡಗಿತು. "ಎಲ್ಲ ಹೊಳೆಗಳೂ ಎಲ್ಲ ನದಿಗಳೂ ಇಲ್ಲಿಗೆ ಹರಿದು ಸಮುದ್ರವನ್ನು ನಿರ್ಮಿಸಿವೆ. ಬೇರೆ ಬೇರೆಯಾಗಿ ಅವುಗಳಲ್ಲಿ ಅಷ್ಟೇನೂ ಶಕ್ತಿ ಇಲ್ಲ, ಆದರೆ ಒಟ್ಟಿಗೆ ಅವು ಪ್ರಬಲ ಸಾಗರವಾಗಿ ರೂಪುಗೊಂಡಿವೆ. ಅದೇ ರೀತಿಯಲ್ಲಿ ಸಮುದ್ರವನ್ನು ಕಂಡುಕೊಂಡಿರುವ ಮೀನುಗಳೆಲ್ಲವೂ ಒಂಟಿಯೊಂಟಿಯಾಗಿಯೇ ಮೊದಮೊದಲು ಹೋಗುತ್ತಿದ್ದು, ಭೀತಿವಶವಾಗಿ ಇದ್ದುವು. ಆದರೆ ಒಟ್ಟುಕೂಡಿಕೊಂಡು ಈಗ

ಅವೂ ಪ್ರಬಲವಾಗಿವೆ. ನಾನು ಸಾಧ್ಯವಾದಷ್ಟು ಹೆಚ್ಚು ಕಾಲದವರೆಗೆ ಬದುಕಿರಬಯಸ್ತೇನೆ. ಆದರೆ ನಾನು ಸತ್ತರೂ, ನನ್ನ ಸೋದರ – ಸೋದರಿ ಮೀನುಗಳು ಸಮುದ್ರದಲ್ಲಿ ಒಟ್ಟಿಗಿರುತ್ತವೆ ಎಂಬುದನ್ನು ತಿಳಿದುಕೊಂಡಿರುವುದರಿಂದ ನನಗೆ ಸಂತೋಷ ಉಂಟಾಗಿದೆ. ಈಗಾಗಲೇ ಅವು ಮೀನುಗಾರನಿಗಿಂತಲೂ ಹೆಚ್ಚು ಬಲಿಷ್ಠವಾಗಿವೆ. ಕತ್ತಿ ಮೀನು ಮತ್ತು ಕಡಲ ಕಾಗೆ ಎಷ್ಟೋ ಮೀನುಗಳನ್ನು ತಿಂದು ಹಾಕುತ್ತವೆಯಾದರೂ, ಅನೇಕ ಇತರ ಮೀನುಗಳು ತಮ್ಮ ಈ ಹೋರಾಟವನ್ನು ಮುಂದುವರಿಸಿಕೊಂಡು ಹೋಗಲು ಬಹುಸಂಖ್ಯೆಯಲ್ಲಿ ಯಾವಾಗಲೂ ಉಳಿದಿರ್ತವೆ. ಒಂದು ದಿನ ಜಗತ್ತಿನ ಎಲ್ಲ ಹೊಳೆಗಳಲ್ಲಿಯೂ ಇರುವ ಎಲ್ಲ ಸಾಹಸಿ ಪುಟ್ಟ ಮರಿಗಳೂ ಅವುಗಳೊಂದಿಗೆ ಕೂಡಿಕೊಂಡಾಗ, ಅವು ಅತ್ಯಂತ ಬಲಿಷ್ಠ ಮೀನುಪಡೆಯಾಗ್ತವೆ. ಆಗ ಅವುಗಳ ಅತಿ ದುಷ್ಟ ಬಲಿಷ್ಠ ಶತ್ರುಗಳೂ ಕೂಡ ಅವುಗಳಿಗೆ ನೋವನ್ನುಂಟುಮಾಡುವ ಸಾಹಸಕ್ಕೆ ಕೈ ಹಾಕುವುದಿಲ್ಲ, ಆಗ ಮೀನುಗಳೆಲ್ಲವೂ ಸ್ವತಂತ್ರ ಶಕ್ತಿಯಾಗಿರ್ತವೆ" – ಎಂದು ಪುಟ್ಟ ಕಪ್ಪು ಮೀನು ಸ್ವತಃ ಮನಸ್ಸಿನಲ್ಲೇ ಮೀನುಗಳ ಭವ್ಯ ಭವಿಷ್ಯತ್ತಿನ ಬಗೆಗೆ ಆಲೋಚಿಸುತ್ತಿತ್ತು.

ಈ ಆಲೋಚನೆಗಳಲ್ಲಿ ಅದು ಗಾಢವಾಗಿ ಮಗ್ನವಾಗಿದ್ದಾಗಲೇ, ಇದ್ದಕ್ಕಿದ್ದಂತೆಯೇ ತನ್ನನ್ನು ನೀರಿನಿಂದ ಹೊರದೂಡಿದಂತೆ ಭಾಸವಾಯಿತು. ಈ ಪುಟ್ಟ ಕಪ್ಪು ಮೀನನ್ನು ಹಿಂಬಾಲಿಸಿಕೊಂಡು ಕಡಲ ಕಾಗೆಯು ಬಂದಿತ್ತು ಮತ್ತು ತನ್ನ ಕೊಕ್ಕಿನಿಂದ ಅದನ್ನು ಕಚ್ಚಿಕೊಂಡಿತ್ತು. ತನ್ನನ್ನು ರಕ್ಷಿಸಿಕೊಳ್ಳುವುದಕ್ಕಾಗಿ ಮೀನಿನ ಮರಿಯು ಪ್ರಬಲವಾದ ಹೋರಾಟವನ್ನು ನಡೆಸತೊಡಗಿತು. ಆದರೆ ಅದರಿಂದ ಏನೂ ಪ್ರಯೋಜನವಾಗಲಿಲ್ಲ. ಕಡಲ ಕಾಗೆಯು ಪುಟ್ಟ ಕಪ್ಪು ಮೀನಿನ ಸೊಂಟವನ್ನು ಬಿಗಿಯಾಗಿ ಹಿಡಿದಿತ್ತು. ಆ ಬಿಗಿತದಿಂದ ಮೀನಿನ ಮರಿಯ ಜೀವವನ್ನೇ ಹಿಂಡಿದಂತಾಗಿತ್ತು. ಪುಟ್ಟ ಮೀನು ನೀರಿನಿಂದ ಹೊರಗೆ ಎಷ್ಟು ಹೊತ್ತು ಇರಲು ಸಾಧ್ಯವಾದೀತು ?

ಕಡಲ ಕಾಗೆಯು ತನ್ನನ್ನು ನುಂಗಿಹಾಕಲೆಂದು ಈ ಕಪ್ಪು ಮೀನುಮರಿಯು ಬಯಸಿತು. ಯಾಕೆಂದರೆ, ಅದರ ಹೊಟ್ಟೆಯ ತೇವದಲ್ಲಿ ತಾನು ಇನ್ನೂ ಕೆಲವು ನಿಮಿಷಗಳಷ್ಟು ಹೆಚ್ಚು ಕಾಲ ಜೀವಿಸಿರಬಹುದೆಂದು ಅದು ಭಾವಿಸಿಕೊಂಡಿತ್ತು.

"ನೀನು ನನ್ನನ್ನೇಕೆ ನುಂಗಿಹಾಕುತ್ತಿಲ್ಲ ?" – ಎಂದು ಆ ಪುಟ್ಟ ಕಪ್ಪು ಮೀನು ತನ್ನನ್ನು ಬಂಧಿಸಿ ಹಿಡಿದಿದ್ದ ಕಡಲ ಕಾಗೆಯನ್ನು ಕೇಳಿತು. ಮತ್ತು "ಸತ್ತ ಮೇಲೆ ದೇಹವು ವಿಷಮಯವಾಗುವಂತಹ ಜಾತಿ ನನ್ನದು" ಎಂದು ಕೂಡ ಅದು ಹೇಳಿಕೊಂಡಿತು.

ಕಡಲ ಕಾಗೆಯು ಏನೂ ಹೇಳಲಿಲ್ಲ, ಅದು ತಾನಾಗಿಯೇ ಸ್ವಲ್ಪ ಹೊತ್ತಿನವರೆಗೆ ಆಲೋಚಿಸ ತೊಡಗಿತು. "ಇದೊಂದು ಜಾಣ ಮೀನುಮರಿ, ಇದರ ಪ್ರಯತ್ನವಾದರೂ ಏನಾಗಿರಬಹುದು ? ನಾನು ಮಾತನಾಡಬೇಕೆಂದು ಅದಕ್ಕೆ ಆಸೆ, ಆಗ ತಾನು ತಪ್ಪಿಸಿಕೊಂಡು ಹೋಗಬಹುದೆಂದು ಅದು ಭಾವಿಸಿಕೊಂಡಿದೆ."

ದೂರದಲ್ಲಿ ಕರಾವಳಿಯು ಕಾಣುತ್ತಿತ್ತು. ಕ್ರಮೇಣ ಅದು ಹೆಚ್ಚು ಹೆಚ್ಚು ಹತ್ತಿರವಾಗುತ್ತಿತ್ತು. ಕಡಲ ಕರೆಯನ್ನು ತಲಪಿದಾಗ, ತನ್ನ ಬದುಕು ಮುಗಿದಂತೆ ಎಂಬುದನ್ನು ಪುಟ್ಟ ಕಪ್ಪು ಮೀನು ಚೆನ್ನಾಗಿಯೇ ತಿಳಿದುಕೊಂಡಿತ್ತು. ಆದುದರಿಂದಲೇ, ಅದು ಹೀಗೆ ಹೇಳಿತು : "ನನ್ನನ್ನು ನೀನು ನಿನ್ನ ಮಕ್ಕಳಿಗಾಗಿ ತೆಗೆದುಕೊಂಡು ಹೋಗಬಯಸುತ್ತೀಯೆಂಬ ವಿಷಯವನ್ನು ನಾನು ಊಹಿಸಬಲ್ಲೆ. ಆದರೆ ನೀನು ಅಲ್ಲಿಗೆ ತಲಪುವುದರೊಳಗಾಗಿಯೇ ನಾನು ಸತ್ತಿರ್ತೇನೆ. ಇನ್ನೂ ಹೆಚ್ಚಿನ ವಿಷಯವೇನೆಂದರೆ, ಆಗ ನಾನು ಕೇವಲ ಒಂದು ವಿಷದ ಚೀಲದಂತೆ ಆಗಿರ್ತೇನೆ. ನೀನು ನಿನ್ನ ಮಕ್ಕಳ ಕ್ಷೇಮವನ್ನು ಕುರಿತು ಚಿಂತಿಸ್ಬೇಕು."

"ಹುಂ" ಎಂದುಕೊಂಡು ಕಡಲ ಕಾಗೆಯು ತನ್ನ ಮನಸ್ಸಿನಲ್ಲಿಯೇ ಆಲೋಚಿಸ ತೊಡಗಿತು : "ಮುನ್ನೆಚ್ಚರಿಕೆಯೇನೋ ಒಳ್ಳೆಯ ವಿಷಯವೇ. ನಾನೇ ಇದನ್ನು ತಿಂದುಬಿಡುವೆನು. ಮಕ್ಕಳಿಗಾಗಿ ಬೇರೊಂದನ್ನು ಹುಡುಕಿದರಾಯಿತು. ಆದರೂ ಸ್ವಲ್ಪ ಹೊತ್ತು ನೋಡೋಣ. ಇದರಲ್ಲೇನೋ ತಂತ್ರವಿದ್ದರೂ ಇರಬಹುದು."

ಈ ವಿಷಯಗಳ ಬಗೆಗೆ ಅದು ಆಲೋಚಿಸುತ್ತಿದ್ದಾಗಲೇ ಪುಟ್ಟ ಕಪ್ಪು ಮೀನು ಮರಿಯ ಶರೀರವು ಸತ್ವರಹಿತವಾಗುತ್ತಿತ್ತು ಮತ್ತು ನಿಶ್ಚಲವಾಗುತ್ತಿತ್ತು. "ಅದು ಸತ್ತು ಹೋಯಿತೋ, ಏನೋ !" ಎಂದು ಆ ಪಕ್ಷಿಯು ಆಲೋಚಿಸಿತು. "ಇದು ಸತ್ತಿದೆಯಾದರೆ, ಸ್ವತಃ ನಾನು ಕೂಡ ಇದನ್ನು ಇನ್ನೆಷ್ಟು ಮಾತ್ರವೂ ತಿನ್ನಲಾರೆನು. ನಿಷ್ಕಾರಣವಾಗಿ ಇಂತಹ ಒಳ್ಳೆಯ ಮೀನನ್ನು ನಾನು ವೃಥಾ ಬಿಟ್ಟದ್ದೇಕೆ ?" – ಎಂದು ಅದು ಪಶ್ಚಾತ್ತಾಪ ಪಡತೊಡಗಿತು.

ಆದುದರಿಂದಲೇ ಅದು ತನ್ನ ಕೈದಿಯಾಗಿದ್ದ ಪುಟ್ಟ ಕಪ್ಪು ಮೀನನ್ನು ಉದ್ದೇಶಿಸಿ ಹೀಗೆ ಹೇಳಿತು : "ಏಯ್ ಮೀನು ಮರಿ, ನಿನ್ನಲ್ಲಿ ಇನ್ನೂ ಸ್ವಲ್ಪ ಜೀವ ಉಳಿದಿದೆಯೆ ? ಹಾಗಾದರೆ ನಾನೇ ನಿನ್ನನ್ನು ತಿಂದುಬಿಡ್ತೇನೆ. ಹೇಳು ಉತ್ತರ, ಬೇಗ ಹೇಳು, ನಾನೇ..."

ಆದರೆ ಈ ವಾಕ್ಯ ಮುಗಿಯುವುದಕ್ಕೆ ಮುಂಚೆಯೇ ಪುಟ್ಟ ಕಪ್ಪು ಮೀನು ಕದಲುತ್ತಿದ್ದ ಕೊಕ್ಕಿನಿಂದ, ಕಡಲ ಕಾಗೆಯ ಅಜಾಗರೂಕತೆಯನ್ನು ಗಮನಿಸಿ, ಥಟ್ಟನೆ ಅತ್ಯಂತ ವೇಗವಾಗಿ ಕೆಳಕ್ಕೆ ನುಗ್ಗಿತು, ಅದು ಗಾಳಿಯ ಮೂಲಕ ಕೆಳಕ್ಕೆ ಬೀಳುತ್ತಿತ್ತು. ಕಡಲ ಕಾಗೆಯೂ ಅದನ್ನು ಅಟ್ಟಿಸಿಕೊಂಡು ಬಂದಿತು. ಪುಟ್ಟ ಕಪ್ಪು ಮೀನು ಮರಿಯು ಒಣಗಿಹೋಗಿದ್ದ ತನ್ನ ಸಣ್ಣ ಬಾಯಿಯನ್ನು, ಜಲರಾಶಿಯ ಮೇಲೆ ತೇವಗೊಂಡಿದ್ದ ಗಾಳಿಯನ್ನು ಸೇವಿಸುವುದಕ್ಕಾಗಿಯೇ ತೆರೆಯಿತು. ಆದರೆ ಅದು ನೀರಿನ ಮೇಲೆ ಬಿದ್ದು ಉಸಿರಾಡತೊಡಗಿದೊಡನೆಯೇ ಕಡಲ ಕಾಗೆಯು ನೀರಿನೊಳಕ್ಕೆ ಮುಳುಗಿತು. ಈ ಸಲ ಅದು ಮರಿಯನ್ನು ಕೂಡಲೇ ನುಂಗಿ ಹಾಕಿತು. ಏನಾಯಿತೆಂಬ ವಿಷಯವು ಪುಟ್ಟ ಕಪ್ಪು ಮೀನು ಮರಿಗೆ ಕೆಲವು ಕ್ಷಣಗಳವರೆಗೆ ತಿಳಿಯಲೇ ಇಲ್ಲ. ತನ್ನ ಸುತ್ತಲೂ ಎಲ್ಲ ಒದ್ದೆಯಾಗಿಯೂ ಮಬ್ಬಾಗಿಯೂ ಇದ್ದುದನ್ನೂ, ಹೊರಕ್ಕೆ ಹೋಗಲು ತನಗೆ ಯಾವ ಮಾರ್ಗವೂ ಇಲ್ಲದುದನ್ನೂ ಅದು ಸೂಕ್ಷ್ಮವಾಗಿ ಗ್ರಹಿಸಿಕೊಂಡಿತು. ಅಲ್ಲೊಂದು ಶಬ್ದವೂ ಅದಕ್ಕೆ ಕೇಳಿಸಿತು. ಅದು ಅಳುವಿನ ಶಬ್ದ. ಅಲ್ಲಿನ ಕತ್ತಲೆಗೆ ಅದರ ಕಣ್ಣುಗಳು ಪಳಗಿಕೊಂಡಾಗ, ಒಂದು ಮೂಲೆಯಲ್ಲಿ ಅತ್ಯಂತ ಸಣ್ಣ ಮೀನೊಂದು ಮುದುಡಿಕೊಂಡಿದ್ದುದು ಪುಟ್ಟ ಕಪ್ಪು ಮೀನಿಗೆ ಅಲ್ಲಿ ಕಂಡುಬಂದಿತು. ತನ್ನ ತಾಯಿಗಾಗಿ ಆ ಪುಟ್ಟ ಮರಿಯು ಅಳುತ್ತಿತ್ತು. ಕಪ್ಪು ಮೀನು ಅದರ ಬಳಿಗೆ ಹೋಯಿತು. "ಮರೀ, ನಿನ್ನ ಅಮ್ಮನಿಗಾಗಿ ಯಾಕೆ ಅಳುತ್ತಿದ್ದಿ ? ಎದ್ದು ನಿಂತುಕೋ, ಮುಂದೇನು ಮಾಡಬೇಕೆಂಬುದನ್ನು ಆಲೋಚಿಸು !" – ಎಂದು ಅದು ಮರಿಗೆ ಬುದ್ಧಿ ಹೇಳಿತು.

"ಅದಿರಲಿ, ನೀನು ಯಾರು ?" ಎಂದು ಆ ಕಿರಿಯ ಮರಿಯು ಕೇಳಿತು, "ನನ್ನ ತೊಂದರೆ ನಿನಗೆ ಕಾಣಲಿಲ್ಲವೇ ? ಅಯ್ಯೋ, ಅಮ್ಮಾ..." ಎಂದು ಅದು ಹಲುಬಿತು.

ಪುಟ್ಟ ಕಪ್ಪು ಮೀನು ಅದನ್ನು ಸಂತೈಸುತ್ತ, "ನಿಜವಾಗಿಯೂ ಇನ್ನು ಸಾಕು, ನಿಲ್ಲಿಸು ಈ ರೋದನ, ಇಷ್ಟೊಂದು ಅಳುವುದರ ಮೂಲಕ ನೀನು ಎಲ್ಲ ಮೀನು ಜಾತಿಯ ಖ್ಯಾತಿಯನ್ನೇ ಹಾಳು ಮಾಡಬಯಸ್ತೀಯಾ ?" ಎಂದು ಅದನ್ನು ಕೇಳಿತು.

ಆ ಮರಿ ಮೀನು ಕೂಡಲೇ ತನ್ನ ಅಳುವನ್ನು ನಿಲ್ಲಿಸಿತು. ಆ ಮರಿಯನ್ನು ಕಂಡು ಪುಟ್ಟ ಕಪ್ಪು ಮೀನು ಮುಗುಳ್ನಗುತ್ತ, "ಪ್ರತಿಯೊಂದು ಮೀನನ್ನೂ ಈ ಅಪಾಯದಿಂದ ಮುಕ್ತಗೊಳಿಸುವುದಕ್ಕಾಗಿ,

ಈ ಕಡಲ ಕಾಗೆಯನ್ನು ನಾವು ಕೊಂದು ಹಾಕಲೇಬೇಕು. ನೀನು ಅತ್ಯಂತ ಧೈರ್ಯದಿಂದ ಇರಬೇಕಾಗ್ತದೆ." ಎಂದು ಅದಕ್ಕೆ ಸೂಚಿಸಿತು.

"ಆದರೆ ನಾವೇ ಇಲ್ಲಿ ಸಾಯುತ್ತಿದ್ದೇವಲ್ಲಾ! ಈ ಕಡಲ ಕಾಗೆಯನ್ನು ನಾವು ಕೊಲ್ಲುವುದಾದರೂ ಹೇಗೆ ?" ಎಂದು ಮರಿ ಮೀನು ವಿಷಾದದ ಧ್ವನಿಯಲ್ಲಿ ಉತ್ತರವನ್ನು ಕೊಟ್ಟಿತು.

ಆಮೇಲೆ ಪುಟ್ಟ ಕಪ್ಪು ಮೀನು ತನ್ನ ಬಳಿ ಇದ್ದ ಸಣ್ಣ ಬಾಕುವನ್ನು ಹೊರತೆಗೆದು, ಮರಿ ಮೀನಿಗೆ ತೋರಿಸಿತು ; ಕಡಲ ಕಾಗೆಯ ಹೊಟ್ಟೆಯನ್ನು ಒಳಗಿನಿಂದಲೇ ತಾನು ಸೀಳುವುದೆಂದು ಕೂಡ ಅದಕ್ಕೆ ತಿಳಿಸಿತು.

"ಈಗ ನನ್ನ ಮಾತನ್ನು ಜಾಗರೂಕತೆಯಿಂದ ಕೇಳು. ಇಲ್ಲಿ ಸುತ್ತಲೂ ಎಲ್ಲ ಕಡೆಗಳಲ್ಲೂ ಓಡಾಡಲು ನೀನು ಪ್ರಾರಂಭಿಸಬೇಕು. ಹಾಗೆ ನೀನು ಓಡಾಡುತ್ತಿರುವಾಗ, ಈ ಪಕ್ಷಿಗೆ ಹೊಟ್ಟೆಯಲ್ಲೇ ಅದರಿಂದ ಕಚಕುಳಿ ಇಟ್ಟಂತಾಗುವುದು. ಆಗ ಅದು ನಗಲೇಬೇಕಾಗುವುದು. ಆದರೆ ಏಕಕಾಲದಲ್ಲಿಯೇ ನಗುವುದೂ ಹಾರುವುದೂ ಅದಕ್ಕೆ ಆಗ ಅಸಾಧ್ಯವಾಗುವುದು." – ಎಂದು ಪುಟ್ಟ ಕಪ್ಪು ಮೀನು ಆ ಮರಿ ಮೀನಿಗೆ ತಿಳಿಸಿ ಹೇಳಿತು. ಮರಿ ಮೀನು ತನಗೆ ನೀಡಲಾದ ಆದೇಶಕ್ಕೆ ಅನುಸಾರವಾಗಿ ಕಡಲ ಕಾಗೆಯ ಹೊಟ್ಟೆಯಲ್ಲಿ ಕಚಗುಳಿಯಿಡುವಂತೆ ಕುಣಿದಾಡತೊಡಗಿತು. ಪಕ್ಷಿಯು ವಿಶೇಷ ಆವೇಶದಿಂದ ನಗತೊಡಗಿತು. ಆಗ ಆ ಪಕ್ಷಿಯು ತನಗೆ ತಾನಾಗಿಯೇ ಇನ್ನೇನು ನೀರಿನೊಳಕ್ಕೆ ಬೀಳುವ ಪರಿಸ್ಥಿತಿ ಉಂಟಾಯಿತು. ಈ ಮಧ್ಯೆ ಪುಟ್ಟ ಕಪ್ಪು ಮೀನು ಆ ಪಕ್ಷಿಯ ಹೊಟ್ಟೆಯ ಪಾರ್ಶ್ವವನ್ನು ಸೀಳಲಾರಂಭಿಸಿತು.

"ನಾನು ಮುಗಿಸಿದ ತಕ್ಷಣವೇ ನೀನು ಕೆಳಕ್ಕೆ ನೆಗೆದು ಬಿಡು, ಗೊತ್ತಾಯಿತೆ ?" ಎಂದು ಪುಟ್ಟ ಕಪ್ಪು ಮೀನು ಆ ಸಣ್ಣ ಮರಿಗೆ ತಿಳಿವಳಿಕೆ ನೀಡಿತು.

ತನ್ನ ಕುಣಿತದ ಕಚಕುಳಿಯಿಂದ ಆ ಕಡಲ ಕಾಗೆಯ ದೊಡ್ಡ ಶರೀರದ ಮೇಲೆ ಉಂಟಾದ ವಿಚಿತ್ರ ಪರಿಣಾಮವನ್ನು ಕಂಡು ಮರಿ ಮೀನು ಬೆರಗಾಯಿತು ಮತ್ತು ಕೂಡಲೇ ಹೇಳಿತು : "ಹಾಗೆಯೆ ಆಗಲಿ, ಆದರೆ ಹೊರಡುವುದಕ್ಕೆ ಮುಂಚೆ, ಈ ಪಕ್ಷಿಯ ಕಥೆ ಮುಗಿಯಿತೆಂದು ಖಾತರಿ ಮಾಡಿಕೊಳ್ಳೋಣ."

ಮರಿ ಮೀನು ತಪ್ಪಿಸಿಕೊಂಡು ಹೋಗಲು ಅನುಕೂಲವಾಗುವಂತೆ ಸಾಕಾದಷ್ಟು ದೊಡ್ಡ ರಂಧ್ರವನ್ನು ಪುಟ್ಟ ಕಪ್ಪು ಮೀನು ಹಕ್ಕಿಯ ಹೊಟ್ಟೆಯಲ್ಲಿ ಕಡಿದಿತ್ತು. ಮರಿ ಮೀನು ತನ್ನ ಬಳಿಗೆ ಬಂದಾಗ, ಅದನ್ನು ಹಿಡಿದುಕೊಂಡು ಆ ರಂಧ್ರದಿಂದಲೇ ಹೊರಕ್ಕೆ ದೂಡಿತು. ಆದರೆ ತಾನು ಮಾತ್ರ ಅಲ್ಲೇ ಪಕ್ಷಿಯ ಹೊಟ್ಟೆಯೊಳಗಡೆ ತಿವಿಯುತ್ತಲೇ ಇತ್ತು. ಕೆಲವು ಕ್ಷಣಗಳ ತರುವಾಯ ಮರಿ ಮೀನು ನೀರಿಗೆ ಸೇರಿತು. ತುಂಬಾ ಹೊತ್ತಿನವರೆಗೆ ಅದು ಅಲ್ಲಿಯೇ ಪುಟ್ಟ ಕಪ್ಪು ಮೀನಿಗಾಗಿ ಕಾಯುತ್ತಲೇ ಇತ್ತು. ಆದರೆ ಎಷ್ಟು ಹೊತ್ತಾದರೂ ಪುಟ್ಟ ಕಪ್ಪು ಮೀನು ಅಲ್ಲಿಗೆ ಬರಲೇ ಇಲ್ಲ. ಆಗ ಅದೇ ಕಡಲ ಕಾಗೆಯು ತನ್ನ ಮೈಯನ್ನು ನುಲಿಸಿಕೊಳ್ಳುತ್ತ, ನೋವಿನಿಂದ ಕೂಗಾಡುತ್ತಿದ್ದುದನ್ನು ಅದು ಕಂಡಿತು. ಕಟ್ಟಕಡೆಗೆ ಕಾಲುಗಳ ಸೆಳೆತದಿಂದ ಅದು ಒದ್ದಾಡುತ್ತಿದ್ದುದನ್ನೂ, ಕಡಲ್ಕರೆ ಕಡೆಗೆ ಬೀಳುತ್ತಿದ್ದುದನ್ನೂ ಮರಿಮೀನು ಕಂಡಿತು.

ಕಡಲ ಕಾಗೆಯು ಕೆಳಬಿದ್ದೊಡನೆಯೇ, ಅದು ಚಲಿಸದೆ ಹಾಗೆಯೇ ಬಿದ್ದಿದ್ದುದನ್ನು ಮರಿಮೀನು ನೋಡಿತು. ಅಂತೂ ಕಟ್ಟಕಡೆಗೆ ಅದು ಸತ್ತಿತು! ಆದರೆ ಪುಟ್ಟ ಕಪ್ಪು ಮೀನಿನ ಸುಳಿವೇ ಅದಕ್ಕೆ ಅದುವರೆಗೆ ಕಂಡುಬರಲಿಲ್ಲ.

*   *   *

"ಇಂದಿಗೂ ಕೂಡ, ಮಕ್ಕಳಿರಾ, ಪುಟ್ಟ ಕಪ್ಪು ಮೀನಿನ ಸುಳಿವೇ ಕಂಡುಬಂದಿಲ್ಲ," ಎಂದು ಮುದಿತಾತ ಮೀನು ತನ್ನ ಆ ಮೊಮ್ಮಕ್ಕಳು, ಮರಿ ಮಕ್ಕಳಿಗೆ ತಿಳಿಸಿತು. ಆಮೇಲೆ ಅದು ಅಲ್ಲಿಂದ ಎದ್ದು, ತನ್ನ ಹನ್ನೆರಡು ಸಾವಿರ ಮಕ್ಕಳಿಗೆ ಮೊಮ್ಮಕ್ಕಳಿಗೆ ಹೀಗೆ ಹೇಳತೊಡಗಿತು : "ಕಥೆ ಮುಗಿಯಿತು. ಇನ್ನ ಪುಟ್ಟ ಮರಿಗಳೆಲ್ಲವೂ ನಿದ್ರೆ ಮಾಡಬೇಕಾದ ಹೊತ್ತಾಯಿತು. ಹೋಗಿ ಇನ್ನು ಎಲ್ಲರೂ ಮಲಗಿಕೊಳ್ಳಿ."

"ಆದರೆ ತಾತಾ, ಪುಟ್ಟ ಕಪ್ಪು ಮೀನಿಗೆ ಆಮೇಲೆ ಏನಾಯಿತು ಅನ್ನೋದನ್ನು ನೀವು ತಿಳಿಸಲೇ 'ಇಲ್ಲವಲ್ಲಾ!" ಎಂದು ಆ ಮರಿಗಳು ಹೇಳಿದುವು.

"ಓಹೋ, ಒಳ್ಳೆಯ ಕಾಟವಾಯಿತಲ್ಲ! ಅದು ಬೇರೆಯೇ ಒಂದು ಕಥೆಯಾಗ್ತದೆ! ಅದನ್ನು ನಾಳೆ ರಾತ್ರೆಗೆ ಇಟ್ಟುಕೊಳ್ಳೋಣ. ಈಗ ಮಲಗುವ ಸಮಯ, ಶುಭರಾತ್ರೆ!" ಎಂದಷ್ಟೇ ತಾತ ಮೀನು ಉತ್ತರ ಕೊಟ್ಟಿತು.

ಹನ್ನೊಂದು ಸಾವಿರದ ಒಂಬೈನೂರ ತೊಂಬತ್ತೊಂಬತ್ತು ಪುಟ್ಟ ಮೀನುಗಳು 'ಶುಭರಾತ್ರೆ' ಎಂದು ವಂದಿಸಿ ನಿದ್ರಿಸತೊಡಗಿದುವು. ಅಜ್ಜಿ ಮತ್ತು ತಾತ ಮೀನುಗಳು ಕೂಡ ನಿದ್ರಿಸತೊಡಗಿದುವು. ಆದರೆ ಒಂದು ಪುಟ್ಟ ಕೆಂಪು ಮೀನಿಗೆ ಮಾತ್ರ ಎಷ್ಟೇ ಪ್ರಯತ್ನಪಟ್ಟರೂ ನಿದ್ರೆ ಬರಲಿಲ್ಲ. ನಿದ್ರಿಸುವುದು ಸಾಧ್ಯವಾಗಲೇ ಇಲ್ಲ. ಅದು ಇಡಿಯ ರಾತ್ರೆ ಎಚ್ಚೆತ್ತುಕೊಂಡೇ ಇತ್ತು. ಕಡಲಿನ ಬಗೆಗೆ ಅದು ಸ್ವತಃ ಆಲೋಚಿಸುತ್ತಲೇ ಇತ್ತು. ○

ಅಫ್ಘಾನಿಸ್ತಾನ

○ ಇಬ್ರಾಹಿಂ ಶೇಖ್

ಮನೆಗೊಂದು ಜಮಖಾನ

ರೂಢಿಯಂತೆ ಜುಬೇದಾ ಬೆಳಗ್ಗೆ ಬೇಗನೆ ಎದ್ದು ಹೊರಗೆ ಅಂಗಳಕ್ಕೆ ಬಂದಳು.

ಆಕೆಯ ಬೂದು ಬಣ್ಣದ ತಲೆಕೂದಲಿನೊಂದಿಗೆ ಗಾಳಿ ಲಾಸ್ಯವಾಡುತ್ತಿತ್ತು. ಆದ್ದರಿಂದ ಆಕೆ ತನ್ನ ತಲೆಯ ಮುಸುಕಿನ ಹಳೆಯ ಬಟ್ಟೆಯನ್ನು ಸದಾ ಸರಿಪಡಿಸಿಕೊಳ್ಳುತ್ತಲೇ ಇದ್ದಳು. ಆಕೆಯ ಕೈಗಳ ಎಲುಬುಗಳು ಎದ್ದು ಕಾಣುತ್ತಿದ್ದವು, ಬೆರಳುಗಳು ಗಂಟುಗಂಟಾಗಿದ್ದುವು ಮತ್ತು ಮುಖವು ಪೂರ್ತಿಯಾಗಿ ಸುಕ್ಕು ಗಟ್ಟಿತ್ತು. ಈಗ ಆಕೆಯು ಗೋಡೆಯ ಆಸರೆಗೆ ಅಂಟಿಕೊಂಡು ಬಾಗಿ ನಿಂತಿದ್ದಳು. ಪಾಪ, ಹೆಚ್ಚು ಹೊತ್ತು ನಿಂತಿರುವುದೂ ಈ ವಯಸ್ಸಾದ ಮುದುಕಿಗೆ ಕಷ್ಟವೇ ಆಗಿತ್ತು.

ಆ ಹಳ್ಳಿಯಲ್ಲಿ ಅಜ್ಜಿ ಜುಬೇದಾ ಎಲ್ಲರಿಗೂ ಪರಿಚಿತಳೇ. ಆಕೆಯ ಮಗನು ದುಡಿಮೆಗಾಗಿ ಪಟ್ಟಣಕ್ಕೆ ಹೋಗಿದ್ದಾನೆ. ತನ್ನ ಬಾಳಿನಲ್ಲಿ ಜುಬೇದಾ ವಿಶೇಷ ಸುಖವನ್ನೇನೂ ಪಡೆಯಲಿಲ್ಲ, ಒಮ್ಮೆ ಅವಳು ತೆಳ್ಳಗಿದ್ದಳು. ಈಗ ಆಕೆಯ ಬೆನ್ನು ಬಗ್ಗಿದೆ. ಆಕೆಯ ಸುಕ್ಕುಗಳ ಮಧ್ಯೆ ಬಳಲಿಕೆ ವ್ಯಕ್ತಪಡಿಸುತ್ತಿರುವ ಮಸಕಾದ ಕಣ್ಣುಗಳು ತಮ್ಮ ಕಾಂತಿಯನ್ನು ಕಳೆದುಕೊಂಡಿವೆ. ಸಣ್ಣ ವಯಸ್ಸಿನಲ್ಲಿಯೇ ಅವಳು ವಿಧವೆಯಾದಳು ಮತ್ತು ತನ್ನ ಮಗನೊಂದಿಗೆ ಬಡವರ ಆಲಯದಲ್ಲಿ ಸೇರಿಕೊಂಡಳು. ಆಕೆಯ ಗಂಡನು ತೀರಿಕೊಂಡ ತರುವಾಯ ಅವಳನ್ನು ಮದುವೆ ಮಾಡಿಕೊಳ್ಳಲು ಅನೇಕರು ಮುಂದೆ ಬಂದರಾದರೂ ಆಕೆ ಮಾತ್ರ ಮದುವೆಯಾಗಲಿಲ್ಲ.

"ನಾನು ಹೇಗೆ ಮದುವೆ ಮಾಡಿಕೊಳ್ಳಲಿ ? ನನ್ನ ಮಗನನ್ನು ನಾನು ಸಾಕಬೇಕಾಗಿದೆ" ಎಂದು ಜುಬೇದಾ ಹೇಳುತ್ತಿದ್ದಳು.

ಈಗ ಆಕೆಯು ಮುದುಕಿಯಾಗಿದ್ದಾಳೆ, ಬಲಹೀನಳಾಗಿದ್ದಾಳೆ. ಯಾವ ಕೆಲಸವನ್ನಾದರೂ ಕೈಗೊಂಡು ಮಾಡುವುದು ಆಕೆಗೆ ಸಾಧ್ಯವಿದ್ದ ಕಾಲ ಹೋಯಿತು. ಪ್ರತಿಯೊಂದೂ ಹೋದ ಹಾಗೆಯೇ. ಆದರೂ ನಿನ್ನೆ ತಾನೇ ಆಕೆ ಗಟ್ಟಿಮುಟ್ಟಾಗಿ, ಯುವತಿಯಾಗಿ ಇದ್ದಳು ಎನಿಸುತ್ತದೆ. ಒಂದೇ ದಿನದಲ್ಲಿ ಆಕೆ ಅನೇಕ ಬಟ್ಟೆಗಳನ್ನು ಒಗೆಯಲು ಸಮರ್ಥಳಾಗಿದ್ದಳು.

ತೊಟ್ಟಿಯಲ್ಲಿ ಮಗ್ಗಲು ಹಾಸಿಗೆಗಳನ್ನು, ದುಪ್ಪಟಿಗಳನ್ನು ಒಂದು ದೊಡ್ಡ ಕೋಲಿನಿಂದ ಎಳೆದು, ತಿರುಗಿಸಿ, ಒಗೆದು, ಹಿಂಡಿ, ಅವುಗಳನ್ನು ಆಕೆಯು ಒಣಗಿಸುತ್ತಿದ್ದಳು. ಚೆನ್ನಾಗಿ ಕೆಲಸ ಮಾಡುವುದು ಹೇಗೆ ಎಂಬ ವಿಷಯ ಖಂಡಿತವಾಗಿ ಅವಳಿಗೆ ತಿಳಿದಿತ್ತು.

"ನಿಜವಾಗಿಯೂ ಈಕೆ ಗಂಡನಿಲ್ಲದೆ ಬಾಳುವಳೆ?" ಎಂದು ನೆರೆ ಹೊರೆಯವರು ಬೆರಗಾಗಿದ್ದರು.

ಅವರಿಗೆ ಜುಬೇದಾ ಹೀಗೆ ಉತ್ತರ ಹೇಳುತ್ತಿದ್ದಳು: "ನನಗೆ ಈಗ ಇರುವುದೆಲ್ಲ ಒಂದೇ ಚಿಂತೆ: ನನ್ನ ಮಗನು ತನ್ನ ಕಾಲುಗಳ ಮೇಲೆ ನಿಂತುಕೊಳ್ಳುವ ಹಾಗೆ ಮಾಡಬೇಕು. ಈ ಸ್ಥಿತಿಯಲ್ಲಿ ಮರುಮದುವೆ ನಿರರ್ಥಕವೆಂದು ನನಗೆನಿಸ್ತದೆ."

ಜುಬೇದಾ ಮುಗುಳ್ನಗುತ್ತಿದ್ದಾಗಲೂ, ಅದರಲ್ಲಿ ವಿಷಾದವು ಎದ್ದು ಕಾಣುತ್ತಿತ್ತು. ಕಾಲವು ಬೇಗ ಬೇಗ ಕಳೆಯುತ್ತಿದ್ದು, ಆಕೆಯು ಇನ್ನೂ ದೀರ್ಘಕಾಲದವರೆಗೆ ತನ್ನ ನೋಟವನ್ನು ಬೀರುತ್ತಿರುತ್ತಾಳೆ – ತನ್ನ ಯೌವನ ಕಾಲವನ್ನು ಕಾಣಬಯಸುತ್ತಾಳೇನೋ ಎಂಬಂತೆ. ಆಕೆಯ ತುಟಿಗಳ ಚಲನೆಯು ಆಕೆಯ ಗೊಣಗಾಟವನ್ನೇ ಸೂಚಿಸುತ್ತಿತ್ತು.

– ಹೌದು, ಮಕ್ಕಳು ಇರುವುದೇ ವಿಶೇಷ ಸುಖ. ಇಡೀ ಬಾಳು ಅವರಿಗಾಗಿಯೇ ಮೀಸಲು. ನನ್ನ ಮಗ ನಾಸ್ರ್...ಇತರ ಹುಡುಗರಂತೆಯೇ ತನ್ನ ಶಾಲೆಯ ಓದು ಮುಗಿಸುವುದು ಸಾಧ್ಯವಾಗಬೇಕೆಂದು, ಅವನಿಗಾಗಿಯೇ ನಾನು ನನ್ನ ಆರೋಗ್ಯವನ್ನು ಸವೆಯಿಸಿದ್ದೇನೆ, ಇಷ್ಟೊಂದು ದುಡಿದಿದ್ದೇನೆ.

ತನ್ನ ತಲೆಯ ಮುಸುಕಿನ ಕೆಳಗೆ ಹೊರಬಂದಿದ್ದ ಕೂದಲನ್ನು ಮತ್ತೆ ಆ ಮುಸುಕಿನೊಳಕ್ಕೆ ಜುಬೇದಾ ಸೇರಿಸಿಕೊಂಡಳು. ತನ್ನ ಮಗನ ವಿಷಯವಾಗಿಯೇ ಆಲೋಚನೆಯನ್ನು ಮಾಡುತ್ತ ಆಕೆಯು ಅನೇಕ ಗಂಟೆಗಳ ಕಾಲದವರೆಗೆ ಹಾಗೆಯೇ ಇರಬಲ್ಲಳು.

ಆಕೆಗೆ ನೆನಪಾಯಿತು. ಒಮ್ಮೆ ಕಣ್ಣೀರಿಡುತ್ತ ಅವನು ಆಕೆಯ ಬಳಿಗೆ ಬಂದಿದ್ದ:

– ನಮ್ಮ ಗುಡಿಸಲನ್ನು ನಾವು ಮಾರಿಬಿಡೋಣ, ಅಮ್ಮಾ. ಅದರಿಂದ ನಾವು ಕನಿಷ್ಠ ಪಕ್ಷ ಪ್ರತಿದಿನವೂ ಊಟ ಮಾಡಬಹುದು.

– ಏನು ಹೇಳ್ತಿರೋದು ನೀನು? ನಿಮ್ಮಪ್ಪನ ನೆನಪಿಗಾಗಿ ಕೇವಲ ಈ ಮನೆಯೊಂದು ಉಳಿದಿದೆ, ಇದನ್ನೂ ಮಾರಿಬಿಡೋದು ಹೇಗೆ ಸಾಧ್ಯ?!

– ಇದು ಎಂಥ ಮನೆ? ಛಾವಣಿ ಮತ್ತು ಗೋಡೆಗಳು ಮಾತ್ರವೇ ಇವೆ, ಜಮಖಾನೆಗಳು ಇಲ್ಲದಿರುವ ಮನೆಗಳೂ ಇರುತ್ತವೆಯೆ?

– ನೀನು ದೊಡ್ಡವನಾದಾಗ, ನಿನ್ನ ಕಾಲುಗಳ ಮೇಲೆಯೇ ನೀನು ನಿಂತುಕೊಂಡಾಗ, ಆಗ ನೀನೂ ಒಂದು ಜಮಖಾನ ಕೊಳ್ಳುವಿಯಂತೆ.

ಈ ಸಂಭಾಷಣೆಯು ನೆನಪಾದಾಗಲೆಲ್ಲ ಪ್ರತಿಯೊಂದು ಸಲವೂ ಜುಬೇದಾಳ ಕಣ್ಣುಗಳು ತೇವಗೊಳ್ಳುತ್ತವೆ. ಆಕೆಯು ತನ್ನ ಮನೆಯ ಕಡೆ ನೋಡುತ್ತಾಳೆ, ತನ್ನ ಮುದಿ ವಯಸ್ಸಿನ ಗಂಟು ಬೆರಳುಗಳನ್ನು ನೋಡಿಕೊಳ್ಳುತ್ತಾಳೆ ಮತ್ತು ನಿಟ್ಟುಸಿರಿಡುತ್ತಾಳೆ.

* * *

ಶಾಲೆಯ ವ್ಯಾಸಂಗವನ್ನು ಮುಗಿಸಿದ ತರುವಾಯ, ನಾಸ್ರ್ ನಗರಕ್ಕೆ ಹೋದನು. ಅವನಿಗೆ ಅಲ್ಲೊಂದು ಕೆಲಸವೂ ಬೇಗನೆ ಸಿಕ್ಕಿತು. ಅವನು ಬಹುಮಟ್ಟಿಗೆ, ಸ್ವಭಾವದಲ್ಲಿಯೂ ತನ್ನ ತಾಯಿಯನ್ನೇ ಹೋಲುತ್ತಿದ್ದನು. ಶ್ರಮವಹಿಸಿ ಬೇಗಬೇಗನೆ ಕೆಲಸ ಮಾಡಲು ಅವನು

ಸಮರ್ಥನಾಗಿದ್ದನು. ಹೆಚ್ಚು ಮಾತುಕತೆಗಳಲ್ಲಿ ತೊಡಗಿರುವುದು ಅವನಿಗೆ ಇಷ್ಟವಿರಲಿಲ್ಲ. ಗದ್ದಲದ ಸ್ವಭಾವದವರ ಸಹವಾಸವನ್ನು ಅವನು ಆದಷ್ಟು ಮಟ್ಟಿಗೂ ತಪ್ಪಿಸಿಕೊಳ್ಳುತ್ತಿದ್ದನು. ತನ್ನ ಸ್ನೇಹಿತರ ಭೇಟಿಗೆ ಹೋದಾಗ, ಎಷ್ಟೋ ಸಲ ತೊಂದರೆಗಾರ ಮಾತುಗಾರರಿಂದ ತಪ್ಪಿಸಿಕೊಂಡು ಒಂದು ಮೂಲೆಯಲ್ಲಿ ಕುಳಿತುಕೊಂಡಿರುತ್ತಿದ್ದನು.

ಬಹುಮಟ್ಟಿಗೆ ಅವನು ಆಗಾಗ್ಗೆ ತನ್ನ ತಾಯಿಯ ಬಗೆಗೆ ಆಲೋಚಿಸುತ್ತಿದ್ದನು. ತನ್ನ ಕೋಣೆಯಲ್ಲಿಯೇ ಮೂಲೆಯಿಂದ ಮೂಲೆಗೆ ಶತಪಥ ತುಳಿಯುತ್ತಿದ್ದಾಗ, ವಿಷಾದದ ಮನೋಭಾವದಿಂದ ಅವನು ತನ್ನ ಬಾಲ್ಯ ಕಾಲವನ್ನು ಸ್ಮರಿಸಿಕೊಳ್ಳುತ್ತಿದ್ದನು. ತಾಯಿಯು ಬಳಲಿ, ಬೇಸತ್ತು ಮನೆಗೆ ಬರುತ್ತಿದ್ದಳು ಮತ್ತು ಅವನಿಗೆ ಆಹಾರ ನೀಡುತ್ತಿದ್ದಳು. ಆದರೆ ಆ ರೋಗ ಪೀಡಿತ ಮುಖದಲ್ಲಿ ಉಜ್ವಲವಾದ ಮುಗುಳ್ನಗೆ ಕಂಡುಬರುತ್ತಿತ್ತು. ಒಡನೆಯೇ ಅದು ಹಿತಕರವಾಗಿ ಸುಖಕರವಾಗಿ, ಇರುತ್ತಿತ್ತು...

ತಾಯಿಯನ್ನು ನೋಡುವುದಕ್ಕಾಗಿ ಅವನು ಬೇಗನೆ ತನ್ನ ಊರಿಗೆ ಹಿಂದಿರುಗಿ ಹೋಗುವ ಪ್ರಯತ್ನದಲ್ಲಿದ್ದನು. ಆಕೆಗೊಂದು ಉಡುಗೊರೆಯನ್ನು ತೆಗೆದುಕೊಂಡು ಹೋಗಬೇಕೆಂದು ಅವನಿಗೆನಿಸಿತು. "ನೀನು ದೊಡ್ಡವನಾದಾಗ, ಮತ್ತು ನಿನ್ನ ಕಾಲುಗಳ ಮೇಲೆಯೇ ನೀನು ನಿಂತುಕೊಂಡಾಗ, ಆಗ ನೀನೊಂದು ಜಮಖಾನ ಕೊಳ್ಳುವಿಯಂತೆ" ಎಂದು ಹಿಂದೆ ಎಂದೋ ತನ್ನ ತಾಯಿಯು ಹೇಳಿದ್ದ ಮಾತು ಅವನಿಗೆ ನೆನಪಾಯಿತು.

* * *

ಜುಬೇದಾ ಬಳಲಿದ್ದಳು. ನೆಲದಮೇಲೆ ಕುಳಿತಿದ್ದಳು. ಇಲ್ಲಿ, ಮರದಡಿಯಲ್ಲಿ ಅಷ್ಟೇನೂ ನೆರಳಾಗಿಲ್ಲ. ಆಕೆಯ ಕಣ್ಣುಗಳು ರಸ್ತೆಯ ಕಡೆಗೇ ನೆಟ್ಟ ನೋಟವನ್ನು ಬೀರುತ್ತಿವೆ. ಇಂದು ಆಕೆಯ ಮಗನು ಪಟ್ಟಣದಿಂದ ಬರುತ್ತಿದ್ದಾನೆ.

ಬಿಸಿಲಿನ ಬೇಗೆಯ ಹೊಡೆತವು ಆಕೆಗೆ ತಟ್ಟಿತು, ಕಣ್ಣು ರೆಪ್ಪೆಗಳು ತಾವಾಗಿಯೇ ಮುಚ್ಚಿಕೊಂಡುವು.

"ಅಜ್ಜೀ, ಅಜ್ಜೀ, ನಾಸ್ರ ಬಂದಿದ್ದಾನೆ." – ಎಂಬ ಕೂಗು ಆಕೆಗೆ ಕೇಳಿಸಿತು.

ಜುಬೇದಾ ಕಣ್ತೆರೆದಳು, ಕೆಲವು ಮಂದಿ ಹುಡುಗರು ಆಕೆಯ ಕಡೆಗೆ ಓಡೋಡಿ ಬರುತ್ತಿದ್ದುದು ಆಕೆಗೆ ಕಾಣಿಸಿತು. ಅವರ ಹಿಂದೆ, ಆಕೆಯ ಮಗ...ನಾಸ್ರ ಬರುತ್ತಿದ್ದನು.

"ಅಮ್ಮಾ, ನಾನು ಬಂದಿದ್ದೇನೆ. ನಾವು ಹಿಂದೆ ಒಮ್ಮೆ ಜಮಖಾನದ ವಿಷಯವಾಗಿ ಮಾತನಾಡಿಕೊಂಡದ್ದು, ನಿನಗೆ ನೆನಪಿದೆಯೇ, ಅಮ್ಮಾ? ನಾನು ಈಗ ನಮ್ಮ ಮನೆಗೋಸ್ಕರ ಒಂದು ಜಮಖಾನೆ ತಂದಿದ್ದೇನೆ."

ತಾಯಿಯು ಮಾತನಾಡದೆಯೇ, ಮೌನಧಾರಣೆ ಮಾಡಿಕೊಂಡು ನಿಂತಿದ್ದಳು. ಆಕೆಯ ಮುಖದ ಸುಕ್ಕುಗಳ ಮೇಲೆ ಕಟುವಾದ ಕಣ್ಣೀರು ಹರಿಯುತ್ತಿತ್ತು. ಆಕೆಯು ಗೊಣಗತೊಡಗಿದಳು ;

"ಆದರೆ ಮಗನೇ ! ಮನೆಯೇ ಇಲ್ಲ. ಅದನ್ನು ಮಾರಿದ್ದಾಯಿತು.

ಬಹುಕಾಲ ಕಳೆದ ಮೇಲೆ ಪರಸ್ಪರರನ್ನು ಭೇಟಿಯಾಗುತ್ತಿದ್ದ, ಆ ತಾಯಿಯೂ ಮಗನೂ ಯಾಕೆ ಅಳುತ್ತಿದ್ದರೆಂಬುದನ್ನು ತಿಳಿದುಕೊಳ್ಳಲು, ಅಲ್ಲಿ ಗುಂಪುಗೂಡಿದ್ದ ಹುಡುಗರು ಅಸಮರ್ಥರಾಗಿದ್ದರು. ○

ಸಿರಿಯ

○ ಅರಫ್ ಅಲ್ ಖೌರಿ

ಗುಡ್ಡಗಾಡಿನ ಹದಿವಯಸ್ಕರು

ಹಸ್ಬಯಾ ಒಳ್ಳೆಯದೊಂದು ಸಣ್ಣ ಪಟ್ಟಣ. "ಹೆರ್ಮನ್ ಪರ್ವತಕ್ಕೂ ಭೂಮಧ್ಯ ಸಾಗರಕ್ಕೂ ಮಧ್ಯೆ ಅತ್ಯಂತ ದೊಡ್ಡ ಪುಟ್ಟ ಪಟ್ಟಣ" ಎಂದು ಅದರ ನಿವಾಸಿಗಳು ಅದನ್ನು ಕರೆಯುತ್ತಾರೆ. ಅದರ ನದಿಯ ದಡಗಳ ಸುತ್ತಲೂ ಎರಡು ಇಳಿಜಾರುಗಳ ಮೇಲೆ, ಅಲ್ಲಿನ ಮರಗಳ ಮಧ್ಯೆ ಚಪ್ಪಟೆಯಾದ ಅಥವಾ ಗೋಪುರಾಕಾರದ ಛಾವಣಿಯುಳ್ಳ ಬೂದು ಅಥವಾ ಬಿಳಿಯ ಬಣ್ಣದ ಕಲ್ಲುಕಟ್ಟಡಗಳು ಕಂಡುಬರುತ್ತವೆ. ಆಳದ ಕಡಲಿನಂತೆ ಹೊಳೆಯುವ ಪಚ್ಚೆ – ನೀಲಿ ಬಣ್ಣದ 'ಮಜೋಲಿಕ'* ಪಾತ್ರೆಗಳ ಮೇಲಣ ಉಬ್ಬು ಕೆತ್ತನೆಯ ಚಿತ್ರಗಳಂತೆ ಅವು ಕಂಡುಬರುತ್ತವೆ. ಹಸ್ಬಯಾದಲ್ಲಿ ಪುರಾತನ ಧರ್ಮ ಸಮರದ ಯೋಧರ ಕೋಟೆಯ ಪಕ್ಕದಲ್ಲಿ, ಹಿಂದೆ ತುರ್ಕರಿಂದ ನಿರ್ಮಿತವಾದ ಹಳೆಯ ಒಡ್ಡೋಲಗದ ಕಟ್ಟಡವು ಅತ್ಯಂತ ಗಮನಾರ್ಹವಾದುದು. ಘನತೆವೆತ್ತ ಫೈಸಲ್ ದೊರೆಯು ಜಾಗತಿಕ ಯುದ್ಧದ ತರುವಾಯ ಸಿರಿಯದ ಸರಕಾರದ ಮುಖ್ಯಾಧಿಕಾರಿಯಾಗಿದ್ದಾಗ, ಅದು ಅರಬರಿಗೆ ವಾರಸಾಗಿ ದೊರೆಯಿತು. ತೀರಾ ಇತ್ತೀಚೆಗೆ ಫ್ರೆಂಚರು ಹಸ್ಬಯಾ ಪಟ್ಟಣವನ್ನು ಲೆಬನಾನ್ ಪರ್ವತಕ್ಕೆ ಸೇರಿಸಿಕೊಂಡಾಗ, ಅದು ಲೆಬನಾನ್ ಸರಕಾರಕ್ಕೆ ಸೇರಿತು.

ವಸಂತ ಕಾಲದ ಬೆಚ್ಚನೆಯ ಬಿಸಿಲಿನ ದಿನ. ಅಂದು ಭವ್ಯವಾದ ಸಿರಿಯನ್ ಬಿಸಿಲು ಜೇಡ್ ಶಿಲೆಯ ಬಣ್ಣದ ಕಡಲಿನಲ್ಲಿ ಮೀಯುತ್ತಿತ್ತು. ಬೆಚ್ಚನೆಯ ಬೀಸು ಗಾಳಿಯು ಕೆಂಪು ನೀಲಿ ಗುಡ್ಡಗಳ ಮೇಲೆ ಜೋರಾಗಿ ಬೀಸುತ್ತಿತ್ತು. ಆಗ ಕಸೀಬ್ ಎಂಬ ಯುವಕನೂ ಹಿಂದ್ ಎಂಬ ಹುಡುಗಿಯೂ ಆ ಕಟ್ಟಡದ ಉನ್ನತವಾದ ಕಮಾನಿನ ಹೆಬ್ಬಾಗಿಲಿನ ಮೂಲಕ ಪ್ರವೇಶಿಸುತ್ತಿದ್ದುದು ಕಂಡುಬಂದಿತು. ಆ ಕಟ್ಟಡದ ಮುಂದೆ ಲೆಬನಾನಿನ ಸೈನಿಕನೊಬ್ಬಾತನು ತನ್ನ ಚುಚ್ಚುಗತ್ತಿಯ ಕೋವಿಯೊಂದಿಗೆ, ಶಿಲಾಶಿಲ್ಪದಂತೆ ಚಲಿಸದೆ ನಿಂತಿದ್ದನು.

ಅವರು ಸಾಮಾನ್ಯವಾದ ಹತ್ತಿಯ ಬಟ್ಟೆಯ ಉಡುಪುಗಳನ್ನು

---

* ಮಜೋಲಿಕ : ಗಾಜು ಲೇಪನದ ಇಟಲಿಯ ಮೃಣ್ಮಯ ಪಾತ್ರೆಗಳು.

ಧರಿಸಿಕೊಂಡಿದ್ದರು. ಗಿಡ್ಡುಮೊಳೆ ಹಾಕಿದ್ದ, ಕಪ್ಪಾದ ಸ್ಥಳೀಯ ಪಾದರಕ್ಷೆಗಳನ್ನು ಅವರು ತೊಟ್ಟಿದ್ದರು. ಆಡಿನ ಕೂದಲಿನ ನಿಡುಸುರಳಿಯ ಸುತ್ತಿನ ಕಪ್ಪು 'ಇಗ್ರಾಲ್' ಪಟ್ಟಿಯು, ಕಸೀದನ ಬಿಳಿಯ 'ಮಸ್ಲಿನ್' ತಲೆವಸ್ತ್ರದ ಸುತ್ತುಗಟ್ಟಾಗಿತ್ತು, ಬಿಗಿಯಾದ ತೊಡುಗೆಯ ಕೆಂಪು ಬಣ್ಣದ 'ಅಬಾ' ಆತನ ಮೊಣಕಾಲಿನವರೆಗೆ ಇತ್ತು. ಅದರ ಕೆಳಗಡೆ ಆತನು ಕಸೂತಿಯ ಕೆಲಸದ 'ಜಾಕೆಟ್' ಅಂಗಿಯನ್ನೂ ಕಪ್ಪು ಬಟ್ಟೆಯ ಒಳ ಜುಬ್ಬವನ್ನೂ ಥಳಥಳಿಸುತ್ತಿದ್ದ ಬಿಳಿಯ ಅಂಗಿಯನ್ನೂ ತೊಟ್ಟಿದ್ದನು. ಆತನ ನಸು ಮಾಸಲುಗೆಂಪು ಬಣ್ಣದ ರೇಷ್ಮೆಯ ನಡುಕಟ್ಟಿನಲ್ಲಿ ಬಾಗಿದ ಸುರಗಿಯೊಂದು ಇದ್ದಿತು. ಆತನ ಷರಾಯಿ ದೊಡ್ಡದಾಗಿತ್ತು. ಅದು ನೀಲಿ ಬಣ್ಣದ್ದಾಗಿತ್ತು. ಹಿಂದಳ ಬಗೆಗೆ ಹೇಳುವುದಾದರೆ, ತನ್ನ ಕಂದು ಬಣ್ಣದ ಕೋಮಲ ನೇತ್ರಗಳಿಗೆ ಭಾರಿ ಪ್ರಮಾಣದಲ್ಲಿ 'ಸುರಮಾ' ಕಾಡಿಗೆಯನ್ನು ಅವಳು ಹಚ್ಚಿಕೊಂಡಿದ್ದಳು, ಆಕೆಯ ಬೆರಳುಗಳ ತುದಿಗಳು ಮದರಂಗಿಯ ಕೆಂಪು ಬಣ್ಣದ ಲೇಪವನ್ನು ಪಡೆದಿದ್ದುವು. ಬಿಳಿಯ ಮಸ್ಲಿನ್ ಬಟ್ಟೆಯ 'ಮಂದೀಲ್' ತಲೆವಸ್ತ್ರದ ಮಡಿಕೆಗಳು ಆಕೆಯ ಕಾಲಿನ ಹರಡಿನವರೆಗೆ ಬಿದ್ದಿದ್ದುವು. ಅವು ಆಂಶಿಕವಾಗಿ ಆಕೆಯ ನೀಲಿಯ ಉಡುಪನ್ನೂ ಕಪ್ಪು ಕೋಟನ್ನೂ ಮರೆ ಮಾಡಿದ್ದುವು.

ಈ ಯುವಕ – ಯುವತಿ ಜೋಡಿಯು ಮುಂದುವರಿಯುತ್ತಿದ್ದಂತೆ ಅವರ ಕಣ್ಣುಗಳು ತಮ್ಮ ಸುತ್ತಲಿನ ಪ್ರತಿಯೊಂದು ವಸ್ತುವನ್ನೂ ಪರೀಕ್ಷಿಸುತ್ತಿದ್ದುವು. ಮೌನವಾಗಿ ಅವರು ಒಳ ಅಂಗಳದವರಗೆ ನಡೆದುಕೊಂಡು ಹೋದರು. ಅಲ್ಲಿ ಅನೇಕ ಮಂದಿ ಸೈನಿಕರು ಬೆಚ್ಚನೆಯ ಬಿಸಿಲಿಗೆ ಮೈಯೊಡ್ಡಿಕೊಂಡಿದ್ದರು. ಬೂದು ಬಣ್ಣದ ಕೇಡಿಗ ಪಿಶಾಚಿಗಳೇನೋ ಎಂಬಂತೆ ಆ ಸೈನಿಕರು ಅವರಿಗೆ ಕಂಡುಬರುತ್ತಿದ್ದುದರಿಂದ, ಅವರ ಕಡೆಯ ನೋಟವನ್ನು ಈ ಕಿರಿಯರು ಬೇರೆ ಕಡೆಗೆ, ಎಡಗಡೆಗೆ ತಿರುಗಿಸಿಕೊಂಡರು. ಅವರಿಗೆ ಆಮೇಲೆ ಇನ್ನೇನು ಮಾಡಬೇಕೆಂಬುದು ತಿಳಿಯಲಿಲ್ಲ. ಗೋಡೆಯ ಮೇಲೆ ತೂಗು ಹಾಕಲಾಗಿದ್ದ ಕಪ್ಪು ಹಲಗೆಯಲ್ಲಿ ಅವರು ಅನೇಕ ಪ್ರಚಾರ ಪತ್ರಿಕೆಗಳನ್ನು ಕಂಡರು. ಆ ಪ್ರಚಾರಪತ್ರಗಳ ಕಡೆಗೆ ಕಸೀದ್ ಮುನ್ನಡೆದನು ಮತ್ತು ಸ್ವಲ್ಪ ಹೊತ್ತಿನವರೆಗೆ ಅವುಗಳನ್ನು ಓದಿದನು. ಆಮೇಲೆ ಅಲ್ಲಿಂದ ಹಿಂದ್ ಬಳಿಗೆ ವಾಪಸು ಬಂದನು. ತನ್ನನ್ನು ಹಿಂಬಾಲಿಸಬೇಕೆಂದು ಅವಳಿಗೆ ಸಂಜ್ಞೆ ಮಾಡಿದನು. ಅದರಂತೆ ಆಕೆಯು ಆತನ ಹಿಂದೆ ಹೋದಳು. ಅಲ್ಲಿನ ನಡವೆಯ ಕೊನೆಯವರೆಗೂ ಅವರು ಹಾಗೆಯೇ ಸಾಗಿದರು. ಹೋಗುತ್ತ, ಎಡ ಮತ್ತು ಬಲ ಪಾರ್ಶ್ವಗಳ ಕಡೆಗೆ ಕಣ್ಣುಹಾಯಿಸಿದರು. ಅವರ ಬಲಗಡೆ ಕೆಲವು ಬಾಗಿಲುಗಳು ಇದ್ದುವು. ಆ ಕಡೆಗೆ ತನ್ನ ಹಿಂದೆ ಬರುವಂತೆ ಈಗ ಎರಡನೆಯ ಸಲ ಹಿಂದಳಿಗೆ ಕಸೀದ್ ಸೂಚಿಸಿದನು. ಅವರು ಈ ಬಾಗಿಲುಗಳ ಬಳಿಗೆ ಹೋದರು ಮತ್ತು ಅವುಗಳ ಮೇಲೆ ಇದ್ದ ನಾಮಫಲಕಗಳನ್ನು ಓದತೊಡಗಿದರು. ಮೊದಲನೆಯ, ಎರಡನೆಯ ಮತ್ತು ಮೂರನೆಯ ಬಾಗಿಲುಗಳ ನಾಮಫಲಕಗಳನ್ನು ಓದಿಕೊಂಡಾಗ, ಅವುಗಳಲ್ಲಿ ಯಾವುದೂ ತಾನು ಅರಸುತ್ತಿದ್ದ ಕಛೇರಿಯದಾಗಿರಲಿಲ್ಲವೆಂಬುದನ್ನು ಕಸೀದ್ ಕಂಡುಕೊಂಡನು ಮತ್ತು ಎರಡನೆಯ ಅಂತಸ್ತಿಗೆ ಏರುವುದಕ್ಕಾಗಿ ಇದ್ದ ಸುತ್ತು ಸೋಪಾನದ ಬಳಿಗೆ ಮುನ್ನಡೆದನು.

ವಿಕೃತ ಸ್ವರೂಪದ, ಅಂದಗೇಡಾಗಿದ್ದ ಗೋಡೆಗಳ ಕಡೆಯೂ ಮನಸ್ಸಿಗೆ ಹಿತಕರವಲ್ಲದ ಸ್ವರೂಪದ ಮೆಟ್ಟಲುಗಳ ಕಡೆಗೂ ಕಸೀದ್ ದೃಷ್ಟಿಹಾಯಿಸಿದನು. ಅಲ್ಲಿ ಕ್ಷಣಕಾಲ ನಿಂತನು. ಕಟ್ಟಕಡೆಗೆ, ತನ್ನನ್ನು ಹಿಂಬಾಲಿಸುವಂತೆ ಹಿಂದಳಿಗೆ ಹೇಳುತ್ತ, ಭೂಮಿಯ ಏರುಪೇರುಗಳನ್ನು ಲೆಕ್ಕಕ್ಕೆ ತೆಗೆದುಕೊಂಡು ಮುಂದುವರೆಯುವ, ಗುಡ್ಡಗಾಡಿನಲ್ಲಿ ಬೆಳೆದ ವ್ಯಕ್ತಿಯಂತೆ ನಡೆದನು. ಆದರೆ ಹೆಜ್ಜೆ ದೃಢವಾಗಿರಲಿಲ್ಲ, ಸಂದೇಹದಿಂದ ಕೂಡಿತ್ತು. ಮೆಟ್ಟಲುಗಳನ್ನು ಅವನು

ಏರತೊಡಗಿದನು, ಮೌನಸಮ್ಮತಿಯೊಂದಿಗೆ ಹಿಂದ್ ಹಿಂಬಾಲಿಸಿದಳು. ಆಗೊಮ್ಮೆ ಈಗೊಮ್ಮೆ ಅವನು ಗೋಡೆಗಳ ಕಡೆ ನೋಡುತ್ತಿದ್ದನು. ಒಮ್ಮೊಮ್ಮೆ ತಲೆ ಹೊರಳಿಸಿ ಹಿಂದಳ ಕಡೆ ನೋಡುತ್ತಿದ್ದನು. ಮೇಲ್ಮೇಲಕ್ಕೆ ಹೋಗುವ ಮೆಟ್ಟಲುಗಳ ಬಗೆಗೆ ಅಪನಂಬಿಕೆಯೂ ಅವನಲ್ಲಿ ಹೆಚ್ಚಾಗತೊಡಗಿತು. ಕಟ್ಟಕಡೆಗೆ ಅವರು ಎಡಗಡೆಯಲ್ಲಿದ್ದ ಬಾಗಿಲೊಂದನ್ನು ತಲಪಿದರು. ಅದರ ಮೇಲೆ 'ಕ್ಲಾರ್ಕ್' ಅಧಿಕಾರಿಯ ನಾಮಫಲಕವಿದ್ದಿತು. ಅವರಿಗೆ ಬೇಕಾಗಿದ್ದುದು ಅದೇ. ಇಲ್ಲಿ ಅವರು ದೃಢವಾಗಿ ನಿಂತುಕೊಂಡರು. ದೊಡ್ಡ 'ಮಾಸ್ಟಿಫ್' ನಾಯಿಯನ್ನು ಎದುರಿಸಿಕೊಂಡು ನಿಂತಿರುವ ಬೆಕ್ಕಿನ ಕಣ್ಣುಗಳಂತೆಯೇ ಅವರ ಕಣ್ಣುಗಳೂ ಇದ್ದುವು.

"ಒಳಕ್ಕೆ ಹೋಗು" ಎಂದು ಕಸೀದನು ತನ್ನ ತಲೆಯ ಸಂಜ್ಞೆಯೊಂದಿಗೆ ಹಿಂದಳಿಗೆ ಆಜ್ಞೆ ಮಾಡಿದನು.

"ನೀನೇ ಒಳಕ್ಕೆ ಹೋಗು. ಸುರಗಿ, ಚೂರಿ ನಿನ್ನ ಹತ್ತಿರವೇ ಉಂಟಲ್ಲಾ!" ಎಂದು ಹಿಂದ್ ಎದುರುತ್ತರವನ್ನು ಕೊಟ್ಟಳು.

ಕಸೀದ್ ಹಾಗೆಯೇ ದೃಢವಾಗಿ ನಿಂತುಕೊಂಡನು. ಅವನ ಕಡೆ ಆಗ ಹಿಂದ್ ನೋಡಿದಳು. ಅವನೂ ಬಾಲಿಶವಾಗಿ ಹಲ್ಕಿರಿದನು. ಅವಳೂ ತನ್ನ ತಲೆಯನ್ನು ಬೇರೆ ಕಡೆಗೆ ತಿರುಗಿಸಿಕೊಂಡು, ಗೋಡೆಯನ್ನು ನೋಡತೊಡಗಿದಳು. ಕಸೀದ್ ತನ್ನ ತಲೆಯನ್ನು ಅವಳ ಹತ್ತಿರಕ್ಕೆ ತಂದನು, ಆಪ್ತಾಲೋಚನೆಗಾಗಿ. ಅವಳು ಹಿಂದಿರುಗಿ ಅವನನ್ನೆದುರಿಸಿದಳು. ಮೊದಲು ಮಾತನಾಡಿದವಳೂ ಅವಳೇ : "ಈಗೇನು ಮಾಡೋಣ ?"

"ಅಲ್ಲಾಹ್ ಆಣೆಗೂ, ನನಗೇನೂ ತಿಳಿಯುತ್ತಿಲ್ಲ" ಎಂದು ಕಸೀದ್ ತನ್ನ ಹೆಗಲು ಹಾರಿಸುತ್ತ ಎಡವಟ್ಟಾಗಿ ಉತ್ತರವನ್ನು ಕೊಟ್ಟನು. ಅವರು ನಿಸ್ಸಹಾಯತೆಯ ಮನೋಭಾವನೆಯಿಂದ ಪರಸ್ಪರರನ್ನು ನೋಡಿಕೊಂಡರು, 'ಕ್ಲಾರ್ಕ್' ಅಧಿಕಾರಿಯ ಕಛೇರಿಯ ಬಾಗಿಲಿನ ಬಳಿಗೆ ಮುಂದಕ್ಕೆ ಹೆಜ್ಜೆ ಹಾಕಲು ಕಸೀದ್ ಪ್ರಯತ್ನಿಸಿದನು. ಹಿಂದ್ ಕೂಡ ತನ್ನ ಕಣ್ಣುಗಳ ಮೂಲಕವೇ ಅವನನ್ನು ಹಿಂಬಾಲಿಸಿದಳು. ಅವಳು ವಿಕಟ ಮಂದಹಾಸದಿಂದ ತನ್ನ ಚೆಂದುಟಿಗಳನ್ನು ತೆರೆದಳು. ಒಡನೆಯೇ ಇದ್ದಕ್ಕಿದ್ದಂತೆ ಅವನು ಹಾಗೆಯೇ ನಿಂತುಕೊಂಡನು. ಸ್ವಲ್ಪ ಹೊತ್ತು ಅಲ್ಲಿಯೇ ನಿಂತು ಆಲೋಚಿಸತೊಡಗಿದನು ಮತ್ತು ಕೂಡಲೇ ಮೆಟ್ಟಲುಗಳ ಮೇಲೆ ಹಾಗೆಯೇ ಕುಳಿತುಬಿಟ್ಟನು. ಹಿಂದ್ ಅವನ ಹತ್ತಿರಕ್ಕೆ ಬಂದು, ಅವನ ಪಕ್ಕದಲ್ಲಿಯೇ ಕುಳಿತುಕೊಂಡಳು. ಅವರು ತಮ್ಮ ತಮ್ಮ ಮನೆಗಳ ಮೆಟ್ಟಲುಗಳ ಮೇಲೆ ಕುಳಿತಿದ್ದರೇನೋ ಎಂಬಂತಿತ್ತು ಆ ದೃಶ್ಯ.

"ನೀನ್ಯಾಕೆ ಒಳಗೆ ಹೋಗುತ್ತಿಲ್ಲ ?" – ಎಂದು ಹಿಂದಳನ್ನು ಕಸೀದ್ ಕೇಳಿದನು.

"ನೀನೇ ಮೊದಲು ಒಳಕ್ಕೆ ಹೋಗಿ ಅದನ್ಯಾಕೆ ತರುತ್ತಿಲ್ಲ ?" – ಎಂದು ಒಡನೆಯೇ ಅವಳು ಮಾರುತ್ತರವನ್ನು ಕೊಟ್ಟಳು.

ಅದಕ್ಕೆ ತಾನು ಸಮ್ಮತಿಸುತ್ತಿಲ್ಲವೆಂಬಂತೆ, ತನ್ನ ತಲೆಯನ್ನು ಕಸೀದ್ ಅಲ್ಲಾಡಿಸಿದನು.

ಅದೇ ಸಮಯದಲ್ಲಿ ಮೆಟ್ಟಲುಗಳ ಮೇಲ್ಗಡೆಯಿಂದ ತಮ್ಮ ಕಡೆಗೆ ಯಾರೋ ಇಳಿದು ಬರುತ್ತಿದ್ದುದನ್ನು ಸೂಚಿಸುತ್ತಿದ್ದ ಹೆಜ್ಜೆಗಳ ಸಪ್ಪಳವು ಅವರಿಗೆ ಕೇಳಿಸಿತು. ಅವರಿಬ್ಬರೂ ಒಟ್ಟಾಗಿಯೇ ಆ ಕಡೆಗೆ ತಮ್ಮ ತಲೆಗಳನ್ನು ತಿರುಗಿಸಿ ನೋಡಿದರು. ಐರೋಪ್ಯ ರೀತಿಯ ಉಡುಪುಗಳನ್ನು ಧರಿಸಿದ್ದ ವ್ಯಕ್ತಿಯೊಬ್ಬಾತನು ಅವರ ಕಡೆಗೇ ಇಳಿದು ಬರುತ್ತಿದ್ದ. ಆತನ ಕಡೆಯಿಂದ ಬೇರೆ ಕಡೆಗೆ ಅವರು ತಮ್ಮ ನೋಟವನ್ನು ತಿರುಗಿಸಿಕೊಂಡರು. ಆತನು ಮೆಟ್ಟಲುಗಳಿಂದ ಇಳಿದು ಬರುತ್ತಲೇ

ಇದ್ದ. ಎರಡೇ ಮೆಟ್ಟಲುಗಳಷ್ಟು ಹತ್ತಿರಕ್ಕೆ ಬಂದಾಗ, ಆ ಯುವಜನರಿಬ್ಬರನ್ನೂ ಉದ್ದೇಶಿಸಿ, "ಇಲ್ಲೇನು ಮಾಡುತ್ತಿದ್ದೀರಿ ?" – ಎಂದು ಆತನು ಕೇಳಿದ.

ಅವರು ಏನೂ ಉತ್ತರವನ್ನು ಕೊಡಲಿಲ್ಲ. ಆದರೂ ನಸುನಕ್ಕರು.

"ಇಲ್ಲೇನು ಮಾಡುತ್ತಿದ್ದೀರಿ ? ನಿಮಗೇನು ಬೇಕಾಗಿದೆ ?" – ಎಂದು ಮತ್ತೆ ಆತುರದಿಂದ ಆತನು ಅವರನ್ನು ಕೇಳಿದನು.

ಆಗ ಅವರಿಬ್ಬರೂ ಎದ್ದು ನಿಂತುಕೊಂಡರು, 'ಕ್ಲಾರ್ಕ್' ಅಧಿಕಾರಿಯ ಕಛೇರಿಯ ಬಾಗಿಲನ್ನು ತೋರಿಸುತ್ತ : "ನಾವು ಈ ಕೊಠಡಿಯೊಳಕ್ಕೆ ಹೋಗಬೇಕಾಗಿದೆ" ಎಂದು ಕಸೀದ್ ಹೇಳಿದನು.

"ಬನ್ನಿ, ಬನ್ನಿರಿ, ನಾನೇ 'ಕ್ಲಾರ್ಕ್' ಅಧಿಕಾರಿ" – ಎಂದು ಆತನೂ ಮುಗುಳ್ನಗುತ್ತ ಹೇಳಿದ. ಬಾಗಿಲಿನ ಬಳಿಗೆ ಹೋಗಿ, ಮುಂದಕ್ಕೆ ತಳ್ಳಿ, ಅದನ್ನು ಆತನು ತೆರೆದ ಮತ್ತು ಸ್ವತಃ ಒಳಹೊಕ್ಕ. ಸೆಳೆಗಾಲು ನಡಿಗೆಯಿಂದ ಕಸೀದ್ ಮತ್ತು ಹಿಂದ್ ಕೂಡ ಆತನನ್ನು ಹಿಂಬಾಲಿಸಿಕೊಂಡು ಒಳಕ್ಕೆ ಹೋದರು.

'ಕ್ಲಾರ್ಕ್' ಅಧಿಕಾರಿಯು ತನ್ನ ಕಛೇರಿಯೊಳಹೊಕ್ಕು, ಅಗಲವಾಗಿದ್ದ ಮೇಜಿನ ಹಿಂದೆ, ಅವರಿಗೆದುರಾಗಿ ನಿಂತ. ಆಮೇಲೆ, ಕುರ್ಚಿಯಲ್ಲಿ ಕುಳಿತುಕೊಂಡ. ಬಳಿಕ ವ್ಯವಹಾರೋಚಿತ ರೀತಿಯಲ್ಲಿ ಮಾತನಾಡುತ್ತ, "ಈಗ ನಮ್ಮಿಂದ ನಿಮಗೆ ಏನಾಗಬೇಕಾಗಿದೆ ?" –ಎಂದು ಅವರಿಬ್ಬರನ್ನೂ ಉದ್ದೇಶಿಸಿ ಕೇಳಿದ.

"ನಮಗೆ ಮದುವೆಯ ಸನ್ನದು ಬೇಕಾಗಿದೆ" – ಎಂದು ಕಸೀದ್ ಕೇಳಿದ. ಅವನ ಮುಖವು ಭಾವೋದ್ರೇಕದಿಂದ ಕಡುಗೆಂಪೇರಿತ್ತು, ಹಿಂದ್ ಕಿಲಕಿಲನೆ ನಕ್ಕಳು.

'ಕ್ಲಾರ್ಕ್' ಅಧಿಕಾರಿಯು ವಿಶಾಲ ಮಂದಹಾಸದೊಂದಿಗೆ ತನ್ನ ಮೇಜಿನ ಮೇಲರೆಯೊಂದನ್ನು ಸೆಳೆದು, ಒಂದು ಕಾಗದವನ್ನು ಹೊರತೆಗೆದು, ಮೇಜಿನ ಮೇಲೆ ಇಡುತ್ತ, "ಅದನ್ನು ತೆಗೆದು ಕೊಂಡು ತುಂಬಿಸಿರಿ" ಎಂದು ಕಸೀದನಿಗೆ ಹೇಳಿದ.

ಆ ಕಾಗದವನ್ನು ತೆಗೆದುಕೊಂಡಾಗ ಕಸೀದನ ಕೈ ಕಂಪಿಸುತ್ತಿತ್ತು. ಹಿಂದಳ ಕಡೆ ನೋಡುತ್ತ, ತನ್ನ ಹಿಂದೆ ಬರುವಂತೆ ಅವಳಿಗೆ ಅವನು ಸೂಚಿಸಿದನು. ಅದೇ ಕೋಣೆಯಲ್ಲೇ ಇದ್ದ ಮತ್ತೊಂದು ಮೇಜಿನ ಬಳಿಗೆ ಅವರು ಹೋದರು. ಅಲ್ಲಿದ್ದ ಕುರ್ಚಿಯಲ್ಲಿ ಅವನು ಕುಳಿತುಕೊಂಡ. ಅಲ್ಲಿ ಲೇಖನಿಗಳೂ ಮಸಿಯ ಕುಡಿಕೆಗಳೂ ಒತ್ತುವ ಹೀರು ಕಾಗದಗಳೂ ಇದ್ದುವು. ಯಾವುದೊಂದು ಪ್ರಶ್ನೆಗಾದರೂ ಉತ್ತರವನ್ನು ಹಿಂದಳಿಂದ ವಿಚಾರಿಸಿಕೊಳ್ಳದೆಯೇ ಕಸೀದನು ಆ ಕಾಗದವನ್ನು ತಾನೇ ಓದಿ ತುಂಬಿಸತೊಡಗಿದ. ಅವಳು ಅವನ ಕಡೆಯೇ ನೋಡುತ್ತ ನಿಂತುಕೊಂಡಿದ್ದಳು, ಮತ್ತು ವ್ಯಂಗ್ಯವಾಗಿ ಮುಗುಳ್ನಗತೊಡಗಿದಳು. ತುಂಬಿಸಿದ್ದಾದ ಮೇಲೆ ಕಸೀದ್ ಕಟ್ಟಕಡೆಗೆ ಎದ್ದು ನಿಂತುಕೊಂಡ. ತೃಪ್ತಿಪೂರ್ವಕವಾಗಿ ನೀಳವಾದ ಉಸಿರು ಬಿಡುತ್ತ, 'ಕ್ಲಾರ್ಕ್' ಅಧಿಕಾರಿಯ ಕಡೆಗೆ ಮುನ್ನಡೆದ ಮತ್ತು ತನ್ನ ಹಿಂದೆ ಬರುವಂತೆ ಹಿಂದಳಿಗೂ ತಿಳಿಸಿದ. ತಾನು ತುಂಬಿಸಿಕೊಂಡು ತಂದಿದ್ದ ಕಾಗದವನ್ನು 'ಕ್ಲಾರ್ಕ್' ಅಧಿಕಾರಿಯ ಕೈಗೆ ಕಸೀದ್ ಕೊಟ್ಟನು. ಕಸೀದ್ ಅದರಲ್ಲಿ ಬರೆದಿದ್ದುದನ್ನೆಲ್ಲ 'ಕ್ಲಾರ್ಕ್' ಅಧಿಕಾರಿಯು ಸ್ವತಃ ಓದಿಕೊಳ್ಳತೊಡಗಿದ. ಅಕ್ಷರಗಳು ಅಸಾಧಾರಣವಾಗಿ ವಕ್ರವಕ್ರವಾಗಿ ಇದ್ದುವು. ಅವರಿಬ್ಬರ ಹೆಸರುಗಳು, ವಯಸ್ಸು, ಪರಿಸ್ಥಿತಿ, ಜನ್ಮಸ್ಥಳ, ಅವರ ತಾಯ್ತಂದೆಯರ ಹೆಸರುಗಳು, ಅವರ ವೃತ್ತಿ, ಅವರ ವಿಳಾಸಗಳು ಮತ್ತು ಅಂದಿನ ದಿನಾಂಕ, – ಈ ವಿವರಗಳೆಲ್ಲವನ್ನೂ ಅದರಲ್ಲಿ ತುಂಬಿಸಲಾಗಿತ್ತು. ಅವುಗಳನ್ನು ಆತನು ನಿಧಾನವಾಗಿ ಓದಿಕೊಂಡ. ಎರಡನೆಯ ಸಲ ಆ

ಕಾಗದದ ಕಡೆ ನೋಡುತ್ತ, 'ಕ್ಲಾರ್ಕ್' ಅಧಿಕಾರಿಯು ಮುಗುಳ್ನಕ್ಕ ಮತ್ತು ತನ್ನ ತಲೆಯನ್ನಲ್ಲಾಡಿಸಿದ.

"ಅಯ್ಯಾ ಹೈದ, ನಿನಗಿನ್ನೂ ಮದುವೆಯ ವಯಸ್ಸು ಆಗಿಲ್ಲವಪ್ಪಾ !" – ಎಂದು 'ಕ್ಲಾರ್ಕ್' ಅಧಿಕಾರಿಯು ಸಹಾನುಭೂತಿಯಿಂದ ಹೇಳಿದ. "ಈ ಹುಡುಗಿಗೆ ಸಹ ಆಗಿಲ್ಲ." – ಎಂದು ಆತನು ನುಡಿದ.

"ಅಲ್ಲಾಹೋ ಅಕ್ಬರ್ !" – ಎಂದು ಕಸೀದ್ ಮತ್ತು ಹಿಂದ್ ಇಬ್ಬರೂ ಒಟ್ಟಿಗೆ ಹೇಳಿದರು. "ನಾವು ಎಷ್ಟು ವಯಸ್ಸಿನವರಾಗಬೇಕು ?" – ಎಂದು ಕಸೀದ್ ಕೇಳಿದ. ಗಂಟುಮೋರೆ ಹಾಕಿಕೊಂಡಿದ್ದುದರಿಂದ ಅವನ ಮುಖವು ಕಪ್ಪುಗಟ್ಟಿತ್ತು.

ಮದುವೆಯಾಗಲು ಕಾನೂನಿನ ಪ್ರಕಾರ ಅವರ ವಯಸ್ಸು ಎಷ್ಟು ಆಗಿರಬೇಕೆಂಬುದನ್ನು 'ಕ್ಲಾರ್ಕ್' ಅಧಿಕಾರಿಯು ಅವರಿಗೆ ತಿಳಿಸಿದ.

"ನಮಗೆ ಅಷ್ಟು ವಯಸ್ಸಾಗಿಲ್ಲವಾದರೂ, ನಾವು ಪರಸ್ಪರರನ್ನು ಮದುವೆ ಮಾಡಿಕೊಳ್ಳ ಬಯಸ್ತೇವೆ," –ಎಂದು ಕಸೀದ್ ಭಾವವೇಶದಿಂದ ವಾದಿಸಿದ.

"ಹಾಗಾದರೆ, ಈ ಕಾಗದಕ್ಕೆ ನಿಮ್ಮ ತಂದೆಯಾಯಿಗಳು ರುಜು ಮಾಡಬೇಕಾಗುತ್ತದೆ. ಆಮೇಲೆ ಮಾತ್ರವೇ ನಾವು ಸನ್ನದು ಕೊಡಬಹುದು" – ಎಂದು 'ಕ್ಲಾರ್ಕ್' ಅಧಿಕಾರಿಯು ತಿಳಿಸಿ, ಕಸೀದ್ ತುಂಬಿಸಿದ್ದ ಕಾಗದವನ್ನು ಆತನಿಗೆ ವಾಪಸು ಕೊಟ್ಟ.

"ನಾವು ಅನಾಥ ಮಕ್ಕಳು. ಫ್ರೆಂಚರ ವಿರುದ್ಧವಾಗಿ ಹಿಂದೆ ನಡೆದ ದಂಗೆಯಲ್ಲಿ ನಮ್ಮ ಹಿರಿಯರನ್ನು ಫ್ರೆಂಚರು ಕೊಂದುಹಾಕಿದರು." – ಎಂದು ಕಸೀದನು ವೇದನೆಯ ಹೃದಯದಿಂದ ತಿಳಿಸಿದ.

"ಅದು ತುಂಬಾ ಖೇದದ ವಿಷಯ. ಆದರೂ ನಿಮಗೆ ಮದುವೆಯ ವಯಸ್ಸಾಗುವವರೆಗೂ ನೀವು ಸನ್ನದಿಗಾಗಿ ಕಾಯಲೇಬೇಕಾಗ್ತದೆ !" –ಎಂದು ಆ 'ಕ್ಲಾರ್ಕ್' ಅಧಿಕಾರಿಯು ತಿಳಿಸಿದ.

ಕಸೀದನ ಮುಖವು ವಕ್ರವಾಯಿತು. ತನ್ನ ಪಕ್ಕದಲ್ಲಿಯೇ ನಿಂತಿದ್ದ ಹಿಂದಳ ಕಡೆ ಅವನು ನೋಡಿದನು. ಇದ್ದಕ್ಕಿದ್ದಂತೆಯೇ ಅವನ ಮುಖಕ್ಕೆ ರಾವು ಬಡಿದಂತಾಯಿತು. ಆವೇಶದೊಂದಿಗೆ, ಅದು ವಿಷಾದಮಯವಾಯಿತು. ಒಡನೆಯೇ ಅವನು ಆ ಕಾಗದವನ್ನು 'ಕ್ಲಾರ್ಕ್' ಅಧಿಕಾರಿಗೆ ವಾಪಸು ಕೊಟ್ಟುಬಿಟ್ಟನು ಮತ್ತು ತನ್ನ ಸೊಂಟದಲ್ಲಿದ್ದ ಚೂರಿಯ ಹಿಡಿಯ ಮೇಲೆ ತನ್ನ ಬಲಗೈಯನ್ನು ಇಟ್ಟುಕೊಂಡು, ತನ್ನ ಎಡಗೈಯಿಂದ ಹಿಂದಳ ತೋಳನ್ನು ಹಿಡಿದುಕೊಂಡು, ಕೋಣೆಯಿಂದಾಚೆಗೆ ಅವನು ಹೊರಟುಹೋದನು. ಹಿಂದಳ ಕಿವಿಯಲ್ಲಿ ಕಸೀದನು ಪಿಸುಮಾತಿನಿಂದ ಹೀಗೆಂದ :

"ಪುಸ್ತಕದಲ್ಲಿ ಅಲ್ಲಾಹ್ ದೇವರು ಹಾಗೇನೂ ಹೇಳಿಲ್ಲ !"

ಜೋರ್ಡನ್

○ ಹುಸ್ನೆ ಫರೀದ್

ಐಸ್ ಕ್ರೀಮ್

ಸಲ್ಮಾ ಅತ್ಯಂತ ಸುಂದರಿಯಾದ ಮಹಿಳೆಯಾಗಿದ್ದಳು. ತನ್ನ ಅಪೂರ್ವ ಸೌಂದರ್ಯದ ಬಗೆಗೆ ಆಕೆಗೆ ಸ್ವತಃ ಭರವಸೆ ಯಂಟಾಗಿತ್ತು. ತನಗೆ ಇಪ್ಪತ್ತು ವರ್ಷ ವಯಸ್ಸಾಗಿದ್ದಾಗ ಆಕೆಯು ಯುವಕ ವಕೀಲನೊಬ್ಬಾತನನ್ನು ಮದುವೆ ಮಾಡಿಕೊಂಡಳು. ಆಕೆಗಿಂತಲೂ ಆತನು ಹತ್ತು ವರ್ಷ ದೊಡ್ಡವನು. ಅವರು ಸುಖವಾಗಿ ಸಂಸಾರ ನಡೆಸಿಕೊಂಡಿದ್ದರು. ಅವರ ಸುಖ ಜೀವನವನ್ನು ಕಂಡು ಬೇರೆ ಜನರಿಗೆ ಅಸೂಯೆಯುಂಟಾಗುತ್ತಿತ್ತು. ಆದರೆ ಅವರ ದಾಂಪತ್ಯವು ಹೆಚ್ಚು ಫಲಪ್ರದವಾಗಲಿಲ್ಲ. ಅವರಿಗೆ ಒಂದು ಮಾತ್ರವೇ ಹೆಣ್ಣು ಮಗು ಇತ್ತು. ಈ ಹುಡುಗಿಯು ತಾಯಿಯಷ್ಟು ಅಂದವಾಗಿರಲಿಲ್ಲ. ಸಲ್ಮಾಳಿಗೆ ಸುಮಾರು ನಲವತ್ತು ವರ್ಷ ವಯಸ್ಸಾದಾಗ ಆಕೆಯ ಮಗಳ ಮದುವೆ ಆಯಿತು. ಈ ವಿವಾಹಕ್ಕೆ ಬಂದಿದ್ದ ಅನೇಕ ಮಂದಿ ಮಹಿಳೆಯರು, ಅಂದು ರಾತ್ರೆ ಸೌಂದರ್ಯದಲ್ಲಿಯೂ ಲಾವಣ್ಯದಲ್ಲಿಯೂ, ಸಲ್ಮಾ ತನ್ನ ಮಗಳನ್ನು ಮೀರಿಸುತ್ತಿದ್ದಳೆಂದು ಹೇಳಿದರು.

ಸಲ್ಮಾಳ ಗಂಡನಿಗೆ ಆಗ ಐವತ್ತು ವರ್ಷ ವಯಸ್ಸಾಗಿತ್ತು. ತನ್ನ ವಕೀಲಿ ವೃತ್ತಿಯಲ್ಲಿ ಆತನು ಅತ್ಯಂತ ಪ್ರಸಿದ್ಧಿ ಪಡೆದಿದ್ದನು ಮತ್ತು ಅಸಾಧಾರಣ ಸುಂದರಿಯ ಗಂಡನೆಂದೂ ಆತನು ಪ್ರಸಿದ್ಧನಾಗಿದ್ದನು. ಆತನ ಸ್ವಂತ ನಗರವಾಗಿದ್ದ ದಮಾಸ್ಕಸ್‌ನಿಂದ ಮಾತ್ರವಷ್ಟೇ ಅಲ್ಲದೆ, ಅನೇಕ ಇತರ ನಗರಗಳಿಂದಲೂ ಕಕ್ಷಿದಾರರನ್ನು ಆತನ ಪ್ರಸಿದ್ಧಿಯು ಆಕರ್ಷಿಸುತ್ತಿತ್ತು. ಆತನ ಕೈತುಂಬ ಕೆಲಸವಿರುತ್ತಿದ್ದುದರಿಂದ, ಆತನು ಕೆಲವು ಸಮಯಗಳಲ್ಲಿ ಎರಡು ಅಥವಾ ಮೂರು ದಿನಗಳವರೆಗೆ ದಮಾಸ್ಕಸ್‌ನಿಂದ ಹೊರಗೆ ಬೇರೆ ಊರುಗಳಿಗೆ ಹೋಗಿಬರಬೇಕಾಗುತ್ತಿತ್ತು. ತನ್ನ ಗಂಡನು ಊರಲ್ಲಿಲ್ಲದ ವೇಳೆಯಲ್ಲಿ ಸ್ವಾಭಾವಿಕವಾಗಿಯೇ ಒಂಟಿತನದ ಬೇಸರಕ್ಕೆ ಸಲ್ಮಾ ಸಿಕ್ಕುತ್ತಿದ್ದಳು. ಮಗಳ ಮದುವೆಗೆ ಮುಂಚೆ ಆಕೆಗೆ ಎಂದೂ ಚಿಂತೆಯುಂಟಾಗುತ್ತಿರಲಿಲ್ಲ. ಒಂಟಿತನದ ಅನುಭವವೂ ಅಷ್ಟಾಗಿ ಬೇಸರ ತರುತ್ತಿರಲಿಲ್ಲ.

ಏಕಾಕಿತನದ ಈ ಹೊಸ ಅನುಭವದಿಂದ ಆಕೆಗೆ ಕಳವಳ ಉಂಟಾಗುತ್ತಿತ್ತು, ತನ್ನ ಮನದುಗುಡವನ್ನು ಆಕೆಯು ತನ್ನ

ಗಂಡನಿಗೆ ತಿಳಿಸಿದಳು. ತನ್ನ ಅಶಾಂತ ಸ್ಥಿತಿಯನ್ನು ಆತನಿಗೆ ವಿವರಿಸಿದಳು. ಆತನು ತನ್ನ ಹೊರ ಪ್ರಯಾಣಗಳನ್ನು ನಿಲ್ಲಿಸುವುದಾಗಿ ಮಾತು ಕೊಟ್ಟದ್ದೇನೊ ಉಂಟು. ಆದರೆ ವಾಸ್ತವವಾಗಿ ಅದನ್ನು ನಡೆಸಿಕೊಡುವುದು ಆತನಿಗೆ ಸಾಧ್ಯವಾಗಿರಲಿಲ್ಲ. ಇದಕ್ಕೆ ಅವನ ಸಾಮಾಜಿಕ ಹೊಣೆಗಾರಿಕೆಗಳೇ ಕಾರಣವಾಗಿದ್ದುವು. ಏನೇ ಅಗಲಿ, ಅದೆಲ್ಲವನ್ನೂ ವ್ಯವಸ್ಥೆಗೊಳಿಸುವುದಕ್ಕೆ ಕಾಲಾವಕಾಶದ ಅವಶ್ಯಕತೆ ಇದ್ದಿತು.

ಒಂದು ದಿನ ಸಲ್ಮಾ ಬೇಗನೆ ಎದ್ದಳು. ಹವೆಯು ಉಲ್ಲಾಸಕರವಾಗಿತ್ತು. ಅಂಗಳದಲ್ಲಿ ಮಧುರ ಪುಷ್ಪಗಳ ಸುವಾಸನೆಯು ವ್ಯಾಪಿಸಿಕೊಂಡಿತ್ತು. ಆಕೆಯು ಕಾಫಿಯನ್ನು ತಯಾರಿಸಿ ಕೊಂಡಳು. ಸಿಗರೇಟನ್ನು ಹೊತ್ತಿಸಿಕೊಂಡು ಕಾಫಿಯನ್ನು ಸೇವಿಸುತ್ತ, ಧೂಮಪಾನ ಮಾಡುತ್ತ ಕುಳಿತುಕೊಂಡಳು. ತಾನು ಅತ್ಯಂತ ಸುಂದರಿ ಯುವತಿಯಾಗಿದ್ದ ಗತಕಾಲದ ಜೀವನದ ಬಗೆಗೆ ಯೋಚಿಸಿದಳು. ಅವಳು ಒಂಟಿಯಾಗಿರುತ್ತಿದ್ದಳು ; ತಾನೆಂದೂ ಸಿರಿಯದಿಂದ ಹೊರಗೆ ಪ್ರಯಾಣ ಮಾಡಿರಲಿಲ್ಲ ; ಹೊಸ ದಿಗಂತವನ್ನು ಕಂಡಿರಲಿಲ್ಲ... ಪ್ರಾರಂಭದೆಶೆಯಲ್ಲಿ ಆಕೆಯ ಗಂಡನನ್ನು ಕ್ಷಮಿಸಬಹುದಾಗಿತ್ತು. ಆದರೆ ಈಗ ಆತನ ಜೀವನ ಸಮೃದ್ಧವೂ, ಸಂಪನ್ನವೂ ಆಗಿದೆ. ಈ ಬಾಳನ್ನು ಬದಲಾಯಿಸಲೇಬೇಕು ಮತ್ತು ಅದನ್ನು ಹೇಗೆ ಬದಲಾಯಿಸ ಬೇಕೆಂಬುದನ್ನು ತಿಳಿದುಕೊಳ್ಳಬೇಕು... ಆಕೆಯ ಮೂರ್ಖ ಗಂಡನು ಹಣವನ್ನು ಕೂಡಿ ಹಾಕುವುದರಲ್ಲಿಯೇ ಜೀವ ಸವೆಸುತ್ತಿದ್ದನು. ಬಾಳು ಕ್ಷಣಿಕವಾದುದೆಂಬುದನ್ನು, ತಮ್ಮನ್ನು ಕಟ್ಟಿ ಹಾಕಲು ಮುಪ್ಪು ಕಾಯುತ್ತಿತ್ತೆಂಬುದನ್ನು ಆತನು ಗ್ರಹಿಸುತ್ತಿರಲಿಲ್ಲ.

ಸಲ್ಮಾ ಪ್ರತಿಯೊಂದು ವಿಷಯದ ಬಗೆಗೂ ಆಲೋಚಿಸಿದಳು. ತನ್ನ ಬಾಳಿನ ಏಕತಾನತೆಯಿಂದ, ನಿತ್ಯಕ್ರಮದಿಂದ ಆಕೆಗೆ ಬೇಸರ ಉಂಟಾಗಿತ್ತು. ಆಕೆಯು ಮೇಲಕ್ಕೆದ್ದಳು, ಬೆಳಗಿನ ಉಪಾಹಾರವನ್ನು ಸೇವಿಸಿದಳು, ಬಾಗಿಲನ್ನು ಮುಚ್ಚಿಕೊಂಡು ಹೊರಕ್ಕೆ ನಡೆದಳು. ತನಗೆ ಏನು ಬೇಕಾಗಿತ್ತೆಂಬುದು ಆಕೆಗೆ ತಿಳಿದಿರಲಿಲ್ಲ. ಆಕೆಯ ಮನಸ್ಸಿನಲ್ಲಿ ನಿರ್ದಿಷ್ಟವಾದುದು ಏನೂ ಇರಲಿಲ್ಲ. ಆದುದರಿಂದ ಆಕೆಯು ಹಾಗೆ ನಡೆಯುತ್ತ ಮುಂದೆ ಮುಂದೆ ಹೋದಳು. ಆಕೆಯು ತನಗೆ ಬಳಲಿಕೆಯಾಗುವವರೆಗೂ ನೀರಡಿಕೆಯಾಗುವವರೆಗೂ ಹಾಗೆಯೇ ಮುಂದಮುಂದಕ್ಕೆ ಹೋಗುತ್ತಲೇ ಇದ್ದಳು. ಸಮೀಪದಲ್ಲಿಯೇ ಅಲ್ಲೊಂದು ಗಾಡಿಯು ಹೋಗುತ್ತಿತ್ತು. ಅದನ್ನು ಆಕೆಯು ನಿಲ್ಲಿಸಿದಳು ಮತ್ತು ಅದರಲ್ಲಿ ಹತ್ತಿ ಕುಳಿತುಕೊಂಡಳು. ಗಾಡಿಯನ್ನು ಮುಂದಕ್ಕೆ ಹೊಡೆದುಕೊಂಡು ಹೋಗೆಂದು ಆ ಗಾಡಿಕಾರನಿಗೆ ಹೇಳಿದಳು. "ಎಲ್ಲಿಗೆ ?" ಎಂದು ಅವನು ಕೇಳಿದನು. ವಸ್ತುತಃ ಎಲ್ಲಿಗೆ ಹೋಗಬೇಕೆಂಬುದನ್ನು ಆಕೆಯೂ ನಿರ್ಧರಿಸಿರಲಿಲ್ಲ. ಸ್ವಲ್ಪ ಹೊತ್ತು ಮೌನವಾಗಿದ್ದುಕೊಂಡು, ಆಕೆಯು ಆಲೋಚಿಸಿದಳು. ಆಮೇಲೆ "ಸೂಕ್ ಅಲ್ – ಹಮೀದಿಯಗೆ" ಎಂದಳು.

ಅಷ್ಟೊಂದು ಲಾವಣ್ಯವತಿಯಾಗಿದ್ದ ಈ ಮಹಿಳೆಗೆ ಏನಾಗಿದ್ದಿರಬಹುದೆಂದು ಗಾಡಿಕಾರನು ಆಶ್ಚರ್ಯದಿಂದ ಆಕೆಯ ಕಡೆ ನೋಡಿದನು. ಆಕೆಯು ಗಾಡಿಯಿಂದ ಇಳಿದಾಗ, ಮತ್ತೆ ಮುನ್ನಡೆದುಕೊಂಡು ಹೋದಳು. ತನ್ನ ನೀರಡಿಕೆ, ಬಳಲಿಕೆಗಳನ್ನು ಆಕೆಯು ಮರೆತೇಬಿಟ್ಟಳು. ಅಲ್ಲಿ ಸಮೀಪದಲ್ಲಿಯೇ ಒಂದು ಐಸ್ ಕ್ರೀಮ್ ಅಂಗಡಿಯು ಇದ್ದಿತು. ಅದರ ಹತ್ತಿರಕ್ಕೆ ಬಂದಾಗ ತನ್ನ ನೀರಡಿಕೆಯ ನೆನಪು ಆಕೆಗುಂಟಾಯಿತು. ಅಂಗಡಿಯನ್ನು ಪ್ರವೇಶಿಸಿ, ಖಾಲಿ ಕುರ್ಚಿಗಾಗಿ ಅಲ್ಲಲ್ಲಿ ಹುಡುಕಾಡಿ, ಕೊನೆಗೆ ಅಲ್ಲಿ ಒಂದು ಕಡೆ ಆಕೆಯು ಕುಳಿತುಕೊಂಡಳು. ಅವಳ ಹತ್ತಿರದಲ್ಲೇ ಒಬ್ಬ ಮುದುಕನೂ ಆತನ ಪತ್ನಿಯೂ ಕುಳಿತಿದ್ದರು. ಅವರು ಆ ಊರಿಗೆ

ಹಳ್ಳಿಯಿಂದ ಬಂದವರು ಎಂದೆನಿಸುತ್ತಿತ್ತು. ಅವರಿಬ್ಬರೂ ಅತ್ಯಂತ ವಯೋವೃದ್ಧರಾಗಿ ಇದ್ದುದರಿಂದ, ಅವರ ಮುಗುಳ್ನಗೆ ಹಳತಾಗಿಯೂ, ನೀರಸವಾಗಿಯೂ ಇತ್ತು. ಅವರಿಬ್ಬರೂ ಐಸ್ ಕ್ರೀಮ್ ಸೇವಿಸುತ್ತಿದ್ದರು. ಆದರೆ ಅವರಲ್ಲಿ ಉದಾಸೀನ ಮನೋಭಾವನೆ ವ್ಯಕ್ತವಾಗುತ್ತಿತ್ತು, ಆ ಸೇವನೆಯಿಂದ ಅವರಿಗೆ ಅಷ್ಟೇನೂ ಸಂತೋಷ ಉಂಟಾಗಿರಲಿಲ್ಲ. ಅವರಲ್ಲಿ ಯಾರಾದರೊಬ್ಬರು ಮಾತನಾಡಿದಾಗ, ಇನ್ನೊಬ್ಬರು ಅದನ್ನು ಕೇಳಿಸಿಕೊಳ್ಳಲೇಬೇಕು ಎಂದೇನೂ ಇದ್ದಂತಿರಲಿಲ್ಲ. ಒಂದು ವೇಳೆ ಹಾಗೆ ಕೇಳಿಸಿಕೊಂಡಿದ್ದ ಪಕ್ಷದಲ್ಲಿ, ಅದಕ್ಕೆ ಗಮನಾರ್ಹವಾದ ಪ್ರತಿಕ್ರಿಯೆಯು ಅಲ್ಲೇನೂ ಕಂಡುಬರುತ್ತಿರಲಿಲ್ಲ. ಪ್ರಾಯಶಃ ತಮ್ಮ ಜ್ಞಾನ ಅಥವಾ ಮೌಢ್ಯ ಏನಿದ್ದರೂ ಅದರ ಬಗೆಗೆ ಅವರಿಬ್ಬರೂ ತೃಪ್ತರಾಗಿದ್ದರು.

ಎದುರುಗಡೆಯಲ್ಲಿ ನವ – ವಿವಾಹಿತ ದಂಪತಿ ಕುಳಿತಿದ್ದರು. ಆ ಹುಡುಗಿಯು ಧರಿಸಿದ್ದ ಮಾದರಿ ಉಡುಪಿನಿಂದಲೂ ಆಕೆಯ ನೋಟ ಮತ್ತು ಮುಗುಳ್ನಗೆಯಿಂದಲೂ ಅವರು ನವ – ವಿವಾಹಿತರೆಂಬ ವಿಷಯವು ಸ್ಪಷ್ಟವಾಗಿ ವ್ಯಕ್ತಪಡುತ್ತಿತ್ತು. ಆ ಯುವಕ ಯುವತಿಯರಿಬ್ಬರಿಗೂ ಇಪ್ಪತ್ತು ವರ್ಷಗಳಿಗಿಂತಲೂ ಹೆಚ್ಚು ವಯಸ್ಸಾಗಿದ್ದಿರಲಾರದು. ಈ ಯುವ ದಂಪತಿಗೆ ಸಾಮಾನ್ಯವಾಗಿ ಜಗತ್ತು ಸುಖಮಯವೆಂಬ ಭಾವನೆಯು ಇದ್ದಿತು. ಐಸ್ ಕ್ರೀಮ್, ಸುತ್ತ ಮುತ್ತಲೂ ಅಲ್ಲಿ ಇದ್ದ ಜನರು ಮತ್ತು ಅಲ್ಲಿನ ಇಡಿಯ ವಾತಾವರಣ, ಇವೆಲ್ಲವೂ ಅವರಿಗೆ ಹಿತಕರವೆನಿಸಿದ್ದುವು. ಆ ವಧು ಯುವತಿಯು ತನ್ನ ಬಾಳಸಂಗಾತಿಯ ಕಡೆಗೆ ಕಳ್ಳನೋಟ ಬೀರುತ್ತಿದ್ದಳು. ಆತನೂ ಹಾಗೆಯೇ ಕುಡಿಗಣ್ಣ ನೋಟವನ್ನು ಬೀರುತ್ತಿದ್ದನು, ಅವರ ಕಣ್ಣುಗಳು ಪರಸ್ಪರ ಎದುರಾದಾಗ, ಅವರು ಹೃತ್ಪೂರ್ವಕವಾಗಿ ನಗುತ್ತಿದ್ದರು. ಅವರ ಆ ನಗೆಯು ಯಾವುದೇ ಉತ್ತಮ ಸಂಗೀತಕ್ಕಿಂತಲೂ ಅತ್ಯಂತ ಹೆಚ್ಚು ರೋಮಾಂಚಕಾರಕವಾಗಿ ಇದ್ದಿತು. ಅದು, ಪ್ರೇಮದ ಚಿಲುಮೆಯಿಂದ ಉಕ್ಕೇರಿ ಬರುತ್ತಿದ್ದ ನಿಜವಾದ ಸಂತೋಷ ಮತ್ತು ವಿನೋದೋಲ್ಲಾಸ. ಅವರು ಮುಗುಳ್ನಗುತ್ತ, ನಗುತ್ತ, ತಮಾಷೆ ಮಾಡುತ್ತ, ಅಥವಾ ತಮ್ಮ ಮುಂದೆ ಇದ್ದುದನ್ನು ಸೇವಿಸುತ್ತ, ಪ್ರತಿಯೊಂದು ಕ್ಷಣವನ್ನೂ ಹಿತಕರವಾಗಿ ಬಳಸಿ ಕೊಳ್ಳುತ್ತಿದ್ದರು. ಅಲ್ಲಿ ಸಲ್ಮಾಗೂ ಸಹ ಸಮಯವು ಆಸಕ್ತಿಪೂರ್ವಕವಾಗಿ ಕಳೆಯಿತು. ಆಕೆಯು ತನ್ನ ಬೇಸರವನ್ನೂ ಏಕತಾನತೆಯನ್ನೂ ಮರೆತಳು. ಒಂದು ಕಾಲದಲ್ಲಿ ತಾನು ಅನುಭವಿಸಿದ್ದ ಸಂತೋಷದ ನೆನಪು ಆಕೆಗೂ ಉಂಟಾಯಿತು. ಅವರನ್ನು ನೋಡುತ್ತ, ಅವಳು ಆಲೋಚನಾಮಗ್ನಳಾದಳು.

ಯುವದಂಪತಿ ಎದ್ದು ನಿಂತರು. ಅವರು ಅಲ್ಲಿಂದ ಹೊರಟರು. ಸಲ್ಮಾಳ ಕಣ್ಣುಗಳ ನೋಟವೂ ಅವರನ್ನು ಹಿಂಬಾಲಿಸಿತು. ಅವರು ಅಂಗಡಿಯಿಂದಾಚೆಗೆ ನಡೆದರು. ಈಗ ಆಕೆಯ ಗಮನವು ಐಸ್ ಕ್ರೀಮ್ ತಯಾರಿಸುತ್ತಿದ್ದ ಮೂವರು ಯುವಕರ ಕಡೆಗೆ ಹರಿಯಿತು. ಅವರು ಪೀಪಾಯಿಗಳ ಮುಂದೆ ನಿಂತಿದ್ದರು. ಪ್ರತಿಯೊಂದು ಪೀಪಾಯಿಯಲ್ಲಿಯೂ ಉದ್ದವಾದ, ದಪ್ಪವಾದ ಒಂದು ದೊಣ್ಣೆ ಇತ್ತು. ಆ ದೊಣ್ಣೆಯನ್ನು ಮೇಲಕ್ಕೆತ್ತಿ, ಮತ್ತೆ ಅದನ್ನು ಪೀಪಾಯಿಯಲ್ಲಿ ತುರುಕಬೇಕಾಗುತ್ತಿತ್ತು. ಅವರು ಗಟ್ಟಿಮುಟ್ಟಾದ ಸ್ನಾಯುಗಳನ್ನು ಪಡೆದ ಯುವಕರಾಗಿದ್ದರು ಕೂಡ. ಅದು ಆಯಾಸಕರವಾದ ಕೆಲಸವಾಗಿತ್ತು. ಈ ಯುವಜನರು ಎಷ್ಟು ಚೆನ್ನಾಗಿ, ಬಲಿಷ್ಠರಾಗಿ ಇದ್ದರೆಂಬುದನ್ನು ಸಲ್ಮಾ ತನ್ನ ಮನಸ್ಸಿನಲ್ಲಿಯೇ ಮತ್ತೆ ಮತ್ತೆ ಆಲೋಚಿಸಿಕೊಂಡಳು.

ಈಗ ಆಕೆಯು ಅಲ್ಲಿಂದ ಹೊರಡಬೇಕಾದ ಸಮಯ ಬಂದಿತು. ಆಕೆಗೆ ಅಲ್ಲಿಂದ ಹೊರಗಡೆ ಹೋಗಲು ಅದೇಕೋ ಇಷ್ಟವಿರಲಿಲ್ಲ. ಆಕೆಗೆ ಸ್ವಲ್ಪ ವಿಷಾದವೇ ಆಯಿತು. ಯಾಕೆ

ಹಾಗಾಯಿತೆಂಬುದು ಆಕೆಗೆ ತಿಳಿಯದು. ಕೆಲವು ಸಮಯಗಳಲ್ಲಿ ಯಾರಾದರೂ ಒಬ್ಬರ ನಿಜವಾದ ಧೋರಣೆಯನ್ನು ತಿಳಿದುಕೊಳ್ಳುವುದು ಕಷ್ಟವಾಗುತ್ತದೆ.

ಶಾಲೆಯಲ್ಲಿ ಸಲ್ಮಾ ಅತ್ಯಂತ ಬುದ್ಧಿಶಾಲಿಯಾದ ವಿದ್ಯಾರ್ಥಿನಿಯಾಗಿ ಇದ್ದವಳು. ಆದರೆ ಓದುವ ಅಭ್ಯಾಸವನ್ನು ಆಕೆ ಬೆಳೆಸಿಕೊಂಡಿರಲಿಲ್ಲ. ಅದೇ ಕಾರಣದಿಂದಲೇ ಆಕೆಗೆ ಒಂಟಿತನದ ಅನುಭವ ಉಂಟಾಗುತ್ತಿತ್ತು. ತನ್ನ ವಿರಾಮ ಕಾಲವನ್ನು, ಆ ಕಾಲದ ಬೇಸರದ ಮನೋಭಾವವನ್ನು ಕಳೆದು ಮುಂದಕ್ಕೆ ದಾಟಿ ಹೋಗುವುದು ಆಕೆಗೆ ಸಾಧ್ಯವಾಗುತ್ತಿರಲಿಲ್ಲ.

ಆ "ಐಸ್ ಕ್ರೀಮ್" ಅಂಗಡಿಯಿಂದ ಆಕೆಯು ಹೊರಗೆ ಬಂದಳು. ಆದರೆ ಆಮೇಲೆ ಏನು ಮಾಡಬೇಕೆಂಬುದು ಅವಳಿಗೆ ತಿಳಿಯಲಿಲ್ಲ. "ನನಗೆ ಬೇಡ" ಎಂದು ಆಕೆಯು ತನಗೆ ತಾನೇ ಹೇಳಿಕೊಂಡಳು. ಆಕೆಗೆ ಬೇಡವಾಗಿದ್ದುದು ಏನು ? – ಎಂದು ಆಕೆಯು ತನ್ನನ್ನು ತಾನೇ ಪ್ರಶ್ನಿಸಿಕೊಂಡಳು. ಆಕೆಯ ಗಂಡನೇ, ಅಥವಾ ಆತನ ಜೀವನ ವಿಧಾನವೇ, ಅಥವಾ ಸರಳವಾಗಿ ಆ ಏಕಾಕಿತನವೇ ? ಯಾವುದು ಬೇಡ ? ಬಳಲಿಕೆಯಾಗುವವರೆಗೂ ಅವಳು ಲಕ್ಷ್ಯರಹಿತಳಾಗಿ ನಡೆಯುತ್ತಲೇ ಇದ್ದಳು, ಆಮೇಲೆ ಒಂದು ಗಾಡಿಯನ್ನು ನಿಲ್ಲಿಸಿ ಅದರಲ್ಲಿ ಮುಂದೆ ಸಾಗಿದಳು. ತನ್ನ ಮನೆಯ ಬಾಗಿಲಿನ ಮುಂದೆ ಆಕೆಯು ಗಾಡಿಯಿಂದ ಇಳಿದಳು. ಬಾಗಿಲು ತೆಗೆದು, ಮಲಗುವ ಕೋಣೆಯೊಳಕ್ಕೆ ಬಂದಳು. ತನ್ನ ಪಾದರಕ್ಷೆಗಳನ್ನು ಕಳಚಿ ಬಿಸುಟು, ಮಂಚದ ಮೇಲೆ ಧೊಪ್ಪನೆ ಬಿದ್ದುಕೊಂಡಳು. ಆಕೆಗೆ ಅನೇಕ ಕನಸುಗಳು ಬಂದುವು. ಆದರೆ ಐಸ್ ಕ್ರೀಮ್ ತಯಾರಿಕೆಗಾಗಿ ದೊಣ್ಣೆಗಳನ್ನು ಎತ್ತುತ್ತ, ಪೀಪಾಯಿಗಳಲ್ಲಿ ತುರುಕುತ್ತಿದ್ದುದರ ಕುರಿತಾದ ಕನಸು ಮಾತ್ರ ಆಕೆಯ ಮನಸ್ಸಿಗೆ ಅಂಟಿಕೊಂಡಿತು. ○

ಪಾಲೆಸ್ತೀನ್

❍ ಘಸನ್ ಕನಫಾನಿ

ಯಾರ ಭೂಮಿ

ಅದು ಇಬ್ರಾಹಿಂ ಅಲ್ ಹಮೀದ್ ರಾಜ್ಯದ ನಡುವಣ ವಿವಾದದ ವಿಷಯವೆಂದು ಹೇಳುತ್ತ ಸರ್ವೇಕ್ಷಣೆಯ ಅಧಿಕಾರಿಯು ತುಂಡುಭೂಮಿಯನ್ನು ದಾಖಲೆಗೊಳಿಸಿದಾಗ, ಅಬೂ ಹಾಮೆದ್ ಹೆಚ್ಚೇನೂ ಚಿಂತಿಸಲಿಲ್ಲ. "ದಾಖಲೆ, ದಾಖಲೆ !" ಎಂದು ಮಾತ್ರವಷ್ಟೇ ಆತನು ಹೇಳಿಕೊಂಡನು. "ಶಾಯಿ ಮತ್ತು ಕಾಗದಕ್ಕಿಂತಲೂ ಅಗ್ಗವಾದುದು ಏನೂ ಇಲ್ಲ. ನಾನಂತೂ ನನ್ನ ಭೂಮಿಯನ್ನು ಬಿಡುವುದಿಲ್ಲ" ಎಂದು ಆತನು ದೃಢವಾಗಿ ನುಡಿದನು.

ಐವತ್ತು ವರ್ಷಗಳಿಗಿಂತ ಹೆಚ್ಚು ಕಾಲದಿಂದಲೂ ತನ್ನ ತಂದೆಗೆ ಸಹಾಯಕ ಯುವಕನಾಗಿ ತಾನು ದುಡಿಯುತ್ತಿದ್ದ ಕಾಲದಿಂದಲೂ ಮತ್ತು ತನ್ನ ತಂದೆಯು ತೀರಿಕೊಂಡ ತರುವಾಯ ಕೂಡ, ಆತನು ಆ ಭೂಮಿಯನ್ನು ಸ್ವತಃ ಉಳುಮೆ ಮಾಡುತ್ತ ಬಂದಿದ್ದನು. ಅಲ್ಲಿ ಸಾಗುವಳಿ ಮಾಡುತ್ತ ಬಂದಿದ್ದನು. ದಿನಗಳು ಉರುಳಿದುವು. ಸುಮಾರು ಒಂದು ವರ್ಷ ಅಥವಾ ಇನ್ನೂ ಹೆಚ್ಚು ಕಾಲ ಆಮೇಲೆ ಕಳೆಯಿತು. ಸರ್ವೇಕ್ಷಣಾಧಿಕಾರಿಯು ದಾಖಲೆಗೊಳಿಸಿಕೊಂಡುದನ್ನು ಅಬೂ ಹಾಮೆದ್ ಸರಿಸುಮಾರು ಮರೆತೇಬಿಟ್ಟನು. ಆಗ ಒಂದು ದಿನ ಹೆಯಿಫಾ ನ್ಯಾಯಾಲಯದಿಂದ ಆತನಿಗೊಂದು ಅಧಿಕೃತವಾದ ಕರೆ ಬಂದಿತು. ವಿವಾದದ ಭೂಮಿಯ ಮೊಕದ್ದಮೆಗೆ ಆತನು ಹಾಜರಾಗಬೇಕೆಂದು ಆ ಕರೆಯಲ್ಲಿ ಸೂಚಿಸಲಾಗಿತ್ತು. ನಿರ್ದಿಷ್ಟ ಗೊಳಿಸಲಾಗಿದ್ದ ದಿನದಂದು ಅಬೂ ಹಾಮೆದ್ ತನ್ನ ಮಗನನ್ನೂ ಜೊತೆಯಲ್ಲಿ ಕರೆದುಕೊಂಡು ಹೆಯಿಫಾ ನ್ಯಾಯಾಲಯಕ್ಕೆ ಹಾಜರಾದನು. ತನ್ನ ವಯೋವೃದ್ಧ ತಂದೆಯೊಡನೆ ಹೋಗಲು ಮಗನು ಅಂದು ತನ್ನ ಕೆಲಸವನ್ನು ಬಿಟ್ಟುಬರಬೇಕಾಯಿತು. ಅಬೂ ಹಾಮೆದ್ ಹೆಸರನ್ನು ಮೊಕದ್ದಮೆಯ ಸಮಯದಲ್ಲಿ ಗಟ್ಟಿಯಾಗಿ ಕೂಗಿದರು. ಆಗ ಪ್ರತೀಕ್ಷೆಯ ಕೊಠಡಿಯಿಂದ ಆತನು ತನ್ನ ಮಗನ ಜೊತೆಯಲ್ಲಿ ನ್ಯಾಯಾಲಯದ ಕೋಣೆಯನ್ನು ಪ್ರವೇಶಿಸಿದನು. ವಿಚಾರಣೆಯು ಪ್ರಾರಂಭವಾಯಿತು. "ಮಾಗ್ದೆಲ್ ಕುರುಮ ಕ್ಷೇತ್ರದ 1967ನೆಯ 'ಬ್ಲಾಕಿನ' 48ನೆಯ ನಂಬರಿನ ಭೂಮಿಯ ಬಗೆಗೆ ನಿನ್ನ ಒಡೆತನದ ವಾರಸನ್ನು ನೀನು ರುಜುವಾತು ಪಡಿಸಬಲ್ಲೆಯಾ ?" – ಎಂದು ನ್ಯಾಯಾಧೀಶನು ಕೇಳಿದನು.

ಅಬೂ ಹಾಮೆದ್ ಉತ್ತರ ಕೊಟ್ಟನು :

"ಹೌದು, ಖಾವಂದರೇ – ನನಗೆ ಅದು ನನ್ನ ತಂದೆಯವರಿಂದ ವಾರಸಾಗಿ ಬಂದ ಭೂಮಿ. ಖಾವಂದರೇ, ತಮ್ಮ ಮತ್ತು ತಮ್ಮ ತಂದೆಯವರ ಆತ್ಮವನ್ನು ದೇವರು ರಕ್ಷಿಸಲಿ !"

ನ್ಯಾಯಾಧೀಶ ಹೇಳಿದನು :

"ಅರ್ಥವಿಲ್ಲದ ಇಂತಹ ಮಾತು ನಿಲ್ಲಿಸು ! ನಿಮ್ಮಪ್ಪನ ಮಾತು ಬಿಟ್ಟುಬಿಡು. ನಿನ್ನ ವಾರಸನ್ನು ರುಜುವಾತುಪಡಿಸಲು ನಿನ್ನ ಹತ್ತಿರ ದಾಖಲೆಗಳು ಇವೆಯೆ ?"

ಅಬೂ ಹಾಮೆದ್ ಸ್ವಲ್ಪ ಹೊತ್ತು ಆಲೋಚಿಸಿದನು.

"ಖಾವಂದರೇ, ನಾನು ತಮಗೆ ಅದೇ ಮಾತು ಹೇಳುತ್ತಿದ್ದೇನಲ್ಲಾ ! ನನ್ನ ತಂದೆಯವರಿಂದ ನನಗೆ ಈ ಭೂಮಿಯು ವಾರಸಾಗಿ ದೊರೆಯಿತು. ನಾನು ಹದಿನೈದು ವರ್ಷ ವಯಸ್ಸಿನ ಹುಡುಗನಾಗಿ ಇದ್ದಂದಿನಿಂದಲೂ ಅದರೊಂದಿಗೆ ನಾನು ಈ ಭೂಮಿಯ ಸಾಗುವಳಿಯನ್ನು ಮಾಡುತ್ತ ಬಂದಿದ್ದೇನೆ," ಎಂದು ಹೇಳಿದನು.

ನ್ಯಾಯಾಧೀಶನೆಂದನು :

"ಇದೇನೂ ರುಜುವಾತು ಅಲ್ಲ, ಈ ಭೂಮಿಯಲ್ಲಿ ಶೇಕಡಾ 50ರಷ್ಟು ಕಲ್ಲುಗಳಿವೆ. ಆದುದರಿಂದ ಅದು ರಾಜ್ಯದ ಆಸ್ತಿಯಾಗಿದೆ."

ಅಬೂ ಹಾಮೆದ್ ತನ್ನ ಮನದ ಅಳಲನ್ನು ಗಟ್ಟಿಯಾಗಿ ವ್ಯಕ್ತಪಡಿಸಿದನು ;

"ಶೇಕಡಾ 60 ರಷ್ಟೇನು, ಶೇಕಡಾ 70 ರಷ್ಟೇನು ? ಟ್ರಾಕ್ಟರುಗಳು ಅವುಗಳನ್ನೆಲ್ಲ ಎತ್ತಿ ಹಾಕುತ್ತವೆ ಖಾವಂದರೇ. ಇಲ್ಲೊಂದು, ಅಲ್ಲೊಂದು ಕಲ್ಲು ಇದ್ದರೂ ಇರಬಹುದು. ಆದರೆ ಪ್ರತಿಯೊಂದರಿಂದಲೂ ಒಂದು ಅಂಜೂರದ ಮರ ಅಥವಾ ದ್ರಾಕ್ಷಿ ಬಳ್ಳಿ ಬೆಳೀತದೆ. ಅದು ಬರಡು ಭೂಮಿಯೇನೂ ಅಲ್ಲ. ಅದರಿಂದ ಕಲ್ಲುಗಳನ್ನು ತೆಗೆದು ಹಾಕಲು ನಮ್ಮ ತಂದೆಯವರು ತಮ್ಮ ಇಡಿಯ ಜೀವಿತ ಕಾಲವನ್ನೇ ಸವೆಯಿಸಿದರು. ನಾನು ಸಹ ಅವರೊಂದಿಗೇ ದುಡಿದಿದ್ದೇನೆ. ರಾಜ್ಯವು ಆಸೆಪಟ್ಟು ಪಡೆದುಕೊಳ್ಳುವುದಕ್ಕೆ ಮತ್ತೊಂದು ತುಂಡು ಭೂಮಿಯನ್ನು ಕೊಂಡುಕೊಳ್ಳಲಾರದೇ ?"

ಈ ಮಾತಿಗೆ ನ್ಯಾಯಾಧೀಶನು ಉತ್ತರಕೊಟ್ಟನು :

"ಅರ್ಥರಹಿತವಾದ ಈ ಪ್ರಲಾಪವನ್ನು ನಿಲ್ಲಿಸೆಂದು ನಾನು ನಿನಗೆ ಮತ್ತೊಮ್ಮೆ ಹೇಳುತ್ತೇನೆ ! ರಾಜ್ಯವು ಬೇರೆಯವರ ಆಸ್ತಿಯ ಮೇಲೆ ಅತಿಕ್ರಮಣವನ್ನು ಮಾಡದು. ಅದು ತನ್ನ ಹಕ್ಕನ್ನು ಚಲಾಯಿಸುತ್ತದೆ."

"ಅದರ ಹಕ್ಕೆ ?" – ಎಂದು ಅಬೂ ಹಾಮೆದ್ ಪ್ರಶ್ನಿಸಿದನು. 'ರಾಜ್ಯವು ಸಂಪತ್ತುಳ್ಳದ್ದೆಂಬ ವಿಷಯ ನನಗೆ ತಿಳಿದಿದೆ, ಖಾವಂದರೇ. ಕೇವಲ ಸ್ವಂತ ಮಾಂಸದ ಮತ್ತು ಎಲುಬುಗಳ ಒಡೆತನ ಉಳ್ಳವನು ನಾನು, ಆದುದರಿಂದ ರಾಜ್ಯವು ನನ್ನ ವಿರುದ್ಧವಾಗಿ ನಿಲ್ಲುವುದು ಹೇಗೆ ಸಾಧ್ಯ ?"

"ಅಯ್ಯಾ, ಇಲ್ಲಿ ನನ್ನ ಮಾತು ಕೇಳು, ನೀನು ಈಗ ನ್ಯಾಯಾಲಯದಲ್ಲಿ ಇದ್ದೀಯೆ. ಆದುದರಿಂದ ನಿನ್ನ ಅರ್ಥರಹಿತವಾದ ಮಾತುಗಳನ್ನು ನಿಲ್ಲಿಸು." ಎಂದು ನುಡಿದ ನ್ಯಾಯಾಧೀಶನು, ಸ್ವಲ್ಪ ಹೊತ್ತು ಆಲೋಚನೆ ಮಾಡಿ, ಮುಂದುವರಿದನು; "ಒಳ್ಳೆಯದು. ರಾಜ್ಯವು ಅರ್ಧದಷ್ಟು ಭೂಮಿಯನ್ನೂ ಮತ್ತು ನೀನು ಮಿಕ್ಕ ಅರ್ಧದಷ್ಟು ಭೂಮಿಯನ್ನೂ ತೆಗೆದುಕೊಳ್ಳುವುದಕ್ಕೆ ನೀನೇನು ಹೇಳುತ್ತಿ ? ತಿಳಿಸು."

ಅಬೂ ಹಾಮೆದ್ ತನ್ನ ತಲೆಯನ್ನು ಅಲ್ಲಾಡಿಸಿದನು. "ಖಾವಂದರೇ, ರಾಜ್ಯವೆಂದು

ಕರೆಯಲ್ಪಡುವ ನನ್ನ ಒಡಹುಟ್ಟಿದವನೊಬ್ಬನಿದ್ದಾನೆಂದೂ, ನಮ್ಮ ತಂದೆಯವರಿಂದ ನನಗೆ ವಾರಸಾಗಿ ಬಂದ ಭೂಮಿಯನ್ನು ರಾಜ್ಯದೊಂದಿಗೆ ನಾನು ಪಾಲು ಮಾಡಿಕೊಳ್ಳಬೇಕೆಂದೂ ನನ್ನ ತಂದೆಯವರು ನನಗೆಂದೂ ಹೇಳಲಿಲ್ಲ" ಎಂದು ಆತನು ವ್ಯಂಗ್ಯವಾಗಿ ತಿಳಿಸಿದನು.

ನ್ಯಾಯಾಧೀಶನು ಉದ್ರಿಕ್ತನಾದನು. ಗದರಿಸುತ್ತ ಆತನೆಂದನು: "ಮುದುಕಾ! ಈ ಪಂಚಾಯತಿಯ ಸೂಚನೆಯನ್ನು ನೀನು ಒಪ್ಪಿಕೊಳ್ಳುವುದು ಒಳ್ಳೆಯದೆಂದು ನನಗೆನಿಸ್ತದೆ. ಇದಕ್ಕೆ ನೀನು ಏನು ಹೇಳುತ್ತಿ? ತಿಳಿಸು."

ಅದನ್ನು ಕೇಳಿ ಅಬೂ ಹಾಮೆದ್ ಎದುರುತ್ತರವನ್ನು ಕೊಟ್ಟನು: "ದೇವರಾಣೆಗೂ, ಖಾವಂದರೇ, ನಿಮ್ಮ ನ್ಯಾಯದ ತೀರ್ಮಾನವು ಬಾಯಿ ಬಿಟ್ಟಿರುವ ಒಣಬೀಜದಂತೆ ಕಪ್ಪಾಗಿಯೂ ವಕ್ರವಾಗಿಯೂ ನನಗೆ ಕಂಡುಬರ್ತದೆ." ಆಮೇಲೆ ತನ್ನ ಊರುಗೋಲು ಬೆತ್ತವನ್ನು ತೆಗೆದುಕೊಂಡು, "ಅನ್ಯಾಯದ ತೀರ್ಮಾನವು ಉಳಿಯುವ ಕಾಲವೂ ಅತ್ಯಲ್ಪವೇ." – ಎಂದು ಅಸ್ಪಷ್ಟವಾಗಿ ತನಗೆ ತಾನೇ ಹೇಳಿಕೊಳ್ಳುತ್ತ, ಅಬೂ ಹಾಮೆದ್ ನ್ಯಾಯಾಲಯದಿಂದ ಹೊರಕ್ಕೆ ಹೊರಟನು.

○ ರಶೀದ್ ಅಬೂ ಶವರ್

ಮಳೆಗೆ ಮುಂಚೆ

ದೂರದ ನೀಲಾಕಾಶವು ಬೆಟ್ಟಗಳನ್ನು ಸಂಧಿಸುತ್ತಿದೆ; ಶಿಖರಗಳನ್ನೂ ಬೆಟ್ಟದ ಇಳಿಜಾರುಗಳನ್ನೂ ಆವರಿಸಿಕೊಂಡಿರುವ ದಟ್ಟವಾದ ಮಂಜಿನ ಕಾವಳದಿಂದ ಮೇಲಕ್ಕೆ ಹೋಗುತ್ತಿರುವ ಸೂರ್ಯನ ಕಡೆಗೆ ಅದು ಏರುತ್ತಿದೆ.

ಕಲ್ಲುಗುಂಡುಗಳಿಂದ ತುಂಬಿರುವ ಬೆಟ್ಟಗಳು ಕಪ್ಪಾಗಿವೆ; ಕೋಚು ಕೋಚಾಗಿ ಇವೆ; ಅವುಗಳಲ್ಲಿವೆ ಅಗ್ನಿಪರ್ವತ ಶಿಲೆಗಳು. ಇವು ನಿರಂತರವಾಗಿ ಹಬ್ಬಿಕೊಂಡಿವೆ ಮತ್ತು ಸಮೀಪವಾಗಿಯೂ ಇವೆ... ಎಷ್ಟು ಹತ್ತಿರವಾಗಿವೆಯೆಂದರೆ, ನೆಟ್ಟ ನೋಟದಿಂದ ನೋಡುವ ನನ್ನ ಕಣ್ಣುಗಳನ್ನು ಅಥವಾ ಓದುಗನ ಕಣ್ಣುಗಳನ್ನು ತಾಗುವಷ್ಟು ಮಟ್ಟಿಗೆ, ಅವು ಹತ್ತಿರವಾಗಿವೆ... (ದೃಶ್ಯದ ಕ್ಷಿಪ್ರ ಪರಿವರ್ತನೆ).

ಬೂದು ಬಣ್ಣದ ಆಕಾಶ, ದಟ್ಟವಾಗಿ ಭಾರಿ ಪ್ರಮಾಣದಲ್ಲಿ ಹಬ್ಬಿಕೊಂಡಿರುವ ಆವಿಯು ಬಂಡೆಗಳಿಗೆ ಬಿದ್ದು, ಅವು ನೆನೆಯುತ್ತಿವೆ.

ಈ ರಂಗದಾಚೆಯಿಂದ ಒಂದು ಧ್ವನಿಯ ಆರ್ಭಟ: ಆಕಾಶದಲ್ಲಿ ಇನ್ನೇನು ಭಾರಿ ಪ್ರಮಾಣದ ಸ್ಫೋಟವಾಗಲಿದೆ.

ಮತ್ತೊಂದು ಧ್ವನಿ: ಹೆದರಬೇಡ... ಅದು ಅಲ್ಲಾಹನ ಸಂಕಲ್ಪ. ಸಮುದ್ರದ ಬೆಣ್ಣೆಯು ಬಂಡೆಗಳ ಬೇರುಗಳ ಮೇಲೆ ಕುದಿಯುತ್ತದೆ. ಅಲೆಗಳ ಅಡಗಿಸಿದ ಭೋರ್ಗರೆತ, ಎಲ್ಲೆಡೆಯೂ ಉಪ್ಪು ಕಣಗಳ ಹಾರಾಟ... (ಪಾತಕರ ಕಣ್ಣುಗಳು ತೇವಗೊಳ್ಳುತ್ತವೆ,) ಅಥವಾ ಪ್ರಾಯಶಃ ಇಲ್ಲವೋ, ಏನೋ...

ಒಂದು ಧ್ವನಿ: ಯೂನಿಸ್, ಎಲ್ಲಿದ್ದೀಯಾ?

ಕ್ಷಣ ಕಾಲ ನಿಶ್ಶಬ್ದ.

ಅತ್ಯಂತ ತೀವ್ರಗತಿಯ ನೋಟ: ಒಂದು ಸಾವಿರ ಶರೀರಗಳು. ಪ್ರಾರ್ಥನೆಯ ಸಮಯದಲ್ಲಿನಂತೆ ಮಣಿಯುತ್ತವೆ... ಅಂತರಿಕ್ಷದಲ್ಲಿ, ಅವರ ತಲೆಗಳ ಮೇಲೆ, ಒಂದು ಖಡ್ಗ ತೂಗಾಡುತ್ತಿದೆ...

ರಂಗದಾಚೆಯಿಂದ ಒಂದು ಕರೆ: ಯೂನಿಸ್, ಎಲ್ಲಿದ್ದಿಯಾ?

ಡೋಲುಗಳ ನಿನಾದ ಕೇಳಿಸುತ್ತಿದೆ: ಮಧ್ಯರಂಗದ ಮೇಲೆ ಹತ್ತಾರು ಡೋಲುಗಳು. ಗೊತ್ತುಗುರಿ ಇಲ್ಲದ ಸಿಡಿಗುಂಡು ಹೊಡೆತದ ಅನುರಣನ, ಬಿಗಿಯಾದ ಡೋಲಿನ ತೊಗಲುಗಳನ್ನು

ನಡುಗುತ್ತಿರುವ ಕೈಗಳು ಉಗ್ರವಾಗಿ ಬಡಿಯುತ್ತಿವೆ.

ರಂಗದಾಚೆಯಿಂದ ಒಂದು ಟಿಪ್ಪಣಿ : ನಾವು 20ನೆಯ ಶತಮಾನದ ಅಂತಿಮ ತೃತೀಯ ಭಾಗದಲ್ಲಿದ್ದೇವೆ.

ಬಲಗಡೆಯಿಂದ, ಎಡಗಡೆಯಿಂದ ಅಸ್ತವ್ಯಸ್ತ ಸಮುದಾಯಗಳ ಸಾಲುಗಳ ಮುನ್ನಡೆತ, ಬಾಯಿಗಳು ತೆರೆಯುತ್ತವೆ, ಮುಚ್ಚಿಕೊಳ್ಳುತ್ತವೆ, ಆಳದಿಂದ ತುಟಿಯೊಡೆದುಕೊಂಡು ಬರುವ ಧ್ವನಿಗಳು... ಸಿಟ್ಟಿನಿಂದ ಕೆಂಪೇರಿರುವ ಕೆನ್ನೆಗಳುಳ್ಳ ಮುಖಗಳು.

ಓ ಪಾಠಕರೇ, ಅವರು ಹೀಗೆ ಹೇಳುತ್ತಿದ್ದಾರೆ :

ನಾವು ಪಾಲಿಸ್ತೀನಿನವರು...ನಾವು ಪಾಲಿಸ್ತೀನಿನವರು (ಆದರೆ ನೀವು ಅದನ್ನು ಆಲಿಸುತ್ತಿಲ್ಲ.)

ಮತ್ತೆ ಮತ್ತೆ ಒತ್ತಾಯದಿಂದ ಕರೆಯುತ್ತಿರುವ ಧ್ವನಿ : ಯೂನಿಸ್, ಎಲ್ಲಿದ್ದೀಯಾ ?

ನುಚ್ಚು ನೂರು ಮಾಡುವ ಸ್ಫೋಟಗಳ ಪ್ರಚಂಡ ಪ್ರತಿಧ್ವನಿ.

ದೃಶ್ಯ ಬದಲಾಗುತ್ತದೆ.

ವಾಯುವೇಗದಲ್ಲಿ ಕುದುರೆಗಳ ಆವೇಶಯುತ ನಾಗಾಲೋಟ, ಅವುಗಳ ಬೆವೆತದ, ಮಿರುಮಿರುಗುವ ನೋಟ.

ಒಂದು ಧ್ವನಿಯ ಘೋಷ: ರಾವುತರು... ರಾವುತರು ಇಲ್ಲಿದ್ದಾರೆ... ರಾವುತರ ಪಡೆ ಇಲ್ಲಿದೆ... ಕುದುರೆಗಳ ದಾಳಿ...

ಗಾಳಿಯಲ್ಲಿ ಚಾಟಿಗಳು ಮೇಲೇರುತ್ತವೆ... ಸಾವಿರ ಮಂದಿ ರಾವುತ ಪೋಲಿಸ್ ಪಡೆಯವರು ಜನಸಮುದಾಯಗಳ ಮೇಲೆ ಫಕ್ಕನೆ ಬಂದೆರಗುತ್ತಾರೆ.

ಮೌನದ ಕೆಲವು ಕ್ಷಣಗಳು.

ಕಸಬುದಾರ ಭಾಷಣಕಾರನೊಬ್ಬನು ಕೂಗಿ ಹೇಳುತ್ತಾನೆ : ಸೋದರರೇ, ನಾವು ನಿಮಗಾಗಿ ಪ್ರತಿಯೊಂದನ್ನೂ ಮಾಡುವೆವು. ನೀವು ನಿಮ್ಮ ಮನೆಗಳಿಗೆ ವಾಪಸು ಹೋಗಲೇಬೇಕು...

ಚಾಟಿಗಳ ಉಗ್ರವಾದ ಸೀಳು ಹೊಡೆತಗಳು. ರಾವುತರ ಪಡೆಗಳ ರುಮಾಲುಗಳಡಿಯಲ್ಲಿ ಸವಾರರ ಮುಖಗಳು ಕಾಣಿಸುತ್ತವೆ. ಸಂತಸದಿಂದ ಚಿಲಿಪಿಲಿಗುಟ್ಟುವ ಪಕ್ಷಿಗಳಂತೆ ರುಮಾಲುಗಳ ಅಂಚುಗಳು ಗಾಳಿಯಲ್ಲಿ ಆಡುತ್ತವೆ... ಮಣ್ಣಿನ ಮನೆ ಶಿಬಿರದ ದೂರದ ದೃಶ್ಯ.

ನೂರಾರು ಸಣ್ಣ ವಸತಿಗಳ ಸಾಲು... ಒಂದರ ಪಕ್ಕದಲ್ಲೊಂದು. ಬಾಗಿಲುಗಳು ತೆರೆದಿವೆ... ಜೇಡಿ ಮಣ್ಣಿನ ಓಣಿಗಳು. ಕೆಸರು ತುಳಿಯುತ್ತಿರುವ ಆದರೂ ಹಾಗೆಯೇ ಮುಂದುವರಿಯುತ್ತಿರುವ ಹೆಜ್ಜೆಗಳ ಸಪ್ಪಳ.

ಭಾಷಣಕಾರನ ಸ್ವರ ಮತ್ತೆ ಕೇಳಿಬರುತ್ತದೆ: ಸೋದರರೇ, ನಮ್ಮ ಹೃದಯಗಳಲ್ಲಿ ಭರವಸೆ ಇದೆ. ಅಲ್ಲಾಹ್ ನಮ್ಮೊಂದಿಗೆ ಇದ್ದಾನೆ. ನಾವು ಇದನ್ನೆಲ್ಲ ದಾಟುವೆವು. ಇನ್ನು ಕೆಲವು ದಶಕಗಳು ಮಾತ್ರವೇ.

ಧ್ವನಿ ದಾಖಲೆಯ ರೆಕಾರ್ಡರ್ ಯಂತ್ರವೊಂದರ ಹೊರತು... ಅದು ಹಿರಿದನಿಯ ಚಪ್ಪಾಳೆಯ ಗದ್ದಲ (ಸ್ವಲ್ಪ ಸಿಳ್ಳೂ ಯಾಕಿರಬಾರದು ?) ಅಥವಾ ಶಬ್ದ (ಸಂತಸದ ಬಗುಳುವಿಕೆಯದು), ಇವೆಲ್ಲವನ್ನೂ ಬಿತ್ತರಿಸುತ್ತದೆ,... ಪ್ರತಿಯೊಂದೂ ಕಣ್ಮರೆಯಾಗುತ್ತದೆ.

ಭಾಷಣಕಾರನ ವೇದಿಕೆ ಉದಯಿಸುತ್ತದೆ, (ಎಂದಿನಂತೆಯೇ) ತಡವರಿಸಿಕೊಂಡು, ಬಾಯಿಯ ಮೇಲೆ ಕೈಯನ್ನಿಟ್ಟುಕೊಂಡು, ಸ್ವಲ್ಪಮಟ್ಟಿಗೆ ತನ್ನ ಕಾಲ್ಬೆರಳುಗಳ ಮೇಲೆ ಎದ್ದು ನಿಲ್ಲುತ್ತ, ಒಬ್ಬ ಕವಿಯು ವೇದಿಕೆಯ ಮೇಲಕ್ಕೆ ಬರುತ್ತಾನೆ. ಧ್ವನಿ ದಾಖಲೆಯ 'ರೆಕಾರ್ಡರ್'

ಮತ್ತೆ ಕಾಣಿಸಿಕೊಳ್ಳುತ್ತದೆ. ಮತ್ತೆ ಚಪ್ಪಾಳೆಗಳ, ಸಿಳ್ಳುಗಳ ಮತ್ತು ಬಗುಳುವಿಕೆಗಳ ಸಪ್ಪಳ ಕೇಳಿಬರುತ್ತದೆ. ಕವಿಯ ಧ್ವನಿಯು ಮೇಲೇರುತ್ತದೆ. ಅವನು ಹೀಗೆ ಹಾಡುತ್ತಾನೆ :

ನಾನು ಮಾತು ಕೊಡುತ್ತೇನೆ, ನಿಮ್ಮ ಪವಿತ್ರ ಉಪವಾಸದ ಆಣೆ,
ಪೀಡಕನನ್ನು... ನಾವು ನಾಶಗೊಳಿಸುವೆವು.
ಕರತಲಧ್ವನಿಯ ಗದ್ದಲದಲ್ಲಿ ಕವಿತೆಯ ಕೂಗು ಕೇಳಿಸದು...
ಮೊದಲನೆಯ ಪ್ರಮಾಣ ವಚನ ಮುಗಿಯಿತು.
ಎರಡನೆಯ ಪ್ರಮಾಣ ವಚನ :

ಮರಳು ಬಿರುಗಾಳಿ. ಅದರ ಮಧ್ಯೆ ಹತ್ತಾರು ಡೇರೆಗಳ ಈಜಾಟ. ದಿಗ್ಭ್ರಮೆಯ ಮುಖಗಳುಳ್ಳ ಜನರು, ಮರಳಿನಲ್ಲಿ ಹಾರಾಡುತ್ತಿರುವ ಮಕ್ಕಳು. ಅವರ ಮುಖಗಳು ಧೂಳು ಕಣ್ಣೀರುಗಳಿಂದ ತುಂಬಿವೆ. ಅವರ ಬೋಳು ತಲೆಗಳಲ್ಲಿ ಗಾಯಗಳ ರಕ್ತದ ಕಲೆಗಳು ಕಂಡುಬರುತ್ತವೆ.

ನಿಧಾನವಾಗಿ ನುಡಿಸಲಾದ ಒಂದು ಪಲ್ಲವಿ :

ನನ್ನ ನಾಡು, ನನ್ನ ನಾಡು, ನನ್ನ ನಾಡು,
ನನ್ನ ನಾಆಆಆಆಡು

ರಂಗದಾಚೆಯಿಂದ ಉಗ್ರವಾದ ಒಂದು ಚುಚ್ಚು ನುಡಿ :

ಒಣಗಿದ, ಸುಲಿಗೆಗೀಡಾದ, ಸುಟ್ಟಭೂಮಿ.
ಸೇತುವೆಗಳು ಕುಸಿಯುತ್ತಿವೆ, ಕೆಸರಿನ ನದಿಗಳು.....
ಹಣ್ಣಿಲ್ಲದ ಹಳದಿ ಗಿಡಗಳು,
ಕೊಂಬೆಗಳಿಲ್ಲದ ಮರಗಳು,
ಮಕ್ಕಳ ಕಣ್ಣಳಲಿ ಉಕ್ಕೇರಿದ ಕಣ್ಣೀರು.

ಕಂಪನದ ಸ್ವರದಲ್ಲಿ ಒಂದು ಧ್ವನಿಯ ಪ್ರಕಟನೆ :

ಮಿಡತೆಯ ಕಾಲ, ನಮಗೆ ಬಿದ್ದಿರುವ ಶಾಪ.

ರಂಗದಾಚೆಯಿಂದ ಒಂದು ಧ್ವನಿ : ಮಕ್ಕಳ ಮುಖಗಳಲ್ಲಿ ಮುಪ್ಪು ಮೂಡಿದೆ, ಬೆಟ್ಟವು ಕೇವಲ ಒಂದು ಮಣ್ಣು ದಿಬ್ಬವಷ್ಟೇ...

ಎತ್ತರದ ಪ್ರವಾಸಿಯೊಬ್ಬಾತ ರಂಗವನ್ನು ಪ್ರವೇಶಿಸುತ್ತಾನೆ. ಆತನ ಮೂಗಿನ ಮೇಲೊಂದು ಕರವಸ್ತ್ರವಿದೆ. (ದುರ್ನಾತ ತನ್ನ ಮೂಗಿಗೆ ಬಡಿಯದಿರಲೆಂದು) ಸುತ್ತ ಮುತ್ತಲೂ ಇರುವ ಪ್ರತಿಯೊಂದು ವಸ್ತುವಿನ ಛಾಯಾಚಿತ್ರವನ್ನೂ ಆತನು ತೆಗೆದುಕೊಳ್ಳುತ್ತಾನೆ.

ರಂಗದಾಚೆಯಿಂದ ಬಂದ ಒಂದು ಧ್ವನಿ :

ಎಲ್ಲ ಕೇಡಿಗೂ ಪ್ರವಾಸಿಗಳೇ ಮೂಲ ಕಾರಣ.

ವಿಮಾನಗಳು ಹಿಸ್ಸೆನ್ನುತ್ತ ಹಾರಿಹೋಗುತ್ತವೆ. ಹೆಮ್ಮೆಯಿಂದ ನಿಂತಿರುವ ಒಂದು ಮಸೀದಿ..... ಅರಬ್ ಮುಖಂಡನೊಬ್ಬ – ಷೇಕ್ – ಓಡುತ್ತಿದ್ದಾನೆ. ಸಮೀಪದಲ್ಲಿಯೇ ಒಂದು ಬಾಂಬಿನ ಪತನ, ಅದರಿಂದ ಹೊರ ಚಿಮ್ಮಿದ ಜ್ವಾಲೆಗಳು.

ಷೇಕನ ಶರೀರದ ಮೇಲಿನ ಅರ್ಧಭಾಗವು ಅದನ್ನು ಎದುರಿಸುತ್ತದೆ. ಆಗಿನ, ಆ ಕ್ಷಣದಲ್ಲಿ ಆತನ ಲಕ್ಷಣಗಳು ಭಯಪೀಡಿತವಾಗಿವೆ. ಆತನು ದೃಢವಾಗಿ ಖಂಡಿಸುತ್ತಾನೆ.

ಅಲ್ಲಾಹ್ ದೇವರ ಆಲಯಗಳಿಗೆ ಕೂಡ ಹೀಗಾಗಬೇಕೆ ? ....ಓ ದೇವರೇ ? ನಿನ್ನ ಸಿಟ್ಟನ್ನು ಸ್ಪಷ್ಟವಾಗಿ ವ್ಯಕ್ತಪಡಿಸು.....ಅವರನ್ನು ನಾಶಪಡಿಸು ಮತ್ತು ಅವರ ಬಾಳನ್ನು ಅಧಃಪತನಕ್ಕೆ ತಳ್ಳು.

(ಎರಡನೆಯ ಪ್ರಮಾಣ ವಚನ ಮುಗಿಯಿತು. ಆದರೆ, ಅಲ್ಲಾಹ್ ದೇವರ ಸಿಟ್ಟು ಇನ್ನೂ ಯಾಕೆ ಅಪ್ಪಳಿಸಿಲ್ಲ ??)

ಮೇಲೆ ಎರಚಲಾದ ರಕ್ತ, ಸುಟ್ಟು ಹೋದ ಶಸ್ತ್ರಾಸ್ತ್ರಗಳು, ಮುಖ ತೋರಿಸಲಾರದ ನಿರುತ್ಸಾಹಿ ಸೈನಿಕರು, ಸುಟ್ಟು ಹೋದ ಹೆಣಗಳು, ಓದುಗರ ಮೂಗಿನ ಹೊಳ್ಳೆಗಳ ಮೇಲೆ ದಾಳಿ ನಡೆಸುತ್ತಿರುವ ಸಾವಿನ ದುರ್ವಾಸನೆ, (ಅವರು ಪ್ರಾಯಶಃ ವಾಸನೆ ಗ್ರಹಿಸುವ ಶಕ್ತಿಯನ್ನೂ ಕಳೆದುಕೊಂಡಿದ್ದಾರೆ).

ಸುಟ್ಟ ದೇಹಗಳಿಂದ ಹೊಗೆಯ ಸಣ್ಣ ಮೋಡಗಳು ಏಳುತ್ತವೆ... ಸೈನಿಕ ಸಮವಸ್ತ್ರಗಳು ಶಾಖಕ್ಕೆ ಬಾಡಿ, ಸತ್ವಹೀನವಾಗಿ ಉದುರುತ್ತವೆ... ಸುಟ್ಟ ಮರಳಿನ ಮೇಲೆ ಮಾಂಸವು ದ್ರವಿಸುತ್ತಿದೆ.

ಆಜ್ಞಾರ್ಥಕ ಧ್ವನಿಯೊಂದು ಹೀಗೆ ತಿಳಿಸುತ್ತದೆ: ನಿಮ್ಮ ಉಗುರುಗಳಿಂದ ಅವರನ್ನು ಕೊಲ್ಲಿರಿ, ನಿಮ್ಮ ಹಲ್ಲುಗಳಿಂದ ಕೊಲ್ಲಿರಿ, ನಿಮ್ಮ...

ಸುಟ್ಟ ಮಾಂಸದ, ಒಡೆದು ಚೆದರುವ ಸಿಡಿಗುಂಡುಗಳಂತಹ ಉರಿ ಉಂಡೆಗಳು, ಬೆದರಿದ ಪಕ್ಷಿಗಳಂತೆ ಮೆತು – ಉಕ್ಕಿನೊಂದಿಗೆ ಬೆರೆಯುತ್ತವೆ.

ಒಂದು ಸಣ್ಣ ಸಂವಾದ ಗೀತೆ :

ಗುಪ್ತ ಪೊಲೀಸರು ನಮ್ಮ ಹಲ್ಲುಗಳನ್ನು ಹಿಡಿದಿದ್ದಾರೆ,
ಪೋಲಿಸರು ನಮ್ಮ ಉಗುರುಗಳನ್ನು ಹೊರಕಿತ್ತೆಳೆದಿದ್ದಾರೆ,
ನಮ್ಮ ಕೈಗಳು ಬರಿದಾಗಿವೆ, ಹೋರಾಡುವುದಾದರೂ ಹೇಗೆ ?

ದೃಶ್ಯ ಪರಿವರ್ತನೆ... ಪ್ರತಿಯೊಂದು ಹಸುರಾಗಿದೆ, (ಆಲಿವ್ ಕಾಯಿಯಂತೆ) ಹಳದಿ–ಹಸುರಾಗಿದೆ, ಕಿತ್ತಳೆಗಳ ರಾಶಿಗಳಿವೆ...

ಸಣ್ಣ ಮಕ್ಕಳು ಯುದ್ಧದಲ್ಲಿ ತೊಡಗಿದ್ದಾರೆ, ಅವರ ಕೈಗಳಲ್ಲಿ ಮರದಿಂದ ಮಾಡಿರುವ ಕೋವಿಗಳಿವೆ, ಅವುಗಳನ್ನು ಪಶ್ಚಿಮದ ಕಡೆಗೆ ತಿರುಗಿಸಲಾಗಿದೆ, ...ಒಂದು ವಿಮಾನದ ಹಾರಾಟದ ಸುಂಯ್ ಶಬ್ದ...

ಒಂದು ಮಗು ಅರಚುತ್ತದೆ.

ನಾವು ಅದನ್ನು ಗುಂಡಿಟ್ಟು ಕೆಡವಿದೆವು... ನೋಡು... ಅದು ಉರಿಯುತ್ತಿದೆ...

ಮತ್ತೊಂದು ಮಗು ಸಂದೇಹ ಸೂಚಿಸುತ್ತದೆ: ಇಲ್ಲ ನಾವು ಕೊಲ್ಲಲಿಲ್ಲ, ನಮ್ಮ ಮದ್ದು ಗುಂಡು ಮರದಲ್ಲಿ ತಯಾರಾದುದು... ಸುಳ್ಳು ಹೇಳುವುದು ಒಳ್ಳೆಯದಲ್ಲ, ಅದು ಪಾಪ! ...ನಿನಗೆ ಅದು ತಿಳಿಯದೆ ?

ಚೂಪಾದ ಬಂಡೆಗಲ್ಲುಗಳು ಕಂಡುಬರುತ್ತವೆ, ಮುಳುಗುತ್ತಿರುವ ಸೂರ್ಯನ ಕಿರಣಗಳನ್ನು ಅವು ಪ್ರತಿಬಿಂಬಿಸುತ್ತವೆ...ಹೊಳೆಯು ಹರಿಯುತ್ತಿದೆ, ಕೆಸರಿನ ಬಣ್ಣವು ಎದ್ದು ಕಾಣುತ್ತದೆ. ಹೊಳೆ ದಾಟುತ್ತಿರುವವರ ಸಂಚಲನೆ. (ಜನರು ಕಷ್ಟಪಟ್ಟುಕೊಂಡು, ಕೆಸರು ನದಿಯನ್ನು ದಾಟುತ್ತಿರುವ ಪಾರ್ಶ್ವ ದೃಶ್ಯ.)

ಕರಾಮೇ ನಿರಾಶ್ರಿತರ ಶಿಬಿರ : ಮಹಿಳೆಯರು, ಮಕ್ಕಳು, ಇಳಿ ವಯಸ್ಸಿನ ಜನರು, ತಮ್ಮ ಕೈಗಳಿಂದ ತಮ್ಮ ಕಣ್ಣುಗಳಿಗೆ ಮರೆಯೊಡ್ಡುತ್ತಿರುವವರು, ನದಿಯನ್ನು ದಾಟುತ್ತಿರುವ ಜನರನ್ನು

ಗಮನಿಸಲು ಪಶ್ಚಿಮದ ಕಡೆಗೆ ಇಣಿಕಿ ನೋಡುತ್ತಿರುವ ಜನರು.

ದೊಡ್ಡದನಿ ದಳ್ಳುರಿಗಳು, ಉಕ್ಕಿನ ಹಾರಾಟ, ಬೆಂಕಿಯ ಉದ್ರೇಕ.

ಕರಾಮೇ ಶಿಬಿರದಲ್ಲಿ ಜನರು ತಮ್ಮ ಕೆಸರು ಮಣ್ಣಿನ ತಿಪ್ಪೆಗಳಿಂದ ತೆರೆತೆರೆಯಾಗಿ ಬರುತ್ತಿದ್ದಾರೆ, ಬೇಗ ಬೇಗನೆ ಮತ್ತೆ ಒಟ್ಟುಗೂಡಿಕೊಳ್ಳುತ್ತಾರೆ, ದೊಡ್ಡ ಸಮುದಾಯವನ್ನು ರೂಪಿಸಿಕೊಳ್ಳುತ್ತಾರೆ, ಒಕ್ಕೊರಲಿನಿಂದ ಅವರು ಹಾಡುತ್ತಾರೆ :

ಬಡವರೆಲ್ಲರೂ ಶಿಬಿರವ ತೊರೆಯುವರು,
ಜ್ವಲಂತ ರೋಷದಿಂದ ಭೂಮಿಯ ಬಡಿಯಲು
ಮತ್ತು ಪಕ್ಕದಿಂದ, ಮುಂದಿನಿಂದ
ನಮ್ಮ ಕಡೆ ಗುಂಡಿಡುವವರ
ಕೋವಿಗಳ ಸದ್ದನಡಗಿಸಬೇಕು
ಅವರದು ದೃಢ, ಲಯಬದ್ಧ ಮುನ್ನಡೆ,
ವ್ಯಕ್ತಿಗಳನು ಹೊಗಳಬೇಡಿ.
ಅವರದು ದೃಢ ಲಯಬದ್ಧ ಮುನ್ನಡೆ
ವ್ಯಕ್ತಿಗಳನು ಹೊಗಳಬೇಡಿ.
ಪಿತೃ ಭೂಮಿಯ ನೆಲದ ಹೊರತು
ಬೇರಾರಿಗೂ ಆರಾಧನೆ ಪಡೆವ ಯೋಗ್ಯತೆಯಿಲ್ಲ.......
ತನ್ನ ಮನೆಗೆ ಹಿಂದಿರುಗುವ
ಫಲ್ಲಾಹ್,
ಸತ್ತ, ಸಾಯುತ್ತಿರುವ, ಸಾಯುವ
ಫಲ್ಲಾಹ್ ಹೊರತು ಬೇರಾರಿಗೂ
ಹಾಡು – ಹರಕೆಯ ಪಡೆವ ಅರ್ಹತೆಯಿಲ್ಲ.
ಭೂಮಿಗಾಗಿ ಮತ್ತೆ ಸಂತಸಕಾಗಿ
ಅವರ ತಲೆಗಳ ಮೇಲೆ
ಬಿಸಿಲ ಹೊಳೆಗಳು ಹರಿಯುತ್ತಿವೆ,
ಈ ಸೂರ್ಯನಂತೆ
ಹೀಗೆ ನಾವೇರುತ್ತೇವೆ,
ಮುಂಬರುವ ವಿಷಯಗಳ ಬಗೆಗೆ
ನಾವು ಸಂತಸಭರಿತರು,
ಭಾವೀ ವಿಷಯಗಳಂತೆಯೇ
ನಮ್ಮನೆಂದಿಗೂ ನಂದಿಸಲಾಗದು.
ನಾವೇ ಭೂಮಿಯ ಬೀಜಗಳು, ನಾವೇ ಅದರ ಹಾಡು.

ತಮ್ಮ ಗಾಯಾಳುಗಳನ್ನು ಹೊತ್ತುಕೊಂಡು ನದಿಯನ್ನು ದಾಟುತ್ತಿರುವ ಜನರ ಮೇಲೆ ನೆಲೆ ಬೆಳಕು ಕೇಂದ್ರೀಕೃತವಾಗುತ್ತದೆ. ಅವರು ಹೀಗೆ ಹಾಡುತ್ತಿದ್ದಾರೆ :

(ಓ ಮಹಾಧ್ಯೇಯವೇ, ನಿನಗಾಗಿ,
ಬೆಳಕನ್ನರಸುವ ಮಕ್ಕಳ ಓ ಕಣ್ಣುಗಳೇ.
ಓ ಭೂಮಿಯೇ ನಿನಗಾಗಿ...
ಓ ಫಲ್ಲಾಹ್ ರೈತನ ಪ್ರೀತಿಯ ಭೂಮಿಯೇ)

ರಂಗದಾಚೆಯಿಂದ ಒಂದು ಧ್ವನಿ ಹೀಗೆ ಕೇಳುತ್ತದೆ :
ಭಯವೆಂದರೇನು ? ನಿನಗೆ ಗೊತ್ತಿದೆಯೆ ?
ಅವರು ಹೀಗೆ ಹಾಡುತ್ತಾರೆ :

ನಮ್ಮ ಎಳೆಯರನು, ಅವರ
ತಾಯಂದಿರನು, ಆ ಶುದ್ಧ ಅಮಾಯಕ ಮುಖಗಳನು
ನಾವು ಕಾಪಾಡುತಿದ್ದೇವೆ.
ಹಸುರು ತಾರೆಗಳ, ನಾಡಹಾಡುಗಳ ಪರವಾಗಿ
ಇರುವವರು ನಾವು...
ಆದರೀಗ ಹಿಂದಿರುಗಿಸುತ್ತಿದ್ದೇವೆ ಸಾವಿಗೆ ಸಾವನ್ನು,
ನೇಗಿಲ ಗುಳವು ತನ್ನ ಹಾಡನು ಮತ್ತೆ ಪಡೆಯಲು
ಸಾಧ್ಯವಾಗುವಂತೆ,
ಅಪರಾಧಕ್ಕೆ ಸಿಡಿಗುಂಡಿನ ಶಿಕ್ಷೆ, ಮತ್ತು ವೈಚಾರಿಕ ಬೋಧೆ.

ಅವರು ಬೇರೆ ಬೇರೆಯಾಗುತ್ತಾರೆ, ಕೆಲವರು ಪಶ್ಚಿಮದ ಕಡೆಗೆ, ಕೆಲವರು ಪೂರ್ವಕ್ಕೆ. ಗಾಯಗೊಂಡವರನ್ನು ತಮ್ಮ ಹೆಗಲುಗಳ ಮೇಲೆ ಹೊತ್ತುಕೊಂಡು ಹೋಗುತ್ತಿದ್ದಾರೆ. ಸುರಿದ ಬಿಸಿ ರಕ್ತದಿಂದ ಅವರ ಬಟ್ಟೆಗಳು ಇನ್ನೂ ಒದ್ದೆಯಾಗಿಯೇ ಇವೆ :

(ಬೇರೆಯವರಿಗಾಗಿ ಹಾಡಬೇಡಿ,
ಬರಲಿರುವ ಯುದ್ಧಗಳಿಗಾಗಿ
ಮಾತ್ರವಷ್ಟೇ ಹಾಡಿರಿ.
ಪ್ರಶಸ್ತಿಯ ಕಿರೀಟ ದಂಡೆಯನು
ಯಾವ ಮಾನವನ ತಲೆಯ ಮೇಲೂ
ಮುಡಿಸಬೇಡಿ.
ನಾವೇ ಅವುಗಳನು ಪಡೆದವರಂತೆ ಇರಬೇಕು.
ನಿಮ್ಮ ರಾಗದ ಗುಣಗಾನವೂ ಅಂತೆಯೇ
ನಿಮ್ಮ ಹೆಜ್ಜೆಯೊಂದಿಗೆ ಕೂಡಿಕೊಂಡಿರಲಿ).

○ ಜೈನ್ ಅಲ್ ಅಬಿದಿನ್ ಅಲ್ ಹುಸ್ಸೈನಿ

ಮೊದಲ ಬಲಿದಾನ ಖಮೀಸನದೇ

1. ಬೆನ್ನಟ್ಟುವಿಕೆ

ಎದುರುಗಡೆಯ ಗಡಿಯ ಮೇಲೆ ಸಿಡಿಗುಂಡುಗಳ ವೃಷ್ಟಿಯಾದಾಗ, ಓಣಿಯಲ್ಲಿ ಆತನು ಮಿಂಚಿನ ವೇಗದಲ್ಲಿ ತಿರುಗಿಕೊಂಡನು. ಕೆಸರಿನ ಒಣ ಮೆದುಗುಂಡುಗಳು ದೂರ ದೂರಕ್ಕೆ ಚೆದರಿಬಿದ್ದವು.

ಐದು ಕ್ಷಣಗಳು... ಅಷ್ಟು ಮಾತ್ರವೇ ಆತನಿಗೆ ಬೇಕಾಗಿದ್ದುದು. ಒಂದು ಹೆಜ್ಜೆ, ಎರಡು...

ಕೊನೆಯಿಲ್ಲದೆ ಓಣಿಯು ವಿಸ್ತಾರಗೊಳ್ಳುತ್ತಿತ್ತೆಂದು ಆತನಿಗೆ ಮೊದಲನೆಯ ಸಲಕ್ಕೆ ಭಾಸವಾಯಿತು. ಈ ಸಲ ಅದು ಆತನನ್ನು ಕೈಬಿಡುವುದೆ ? ಕಿತ್ತಳೆ ವನದ ಆಳವನ್ನು ಆತ ತಲಪುವುದಕ್ಕೆ ಮುಂಚೆಯೇ ಅವನನ್ನು ಬೆನ್ನಟ್ಟಿಕೊಂಡು ಬರುತ್ತಿದ್ದವರಿಗೆ ಅಡ್ಡ ದಾಟಲು ಅದು ಅವಕಾಶ ಮಾಡಿಕೊಡುವುದೆ ?

ಮೂರನೆಯ ಹೆಜ್ಜೆಯಲ್ಲಿ ಆತನು ಮಣ್ಣಿನ ಕಿಟಕಿಯ ಚೌಕಟ್ಟಿನ ಹಿಂದೆ ನಿಂತಿದ್ದ ಎಳೆಯ ಹುಡುಗಿಯೊಬ್ಬಳ ಮುಖದ ಕಡೆಗೆ ಇಣಿಕಿ ನೋಡಿದನು. ಆಕೆಯ ಕಣ್ಣುಗಳಲ್ಲಿ ತನ್ನ ಬಗೆಗೆ ಪ್ರಶಂಸೆ ತುಂಬಿದ್ದಂತೆಯೂ ಬೆನ್ನಟ್ಟಿ ಬರುತ್ತಿದ್ದವರ ಸಿಡಿಗುಂಡು ಗಳನ್ನು ತಪ್ಪಿಸಿಕೊಂಡು ಬೇಗನೆ ಪಾರಾಗಲು ತನಗೆ ಅವು ಪ್ರೇರಣೆಯನ್ನು ನೀಡುತ್ತಿದ್ದಂತೆಯೂ ಆತನಿಗೆ ಭಾಸವಾಯಿತು.

ಅವರ ಸಿಡಿಗುಂಡುಗಳ ಧ್ವನಿ ಕ್ಷೀಣಿಸಿತು... ಏರುತ್ತಿದ್ದ ಹರ್ಷ ಧ್ವನಿಗಳೂ ಚಪ್ಪಾಳೆಗಳೂ ಅದನ್ನು ಮೀರಿಸಿ ಬೆಳೆದುವು. ಸುಣ್ಣದ ಗುರುತಿನ ಭೂಮಿಯು ಆತನೊಂದಿಗೆ ತಾನೂ ಓಡುತ್ತಿದ್ದಂತೆ ಎನಿಸುತ್ತಿತ್ತು. ಪ್ರತಿಸ್ಪರ್ಧಿಯಾಗಿ ಬೆನ್ನಟ್ಟಿಕೊಂಡು ಅದು ಹೆಚ್ಚು ನಿಕಟವಾಗಿ ಬರುತ್ತಿದ್ದಂತೆ ತೋರಿತು. ಅಂತ್ಯವನ್ನು ಗುರುತಿಸುವ ರೇಖೆಯು ಇನ್ನೂ ಮುಂದೆ ಎರಡು ನೆಗೆತಗಳಷ್ಟು ದೂರದಲ್ಲಿ ಮಾತ್ರವೇ ಇದ್ದಿತು. ತನ್ನ ಪಾಠಶಾಲೆಯ ಸಹಪಾಠಿಗಳ ಮುಖಗಳು ಒಂದು ಗೋಡೆಯನ್ನು ರೂಪಿಸುತ್ತಿದ್ದುವೇನೋ ಎಂಬಂತೆ ಪರಸ್ಪರ ನಿಕಟವಾಗಿ ಸಾಲುಗೊಂಡಿದ್ದುವು. ಅವರ ಹಿಂದೆ ನಿಲ್ಲುವುದು ಆತನಿಗೆ ಸಾಧ್ಯವಿರಲಿಲ್ಲ. ಆದುದರಿಂದಲೇ ಆತನು ಅಂತಿಮ ಸ್ಥಾನದವರೆಗೆ ಹಾರುತ್ತ ಹೋದನು.

ನಾಲ್ಕನೆಯ ಹೆಜ್ಜೆಯಲ್ಲಿ ಆತನಿಗೆ ಜೇಯದನ ಮುಖ

ಕಾಣಿಸಿತು. ಆ ಮುಖವು ಎರಡೂ ಕಡೆಗಳಿಂದ ತೂತಾಗಿತ್ತು. "ಕ್ರಾಂತಿಕಾರರು ಒಂದೇ ತಂಡದಲ್ಲಿ ಸಾಯಕೂಡದು." ತಾನು ಸಾವಿನಿಂದ ತಪ್ಪಿಸಿಕೊಳ್ಳಬೇಕು, ಅಥವಾ ಸಾಯಬೇಕು ಎಂಬುದು ಮಾತ್ರವಷ್ಟೇ ತನಗೆ ಸಾಧ್ಯವಾಗಿತ್ತಾದ ಕಾರಣ, ಆತನಿಗೆ ಪ್ರಬಲವಾದ ದುಃಖದ ಮತ್ತು ನಾಚಿಕೆಯ ಭಾವನೆ ಉಂಟಾಯಿತು.

ಕಡೆಯ ಹೆಜ್ಜೆಗಿಂತ ಹಿಂದಿನ ಹೆಜ್ಜೆಯನ್ನು ಸಮೀಪಿಸಿದಾಗ, ಬೆಂಬಲಿಗರ ಕಣ್ಣುಗಳು ಆತನನ್ನು ಕೊನೆಯ ಹೆಜ್ಜೆಗೆ ಕೊಂಡೊಯ್ದುವು. ತನ್ನ ತಾಯಿಯ ಕಪ್ಪು ಮುಸುಕಿನ ಮುಖವನ್ನು ಆತ ಕಂಡನು. ಮರುಭೂಮಿಯ ಕಡೆಗೆ ಓಡುತ್ತಿದ್ದ ರೈಲು ಗಡಿಯ ಸಿಳ್ಳು ಅವನಿಗೆ ಕೇಳಿಸಿತು, ಎಲ್ಲವೂ ಈಗ ಎಚ್ಚರಗೊಂಡಿದೆ. ಆದರೆ ಈ ಸಲ ಮೃತ್ಯುವಿನಿಂದ ಪಾರಾಗಲು ಅವನಿಗೆ ಸಾಧ್ಯವೆ ?

ಕಟ್ಟಕಡೆಯ ಹೆಜ್ಜೆಯಲ್ಲಿ (ಪ್ರಾರಂಭಕ್ಕೂ ಮಧ್ಯಕ್ಕೂ ನಡುವೆ) ಆತನ ಸಂಗಾತಿಗಳ ಕಣ್ಣುಗಳು ಆತನ ಮೇಲೆ ದಾಳಿಯನ್ನು ನಡೆಸಿದುವು. ಕ್ಷಿಪ್ರವಾಗಿ ಆತನು ಶಿಬಿರದಲ್ಲಿ ಸುತ್ತಾಡಿದನು. ಹಳೆಯ ಆದೇಶಗಳನ್ನು ರದ್ದುಪಡಿಸಲಾಗಿದೆ, ತನ್ನನ್ನು ಬೆನ್ನಟ್ಟಿ ಬರುತ್ತಿದ್ದವರಿಂದಲೂ ಅದೇ ವೇಳೆಯಲ್ಲಿ ತನ್ನ ಸಂಗಾತಿಗಳಿಂದಲೂ ಹೊರಗಡೆ ಆತನು ತಿರುಗಿಕೊಳ್ಳಬೇಕಾಗಿತ್ತು. ಕಡೆಯ ಹೆಜ್ಜೆಯ ಮಧ್ಯದಲ್ಲಿ (ಮಧ್ಯಭಾಗಕ್ಕೂ ಮತ್ತು ಕೊನೆಗೂ ನಡುವೆ) ತನ್ನನ್ನು ಬೆನ್ನಟ್ಟಿಕೊಂಡು ಬರುತ್ತಿದ್ದವರ ಕಾರಿನ ಆರ್ಭಟವು ಆತನಿಗೆ ಕೇಳಿಸಿತು. 'ಊಜಿ' ಕೋವಿಗಳ ಸಿಡಿಗುಂಡುಗಳು ಒಣಮಣ್ಣಿನ ಮೆತುಗುಂಡುಗಳಂತೆ ಚೆದರಿದುವು, ಬಣ್ಣಗಳೊಂದಿಗೆ... ಹಸುರಿನೊಂದಿಗೆ... ದಾಳಿಯ ಶಬ್ದವು ಬೆರೆತುಕೊಂಡಿತ್ತು. ಜೇಯದನ ಮುಖವು ತೂಗಾಡಿತು... (ಆತನ ಕಣ್ಣುಗಳು ತೀವ್ರ ದುಃಖದಿಂದ ಮಸಕಾದವು. ಯಾಕೆಂದರೆ, ಆತನಿಗೆ ಅರಿವಾಗದಂತೆಯೇ ಅವರು ಆತನನ್ನು ಕೊಂದು ಹಾಕಿದ್ದರು). ಬಣ್ಣಗಳು ಕೂಡಿಕೊಂಡಿದ್ದವು ಮತ್ತು ಜೇಯದನ ರಕ್ತವು ನುಗ್ಗಿ ಬಂದಿತು... ಮತ್ತು ಆಳದಲ್ಲಿ ಆತನ ಕಣ್ಣುಗಳ ಮುಂದೆ ಹಸುರು ಮಾತ್ರವೇ, ಎಂದರೆ ಭೂಮಿಯಷ್ಟೇ ಉಳಿದಿತ್ತು. ಆತನಿಗಾಗಿ ಹೊಸ ಮರಗಳನ್ನು ಭೂಮಿಯು ಆತನ ಮುಂದೆ ತಂದಿತು. ತನ್ನ ಕಡೆಗೆ ಮರಗಳು ತಮ್ಮ ತೋಳುಗಳನ್ನು ಚಾಚುತ್ತಿದ್ದುದನ್ನೂ ಅವು ತನ್ನನ್ನು ಮುಟ್ಟುತ್ತಿದ್ದುದನ್ನೂ ಆತನು ಕಂಡನು. ಆದುದರಿಂದಲೇ ತನಗೆ ಸಾಧ್ಯವಿದ್ದಷ್ಟು ಮಟ್ಟಿಗೂ ತನ್ನ ನಿಡು ತೋಳುಗಳನ್ನು ಆತನು ಚಾಚಿದನು. ಹಕ್ಕಿಯು ಹಿಂದಕ್ಕೆ ಹೋಗುವುದಕ್ಕೆ ಮುಂಚೆ ಇರುವ ಭಂಗಿಯಂತೆ ಅದು ಕಂಡುಬರುತ್ತಿತ್ತು.

2. ಅಡ್ಡಹಾಯುವ ದಾರಿ

ತನ್ನ ಬೆನ್ನನ್ನು ಭದ್ರವಾಗಿ ಮರಕ್ಕೆ ತಾಗಿಸಿಕೊಂಡು, ಕಿವಿಗಳನ್ನು ನಿಮಿರಿಸಿಕೊಂಡು, ಆತನು ಗಮನಪೂರ್ವಕವಾಗಿ ಆಲಿಸತೊಡಗಿದನು. ನಿಕಟವಾಗಿ ಕಿವಿಗೊಟ್ಟು ಕೇಳುತ್ತ, ಆತನು ಮರಗಳ ಕಡೆಗೆ ನೋಡಿದನು. ಅವು ಚಲಿಸಿದವು ಮತ್ತು 'ನಿಮ್ಮ ಸರದಿ ಬಂದಿದೆ' ಎಂದು ಅವುಗಳಿಗೆ ಆತನು ಹೇಳಿದನು. (ಮಾನವ ಜೀವಿಗಳಿಗಿರುವಂತೆಯೇ ಮರಗಳಿಗೂ ಸ್ಪರ್ಶ, ಶ್ರವಣಜ್ಞಾನ ವಿರುತ್ತದೆಯೆಂಬುದನ್ನು, ಅವು ಕೂಗುವ ಮತ್ತು ಉತ್ತರಕೊಡುವ ಜೈವಿಕ ವಸ್ತುಗಳೆಂಬುದನ್ನು ಆತನು ಬಲ್ಲನು. ಆದರೆ ಅವು ಮೋಸವೆಸಗುವುದಿಲ್ಲ. ಮರಗಳು ಮರಗಳಿಗೆ ಮೋಸ ಮಾಡುವುದಿಲ್ಲ). ತನ್ನನ್ನು ಬೆನ್ನಟ್ಟಿಕೊಂಡು ಬರುತ್ತಿದ್ದವರ ಪಾದಗಳು ಹುಲ್ಲನ್ನು ತುಳಿಯುತ್ತಿದ್ದಾಗ ಉಂಟಾಗುತ್ತಿದ್ದ ಧ್ವನಿಯು ಆತನಿಗೆ ಕೇಳಿಸಿತು. ಅವರ ಸಂಖ್ಯೆಯನ್ನು ಊಹಿಸಿಕೊಳ್ಳುವುದೂ ಸಹ ಸಾಧ್ಯವೆಂಬ ವಿಷಯವು ಆತನಿಗೆ ಖಾತರಿಯಾಗಿ ಮನಸ್ಸಿಗೆ ಹೊಳೆಯಿತು. ಅವರು ಸಿಡಿಮಿಡಿಗೊಂಡಿದ್ದರು,

ಅವರಲ್ಲೊಬ್ಬನಂತೂ ತನ್ನ ಸಣ್ಣ ನಿಸ್ತಂತು ವಾರ್ತಾಯಂತ್ರದಲ್ಲಿ ಸಿಟ್ಟಿನಿಂದ ಕೂಗಿ ಬಿತ್ತರಿಸುತ್ತಿದ್ದನು. ಅವರಿಗೀಗ ಹೆದರಿಕೆಯಾಗಿದೆ. ಅವರು ತನ್ನನ್ನು ಅರಸುತ್ತಿರಲಿಲ್ಲವೆಂಬುದನ್ನೂ ಮತ್ತು ಪರಸ್ಪರರೊಂದಿಗೆ ತೋರಿಕೆಗಾಗಿ ಕೇವಲ ಸೋಗು ಹಾಕುತ್ತಿದ್ದರೆಂಬುದನ್ನೂ ಆತನು ಅರಿತು ಕೊಂಡನು. ಒಂದಾದ ಮೇಲೊಂದರಂತೆ ಬಂದ ಸಿಡಿಗುಂಡುಗಳ ಹೊಸ ಸುರಿಮಳೆಯಿಂದಲೇ ಆತನಿಗೆ ಇದು ಖಚಿತವಾಯಿತು. ಸಿಡಿಗುಂಡುಗಳು ಗೊತ್ತುಗುರಿ ಇಲ್ಲದೆ ಸಿಕ್ಕಾಪಟ್ಟೆ ಬೀಳುತ್ತಿದ್ದುವು. ಆತನು ಕ್ಷಣಕಾಲ ಕಾದಿದ್ದನು ಮತ್ತು ಆಮೇಲೆ ಮಿಂಚಿನಂತೆ ಮುನ್ನುಗ್ಗಿದನು. ಮರಕ್ಕೆ ಇನ್ನೂ ಹೆಚ್ಚು ನಿಕಟವಾಗಿ ಅಂಟಿಕೊಂಡು ಆತನು ನಿಂತನು, ಅವನ ಮೈಯಲ್ಲೆಲ್ಲ ಶಾಖ ಪ್ರಸರಿಸಿತು; ತಾನು ಮರದೊಂದಿಗೆ ಸೇರಿಕೊಂಡಿರುವ ಒಂದು ಪೊದೆಯೋ ಎಂಬಂತೆ ಆತನಿಗೆನಿಸಿತು.

ಆತನು ಅಲ್ಲಿ ನಿಂತಿದ್ದಾಗ, ಆತನ ಬಳಿಯಲ್ಲೇ ಹೀಬ್ರೂ ಭಾಷೆಯಲ್ಲಿ ಜಗಳ ನಡೆಯುತ್ತಿದ್ದುದು ಆತನಿಗೆ ಕೇಳಿಸುತ್ತಿತ್ತು. ಅಷ್ಟರಲ್ಲಿ ಒಂದು ಜೊತೆ ಕಣ್ಣುಗಳು ಮತ್ತು ಒಂದು ಮುಖ ನೇರವಾಗಿ ಅವನ ಕಣ್ಣುಗಳ ಮುಂದೆ ಕಂಡುಬಂದವು. ಪರಿಸ್ಥಿತಿಗಳು ತನ್ನನ್ನು ಕೈಬಿಡುತ್ತಿದ್ದುವೆಂದು ಆತನು ಕ್ಷಣಕಾಲ ಭಾವಿಸಿದನು. ಮೊಳೆ ಹೊಡೆದು ಭದ್ರಪಡಿಸಿದ ಮರದಂತೆ ತನ್ನ ಕಣ್ಣೆದುರಿಗೆ ಇದ್ದ ಕಣ್ಣುಗಳ ಮತ್ತು ಮುಖದ ವ್ಯಕ್ತಿಯು ಭೀತಿಯ ಒಂದು ನಿಟ್ಟುಸಿರನ್ನು ಹೊರಡಿಸಿದ್ದ ಪಕ್ಷದಲ್ಲಿ, ಆತನು ಇನ್ನೆಷ್ಟು ಮಾತ್ರಕ್ಕೂ ತಪ್ಪಿಸಿಕೊಳ್ಳುವುದು ಸಾಧ್ಯವಿರಲಿಲ್ಲ.

ಆಕೆಯು ಆತನ ಮುಂದೆಯೇ ನಿಂತಿದ್ದಳು. ಆಕೆಯ ಕಣ್ಣುಗಳು ದುಂಡಾಗಿ ಇದ್ದುವು. ಅದರಿಂದಾಗಿ ಆಕೆಯ ಮುಖವೇ ಮಾಯವಾದಂತಿತ್ತು. ಇನ್ನೇನು, ಬರತೊಡಗಿದ್ದ ಆ ನಿಟ್ಟುಸಿರನ್ನು ತಪ್ಪಿಸುವುದು ತನಗೆ ಎಷ್ಟು ಮಾತ್ರಕ್ಕೂ ಸಾಧ್ಯವಾಗದು ಎಂದು ಆತನಿಗೆನಿಸಿತು. ಆದರೂ, ಅಂತಹ ಅಪಾಯವೇನೂ ಸಂಭವಿಸಲಿಲ್ಲ. ಸಂಗತಿಗಳು ಒಂದರ ಹಿಂದೆ ಮತ್ತೊಂದು ಹೇಗೆ ಇರುತ್ತವೆ ಎಂಬುದನ್ನು ಮತ್ತು ದಯಾಪರತೆಯು ಹೇಗೆ ಭೀತಿಯ ಆಶ್ಚರ್ಯವನ್ನು ಅದ್ವಿತೀಯವಾಗಿ ತಗ್ಗಿಸಬಹುದೆಂಬುದನ್ನು ಕಂಡು ಆತನು ಬೆರಗಾದನು. ತನ್ನ ಕಣ್ಣುಗಳನ್ನು ತುಂಬಿದ್ದ ಆಸೆಯ ರಹಸ್ಯವನ್ನು ಕಂಡುಹಿಡಿಯಲು ಹೇಗೆ ಸಾಧ್ಯ ಮತ್ತು ಇಡಿಯ ವಿಷಯವನ್ನು ಅಷ್ಟು ಬೇಗನೆ ಮನಗಾಣುವುದು ಹೇಗೆ ಎಂಬ ಬಗ್ಗೆ ಆತನಿಗೆ ಆಶ್ಚರ್ಯವಾಯಿತು ! ಎಲ್ಲಕ್ಕಿಂತಲೂ ಹೆಚ್ಚಾಗಿ, ಆಕೆಯು ರಹಸ್ಯವಾದ ಅಸಮಾನ ಮೂಕ ಸಂಭಾಷಣೆಯಲ್ಲಿ, ತನ್ನನ್ನು ಹಿಂಬಾಲಿಸುವಂತೆ ಆತನಿಗೆ ತಿಳಿಸಿದಳು.

3. ಸಂಭಾಷಣೆ

– ನೀವು ಅವರಲ್ಲೊಬ್ಬರೆಂಬುದನ್ನು ನಾನು ಬಲ್ಲೆ.

ಆತನ ಕಣ್ಣುಗಳಲ್ಲಿ ಬಾಲಿಶ ಸಂತೋಷದಿಂದ ಕಣ್ಣೀರು ತುಂಬಿಕೊಂಡಿತು. ಆಕೆಯ ಕೆನ್ನೆಗಳ ಮೇಲೆ ಮತ್ತು ಬಾಯಿಯ ಮೇಲೆ ಬಣ್ಣಗಳು ತುಂಬಿಬಂದುವು.

– ನಾನು ನಿಮಗಾಗಿಯೇ ಕಾದಿದ್ದೆ, ನೀವು ಇಲ್ಲಿಗೆ ಬರುವುದಕ್ಕೆ ಬಹು ಸಮಯ ಮುಂಚಿನಿಂದಲೂ ನಾನು ಇಲ್ಲಿಗೆ ಬಂದು ಕಾದಿದ್ದೇನೆ.

ಆತನ ಕಣ್ಣುಗಳು ಕಣ್ಣೀರಿನ ಪ್ರವಾಹದಲ್ಲಿ ಮುಳುಗಿದುವು.

– ಜೇಯದನನ್ನು ಅವರು ಕೊಂದಿದ್ದಾರೆ, ಆತನು ನಿದ್ರಿಸುತ್ತಿದ್ದಾಗಲೇ ಅವರು ಆತನನ್ನು ಕೊಂದರು.

– ಮರಗಳು ನಿಮ್ಮನ್ನು ಪ್ರೀತಿಸುತ್ತವೆ, ನೀವು ಬರಲೇಬೇಕಾಗಿತ್ತು.

4. ಸುಹೈಲಾ ಪ್ರೀತಿಸುವ ಖಮೀಸ್

ಮುತ್ತನ್ನು ರಹಸ್ಯವಾಗಿ ಬಚ್ಚಿಡಲು ಸಿಂಪಿಯು ತನ್ನ ಚಿಪ್ಪುಗಳನ್ನು ಮುಚ್ಚಿಕೊಳ್ಳುವಂತೆಯೇ, ಖಮೀಸನನ್ನು ಸುಹೈಲಾ ಅಡಗಿಸಿಟ್ಟಳು. ಮರೆ ಮಾಡಲಾಗಿದ್ದ ಕಂದಕವೊಂದರೊಳಕ್ಕೆ ಆತನನ್ನು ಆಕೆಯು ಕರೆದುಕೊಂಡು ಹೋದಳು, ಆತನಿಗೆ ಆಶ್ಚರ್ಯವಾಯಿತು. ಆದರೆ, ಅವನು ಬರುವ ವಿಷಯವು ತನಗೆ ತಿಳಿದಿದ್ದ ಕಾರಣ, ಅದನ್ನು ತಾನು ಮೊದಲೇ ಸಿದ್ಧಪಡಿಸಿಕೊಂಡಿದ್ದುದಾಗಿ ಆತನಿಗೆ ಆಕೆಯು ತಿಳಿಸಿದಳು.

ಆಕೆಯು ಮೌನವಾಗಿದ್ದಳು ಮತ್ತು ಆಕೆಯ ಕಣ್ಣುಗಳ ಬಣ್ಣವು, ಕಣ್ಣೀರಿನ ಸ್ಪಷ್ಟವಾದ ಎರಡು ತೊಟ್ಟುಗಳಿಂದ ಬದಲಾಯಿಸಿತು. ಆಕೆಯು ಪಿಸುಮಾತಿನಲ್ಲಿ ಉಸುರಿದಳು : "ನೀನು ಬರಲೇ ಇಲ್ಲವಾದ್ದರಿಂದ ನಾನು ಅಳ್ತಿದ್ದೆ, ಅದನ್ನು ಒಪ್ಕೋತೇನೆ."

ಎರಡು ಕಲ್ಲುಗಳ ಮೇಲೆ ಅವರು ಎದುರುಬದುರಾಗಿ ಕುಳಿತುಕೊಂಡರು. ಸುಹೈಲಾಳನ್ನು ಖಮೀಸ್ ಕೇಳಿದನು ; "ಈ ಕಿತ್ತಳೆ ವನ ಯಾರದು ?"

ಆಕೆಯು ಹೇಳಿದಳು : "ನಮ್ಮ ತಂದೆಯವರು ಈ ಗಿಡಗಳಿಗೆ ನೀರು ಎರೀತಾರೆ, ಆಮೇಲೆ ನಗುತ್ತ ದನಿಗೂಡಿಸಿದಳು : "ನಾನು ಅವರ ಮಗಳು."

ಆತನು ಸ್ವಲ್ಪ ಏನಾದರೂ ಹೇಳಲೆಂದು ಆಕೆಯು ಕಾದುಕೊಂಡಿದ್ದಳು. ಆದರೆ ಅವನು ಏನೂ ಹೇಳಲಿಲ್ಲ. ಆದುದರಿಂದ, ಆಕೆಯು ಮತ್ತೆ ಹೇಳತೊಡಗಿದಳು : "ನನಗೆ ಈ ಮರಗಳ ವಿಷಯವೆಲ್ಲ ಬಾಯಿಪಾಠವಾಗಿದೆ. ಅವುಗಳಿಗೆ ವಯಸ್ಸು ಎಷ್ಟು ಎಂಬುದು ನನಗೆ ತಿಳಿದಿದೆ. ಅವುಗಳ ಮೇಲೆ ನನಗೆ ತುಂಬ ಮಮತೆ. ಅವುಗಳಿಗೂ ನನ್ನ ಮೇಲೆ ಪ್ರೀತಿ ಇದೆ. ಬೇಸಿಗೆಯಲ್ಲಿ ಜಮೀನ್ದಾರನು ತನ್ನ ಸಂಸಾರದೊಂದಿಗೆ ಕೆಲವು ದಿನ ಸಂತೋಷವಾಗಿ ಈ ಸ್ಥಳದಲ್ಲಿ ಕಳೆಯಲು, ಹೇಸರಕತ್ತೆಯ ಮೇಲೆ ಸವಾರಿ ಮಾಡಲು, ಇಲ್ಲಿಗೆ ಬರುತ್ತಿರುತ್ತಾನೆ. ಆದರೆ ಹಾಗೆ ಇಲ್ಲಿಗೆ ಬಂದಾಗ, ಅವರೆಲ್ಲರೂ ನನ್ನ ಮತ್ತು ನನ್ನ ತಂದೆಯ ಅತಿಥಿಗಳೊಂತ ನನಗೆ ಅನಿಸ್ತದೆ."

ಆತನ ಕಣ್ಣುಗಳ ಕಡೆ ಆಕೆಯು ನೋಡಿದಳು ಮತ್ತು ಮುಗುಳ್ನಗುತ್ತಾ ಹೀಗೆಂದಳು : "ಜಮೀನ್ದಾರನ ಮಗಳಿಗೆ, ಮರಗಳ ನಾಲ್ಕನೆಯ ವರ್ಷದಲ್ಲಿ ಹಣ್ಣು ದೊರೀತದೆ ಎಂಬ ವಿಷಯ ತಿಳಿಯದು ಅಂದರೆ ಅದು ಹೇಗಿರ್ತದೆ ? ನೀನೇ ಊಹಿಸಿಕೋ."

ಖಮೀಸ್ ನಸುನಕ್ಕನು ಮತ್ತು "ಹೌದೇ, ನಿಜವಾಗಿಯೂ ತಿಳಿಯದೆ ?" ಎಂದು ಕೇಳಿದನು.

ಎಲೆಗಳು ತಮಗೆ ಆಧಾರವಾಗಿರುವ ಬೇರುಗಳಲ್ಲಿ ವಿಶ್ವಾಸವನ್ನಿಟ್ಟಿರುವಂತೆಯೇ, ತನಗೂ ಆಕೆಯಲ್ಲಿ ಸಂಪೂರ್ಣ ವಿಶ್ವಾಸವುಂಟೆಂದು ಆತನು ಆಮೇಲೆ ಆಕೆಗೆ ತಿಳಿಸಿದನು. "ಆದ್ದರಿಂದಲೇ ಆಕ್ರಮಣದ ಕಾಲದಲ್ಲಿ ನನಗೂ ಸ್ವಲ್ಪ ಹೋರಾಟ ಕಲಿಸಿಕೊಡಿ" ಎಂದು ಸುಹೈಲಾ ಕೂಡಲೇ ಹಿರಿದನಿಯಲ್ಲಿ ಹೇಳಿದಳು...

...ಎರಡು ಸಲ ಆಕೆಯು ಬಾಗಿಲನ್ನು ತಟ್ಟಿದಳು ಮತ್ತು ಸುಮ್ಮನೆ ನಿಂತುಕೊಂಡಳು. ಪುನಃ ಎರಡು ಸಲ ಹಾಗೆಯೇ ತಟ್ಟಿ, ನಿಂತುಕೊಂಡಳು. ಯಾರೋ ಬಾಗಿಲು ತೆರೆದರು. ಪ್ಯಾಲಿಸ್ತೀನಿ ಮುದುಕರೊಬ್ಬರ ಮುಖ ಕಾಣಿಸಿತು. ಅವರು ಕ್ಷಣಕಾಲ ಆಕೆಯ ಕಡೆ ನೋಡಿದರು. ಆಮೇಲೆ ಆಕೆಯ ತೋಳನ್ನು ಮೆಲ್ಲನೆ ಒಳಕ್ಕೆ ಸೆಳೆದುಕೊಂಡರು ಮತ್ತು ದೃಢವಾಗಿ ಬಾಗಿಲನ್ನು ಮುಚ್ಚಿದರು, ಆಕೆಯನ್ನು ಆತ ನಿಕಟವಾಗಿ ದಿಟ್ಟಿಸಿ ನೋಡುತ್ತ, "ಆತ ಹೇಗಿದ್ದಾನೆ ?" ಎಂದು ಕೇಳಿದರು.

ತನ್ನ ಕಪ್ಪು ಉಡುಪಿನ ಮಡಿಕೆಗಳೊಳಗಿನಿಂದ ಒಂದು ಪತ್ರವನ್ನು ಆಕೆಯು ಹೊರತೆಗೆದಳು. ಅಲ್ಲಿಂದ ವಾಪಸು ಹೊರಡುವುದಕ್ಕೆ ಮೊದಲು, ಆಕೆಯ ಬಿಳಿಯ ತಲೆವಸ್ತ್ರವನ್ನು ಆತ ಚುಂಬಿಸಿದರು.

ಆಕೆಯು ಹೊಸ ಕೋವಿಯೊಂದನ್ನು ಪಡೆದಳು, ಮತ್ತು "ಹೇಗೆ ?..... ನನಗೆ ಕಲಿಸಿ" – ಎಂದು ಕೇಳಿದಳು.

ಆತ ಕ್ಷಣಕಾಲ ಹಿಂಜರಿದ ; ಕಡೆಗೆ ಕೋವಿ ಬಳಸುವ ರೀತಿಯನ್ನು ಆಕೆಗೆ ತೋರಿಸಿ ಕೊಟ್ಟ.

ಮುಖ್ಯ ಬೀದಿಯ ಮಧ್ಯಭಾಗದಲ್ಲಿ ರಕ್ತದ ಕಲೆ ಇತ್ತು. ಗಾಳಿಯಲ್ಲಿ ಸಿಡಿಮದ್ದಿನ ವಾಸನೆಯು ತುಂಬಿತ್ತು. ಅಲ್ಲಿ ಬಹುಸಂಖ್ಯೆಯ ಸೈನಿಕರು ಹುಚ್ಚಾಪಟ್ಟೆ ಓಡಾಡತೊಡಗಿದ್ದರು. ಅವರಲ್ಲೊಬ್ಬನು ರಕ್ತದ ಕಲೆಯಾಗಿದ್ದ ಸ್ಥಾನವನ್ನು ತೊಳೆಯುತ್ತಿದ್ದನು. ಇನ್ನೊಬ್ಬನು ಧ್ವನಿವರ್ಧಕದ ಮೂಲಕ 'ಕರ್‌ಫ್ಯೂ!' ಎಂದು ಕೂಗುತ್ತಿದ್ದನು. ಬಾಂಬು ಸ್ಫೋಟಗೊಂಡಾಗ ಅಲ್ಲಿ ಸುಹೈಲಾ ಇದ್ದಳೆಂಬ ವಿಷಯವು ಯಾರಿಗೂ ತಿಳಿಯದು.

ಸಿಟ್ಟಿಗೆದ್ದಿದ್ದ ತನ್ನ ತಂದೆಗೆ, "ಸ್ವತಃ ನನ್ನನ್ನು ಅವರಿಂದ ಹೇಗೆ ರಕ್ಷಿಸಿಕೊಳ್ಳಬೇಕೆಂಬುದನ್ನು ನಾನು ಬಲ್ಲೆನು" ಎಂದು ಸುಹೈಲಾ ಹೇಳಿದಳು. ಖಮೀಸ್ ಜೊತೆಯಲ್ಲಿ ಮಾತನಾಡುತ್ತ, "ನಿನ್ನನ್ನು ನನ್ನ ಪತಿಯೆಂದು ನಾನು ಅಂಗೀಕರಿಸಿದ್ದೇನೆ" ಎಂದು ಆಕೆಯು ಹೇಳಿದಳು.

5. ಪ್ರತಿಜ್ಞೆ

ತಾಯ್ನಾಡಿಗಾಗಿ, ನಾವು ಸಾಯುವವರೆಗೂ ಪ್ರೇಮಿಗಳಾಗಿ ಉಳಿಯುವೆವು.

6. ಯುದ್ಧ

ದಿಗಂತದಲ್ಲಿ ಬೂದುಬಣ್ಣವು ತೀರಾ ವ್ಯಾಪಿಸಿಕೊಂಡಿತ್ತು. ಪಶ್ಚಿಮದಲ್ಲಿ ರಾತ್ರೆಯು ನಿಧಾನವಾಗಿ ಹಿಂಜರಿಯುತ್ತಿತ್ತು – ಮುಂಬರತೊಡಗಿದ್ದ ಬೆಳಕಿನಿಂದ ಅದು ಕಣ್ಮರೆಯಾಗುತ್ತಿತ್ತು. ಖಮೀಸ್ ನಿದ್ರಿಸಲಿಲ್ಲ, ತನ್ನ ಕಂದಕದ ಕೋಣೆಯ ತೆರೆದೆಡೆಯಿಂದ ಆತನ ಕಣ್ಣುಗಳು ಜಾಗರೂಕತೆಯಿಂದ ಆ ಕಾಡಿನ ಸುತ್ತಲೂ ಅರಸುತ್ತಿದ್ದುವು.

ಅವಳ ಕ್ರಮಬದ್ಧವಾದ ಉಸಿರಾಟವು ಆತನಿಗೆ ಕೇಳಿಸುತ್ತಿತ್ತು. ಆಕೆಯು ಮುಗ್ಧ ಮುಖದ ಕಡೆ ನೋಡುತ್ತ, "ಮಕ್ಕಳು ಈ ಆಕ್ರಮಣ ಕಾಲದಲ್ಲಿ ಇಷ್ಟು ಬೇಗನೆ ಯಾಕೆ ಬೆಳೆಯುತ್ತಾರೆ ?" ಎಂದು ಅವನು ಕೇಳಿದನು. ಆಕೆಯು ತನ್ನ ನಿದ್ರೆಯ ಸ್ಥಿತಿಯಲ್ಲಿಯೇ ತನ್ನ ಮೃದುವಾದ ಧ್ವನಿಯಿಂದ ಪ್ರೀತಿಪೂರ್ವಕವಾಗಿ 'ಖಮೀಸ್' ಎನ್ನತೊಡಗಿದಳು.

"ನಿದ್ದೆ ಮಾಡು. ಇವತ್ತು ನಾವು ಮಾಡಬೇಕಾದ ಕೆಲಸ ತುಂಬ ಇದೆ" – ಎಂದು ಹೇಳುತ್ತ, ಆತನು ಆಕೆಯ ಬಳಿಗೆ ಹೋದನು. "ಕಾವಲು ಕಾಯುವುದು ಈಗ ನನ್ನ ಸರದಿ" – ಎಂದು ಆಕೆ ಹೇಳಿದಳು. ಆತನು ನಕ್ಕನು ಮತ್ತು ತನ್ನ ಬೆರಳುಗಳಿಂದ ಅವಳ ದಪ್ಪವಾದ ಕೂದಲನ್ನು ಬಾಚಿದನು. "ಕಮಾಂಡರ್ ನಿನ್ನನ್ನು ಆ ಕೆಲಸದಿಂದ ಬಿಡುಗಡೆ ಮಾಡ್ತಿದ್ದಾನೆ" – ಎಂದು ಆತನು ಹೇಳಿದನು. "ಕಮಾಂಡರನ ಪತ್ನಿಗೆ ಯಾವ ವಿಶೇಷ ಸವಲತ್ತುಗಳೂ ಇಲ್ಲ" ಎಂದು ಹೇಳುತ್ತ, ಆಕೆಯು ಎದ್ದು ಕೋವಿಯನ್ನು ಎತ್ತಿಕೊಂಡಳು. ದೀರ್ಘ ಸಮಯದವರೆಗೆ ಮೌನ ನೆಲೆಸಿತು. ಆಮೇಲೆ ಆಕೆಯು ಕೇಳಿದಳು ; "ಬೆಳಗಾಗುವುದಕ್ಕೆ ಮುಂಚೆ ಏನಾದರೂ ಆಗಬಹುದೂಂತ ನಿರೀಕ್ಷಿಸ್ತಿಯಾ ?" ಸುಮ್ಮನಿದ್ದು ತನ್ನ ಕಣ್ಣುಗಳನ್ನು ಮುಚ್ಚಿಕೊಂಡು ಹಳೆಯ ಚಿತ್ರಗಳನ್ನು ಆತನು ಸ್ಮರಿಸಿಕೊಳ್ಳತೊಡಗಿದನು, "ನನ್ನ ತಾಯಿಯು ಶಿಬಿರದಲ್ಲಿಯೇ

ವಾಸಿಸುತ್ತಿದ್ದಾಳಾದರೂ, ನಾನು ಮೂರು ವರ್ಷಗಳಿಂದಲೂ ಆಕೆಯನ್ನು ಕಂಡಿಲ್ಲ ಎಂಬುದನ್ನು ನಿನಗೆ ಹೇಳಿದ್ದೇನೆಯೆ ?" –ಎಂದು ಆಕೆಯನ್ನು ಕೇಳಿದನು.

ಆಕೆಯು ಆತನ ಕೈಗಳನ್ನು ಮುಟ್ಟಿದಳು. ಯಾಂತ್ರಿಕ ಕೋವಿಯನ್ನು ಆ ಕೈ ಗಟ್ಟಿಯಾಗಿ ಹಿಡಿದುಕೊಂಡಿತ್ತು. ಮರಗಳ ಶಾಖದ ಅನುಭವ ಆತನಿಗಾಯಿತು. ಆಕೆಯ ಕಣ್ಣುಗಳನ್ನು ಕಾಣಲು, ಕತ್ತಲೆಯ ತಡೆಗಟ್ಟನ್ನು ಭೇದಿಸಲು ಆತನು ಪ್ರಯತ್ನಿಸಿದನು. ತೆರಪಾಗಿದ್ದ ಸ್ಥಳಕ್ಕೆ ಆತನು ಹೋದನು. "ಅವರು ನಮಗಿಂತಲೂ ಹೆಚ್ಚು ವೇಗವಾಗಿ ಚಲಿಸಕೂಡದು. ನಾವು ರಾಶಿ ಹಾಕಿಟ್ಟಿದ್ದ ಅನೇಕ ಶಸ್ತ್ರಾಸ್ತ್ರಗಳನ್ನು ಅವರು ಕಂಡುಹಿಡಿದಿದ್ದಾರೆ ಮತ್ತು ಅನೇಕ ಜನರನ್ನು ಕೊಂದುಹಾಕಿದ್ದಾರೆ... ಲೇಶಾಂಶ ಸಂದೇಹ ಉಂಟಾದರೂ ಪ್ರತಿದಿನವೂ ಅವರು ಜನರನ್ನು ಕೊಲ್ಲುತ್ತಿರುತ್ತಾರೆ." ಎಂದು ಆತನು ದುಃಖಭರಿತ ಧ್ವನಿಯಿಂದ ಹೇಳಿದನು.

ಇದ್ದಕ್ಕಿದ್ದಂತೆಯೇ ಆತನು ನಿಂತುಕೊಂಡನು ಮತ್ತು ತೆರವು ದಾರಿಯ ಕಡೆಗೇ ದಿಟ್ಟಿಸಿ ನೋಡತೊಡಗಿದನು. "ಇನ್ನೊಂದು ಕೋವಿ ತೆಗೆದುಕೊ, ಅವರ ಕಾರುಗಳ ಧ್ವನಿಯು ಹಠಾತ್ತನೆ ಸಮೀಪದಲ್ಲಿಯೇ ನಿಂತುಬಿಟ್ಟಿತು," – ಎಂದು ಪಿಸುಮಾತಿನಲ್ಲಿ ಆಕೆಗೆ ಆತನು ತಿಳಿಸಿದನು.

ಅಸ್ತ್ರದ ಶೈತ್ಯವು ಆಕೆಯ ಇಡಿಯ ಮೈಯಲ್ಲಿ ಪಸರಿಸಿತು. ಭರವಸೆಯಿಂದ ಆತನು ನಿಂತಿದ್ದುದನ್ನು ಆಕೆಯು ನೋಡಿದಳು. ಮೊದಲನೆಯ ಸಲಕ್ಕೆ ಅವರಿಬ್ಬರೂ ಒಂದೇ ಅಪಾಯವನ್ನು ಆಗ ಎದುರಿಸುತ್ತಿದ್ದರು. ಅದೇ ಕ್ಷಣದಲ್ಲಿಯೇ ಒಂದೇ ಮಾಂಸದ ಮುದ್ದೆಯಾಗಲು ತಾವು ಒಟ್ಟಿಗೆ ವಿಲೀನಗೊಳ್ಳಬೇಕೆಂದು ಆಕೆಯು ಆಶಿಸಿದಳು. ಅಸಮಾನ ಪ್ರೇಮದ ಪ್ರಬಲ ಭಾವನೆಯು ಆಕೆಯಲ್ಲಿ ಖಮೀಸ್ ಬಗ್ಗೆ ಉಂಟಾಯಿತು.

"ನಾವು ಯುದ್ಧಕ್ಕೆ ಹೊರಡುತ್ತಿದ್ದೇವೆ" ಎಂದು ಆತನು ಹೇಳಿದಾಗ, ಆತನ ಧ್ವನಿಯು ತಪ್ತವಾಗಿತ್ತು. ಸಾವಿನ ಅಪಾಯವು ಸನ್ನಿಹಿತವಾಗಿದ್ದಿತಾದರೂ, ತಾನು ಆತನ ಬಗೆಗೆ ಚಿಂತಿಸಲಿಲ್ಲವೆಂಬ ಸಂಗತಿಯು ಆಕೆಯ ಮನಸ್ಸಿಗೆ ಬಂದಿತು. ಮತ್ತೊಂದು ತೆರಪಿನ ಕಡೆಯಿಂದ ಕೋವಿಯ ನಳಿಕೆಯನ್ನು ಆಕೆಯು ದೂಡಿದಳು.

ಆತನ ಧ್ವನಿಯು ಆಕೆಯ ಮೇಲೆ ಹತ್ತಾರು ಮುತ್ತುಗಳನ್ನು ಒತ್ತಿತ್ತು. "ಸುಹೈಲಾ, ನಾವಿಬ್ಬರೂ ಜೊತೆಯಾಗಿ ಶತ್ರುವಿನೊಡನೆ ಹೋರಾಡುತ್ತಿದ್ದೇವೆ"...

ಆತನು ತನ್ನ ಮಾತು ನಿಲ್ಲಿಸಿದನು. ಹಾಗಿದ್ದರೂ ಆತನು ಇನ್ನೂ ಏನೋ ಹೇಳುವುದರಲ್ಲಿದ್ದುದು ಆಕೆಗೆ ಅರಿವಾಯಿತು. "ಆದರೆ..." ಎಂದು ಆತನು ಹೇಳಿದುದು ಆಕೆಗೆ ಕೇಳಿಸಿತು.

ಆತನು ತನ್ನ ಮಾತು ನಿಲ್ಲಿಸಬೇಕೆಂದು ಆಕೆಯು ಬಯಸಿದಳು. "ನಾವಿಬ್ಬರೂ ಜೊತೆಯಾಗಿ ಶತ್ರುವಿನೊಡನೆ ಹೋರಾಡುತ್ತಿದ್ದೇವೆ." ಅದನ್ನೇ ಆಕೆಯೂ ಬಯಸುತ್ತಿದ್ದಳು. ಅದಾದ ಮೇಲೆ ಆತನು ಬೇರೆ ಇನ್ನೇನೂ ಹೇಳಕೂಡದೆಂಬುದೇ ಆಕೆಯ ಆಸೆಯಾಗಿತ್ತು.

ಆತನು ಅವಳ ಕಣ್ಣುಗಳ ಕಡೆ ನೋಡಬಯಸಿದನು. ಈ ಮುಖಕ್ಕೆ ತೂತಾಗುವುದನ್ನು ಅಥವಾ ಹಿಂಸಾತ್ಮಕವಾಗಿ ಅದನ್ನು ಧೂಳಿನಲ್ಲಿ ತಿರುಗಿಸಲಾಗುವುದನ್ನು ಕಂಡು, ಅದನ್ನು ಸಹಿಸಿಕೊಂಡಿರುವುದು ಅವನಿಂದ ಸಾಧ್ಯವೆ ?

ಮೆಲ್ಲನೆಯ ಧ್ವನಿಯಲ್ಲಿ "ಅವರು ನನಗೆ ಕಾಣಿಸ್ತಿದ್ದಾರೆ." ಎಂದು ಆಕೆಯು ಹೇಳಿದಳು. ಆ ಮಾತು ಕೇಳಿಸಿದೊಡನೆಯೇ ಆತನಿಗೆ ತುರ್ತು ಪ್ರಶ್ನೆಯೊಂದು ಮನಸ್ಸಿಗೆ ಬಂದಿತು. ತಾನು ಇಲ್ಲಿರುವ ವಿಷಯ ಅವರಿಗೆ ತಿಳಿದಿದೆಯೇ ? ಅಥವಾ ಬೇರೆ ಯಾರನ್ನಾದರೂ ಅವರು ಹುಡುಕುತ್ತಿದ್ದಾರೆಯೋ ?

ಆಕೆಯ ನಿರ್ಧಾರದ ಧ್ವನಿ ಆತನಿಗೆ ಕೇಳಿಸಿತು; "ನಾವು ಇಲ್ಲಿ ಇದ್ದೇವೆಂಬ ವಿಷಯ ಅವರಿಗೆ ತಿಳಿದಿದೆ."

ಆತನು ಶರಣಾಗತನಾಗಬೇಕೆಂದು ರೂಢಿಯ ಪ್ರಕಾರ ಧ್ವನಿವರ್ಧಕದಿಂದ, ಕೇಳಿ ಬಂದ ಕರೆ ಆಕೆಯ ಮಾತನ್ನು ಮಧ್ಯದಲ್ಲೇ ತಡೆಗಟ್ಟಿತು. ಆತನು ಅವಳ ಕಡೆ ನೋಡಿದನು. ಅದರ ನಿಕಟ ಅನುಭವ ಆಕೆಗೆ ಉಂಟಾಯಿತು. ಅದೇ ಆಗ ಆಕೆಯಲ್ಲಿ ಉಂಟಾಗಿದ್ದ ಮಾನಸಿಕ ಸ್ಥಿತಿಯನ್ನು ಆತನ ಗಮನಕ್ಕೆ ತರದಿರುವಂತೆ ಆಕೆಯು ತನ್ನ ಕಣ್ಣುಗಳನ್ನು ಬೇರೆ ಕಡೆಗೆ ತಿರುಗಿಸಿಕೊಂಡಳು. ಅಲ್ಲಿ ತಾನು ಇದ್ದುದರಿಂದ, ಶತ್ರುವಿಗೆ ಶರಣಾಗತನಾಗಬಾರದೆಂಬ ಆತನ ನಿರ್ಧಾರದ ಮೇಲೆ ವ್ಯತಿರಿಕ್ತ ಪ್ರಭಾವವೇನಾದರೂ ಉಂಟಾದೀತೆ? – ಎಂದು ಆಕೆಯು ಆಲೋಚಿಸಿದಳು.

ತನ್ನ ಸಲುವಾಗಿ ಆತನು, ತನಗದು ಸಾಧ್ಯವಿಲ್ಲವೆಂದು ಹೇಳುತ್ತಾನಾದ ಪಕ್ಷದಲ್ಲಿ, ಆಗ ಪ್ರತಿಯೊಂದು ವಿಷಯವೂ ಕುಸಿಯುವುದೆಂದು ಆಕೆಯು ಭಾವಿಸಿಕೊಂಡಳು. ಅದರಿಂದ ಆಕೆಯ ಕಣ್ಣುಗಳಿಂದ ಭೀತಿಯ ಅಶ್ರುಧಾರೆ ವಿಪುಲವಾಗಿ ಹರಿಯತೊಡಗಿತು.

"ನೀನು ಅಳುತ್ತಿದ್ದೀಯಾ ?" ಎಂದು ಆತನ ಅತ್ಯಾದರದ ಧ್ವನಿ ಆಕೆಗೆ ಕೇಳಿಸಿತು.

ಆಕೆ ಹೇಳಿದಳು : "ನಾನು ನಿಮ್ಮೊಡನೆಯೇ ಇರಬಯಸ್ತೇನೆ. ನಿಮ್ಮ ಜೊತೆಯಲ್ಲಿದ್ದಾಗ, ನಾನು ನಿಮ್ಮನ್ನು ಹೆಚ್ಚು ಪ್ರೀತಿಸ್ತೇನೆ."

ಧ್ವನಿವರ್ಧಕವು ಆಕೆಯ ದನಿಯನ್ನು ಮುಳುಗಿಸಿತು. ಆಕೆಯ ಮಾತುಗಳು ಆತನಿಗೆ ಪೂರ್ತಿಯಾಗಿ ಕೇಳಿಸಲಿಲ್ಲ, ತಿಳಿಯಲಿಲ್ಲ, "ನೀನು ಹೊರಗಡೆ ಹೋಗುವೆಯಾದರೆ, ನಿನ್ನ ಜೀವ ರಕ್ಷಣೆ ಸಾಧ್ಯವಾಗ್ತದೆ" ಎಂದು ಆತನು ಹೇಳಿದನು.

ಮತ್ತೆ ಆತನು ಹೇಳಿದನು : "ನೀನು ಇಲ್ಲಿರುವ ವಿಷಯ ಅವರಿಗೆ ತಿಳಿಯದು. ಅವರಿಗೆ ಬೇಕಾಗಿರುವವನು ಈಗ ನಾನೊಬ್ಬನೇ."

"ನಾವು ಒಟ್ಟಿಗೆ ಇದ್ದೇವೆ, ಖಮೀಸ್, ನಾವು ಒಟ್ಟಾಗಿದ್ದೇವೆ" – ಎಂದಾಕೆ ಕೂಗಿ ಹೇಳಿದಳು.

ಮದ್ದು ಗುಂಡಿನ ದೊಡ್ಡ ಪೆಟ್ಟಿಗೆಯ ಕಡೆಗೆ ಆತನು ಬಾಗಿ ಕೋವಿಗಾಗಿ ಸಿಡಿಗುಂಡಿನ ಎರಡು ಸಣ್ಣ ಜಂಟಿ – ಪೆಟ್ಟಿಗೆಗಳನ್ನು ತೆಗೆದುಕೊಂಡನು. ತನ್ನ ಸರದಿಯಲ್ಲಿ ಆಕೆಯೂ ಪೆಟ್ಟಿಗೆಯ ಕಡೆಗೆ ಕೈಚಾಚಿದಳು. "ನಿನಗೆ ಎರಡು ನಿಮಿಷ ಮಾತ್ರವೇ ಸಮಯ ಕೊಡ್ತೇವೆ" – ಎಂದು ಧ್ವನಿವರ್ಧಕವು ಅರಚುತ್ತಿತ್ತು.

ಆ ಎಚ್ಚರಿಕೆಯ ದೃಢ ಧ್ವನಿಯನ್ನು ಕೇಳಿದಾಗ ಆತನಿಗೆ ತುಂಬಾ ಸಿಟ್ಟು ಬಂದಿತು. ಇನ್ನೇನು ಆತನು ಗುಂಡು ಹಾರಿಸುವುದರಲ್ಲಿದ್ದನು. ಸಿಡಿಗುಂಡಿನ ಎರಡು ಪೆಟ್ಟಿಗೆಗಳನ್ನೂ ಒಂದು ಬಾಂಬನ್ನೂ ತನ್ನ ಕೈಯಲ್ಲಿ ಸುಹೈಲಾ ಹಿಡಿದುಕೊಂಡಿದ್ದುದನ್ನು ಆತನು ಕಂಡನು, ಧೈರ್ಯದಿಂದ ಎದುರಿಸುತ್ತಾ, ಆಕೆಯು ನಿಂತುಕೊಂಡಳು. "ವಿಶೇಷ, ಸವಲತ್ತುಗಳೇನೂ ನನಗಿಲ್ಲವೆಂದು ನಾನು ಹೇಳಲಿಲ್ಲವೇ, ಕಮಾಂಡರ್ ?!" –ಎಂದು ಆಕೆಯು ಕೇಳಿದಳು. ಹಾಗೆ ಹೇಳಿದಾಗ, ಆಕೆಯ ಧ್ವನಿಯು ತುಂಬಾ ಬಾಲಿಶವಾಗಿದ್ದುದು ಆತನಿಗೆ ಅರಿವಾಯಿತು.

ಸರಿಸುಮಾರು ಬಿಕ್ಕುತ್ತಲೇ ಆಕೆಯು ತನ್ನ ಮಾತನ್ನು ಮುಂದುವರಿಸುತ್ತ, "ಬೇರುಗಳಲ್ಲಿ ಮರಗಳ ಎಲೆಗಳಿಗೆ ಭರವಸೆ ಇರುವಂತೆಯೇ, ನನ್ನಲ್ಲೂ ನಿಮಗೆ ನಂಬಿಕೆಯು ಉಂಟೆಂದು ನೀವು ಹೇಳಲಿಲ್ಲವೆ ?" – ಎಂದು ಆತನನ್ನು ಕೇಳಿದಳು.

ತೆರಪಿನ ಬೇರೊಂದು ಸ್ಥಾನದ ಕಡೆಗೆ ಆಕೆಯು ಧಾವಿಸಿದಳು. "ಕಮಾಂಡರ್, ಮೊದಲನೆಯ

ಗುಂಡನ್ನು ಹಾರಿಸುವವರು ಯಾರು?" ಎಂದು ಆಕೆಯು ಕೇಳಿದಾಗ, ಆಕೆಯ ಧ್ವನಿಯಲ್ಲಿ ಉಗ್ರತೆ ಉಂಟಾಗಿತ್ತು.

ತನ್ನ ಆಳಕ್ಕೆ, ತನ್ನ ಮನದಾಳದೊಳಕ್ಕೆ ಮುಳುಗಿ, ತನ್ನನ್ನು ಆಕೆಯು ಪರೀಕ್ಷಿಸುತ್ತಿದ್ದಂತೆ ಆತನು ಭಾವಿಸಿಕೊಂಡನು. ಆಕೆಯು ತನ್ನ ಮೊದಲನೆಯ ಗುಂಡನ್ನು ಹಾರಿಸುವುದಕ್ಕೆ ಮುಂಚೆ, ಮರಣದ ಬಗೆಗೆ ಅವರಿಗಿಂತಲೂ ಹೆಚ್ಚಾಗಿ ಸದಾಕಾಲವೂ ತಾನೇ ಆಲೋಚಿಸುತ್ತಿದ್ದುದನ್ನು ಮನಸ್ಸಿಗೆ ತಂದುಕೊಂಡು ಅವನಿಗೆ ವ್ಯಥೆಯಾಯಿತು.

ಆಮೇಲೆ ಸುಹೈಲಾಗೆ ಆತನೇನೋ ಹೇಳಬಯಸಿದನು. ಆದರೆ ಹೊರಗಡೆಯಿಂದ ಬಂದ ಗುಂಡುಗಳ ಸುರಿಮಳೆಯನ್ನು ಆಗಲೇ ಆತನು ಎದುರಿಸಬೇಕಾಯಿತು.

7. ಮೊದಲ ಬಲಿದಾನ ಖಮೀಸನದೇ!

ಮೊದಲನೆಯ ಗುಂಡು ಸುಹೈಲಾಗೆ ತಗಲಿದಾಗ, ಅದು ಆಕೆಗೆ ತಿಳಿಯಲಿಲ್ಲ. ಆ ಕ್ಷಣದಲ್ಲಿ, "ಅವರು ಮರಗಳನ್ನು ಕೂಡ ಸಾಯಿಸ್ತಾರೆ." ಎಂದು ಆತ ಹೇಳುತ್ತಿದ್ದುದು ಮಾತ್ರವೇ ಆಕೆಗೆ ಕೇಳಿಸುತ್ತಿತ್ತು.

ಆದರೆ ಆತನ ಧ್ವನಿಯಲ್ಲಿ ಸ್ವಲ್ಪ ಅವ್ಯವಸ್ಥೆಯನ್ನು ಆಕೆಯು ಆಗ ಕಂಡುಹಿಡಿದಳು. (ಸ್ವತಃ ಆತನೂ ಅದನ್ನು ಗಮನಿಸಿರಲಿಲ್ಲ.) ಆತನ ಕಡೆ ನೋಡುವುದಕ್ಕೆ ಮೊದಲೇ ಆಕೆ ಗುಂಡುಗಳನ್ನು ಒಟ್ಟಿಗೆ ಹಾರಿಸಿದಳು. ಆತನ ಭುಜದ ಮೇಲಿನ ರಕ್ತದ ಕಲೆಯು ಆಕೆಗೆ ಕಾಣಿಸಿತು. ಆದರೆ ಹಾಗೆ ಹೇಳುವ (ಅಥವಾ ಆಲೋಚಿಸುವ) ಸಾಹಸವನ್ನು ಆಕೆಯು ಮಾಡಲಿಲ್ಲ. ರಕ್ತಪಾತದ ಅನುಭವದ ಪಾಲು ಪಡೆಯಲು ಮತ್ತು ಒಟ್ಟಿಗೆ ಸಾಯುವ ಸಂತೋಷಾನುಭವದಲ್ಲಿ ಪಾಲ್ಗೊಳ್ಳಲು ತಾನೂ ಆತನಲ್ಲಿ ಅಂತರ್ಗತಳಾಗಿ ಇರಬೇಕಾಗಿತ್ತೆಂದು ಆಕೆಯು ಬಯಸಿದಳು. ಆಗ ತನ್ನ ಎದೆಯಲ್ಲಿಯೇ ಮೃದುವಾಗಿ ಅದೇನೋ ಮುಳುಗುತ್ತಿದ್ದಂತೆ ಆಕೆಗೆ ಎನಿಸಿತು.

ಗುಂಡುಗಳು ವೇದನೆಯನ್ನು ಉಂಟುಮಾಡುವುದಿಲ್ಲವೆಂಬ ಮಾತನ್ನು ನಂಬಲು ಆಕೆಯು ಸ್ವತಃ ನಿರಾಕರಿಸಿಕೊಂಡಳು.

ಖಮೀಸ್ ಏನು ಆಲೋಚಿಸುತ್ತಿದ್ದಾನೆ? ಎಂದು ನೋಡಲು ಆತನ ಕಡೆಗೆ ತಿರುಗುವುದಕ್ಕೆ ಮುಂಚೆ ಆಕೆಯು ಅನೇಕ ಗುಂಡುಗಳನ್ನು ಶತ್ರುಗಳ ಕಡೆಗೆ ಹಾರಿಸಿದಳು. ಆತನಲ್ಲಿ ಕೆಂಪು ತೂತುಗಳ ಗುರುತುಗಳು ಕಾಣಿಸಿದುವು. ಆತನು ಸಾಯುತ್ತಿದ್ದನೆಂದು ಆಕೆಗೆ ಆಗ ಭಯವೇನೂ ಉಂಟಾಗಲಿಲ್ಲ, ಅದನ್ನು ಗಮನಿಸಿ ಆಕೆಗೇ ಅಚ್ಚರಿಯಾಯಿತು.

ವೀರರು ಒಂದಕ್ಕಿಂತಲೂ ಹೆಚ್ಚು ಗುಂಡುಗಳಿಂದ ಸಾಯಬೇಕೆ? ಎಂದು ಆಕೆಯು ಸರಳವಾಗಿಯೇ ಸೋಜಿಗಪಟ್ಟಳು.

ಖಮೀಸ್ ಸಾಯುತ್ತಿದ್ದನು. ಆತನ ಕೈಯೇ ಆತನನ್ನು ಕೈಬಿಡತೊಡಗಿತ್ತು. ಅದು ಆತನ ಮಾತನ್ನು ಇನ್ನೆಷ್ಟು ಮಾತ್ರವೂ ಆಗ ಕೇಳುತ್ತಿರಲಿಲ್ಲ. ಆತನು ತನ್ನ ಕೋವಿಯ ಕುದುರೆಯ ಮೇಲೆ ತನ್ನ ಮುಂಬೆರಳನ್ನು ಬಾಗಿಸಲು ಪ್ರಯತ್ನಿಸಿದನು. ಆದರೆ ಅದು ಆತನಿಗೆ ಸಾಧ್ಯವಾಗಲಿಲ್ಲ. ತನ್ನ ಕೈಯ ಮೇಲೆ ಆತನು ಉಗಿದುಕೊಂಡನು.

"ನಿಂತ ಹಾಗೆಯೇ ನಾವು ಹೋರಾಡುತ್ತೇವೆ....!" ಎಂದು ಹಾಡಿನ ಧ್ವನಿಯಿಂದ ಆತನು ಪರವಶನಾದನು. ಧ್ವನಿ, ವರ್ಣ ಎರಡೂ ಒಟ್ಟಿಗೆ ವಿಲೀನವಾದುವು.

ಇಡಿಯ ತೋಟಾದಲ್ಲಿದ್ದ ಗುಂಡುಗಳು ಎದೆಯಾಳದಲ್ಲಿ ಮುಳುಗಿದುವು. ಮರಗಳು ಈಗ

ಕೈಬಿಡಕೂಡದು. ಆಕೆಯನ್ನು ಅಂದು ತನ್ನ ಮುಂದೆಯೇ ಕಂಡಾಗ, ಮೊದಲ ನೋಟಕ್ಕೆ ಆಕೆಯೊಂದು ಮರವೆಂದೇ ಆತನಿಗೆ ಎನಿಸಿತ್ತು. ಸುಹೈಲಾ ಕಡೆಗೆ ತನ್ನ ಕಣ್ಣುಗಳನ್ನು ತಿರುಗಿಸಲು ಆತನು ಪ್ರಯತ್ನಿಸಿದನು. ಆಕೆಯು ತನ್ನ ಕೋವಿಯ ಮೇಲೆ ಬಾಗಿಕೊಂಡು ನಿಂತಿದ್ದಾಗ, ಅದ್ಭುತ ವ್ಯಕ್ತಿಯಂತೆ ಆತನಿಗೆ ಕಂಡುಬಂದಳು. ತನ್ನ ಕಡೆಗೆ ಆಕೆ ಕ್ಷಣಕಾಲ ತಿರುಗಲೆಂದೂ, ಭೀತಿ, ದುಃಖ ಮತ್ತು ಸಾವಿನ ಗಾಬರಿಯನ್ನು ಕಡಮೆ ಮಾಡುವುದನ್ನು ತಿಳಿದುಕೊಂಡಿರುವ ಆಕೆಯ ಮುಖವನ್ನು ತಾನು ಕಾಣಬೇಕೆಂದೂ ಆತನು ಬಯಸಿದನು.

ಶತ್ರು ಆಕ್ರಮಣದ ಕಾಲದಲ್ಲಿ ಮಕ್ಕಳು ಹೆಚ್ಚು ಬೇಗ ಯಾಕೆ ಬೆಳೆಯುತ್ತಾರೆ ?

ತನ್ನ ಕಣ್ಣುಗಳನ್ನು ತೆರೆದಿಡಲು ಆತನು ಪ್ರಯತ್ನಿಸಿದನು. ಆದರೆ ಯಾರೋ ತಮ್ಮನ್ನು ಎದುರಿಸಿ ಸಮೀಪಕ್ಕೆ ಬರುತ್ತಿದ್ದಂತೆ ಆತನಿಗೆ ಭಾಸವಾಯಿತು....ಆಕೆಯ ಕೈಗಳು ತನ್ನ ಕಣ್ಣುಗಳನ್ನು ಮೃದುಸ್ಪರ್ಶದಿಂದ ಮುಚ್ಚುತ್ತಿದ್ದುವು. ಈಗ ಆತನಿಗೆ ಕಿವಿ ಕೇಳಿಸುತ್ತಿದೆ. ನಿಕಟವಾಗಿ ಆತನು ಆಕೆಯೊಡನೆ ಸಂಭಾಷಿಸುತ್ತಿದ್ದಾಗಲೂ ಈಗ ಕೇಳಿಸುತ್ತಿದ್ದುದಕ್ಕಿಂತಲೂ ಹೆಚ್ಚು ಚೆನ್ನಾಗಿ ಆತನಿಗೆ ಕಿವಿ ಕೇಳಿಸಿರಲಿಲ್ಲ. ಆಕೆಯ ಉಡುಪಿನ ಸರಸರ ಶಬ್ದವನ್ನು ಕೂಡ ಆತನು ಕಿವಿಗೊಟ್ಟು ಕೇಳುತ್ತಿದ್ದನು. ಅದರ ಅಂಚಿನ ಕಂಪನವೂ ಮತ್ತು ಕೋವಿಯ ಕುದುರೆಯನ್ನು ಸಡಿಲಿಸುವ ಕೀಲನ್ನು ಒತ್ತುತ್ತಿದ್ದ ಬೆರಳಿನ ಶಬ್ದವೂ ಆತನಿಗೆ ಕೇಳಿಸುತ್ತಿದ್ದುವು. ಹೊರಗಡೆಯ ಇತರ ಭಾರಿ ಧ್ವನಿಗಳನ್ನು ಸಣ್ಣ ಧ್ವನಿಗಳು ಅಡಗಿಸುವುದು ಹೇಗೆ ಸಾಧ್ಯವೆಂದು ಆತನು ಬೆರಗಾದನು. ಜೇಯದನ ಮುಖವು ಆತನಿಗೆ ಮತ್ತೆ ಕಾಣಿಸಿತು. ತನ್ನ ಕಣ್ಣುಗಳನ್ನು ಮುಚ್ಚಿಕೊಂಡಿದ್ದಾಗಲೂ ಜೇಯದನ ಮುಖವು ತನಗೆ ಕಾಣಿಸುತ್ತಿದ್ದುದು ಆತನಿಗೆ ಆಶ್ಚರ್ಯಕರವಾಗಿತ್ತು.

ಎರಡು ತುಟಿಗಳು ತನ್ನ ಕೆನ್ನೆಗೆ ಒತ್ತಿಕೊಳ್ಳುತ್ತಿದ್ದುದರ ಸ್ಪರ್ಶಾನುಭವ ಆತನಿಗೆ ಉಂಟಾಯಿತು. ಆತನು ಹಸುರು ಅಂತರಿಕ್ಷದ ಕಡಲಿನಲ್ಲಿ ಈಜಾಡಿದನು.

ಆಕೆಯ ಎದೆಯಲ್ಲಿ ಅತ್ಯಂತ ಸಣ್ಣ, ರಹಸ್ಯಮಯ ವಿಷಯಗಳು ಇದ್ದವು. ತಾನು ಇನ್ನೂ ಸತ್ತಿರಲಿಲ್ಲವಾದರೂ, ತಾನು ಜೀವಿಸುತ್ತಲೂ ಇರಲಿಲ್ಲವೆಂಬ ವಿಷಯವೂ ಆಕೆಗೆ ಆ ವೇಳೆಗಾಗಲೇ ತಿಳಿದಿತ್ತು. ಆಕೆಯ ಕಣ್ಣುಗಳು ಹತ್ತಾರು ತೂತುಗಳನ್ನು ಅಪ್ಪಿಕೊಂಡಿದ್ದುವು. "ಗೋಡೆಯ ಕಡೆಗೆ ಅನೇಕ ಗುಂಡುಗಳನ್ನು ಹಾರಿಸು... ನಾಳೆ ಮಳೆ ಬಂದಾಗ, ನಮ್ಮ ಕೋಣೆಯು ಸಂಪೂರ್ಣವಾಗಿ ಕುಸೀತದೆ, ನನ್ನ ಮಾತು ಕೇಳಿಸ್ತಿದೆಯಾ ?"

ಆಕೆಯು ತನ್ನ ಮುಖವನ್ನು ಕೆಳಗಡೆಗೆ ತಗ್ಗಿಸಿದಳು, ಆಕೆಯ ಬಾಯಿಯು ಖಮೀಸನ ಕಿವಿಗೆ ಹೆಚ್ಚು ಹತ್ತಿರವಾಯಿತು : "ನಿನಗೆ ಕೇಳಿಸಿತೆ ? ಇವತ್ತು ನಮಗೆ ತುಂಬಾ ಕೆಲಸವಿದೆ."

ಆತನ ಕೈಯನ್ನು ಬಿಡುಗಡೆಗೊಳಿಸಲು ಆಕೆಯು ಪ್ರಯತ್ನಿಸಿದಳು. "ನಿನ್ನ ತಾಯಿಯವರನ್ನು ಕಾಣಲು ನಾನು ಶಿಬಿರಕ್ಕೆ ಹೋಗಿದ್ದೆ ಎಂಬುದನ್ನು ನಿನಗೆ ತಿಳಿಸಿದ್ದೇನೆಯೆ ?"

ಖಮೀಸನ ಎದೆಯಲ್ಲಿ ಆಗಿದ್ದ ಆಳವಾದ ಗಾಯವು ಆಕೆಯ ಬೆರಳುಗಳಿಗೆ ಸಿಕ್ಕಿತು. ಗಾಯದ ಅಂಚಿನ ಸುತ್ತಲೂ ಆಕೆಯು ವಿಶೇಷ ಪ್ರೇಮಪೂರ್ವಕವಾಗಿ ತನ್ನ ಬೆರಳುಗಳನ್ನು ಸವರಿದಳು.

ಇತರ ಗಾಯಗಳ ತಗ್ಗುಗಳನ್ನೂ ಆಕೆಯು ಹುಡುಕತೊಡಗಿದಳು. "ಎರಡು, ಮೂರು, ನಾಲ್ಕು! ಖಮೀಸ್ !" ಆತನ ಕೈಯನ್ನು ಎತ್ತಿ ಅದನ್ನು ತನ್ನ ಎದೆಯ ಮೇಲೆ ಇಟ್ಟುಕೊಳ್ಳಲು ಆಕೆಯು ಪ್ರಯತ್ನಿಸಿದಳು... ಆದರೆ ಅದು ಅವಳಿಗೆ ಸಾಧ್ಯವಾಗಲಿಲ್ಲ. ❍

ಇಸ್ರೇಲ್

○ ಷೋಲೋಮ್ ಅಸ್ಚ್*

ತಾಯಿ ತೊರೆದ ತಬ್ಬಲಿ

ಋರೀಹ್ ಎದ್ದಾಗ, ಮಗು ಅಳುತ್ತಿದ್ದುದು ಆತನಿಗೆ ಕೇಳಿಸಿತು. ತನ್ನ ಕಣ್ಣುಗಳನ್ನು ಮುಚ್ಚಿಕೊಂಡೇ ತನ್ನ ಪತ್ನಿಗೆ ಅವನು ಕೂಗಿ ಹೇಳಿದನು :

"ಗೋಲ್ಡಾ ! ಮಗು ಅಬ್ಬರಿಸಿ ಅಳುತ್ತಿದ್ದಾನೆ, ನೋಡು."

ಗೋಲ್ಡಾನಿಂದ ಉತ್ತರ ಬರಲಿಲ್ಲ. ಅವನು ಸುತ್ತಲೂ ನೋಡಿದನು. ಅವಳು ಮನೆಯಲ್ಲೇ ಇರಲಿಲ್ಲವೆಂಬುದನ್ನು ಅವನು ಗಮನಿಸಿದ. ಅವನಿಗೆ ಆಶ್ಚರ್ಯವಾಯಿತು. ಆದರೂ ಆತ ಹೀಗೆ ಆಲೋಚಿಸಿದನು : 'ಅವಳು ಸ್ನಾನ ಮಾಡಿ, ಬಟ್ಟೆ ಒಗೆಯಲು ಹೋಗಿರಬೇಕು !' ಬಟ್ಟೆಯ ಚೂರೊಂದನ್ನು ತೆಗೆದುಕೊಂಡು, ಅದನ್ನು ಅವನು ಮಗುವಿನ ಬಾಯಲ್ಲಿ ತುರುಕಿದನು, – ಅದರ ಅಳು ತನಗೆ ಕೇಳಿಸದಿರಲೆಂದು. ಆಮೇಲೆ ಅವನು ಸ್ವತಃ ತನ್ನ ಉಡುಪನ್ನು ಧರಿಸಿಕೊಳ್ಳತೊಡಗಿದನು.

ಹೀಗೆ ಕಾರ್ಯಮಗ್ನನಾಗಿದ್ದಾಗಲೇ, ತಾನು ಝೋಬ್ಲಿನೆರ್ ಮನೆಯಿಂದ 'ಲಪಟಾಯಿಸಿದ್ದ' ಬೆಳ್ಳಿಯ, ಮೇಣದಬತ್ತಿ ದೀಪದಾನಿಗಳಿಗೆ ಎಷ್ಟು ಬೆಲೆ ತನ್ನ ಕೈಸೇರಬಹುದೆಂದು ಅವನು ತನ್ನ ಮನಸ್ಸಿನಲ್ಲಿ ಲೆಕ್ಕ ಹಾಕತೊಡಗಿದನು. ಕ್ಷಣಕಾಲದ ಮಾನಸಿಕ ಆವೇಗದಿಂದ ಅವನು ತನ್ನ 'ಸರಕುಗಳ' ತನಿಖೆಗಾಗಿ ಅಟ್ಟದ ಮೇಲಕ್ಕೆ ಹತ್ತಿ ಹೋಗಿ, ನೋಡಿದನು. ಅವು ಅಲ್ಲಿ ಇರಲಿಲ್ಲ. ಮಾಯವಾಗಿದ್ದುವು ! ಅವನು ಮನೆಯಲ್ಲೆಲ್ಲ ಪ್ರತಿಯೊಂದು ಕಡೆಯೂ ಹುಡುಕಾಡಿದನು... ಅವು ಎಲ್ಲಿಯೂ ಇರಲಿಲ್ಲ. ಹೋಗಿ ಬಿಟ್ಟಿದ್ದುವು !

ಕೂಡಲೇ ಅವನು ಪ್ರಯಾಸಪಟ್ಟು ಮತ್ತೆ ಕೆಳಕ್ಕಿಳಿದನು, ತನ್ನ ಹೆಂಡತಿಯ ಸಾಮಾನುಗಳಿದ್ದ ಸ್ಥಳದಲ್ಲಿ ಹುಡುಕಲು, ಅವುಗಳನ್ನು ಮುಚ್ಚಿದ್ದ ಬಟ್ಟೆಯನ್ನೂ ಹರಿದುಹಾಕಿದನು. ಆದರೆ ಅಲ್ಲೇನೂ ಇರಲಿಲ್ಲ – ಆಕೆಯದೇನೂ ಇರಲಿಲ್ಲ ! ...ಆಗ ಮಾತ್ರವೇ ಅವನಿಗೆ ತನ್ನ ಪತ್ನಿಯು ಪರಾರಿಯಾಗಿದ್ದಳೆಂಬ ವಿಷಯವು ಮನಸ್ಸಿಗೆ ಹೊಳೆಯಿತು.

---

* ಯಿಡ್ಡಿಷ್ ಭಾಷೆಯ ಯೆಹೂದಿ ಕಥೆಗಾರ

"ಯಾರೊಡನೆ ?...

ಷ್ಲೊಯಿಮ ಷ್ಲೋಸ್ಸೆರ್ ಸಂಗಡವೇ ?... ಅಥವಾ ಹಯಿಮ್'ಲ್ ಗೂಬ್ ಜೊತೆಯಲ್ಲೇ ?...

"ಒಳ್ಳೆಯದೇ ಆಯಿತು.....ಅವಳು ಓಡಿಹೋಗಲಿ ! ಹಾಳಾಗಿ ಹೋಗಲಿ ! ...ಯಾರಿಗೇನು ಚಿಂತೆ ?" ಎಂದು, ಒತ್ತಾಯದ ಸ್ಥಿತಿಯಿಂದ ಉಂಟಾಗಿದ್ದ ನಿರಾಸಕ್ತಿಯಿಂದ ತನಗೆ ತಾನೇ ಅವನು ಹೇಳಿಕೊಂಡು ಗೋಡೆಗಳ ಮೇಲೆ ಉಗುಳಿದನು. "ಇದು ಚೆನ್ನಾಗಿದೆ, ಹೇಗಿ...ದ್ದೀ...ಯಾ ! ...ಹಾ–ಹಾ–ಹಾ–ಹಾ" ಎಂದು ತಾನೇ ಕೂಗಿಕೊಂಡನು.

ಅವನು ತನ್ನ ಮಗುವಿನ ಕಡೆ ನೋಡಿದನು.

"ಆದರೆ, ಈ ದರಿದ್ರ ಮಗುವನ್ನು ಏನು ಮಾಡೋದು ?" ಎಂದು ಅವನು ಆಲೋಚಿಸುತ್ತ, ತನಗೆ ತಾನೇ ಗೊಣಗಿಕೊಳ್ಳತೊಡಗಿದನು : "ಅವಳು ಎಲ್ಲಿದ್ದಾಳೆ ಎಂಬುದು ತಿಳಿದಿದ್ದರೆ, ಅದನ್ನು ಆ ಮನೆಯ ಬಾಗಿಲ ಮುಂದೆಯೇ ಬಿಟ್ಟು ಬರುತ್ತಿದ್ದೆ. 'ತಗೋ ! ...ನಿನ್ನದೇ ಅದು !' ಎಂದು ಹೇಳಿಬಿಟ್ಟು ಬರುತ್ತಿದ್ದೆ.

ಅವನ ಮನಸ್ಸಿಗೆ ಒಂದು ಕೆಟ್ಟ ಯೋಚನೆಯು ಕೂಡಲೇ ಹೊಳೆಯಿತು. ಅದರಿಂದ ಅವನು ವಿವರ್ಣನಾದನು. ಅಲ್ಲದೆ ತನ್ನ ಮೇಲ್ಹುಟಿಯನ್ನು ಸ್ವತಃ ಕಚ್ಚಿಕೊಂಡನು. ಅವನ ಕೈಗಳು ನಡುಗುತ್ತಿದ್ದುವು ಅವನು ಮಗುವಿನ ಬಳಿಗೆ ಹೋದನು. ಅದಕ್ಕೆ ಹೊದಿಕೆ ಇರಲಿಲ್ಲ. ತನ್ನ ಕೊಳಕು ಕಂಬಳಿ ಚಿಂದಿಯನ್ನು ಅದು ಒದ್ದುಕೊಂಡು, ಬದಿಗೆ ತಳ್ಳಿತ್ತು. ತನ್ನ ಕೈಗಳನ್ನು ಅದು ಬಾಯಲ್ಲಿಟ್ಟುಕೊಂಡಿತ್ತು. ಮೇಲಿನ ಶೂನ್ಯದ ಕಡೆಗೆ ನೋಡುತ್ತ, ಅದು ಅಸ್ಪಷ್ಟವಾಗಿ ಮುಗುಳು ನಗುತ್ತಿತ್ತು...ಅದರ ಬಾಯಿಯ ಆಕಾರವು ಅವನಲ್ಲಿ ಬೇರೊಬ್ಬರ ಹೋಲಿಕೆಯ ನೆನಪನ್ನು ಮೂಡಿಸುತ್ತಿತ್ತು...ಅದು ಹಳೆಯ ಪರಿಚಯದ ನೆನಪೇ ?... ಯಾವುದೆಂಬುದು ಸರಿಯಾಗಿ ಆತನಿಗೆ ಹೊಳೆಯಲಿಲ್ಲ.

ತನ್ನ ಗಮನವನ್ನು ಅವನು ಮಗುವಿನಿಂದ ಬೇರೆ ಕಡೆಗೆ ತಿರುಗಿಸಿದನು. ತನ್ನ ಟೊಪ್ಪಿಗೆಯನ್ನು ಅವನು ಆತುರದಿಂದ ಧರಿಸಿಕೊಂಡನು : ಬಾಗಿಲನ್ನು ಮುಚ್ಚಿ, ಬೀಗ ಹಾಕುತ್ತ, ಅಲ್ಲಿಂದ ಹೊರಕ್ಕೆ ಬಂದನು. ಎಲ್ಲಿಗೆ ಹೋಗಬೇಕೆಂಬ ಲಕ್ಷ್ಯವೇನೂ ಇಲ್ಲದೆಯೇ ಅವನು ಮುನ್ನಡೆಯತೊಡಗಿದನು. ಅವನಿಗೆ ಮನಶ್ಶಾಂತಿ ಇರಲಿಲ್ಲ... ಮಗುವಿನ ಅಳುವಿನ ಧ್ವನಿಯು ಅವನ ಕಿವಿಗಳಲ್ಲಿ ಅನುರಣಿಸುತ್ತಿತ್ತು. ಅದು ತನ್ನನ್ನೇ ಕರೆಯುತ್ತಿತ್ತೇನೋ ಎಂದು ಭಾಸವಾಗುತ್ತಿತ್ತು... ಅದು ತನ್ನ ಮುಂದೆ ಕಾಣಿಸುತ್ತಿದ್ದಂತೆಯೂ ತನ್ನ ಪುಟ್ಟ ಕಾಲುಗಳಿಂದ ಒದ್ದಾಡುತ್ತಿದ್ದಂತೆಯೂ ಒಂದೇಸಮನೆ ತೀವ್ರವಾಗಿ ಅದು ಅಳುತ್ತಿದ್ದಂತೆಯೂ ಅವನು ಕಲ್ಪಿಸಿಕೊಂಡನು... ಇಲ್ಲ ! ಅವನು ಹಿಂದಿರುಗಿ ಹೋಗಲೇಬೇಕು ಎಂದೆನಿಸಿತು. "ಅವಳ ಕತ್ತು ಹಿಡಿದು, ಸದ್ದಡಗಿಸಿಬಿಡುತ್ತೇನೆ !... ಅವಳ ನಾಲಿಗೆಯು ಹೊರಬರುವವರೆಗೂ ಅವಳ ಕತ್ತು ಹಿಸುಕಿಬಿಡುತ್ತೇನೆ. ಅವಳ ಮನೆ ಹಾಳಾಗಲಿ !" ಎಂದು ಅವನು ಪರಾರಿಯಾಗಿದ್ದ ಹೆಂಡತಿಯನ್ನು ಶಪಿಸತೊಡಗಿದನು.

ಅವನು ಒಂದು ರೊಟ್ಟಿಯಂಗಡಿಗೆ ಹೋದನು. ಅಲ್ಲೊಂದು ಸುರುಳಿ ರೊಟ್ಟಿಯನ್ನು ಕೊಂಡುಕೊಂಡು ತನ್ನ ಮನೆಗೆ ಹಿಂದಿರುಗಿದನು. ಹಿಂದೆ ಇದ್ದಂತೆಯೇ ತನ್ನ ಮೈಬಿಟ್ಟುಕೊಂಡು, ಮಗು ಮಲಗಿಕೊಂಡಿತ್ತು. ಆದರೆ ಅದು ಅಳುತ್ತಿರಲಿಲ್ಲ, ನಸುನಗುತ್ತಿತ್ತು.

"ಈ ಮಗುವಿನ ಮನೆ ಹಾಳಾಗಲಿ ! ಅವನು ನಿಶ್ಚಿಂತೆಯಿಂದ, ಸಾಕಾದಷ್ಟು ಸುಖವಾಗಿಯೇ ಇದ್ದಾನೆ, ವಕ್ರ ಪೋರ !" – ಎಂದುಕೊಳ್ಳುತ್ತ, ಅವನು ಮತ್ತೆ ಮನೆಯಿಂದ ಹೊರಬಂದನು.

ನೆಮ್ಮದಿಯಿಂದ ನಡೆದುಕೊಂಡು ಹೋಗುವುದು ಅವನಿಗೆ ಸಾಧ್ಯವಾಗಲಿಲ್ಲ. ಮಗು ಅಳುತ್ತಿದ್ದುದು ತನಗೆ ಕೇಳಿಸುತ್ತಿದ್ದಂತೆ ಅವನಿಗೆ ಭಾಸವಾಗುತ್ತಲೇ ಇತ್ತು... ಹೃದಯದಲ್ಲಿ ಚುಚ್ಚು ವೇದನೆಯನ್ನು ಉಂಟುಮಾಡುತ್ತಿದ್ದ ಕಳವಳ...

ತನ್ನ ಮುಷ್ಟಿಗಳನ್ನು ಬಿಗಿಸಿಕೊಂಡು, ಅವನು ಮನೆಗೆ ಹಿಂದಿರುಗಿದನು. ಆಗ ಮಗು ಅಳುತ್ತಿತ್ತು. "ಮ...ಮ್...ಮ್...ಮ್ಮಾ ! ಮಾ...ಮ್...ಮ್...ಮ್ಮಾ !" ಎಂದು ಮಗು ಅಳುತ್ತಿತ್ತು.

"ಏಯ್ ಪೋರ ! ಅಮ್ಮ, ಎಲ್ಲಿ ನಿನ್ನಮ್ಮ !... ಹೋಗು, ನಿನ್ನ ಆ ಅಮ್ಮನನ್ನ ಹುಡುಕು... ಅವಳಿಗೆ ಪ್ಲೇಗು ಬಡಿದು ಅವಳು ಹಾಳಾಗಲಿ !" – ಎನ್ನುತ್ತಾ, ಅವನು ಮಗುವನ್ನು ತನ್ನ ಕೈಗಳಲ್ಲಿ ಎತ್ತಿಕೊಂಡನು. ಅದು ತನ್ನ ಪುಟ್ಟ ತುಟಿಗಳಿಂದ ಏನನ್ನೋ ಅತ್ಯಾಸಕ್ತಿಯಿಂದ ಅರಸುತ್ತ, ಅವನನ್ನು ಅಪ್ಪಿಕೊಂಡಿತು.

ಮಗುವಿನ ಕೆನ್ನೆಗಳನ್ನೂ ಮೈಯನ್ನೂ ಪ್ರೀತಿಯಿಂದ ತಟ್ಟುತ್ತಾ, ಅವನು "ಅವಳ ದುಷ್ಟ ಆತ್ಮ ಸುಡಲಿ !" ಎಂದು ಅವಳನ್ನು ಶಪಿಸುತ್ತಲೇ ಇದ್ದನು. "ಷ್ಲೋಯಿಮಾಲೆ, ಅಳಬೇಡ... ಈಗ ಸುಮ್ಮನೆ ಇರು... ಸುಮ್ಮನಿರಪ್ಪಾ !" ಎಂದು ಮಗುವನ್ನು ಸಮಜಾಯಿಸತೊಡಗಿದನು.

ತನ್ನ ಪುಟ್ಟ ಬಾಯಿಯಿಂದ ಮಗು ಹುಡುಕುತ್ತಲೇ ಇತ್ತು, ತನ್ನ ಕೈಗಳನ್ನು ಅತ್ತಿತ್ತ ಬೀಸುತ್ತಿತ್ತು, ಮತ್ತು ಇನ್ನೇನು ಮಾತನಾಡತೊಡಗುತ್ತದೇನೋ ಎಂಬಂತೆ ತನ್ನ ತಲೆಯನ್ನು ಅದು ಅಲ್ಲಾಡಿಸುತ್ತಿತ್ತು. ಅದನ್ನು ಅವನು ಹೆಚ್ಚು ಹತ್ತಿರಕ್ಕೆ ಸೆಳೆದುಕೊಂಡನು ಮತ್ತು ಅದೇ ವೇಳೆ ಯಲ್ಲಿಯೇ ಮಗುವಿಗಾಗಿ ಸ್ವಲ್ಪ ಹಾಲನ್ನು ಅವನು ಹುಡುಕಿದನು. ಒಲೆಯ ಮೇಲೆ ಸ್ವಲ್ಪ ಹಾಲು ಇತ್ತು. ಉರುಳೆ ರೊಟ್ಟಿಯನ್ನು ಅವನು ಅದರಲ್ಲಿ ನೆನೆಸಿದನು. ಆಮೇಲೆ ಒಂದು ಚಮಚದಿಂದ ಅದನ್ನು ಮಗುವಿಗೆ ಉಣಿಸತೊಡಗಿದನು. ಅದೇ ವೇಳೆಯಲ್ಲಿ, ಮೃದುವಾದ ಸ್ವರದಿಂದ, "ತಿನ್ನು ಮಗು, ತಿನ್ನು... ನಿನ್ನಮ್ಮ ... ಅವಳು ಹಾಳಾಗಲಿ ! ...ನಿನ್ನನ್ನು ಬಿಟ್ಟು ಹೋಗಿದ್ದಾಳೆ... ನಾಯಿ ಕೂಡ ತನ್ನ ಮರಿಯನ್ನು ಯಾವತ್ತೂ ಬಿಟ್ಟು ಹೋಗದು... ಅವಳು ನಾಯಿಗಿಂತಲೂ ಕಡೆ ! ಅಳಬೇಡ ಮಗು... ಇಲ್ಲ, ನಾನು ನಿನ್ನನ್ನು ಬಿಡೋದಿಲ್ಲ... ಮಾತುಕೊಡ್ತೇನೆ... ನಾ ನಿನ್ನ ಬಿಡಲಾರೆ !" ಎಂದು ಅವನು ಹೇಳತೊಡಗಿದನು.

ಮಗು ಸುಮ್ಮನಾದಾಗ, ಅದನ್ನೊಂದು ಬಟ್ಟೆಯಲ್ಲಿ ಸುತ್ತಿಕೊಂಡು, ಅವನು ಅದನ್ನು ಬೀದಿಗೆ ಕೊಂಡೊಯ್ದನು.

ಆ ಸ್ಥಿತಿಯಲ್ಲಿ ಅವನನ್ನು ಕಂಡು, ಮಾರುಕಟ್ಟೆಯ ಜನರಲ್ಲಿ ವಿಸ್ಮಯದ ಗಲಿಬಿಲಿಯುಂ ಟಾಯಿತು. ಬುರೀಹ್ ಕುಲೋಕನ* ಕೈಯಲ್ಲೊಂದು ಮಗು ! ತನ್ನ 'ನೆಲೆಯಿಂದಲೇ ಕ್ರಾದ್ನಿಕ್ ಕೂಗಿ ಕೇಳಿದನು : "ಹೇಯ್, ಕುಲೋಕ್ ! ಮಗು ನಿನಗೆ ಯಾವತ್ತು ಹುಟ್ಟಿತು ?"

ಕ್ರಾದ್ನಿಕನ ಹೆಂಡತಿಯು ಉತ್ಸಾಹಿತಳಾಗಿ ಮೇಲಕ್ಕೆ ಎದ್ದಳು. ಮಗುವನ್ನು ಎತ್ತಿಕೊಳ್ಳುವುದಕ್ಕಾಗಿ ತನ್ನ ಎರಡೂ ತೋಳುಗಳನ್ನು ಮುಂಚಾಚಿಕೊಂಡು ನುಗ್ಗಿ ಬಂದಳು. ಅವಳು ತನ್ನ ಧೂಳು ಪಾವಡದಿಂದ ತನ್ನ ಮುಖವನ್ನು ಅನೇಕ ಸಲ ವಿಶೇಷ ಸಂತೋಷದಿಂದ ಒರೆಸಿಕೊಂಡಳು... ನಕ್ಕಳು ಮತ್ತು ಎಳೆಯ ಪೋರನ ಪೃಷ್ಠಗಳನ್ನು ತಟ್ಟಿದಳು.

"ಈ ಮಗು, ನಿನ್ನದೇ ಕುಲೋಕ್ ? ಆಹ, ನಾನು ಯಾವತ್ತೂ ನಿರೀಕ್ಷಿಸಿರಲಿಲ್ಲ !

---

* ಬುರೀಹ್ ಎಂಬುದಷ್ಟೇ ಅವನ ಹೆಸರು. 'ಕುಲೋಕ್' ಎಂದರೆ ಮುಷ್ಟಿ ಎಂದು ಅರ್ಥ. ಎಂದರೆ ಹಿಡಿ-ಗುದ್ದುಗಳಿಗೆ ಹೆಸರು ಪಡೆದಿದ್ದ ಬುರೀಹ್ ಎಂದು ಎಲ್ಲರಿಗೂ ಅವನು ಪರಿಚಿತನಾಗಿದ್ದನು.

...ಅವನ ಪುಟ್ಟ ಕಣ್ಣುಗಳನ್ನು ನೋಡು... ಅವನು ಮರೀನಳಂತೆಯೇ ಕಾಣಿಸ್ತಿದ್ದಾನೆ, ಅಲ್ಲವೇ ? ...ಅವಳದೇ ಮೂಗು... ಸರಿಯಾಗಿ ಅವಳದೇ ! ನನ್ನಾಣೆ ! ಎಂಥ ಮುತ್ತಿನಂಥ ಮೂಗು ! ...ಅವನನ್ನು ನನ್ನ ಕೈಗೆ ಕೊಡು !..." ಎನ್ನುತ್ತ ಅವಳು ಮುಂದೆ ಬಂದಳು. ಅವನ ಕೈಯಿಂದ ಮಗುವನ್ನು ತೆಗೆದುಕೊಂಡಳು. ಅದನ್ನು ಮೇಲಕ್ಕೆ ಎಸೆದು, ಕೆಳಗಡೆ ಹಿಡಿದುಕೊಂಡಳು. "ಅದೋ ! ಅದೋ ! ! ಛೀ, ಕಳ್ಳ !" ಎಂದು ಕೂಗಾಡುತ್ತ, ಮಗುವನ್ನು ಆಕೆ ಆಡಿಸತೊಡಗಿದಳು.

ಮುದುಕ ಕ್ರಾದ್ನಿಕ್ ಅಲ್ಲಿನ ಕಳ್ಳರ ತಂಡದ 'ಯಜಮಾನ' ಆಗಿದ್ದನು. ಅವನು ನಿಧಾನವಾಗಿ ಮೇಲಕ್ಕೆ ಎದ್ದನು. ಮಗುವಿನ ಹತ್ತಿರಕ್ಕೆ ಬಂದು, ಅದನ್ನು ಪರೀಕ್ಷಿಸಿದನು. ಬಳಿಕ ಕುಲೋಕನ ಬೆನ್ನನ್ನು ತಟ್ಟುತ್ತಾ, "ಚೆನ್ನಾಗಿ ಗಟ್ಟಿಮುಟ್ಟಾಗಿದ್ದಾನೆ ಪುಟ್ಟ ಪೋರ ! ...ಅವನು ಸಾಕಾದಷ್ಟು ಚುರುಕಾಗಿಯೇ ಬಾಗಿಲುಗಳ ಅಡ್ಡ ಪಟ್ಟಿಗಳನ್ನು ಸರಿಯಾಗಿ ಹತ್ತಿಬಿಡ್ತಾನೆ ! ...ಅವನ ಅಮ್ಮ ಯಾರು ?" – ಎಂದು ಅವನು ಕೇಳಿದನು.

"ಅವಳು ಬಹುಶಃ ಬೆಂಕಿಯಲ್ಲಿ ಉರಿದು ಬೀಳ್ತಾಳೆ ! ...ಅವಳು ಓಡಿಹೋದ್ಳು ...ಮೇಣಬತ್ತಿ ದೀಪದಾನಿಗಳನ್ನು ಕೂಡ ಎತ್ತಿಕೊಂಡು ಓಡಿಹೋದ್ಳು."

"ನಿನ್ನ ಪಾಲಿಗೆ ಈ ಮಗುವನ್ನು ಬಿಟ್ಟಳೋ ? !"

"ಹೌದು, ಬಿಟ್ಟು ಹೋಗಿದ್ದಾಳೆ."

"ಅದು ಒಳ್ಳೆಯದಲ್ಲ ...ಒಳ್ಳೆಯದಾಗಲಿಲ್ಲ !"

ಮುದುಕನು ತನ್ನ ತಲೆಯನ್ನು ಕೆರೆದುಕೊಂಡನು ... ಕಿರಿಯ ಕ್ರಾದ್ನಿಕ್ ಅವನ ಹತ್ತಿರಕ್ಕೆ ಬಂದನು. ಕುಲೋಕನೊಡನೆ ಹೇಳಿದನು : "ಅದು ಸರಿಯೇ ...ನೀನು ಈಗ ಕಸಬನ್ನು ಬಿಟ್ಟು ಬಿಡಬೇಕಾಗಬಹುದು ಮತ್ತು ಮಗುವನ್ನು ಸಾಕಬೇಕಾಗುವುದು ಎಂದು ನನಗೆನಿಸ್ತದೆ... ಅವಳು ನಿನಗೆ ಚೆನ್ನಾಗಿಯೇ ಕೈಕೊಟ್ಟಳು, ಅಲ್ಲವೇ ?"

"ನನ್ನ ವಿಷಯವಾಗಿ ನೀನೇನೂ ತಲೆಕೆಡಿಸಿಕೊಳ್ಳಬೇಕಾಗಿಲ್ಲ ... ದೇವರು ದೊಡ್ಡವನು ಹೊಟ್ಟೆಗೂ ಹಾಕ್ತಾನೆ, ಅಲ್ಲದೆ ಕುಲೋಕನಂತೂ ಯಾವಾಗಲೂ ಕುಲೋಕನೇ ! ಅವನು ಬೇರೆ ಏನೂ ಆಗಲಾರ."

ಮಗುವನ್ನು ತನ್ನ ತೋಳುಗಳಲ್ಲಿ ಅವನು ಎತ್ತಿಕೊಂಡನು, ಪಟ್ಟಣದ ಬೀದಿಯಲ್ಲಿ ಓಡಾಡ ತೊಡಗಿದನು. ಇದನ್ನು ಕಂಡು, ಜನರು ತನ್ನ ಕಡೆಗೆ ಬೆರಳು ತೋರಿಸುತ್ತ, ನಗುತ್ತಿದ್ದರೆಂದು ಅವನಿಗೆನಿಸಿತು.

ಪಟ್ಟಣದ ಹೊರಗಡೆಯ ಅಡವಿಯನ್ನು ತಲಪಿದ ಮೇಲೆ, ಅವನು ಒಂದು ಕಲ್ಲಿನ ಮೇಲೆ ಕುಳಿತುಕೊಂಡನು.

ಸುತ್ತಲೂ ಎಲ್ಲಿಯೂ ಒಂದು ನರಪಿಳ್ಳೆಯೂ ಅವನಿಗೆ ಕಾಣಿಸಲಿಲ್ಲ. ಮರಗಳ ರೆಂಬೆಗಳು ತಮ್ಮ ಹಣ್ಣೆಲೆಗಳನ್ನು ಉದುರಿಸುತ್ತ, ವಿಷಾದದಿಂದ ಮರ್ಮರಿಸುತ್ತಿದ್ದುವು... ದೂರದಲ್ಲಿ ಹರಿಯುತ್ತಿದ್ದ ಹೊಳೆಯ ಸಪ್ಪಳವೂ ಅದು ಜುಳುಜುಳಿಸುತ್ತ ಬಂಡೆಗಳ ಮೇಲೆ ನೀರನ್ನೆರಚುತ್ತಿದ್ದ ಸದ್ದೂ ಅಲ್ಲಿಗೆ ಸ್ಪಷ್ಟವಾಗಿ ಕೇಳಿಬರುತ್ತಿದ್ದುವು.

ಬುರೀಹನು ಮಗುವನ್ನು ತನ್ನ ಬಳಿಯಲ್ಲಿಯೇ ಕೆಳಕ್ಕಿಟ್ಟ. ಬಳಿಕ ಅದರ ಕಡೆಗೆ ಕಪಿಭಾವನೆಯ ನೋಟವನ್ನು ಬೀರಿದ. ಮಗು ಮೌನವಾಗಿ ಅವನ ಕಡೆಗೇ ದಿಟ್ಟಿಸಿ ನೋಡಿತು. ಅದು ತನ್ನ ಕೈಯನ್ನೇ ಚೀಪುತ್ತಿದ್ದು ಧ್ಯಾನಮಗ್ನವಾಗಿ ಇರುವಂತೆ ಕಂಡಿತು. ಆ ಮಗುವನ್ನು ಏನುಮಾಡಬೇಕೆಂಬುದರ ಬಗೆಗೆ ಕುಲೋಕನಿಗೆ ಸ್ವಲ್ಪವೂ ಕಲ್ಪನೆಯೇ ಇರಲಿಲ್ಲ.

ಕ್ಷಣಕಾಲದಲ್ಲಿಯೇ, ತಾನು ಅದನ್ನು ಅಲ್ಲಿಯೇ ಬಿಟ್ಟು ಹೋಗಬೇಕೆಂಬ ವಿಚಾರವು ಅವನ ಮನಸ್ಸಿಗೆ ಹೊಳೆಯಿತು. ಆದರೆ, ಕೂಡಲೇ ಆ ಅಸಹಾಯಕ ಪೋರನ ಬಗೆಗೆ ಅವನಲ್ಲಿ ಮರುಕದ ಭಾವನೆ ಮೂಡಿತು. ಏಕೆಂದರೆ, ಅವನ ಸ್ವಂತ ರಕ್ತ – ಮಾಂಸಗಳೇ ಈ ಆಲೋಚನೆಯನ್ನು ಅವನ ಮನಸ್ಸಿನಿಂದ ಹೊರದೂಡಿದುವು. ಪುನಃ ಅವನು ಮಗುವನ್ನು ತನ್ನ ತೋಳುಗಳಲ್ಲಿ ಎತ್ತಿಕೊಂಡನು. ಅದರ ಪುಟ್ಟ ಮೈಯನ್ನು ತನ್ನ ಹತ್ತಿರಕ್ಕೊತ್ತಿಕೊಳ್ಳುತ್ತ, ಅದನ್ನು ಅಪ್ಪಿಕೊಂಡನು. ಈ ಮಧ್ಯೆ ಅದರ ಲಕ್ಷಣಗಳೆಲ್ಲವನ್ನೂ ಜಾಗರೂಕತೆಯಿಂದ ಅವನು ಪರಿಶೀಲಿಸಿದನು. ಅವುಗಳಲ್ಲಿ ಅವನು ಸ್ವತಃ ತನ್ನ ಲಕ್ಷಣಗಳನ್ನೇ ಗುರುತಿಸಿಕೊಂಡಂತೆ ಭಾವಿಸಿದನು ಮತ್ತು ಈ ವಿಚಾರದಿಂದ ಅವನ ಕೈಕಾಲುಗಳಲ್ಲೆಲ್ಲ, ಸಂತಸದ ಭಾವನೆಯಿಂದ, ಕಾವು ಉಂಟಾಯಿತು.

"ಪುಟ್ಟ ಕುಲೋಕ್ !" ಎಂದು ಅವನು ಮಗುವಿನ ಕಡೆ ನೋಡುತ್ತ, ಅದನ್ನು ಉದ್ದೇಶಿಸಿ ಹೇಳಿದನು : "ಹೌದು, ನೀನು ಸರಿಯಾಗಿಯೇ ಪುಟ್ಟ ಕುಲೋಕ್. ನೀನು ಚಾಲಾಕು ವ್ಯಕ್ತಿ ಆಗ್ತಿ ಅಂತ ನಾನು ನಿಶ್ಚಿತವಾಗಿ ಹೇಳ್ತೇನೆ. ನೀನು ಬಾಗಿಲು ಅಡ್ಡ ಪಟ್ಟಿಗಳನ್ನೂ, ಗಾಳಿಕಿಂಡಿಗಳನ್ನೂ, ಕಲ್ಕಟ್ಟಡದ ಕಿಟಕಿಗಳನ್ನೂ ಭೇದಿಸಿಕೊಂಡು ನುಗ್ಗಬಲ್ಲೆ... ಬೀಗಗಳನ್ನು ಮುರಿಯುವೆ ಮತ್ತು ಮೃದು ಚರ್ಮದ ವಸ್ತುಗಳನ್ನು ಕದಿಯುವೆ... ಆಮೇಲೆ ನಿನಗೂ ಮಕ್ಕಳಾಗುವರು...ಅವರ ತಾಯಿಯೂ ಅವರನ್ನು ಬಿಟ್ಟು ಓಡಿಹೋಗುವಳು... ಆದರೆ, –ನಿನ್ನ ಮಕ್ಕಳು ರೊಟ್ಟಿಯನ್ನು ಬೇಡುತ್ತ, ಮನೆಮನೆಗೂ ಅಲೆಯುವರೆ ? ...ನೀನು ಯಾರು ? ...ಒಬ್ಬ ಕುಲೋಕ್, ನನ್ನಂತೆಯೇ ...ನೀನೂ ನಾನೂ ...ಕುಲೋಕ್."

ಮಗುವನ್ನು ಅವನು ಹೊಳೆಯ ದಡದ ಬಳಿ ಬಿಟ್ಟನು, ಅದು ಏನು ಮಾಡುವುದೆಂಬುದನ್ನು ನೋಡಲೆಂದು ತಾನೊಂದು ಮರದ ಮರೆಯಲ್ಲಿ ಹಿಂದಕ್ಕೆ ನಿಂತುಕೊಂಡನು ...ಅದು ತನ್ನ ಕಾಲುಗಳಿಂದ ಒದ್ದಾಡಿತು, ತನ್ನ ಕೈಗಳನ್ನು ಚೀಪಿತು ಮತ್ತು ಮಮ್...ಮ್...ಮ್...ಮ್ಮಾ ! ಮಾಮ್...ಮ್...ಮ್..." ಎಂದು ಆಟದಲ್ಲೇ ಹೇಳಿಕೊಳ್ಳುತ್ತಿದ್ದಂತೆ ಅಳತೊಡಗಿತು.

ದೂರದಲ್ಲಿದ್ದ ಮತ್ತೊಂದು ಮರದ ಹಿಂದೆ ಅವನು ಅವಿತುಕೊಂಡನು. ಅಲ್ಲಿಗೂ ಸಹ ಅವನಿಗೆ ಮಗುವಿನ ರೋದನವು ಕೇಳಿಸಿತು. ಹೀಗೆಯೇ ಅವನು ಮರದಿಂದ ಮರಕ್ಕೆ, ದೂರ ದೂರಕ್ಕೆ ಹೋದನು. ಅಲ್ಲಿ ಅವನಿಗೆ ಮಗುವಿನ ಸದ್ದು ಏನೂ ಕೇಳಿಸುತ್ತಿರಲಿಲ್ಲ ...ಆಮೇಲೆ ಅವನು ಅಲ್ಲಿಂದ ಓಡಿಹೋದನು. ಅವನು ಓಡಿಹೋಗುತ್ತಿದ್ದಂತೆ, ಆಗ ಕೂಡ, ಮಗುವಿನ ಅಳುವಿನ ಧ್ವನಿಯು ಕಿವಿಗಳಿಗೆ ಕೇಳಿಸಿದಂತೆಯೇ ಅವನಿಗೆ ಭಾಸವಾಗುತ್ತಿತ್ತು. "ಅದು ಈಗ ಹೊಳೆಯೊಳಕ್ಕೆ ಉರುಳಿರಬಹುದು" – ಎಂದು ಅವನು ಕೂಡಲೇ ಆಲೋಚಿಸಿಕೊಂಡನು... ಅವನ ತಲೆಯು ಸಿಡಿಯತೊಡಗಿತು ಮತ್ತು ಅವನ ಹೃದಯದಲ್ಲಿ ವೇದನೆಯುಂಟಾಯಿತು... ಆದರೆ ಅವನು ಓಡುತ್ತಲೇ ಇದ್ದನು...

ಆಗ ಅವನು ನಿಂತುಕೊಂಡನು, ಸುತ್ತಲೂ ನೋಡಿದನು, ಒಡನೆಯೇ ಹಿಂದಕ್ಕೆ ಹೊರಳಿ ಕ್ಷಿಪ್ರ ಹೆಜ್ಜೆಗಳನ್ನಿಟ್ಟನು.

ಮಗು ಜೋರಾಗಿ ಅಳುತ್ತಿದ್ದುದು ಅವನಿಗೆ ಕ್ರಮೇಣ ಕೇಳಿಸಿತು ; ಆಮೇಲೆ ಮಗು ಕಾಣಿಸಿತು. ತನ್ನ ತೋಳುಗಳಲ್ಲಿ ಅದನ್ನು ಅವನು ಎತ್ತಿಕೊಂಡನು ಮತ್ತು ಅಡವಿಯ ಹೊರವಲಯದಲ್ಲಿದ್ದ ಗುಡಿಸಲುಗಳ ಬಳಿಗೆ ಹೋದನು... ಬಾಗಿಲಿನಿಂದ ಬಾಗಿಲಿಗೆ ಕ್ರಮಶಃ ಮುಂದುವರಿಯುತ್ತ, ತನ್ನ ಮುರುಕು ದನಿಯಲ್ಲಿ ಅವನು ಹೀಗೆ ಬೇಡತೊಡಗಿದನು ; "ತಬ್ಬಲಿ ಮಗುವಿಗೆ ತುಸು ಹಾಲು ಕೊಡಿ ಅಮ್ಮಾ !... ತಬ್ಬಲಿ ಮಗುವಿಗೆ ತುಸು ಹಾಲು !"

○ ಅಮೋಸ್ ಮೊಸ್ಸೆನ್ ಸನ್*

ಊರಿಗೆ ಮರಳಿದ ಅಗ್ರಗಾಮಿ**

ನಾನು ಧರಿಸಿಕೊಂಡಿದ್ದ ಬಟ್ಟೆಗಳಷ್ಟೇ ಕೊಳಕಾಗಿದ್ದ ಮನಃಸ್ಥಿತಿಯಲ್ಲಿ ನಾನು ಬಂದೀಖಾನೆಯ ಕೋಣೆಯಲ್ಲಿ ಕುಳಿತಿದ್ದೆ. ಕಬ್ಬಿಣದ ಕಂಬಿಗಳ ನೋಟದಿಂದ ನನಗೆ, ಹಿಂದೆ ಸ್ಪೇನ್ ದೇಶದಲ್ಲಿ ಧಾರ್ಮಿಕ ವಿಚಾರಣಾಧಿಕಾರಿಗಳು ಕೈದಿಗಳಿಗೆ ಚಿತ್ರಹಿಂಸೆ ನೀಡುತ್ತಿದ್ದ ಕೋಣೆಗಳ ಕಲ್ಪನೆಯ ಚಿತ್ರಗಳು ನೆನಪಿಗೆ ಬಂದುವು. ದಂತ ವೈದ್ಯರು ಬಳಸುವಂತಹ ಭಯಂಕರವಾದ ಇಕ್ಕುಳಗಳನ್ನು ನೆನಪಿನಾಳಗಳಿಂದ ಆ ಕಬ್ಬಿಣದ ಕಂಬಿಗಳು ಎತ್ತಿ ತೆಗೆದುವು. ನಾನು ಆ ವೇಳೆಗಾಗಲೇ ಅನುಭವಿಸದೆ ಇರಲು ಅಸಾಧ್ಯವಾಗಿದ್ದ ಸ್ಥಿತಿಯನ್ನು ನನಗೆ ಅದು ನೆನಪು ಮಾಡಿಕೊಟ್ಟಿತು. ಅದೆಂದರೆ, ಆಗ ನನಗೆ ಹಸಿದ ಹುಲಿಯಂತೆ ವಿಶೇಷ ಕ್ಷುದ್ಬಾಧೆ ಉಂಟಾಗಿತ್ತು.

ಕಟ್ಟಕಡೆಗೆ ಬಾಗಿಲನ್ನು ತೆರೆಯಲಾಯಿತು. ಪೊಲೀಸ್ ಅಧಿಕಾರಿಯೊಬ್ಬನು ಒಳಕ್ಕೆ ಬಂದು ಸುತ್ತಾಡಿದನು. ಅವನು ಇನ್ನೂ ಮುಕ್ಕಾಲು ಪಾಲು ನಿದ್ರೆಯ ಸ್ಥಿತಿಯಲ್ಲಿಯೇ ಇದ್ದನು. ಅವನ ಅಂಗಿಯ ತಳಭಾಗದಿಂದ ಪಾಯಜಾಮದ ಕಾಲುಗಳು ಹೊರಚಾಚಿ ಕೊಂಡಿದ್ದುವು.

"ನಿನ್ನ ಹೆಸರೇನು ?" ಎಂದು ಅವನು ಜುಗುಪ್ಸೆಯ ಜಬರದಸ್ತಿನಿಂದ ಕೇಳಿದನು.

"ನಾನು ಸಿಳ್ಳು ಹಾಕಿದೆ" ಎಂದು ನಾನು ಅಸಹಾಯಕ ಉದಾಸೀನತೆಯಿಂದಲೇ ಉತ್ತರ ಕೊಟ್ಟೆನು.

ತನಗೆ ಕೇಳಿಸಲಿಲ್ಲವೇನೋ ಎಂಬಂತೆ, ಮತ್ತೆ "ನಿನ್ನ ಹೆಸರೇನು ?" ಎಂದು ಅವನು ಕೇಳಿದನು.

"ನಾನು – ಸಿಳ್ಳು ಹಾಕಿದೆ."

"ನಿನ್ನ ಹೆಸರೇನು ? ನಿನ್ನನ್ನು ಜನರು ಏನೆಂದು ಕರೀತಾರೆ ?" ಎಂದು ಅವನು ತನ್ನ ಪ್ರಶ್ನೆಯನ್ನು ಮತ್ತೆ ಭಾವಭಂಗಿಗಳ ಮೂಲಕ ವಿವರಿಸಿದನು.

---

* ಹೀಬ್ರೂ ಭಾಷೆಯ ಕಥೆಗಾರ

** ಬಂಜರು ನೆಲವನ್ನು ಕೃಷಿಭೂಮಿಯಾಗಿ ಮಾಡಲು ಸ್ವಯಂ ಸೇವಕರಂತೆ ದುಡಿದ ಯೆಹೂದಿ ಯುವಕರು, ಅಗ್ರಗಾಮಿಗಳೆನಿಸಿ ಕೊಂಡವರು.

"ಜನರು ನನ್ನನ್ನು 'ನಾನು – ಸಿಳ್ಳು ಹಾಕಿದೆ' ಎಂತಲೇ ಕರೀತಾರೆ" ಎಂದು ನಾನು ಅವನ ಕಿವಿಯ ಹತ್ತಿರ ಗಟ್ಟಿಯಾಗಿ ಕೂಗಿ ಹೇಳಿದೆನು. "ನಾನು ಮಗುವಾಗಿದ್ದಾಗ ನನಗೆ ಸಿಳ್ಳುಹಾಕಲು ಬರುತ್ತಿರಲಿಲ್ಲ. ಒಂದು ದಿನ ನಾನು ನನ್ನ ಗುಂಪಿನ ಜನರ ಮಧ್ಯೆ ನುಗ್ಗುತ್ತ, "ಏಯ್ ಹುಡುಗರೇ, 'ನಾನು ಸಿಳ್ಳು ಹಾಕಿದೆ!' ಎಂದು ಮತ್ತೆ ಮತ್ತೆ ಉತ್ಸಾಹದಿಂದ ಹೇಳಿದೆನು. ಅಂದಿನಿಂದ ಪ್ರತಿಯೊಬ್ಬರೂ ನನ್ನನ್ನು 'ನಾನು–ಸಿಳ್ಳುಹಾಕಿದೆ' ಎಂತಲೇ ಕರೀತಾ ಬಂದಿದ್ದಾರೆ."

"ನೀನು ವಾಸಮಾಡೋದು ಎಲ್ಲಿ?" ಎಂದು ಕೇಳುತ್ತ, ಅವನು ತನ್ನ ಟಿಪ್ಪಣಿ ಪುಸ್ತಕವನ್ನು ಹೊರತೆಗೆದನು.

"ನೆಗೆವ್‌ನಲ್ಲಿ."

"ಯಾವ ಬೀದಿಯಲ್ಲಿ?" –ಎಂದು ಅವನು ಕೇಳಿದನು.

"ಕೇಳು ಸಂಗಾತಿ" ಎಂದು ಹೇಳುತ್ತ, ನಾನು ನನ್ನ ಕೊನೆಯ ಹತಾಶೆಯ ಪ್ರಯತ್ನವನ್ನು ಮಾಡಿದೆನು. "ನಾನು ಮರಳುಗಾಡಿನಲ್ಲಿ ನೆಗೆವ್ ಮರುಭೂಮಿಯ ಸಾಮುದಾಯಿಕ ಕೃಷಿ ಕ್ಷೇತ್ರದ ಸದಸ್ಯರಲ್ಲಿ ಒಬ್ಬ. ನನಗೆ ಒಂದು ವಾರದ ರಜಾ ಇದೆ ಮತ್ತು ಅದು ನಾಳೆಗೆ ಮುಗೀತದೆ. ನೀವು ನನ್ನನ್ನು ಇಲ್ಲಿ ತಡೆಹಿಡಿದರೆ, ನಮ್ಮ ಕೃಷಿ ಕ್ಷೇತ್ರದ ಅಧ್ಯಕ್ಷೆಯೊಡನೆ ನೀವೇ ವ್ಯವಹರಿಸಬೇಕಾಗ್ತದೆ ಮತ್ತು ಆಕೆಯು ಏನು ಮಾಡಬಹುದೆಂಬುದನ್ನು ನಾನು ಹೇಳಲಾರೆ. ಆಮೇಲೆ ಉಂಟಾಗುವ ಪರಿಣಾಮಗಳಿಗೆ ನಾನು ಜವಾಬ್ದಾರನಲ್ಲ."

"ಸುಮ್ಮನೆ ಕೂತುಕೋ!" ಎಂದು ಅಲ್ಲಿನ ಅಧಿಕಾರಿಯು ಹಲ್ಲು ಕಡಿಯುತ್ತ ಆಜ್ಞಾಪಿಸಿದನು ಮತ್ತು ತಾನು ಹೆಚ್ಚು ಸುರಕ್ಷಿತನೆಂದು ಭಾವಿಸಿಕೊಳ್ಳಲು ಪೊಲೀಸ್ ಕೋಣೆಗೆ ಹೋಗುವ ಬಾಗಿಲನ್ನು ತೆರೆದಿಟ್ಟನು. ಆಮೇಲೆ ಅವನು ಹೇಳತೊಡಗಿದನು :

"ಅಲ್ಲಿ, ನೆಗೆವ್‌ನಲ್ಲಿ ನೀನು ಮಾಡುವ ಕೆಲಸವೇನು?"

"ನಾನು ಗಾಳಿಗೆ ತಡೆ ಹಾಕ್ತೇನೆ."

ಈ ಮಾತನ್ನು ಕೇಳಿ ಅವನು ಗಹಗಹಿಸಿ ನಕ್ಕನು. ಆ ನಗೆಯ ವಿಸ್ಫೋಟದಿಂದ ನಾನು ಉರುಳಿ ಬೀಳುವೆನೇನೋ ಎನಿಸಿತು. ಠಾಣೆಯಲ್ಲಿದ್ದ ಪೊಲೀಸರೆಲ್ಲರೂ ಈಗ ಅಲ್ಲಿನ ಆ ಕೋಣೆಯ ಬಾಗಿಲಿನ ಸುತ್ತಲೂ ಗುಂಪುಗೂಡಿಕೊಂಡು, ಈ ಸಂಭಾಷಣೆ ಕೇಳುತ್ತಿದ್ದರು.

"ಅವನಿಗೆ ತಲೆ ಸರಿಯಾಗಿಲ್ಲವೆಂದು ನಾನು ಮೊದಲೇ ನಿನಗೆ ಹೇಳಿದೆ." ಎಂದು ಕೆಂಪು ತಲೆಯವನೊಬ್ಬನು ಹೇಳಿದನು.

"ಗಾಳಿಗೆ ತಡೆ ಹಾಕ್ತಾನಂತೆ! ಹಾ! ಹಾ! ಹಾ!"

"ನಾವು ಅವನನ್ನು ಹಿಡಿಯದೆ ಇದ್ದಿದ್ದರೆ, ಅವನು ಜೆರೂಸಲೆಮಿಗೆಲ್ಲ ಕರೀ ಬಣ್ಣ ಬಳೀತಿದ್ದ."

ಅಧಿಕಾರಿಯು ನನ್ನನ್ನು ಪ್ರಶ್ನಿಸುತ್ತಲೇ ಇದ್ದನು. ನನಗೆ ಬೆವರಿಳಿಯಲಾರಂಭಿಸಿತು. ಆದರೆ ಇದ್ದಕ್ಕಿದ್ದಂತೆಯೇ ಆತನನ್ನು ಯಾರೋ ಹೊರಕ್ಕೆ ಕರೆದರು. ಕಳ್ಳರದೊಂದು ಗುಂಪನ್ನು ಬಂಧಿಸಲಾಗಿತ್ತು, ಅವರು ಒಂದು ವಸತಿ ವಿಭಾಗದಲ್ಲಿ ನುಗ್ಗಿ, ಮನೆಯೊಡೆಯರನ್ನು ಯಾವುದೋ ನಿದ್ರಾಜನಕ ಚೂರ್ಣದಿಂದಲೋ ಮತ್ತಾವುದರಿಂದಲೋ ನಿದ್ರೆಗೆ ಗುರಿಪಡಿಸಿದ ಮೇಲೆ, ಅಕಸ್ಮಾತ್ತಾಗಿ ತಾವೇ ಸ್ವತಃ ನಿದ್ರಿಸಿ ಬಿದ್ದಿದ್ದರು.

ಅಧಿಕಾರಿಯ ನಿರ್ಗಮನದಿಂದ ನಾನು ಅಲ್ಲಿ ಒಂಟಿಯಾಗಿ ಉಳಿದೆನು. ಆಲೋಚನೆಗಳು ನನ್ನನ್ನು ಮಂಕುಗೊಳಿಸಿದ್ದುವು. ದೀರ್ಘಕಾಲದಿಂದಲೂ ನಿರೀಕ್ಷಿಸುತ್ತಿದ್ದ ರಜೆಯು ನನಗೆ ಕಟ್ಟಕಡೆಗೆ ದೊರೆತಿತ್ತು. ಹಿಂದೆ ಒಂದು ಸಲ ಇಲ್ಲಿಗೆ ನಾವು ಬಂದಿದ್ದಾಗ, ಪಟ್ಟಣದ ಬೀದಿಗಳಲ್ಲಿ

ಹೆಮ್ಮೆಯಿಂದ, ಒಪ್ಪವಿಲ್ಲದೆ, ಬೆಳೆದ ಗಡ್ಡಗಳೊಂದಿಗೆ ಮತ್ತು ಬಾಚದೆ ಇದ್ದ ಕುಚ್ಚು ಕೂದಲುಗಳೊಂದಿಗೆ, ಭುಜಗಳ ಮೇಲೂ ಎದೆಯ ಮೇಲೂ ನಮ್ಮ ದಳದ ಒಂಟೆ ಲಾಂಛನವನ್ನು ಪ್ರದರ್ಶಿಸುತ್ತಾ, ಪಥಸಂಚಲನವನ್ನು ನಾವು ನಡೆಸಿದ್ದೆವು. ತಾಯಂದಿರು ಆಗ ನಮ್ಮ ಕಡೆಗೆ ಬೊಟ್ಟು ತೋರಿಸುತ್ತ, "ಅವರು ನೆಗೆವ್‌ನಿಂದ ಬಂದವರು" ಎಂದು ಮಕ್ಕಳಿಗೆ ನಮ್ಮ ಬಗೆಗೆ ವಿವರಣೆ ನೀಡುತ್ತಿದ್ದರು. ನಮ್ಮ ಕುರುಚಲು ಗಡ್ಡಗಳ ಬಗೆಗೆ ಹೆಣ್ಣು ಮಕ್ಕಳು ನಮ್ಮನ್ನು ಅಭಿನಂದಿಸುತ್ತಿದ್ದರು. ವಾಸ್ತವವಾಗಿ ಅವರು ನಮ್ಮ ಗಡ್ಡಗಳ ಬಗೆಗೆ ಆಲೋಚಿಸದೆಯೇ, ಅವುಗಳ ಹಿಂದಿನ ವ್ಯಕ್ತಿಗಳ ಬಗೆಗೆ ಅವುಗಳ ಹಿಂದಿನ ವ್ಯಕ್ತಿಗಳ ಬಗೆಗೆ ಈ ರೀತಿಯಲ್ಲಿ ಆದರವನ್ನು ವ್ಯಕ್ತಪಡಿಸುತ್ತಿದ್ದರು. ಮಕ್ಕಳು ನಮ್ಮ ಹಿಂದೆಯೇ ಓಡೋಡಿ ಬರುತ್ತಿದ್ದರು. "ಪ್ರಾಣಿ ಸಂಗ್ರಹಾಲಯಕ್ಕೆ ಹೋಗಿರಿ, ಪ್ರಾಣಿ ಸಂಗ್ರಹಾಲಯಕ್ಕೆ ಹೋಗಿರಿ" ಎಂದು ಅವರು ಹೇಳುತ್ತಿದ್ದರು !

ಆ ದಿನಗಳಲ್ಲಿ ನಮ್ಮ ನಾಡಿನಲ್ಲಿ ನೆಗೆವ್ ದೃಢವಾಗಿ ಹೆಸರುವಾಸಿಯಾಗಿದ್ದ ಸ್ಥಳವಾಗಿತ್ತು. ನಮ್ಮ ಎಲ್ಲ ಪ್ರಯತ್ನಗಳಿಗೂ ನೆಗೆವ್ ಲಕ್ಷ್ಯ ಸ್ಥಾನವಾಗಿತ್ತು. ಅದನ್ನು ರಾಷ್ಟ್ರದ ಭವಿಷ್ಯತ್ತಿನ ಸಂಕೇತವೆಂದೆಣಿಸಲಾಗಿತ್ತು. ರಾಷ್ಟ್ರದ ಸುತ್ತಿಗೆಗೆ ಅದು ಬಡಿಗಲ್ಲಾಗಿತ್ತು. (ನಾನು ಈ ರೂಪಕಾಲಂಕಾರವನ್ನು ನನ್ನ ಸೋದರಮಾವನಿಂದ – ಆತನೊಬ್ಬ ಕಮ್ಮಾರ –ಕಸಿದುಕೊಂಡಿದ್ದೇನೆ), "ನಿನ್ನ ನಾವು ಕಟ್ಟುವೆವು, ನೀರಡಿಕೆಯ, ನೀರಡಿಕೆಯ ನೆಗೆವ್, ನಿನ್ನ ನಾವು ಕಟ್ಟುವೆವು" ಎಂಬೀ ಬಗೆಯ ಹಾಡುಗಳು ಆಗ ಎಲ್ಲ ಕಡೆಗಳಿಂದಲೂ ಕೇಳಿಬರುತ್ತಿದ್ದುವು. ಅವು ಆಶಾದಾಯಕವಾಗಿದ್ದುವು. ಪ್ರತಿಯೊಂದು ಗೋಡೆಯ ಮೇಲೆಯೂ ಪ್ರತಿಯೊಂದು ಪ್ರಕಟನ ಫಲಕದ ಮೇಲೆಯೂ ಬಿಗಿದ ಮುಷ್ಟಿಗಳಂತೆ ಕಾಣುತ್ತಿದ್ದ ಅಕ್ಷರಗಳು "ಯುವಕ ಯುವತಿಯರೇ, ಮರುಭೂಮಿಯು ನಿಮಗಾಗಿ ಕಾಯುತ್ತಿದೆ" ಎಂದು ಉದ್ಘೋಷಿಸುತ್ತಿದ್ದುವು.

ಆದರೆ ಅಂದಿನಿಂದೀಚೆಗೆ, ಆರು ತಿಂಗಳು ಸಂದಿವೆ. ಅಷ್ಟೇ, ಆರೇ ತಿಂಗಳು ! ಅಲ್ಲಿ ನಾವು ಕೆಲವರು ಮಾತ್ರವಷ್ಟೇ ಉಳಿದಿದ್ದೇವೆ. ಅಲ್ಲಿ ನಾವು ಮರಗಳನ್ನು ನೆಡಲು ಪ್ರಾರಂಭಿಸಿದೆವು. ಅದರಿಂದ ಗಾಳಿಗೆ ತಡೆ ಹಾಕಲು ಪ್ರಯತ್ನಿಸಿದೆವು (ಅದಕ್ಕಾಗಿ ಅವರೇಕೆ ನಗಬೇಕೋ ನಾನರಿಯೆ !) ನಾವು ಬಾವಿಗಳನ್ನು ಅಗೆಯಲು ಪ್ರಯತ್ನಿಸಿದೆವು. ಹೀಗೆ ತಿಂಗಳುಗಳು ಕಳೆದು ಈಗ ರಜಾ ಪಡೆದು ಇಲ್ಲಿಗೆ ಬರುವ ಅವಕಾಶ ನನಗೆ ಸಿಕ್ಕಿತ್ತು. ಈ ರಜವನ್ನು ಪಡೆಯಲು ನಾನು ಬಹು ಸಮಯದಿಂದ ಕಾಯುತ್ತಿದ್ದೆ. ಕಟ್ಟಕಡೆಗೂ, ನನ್ನ ಹಳೆಯ ಮಿತ್ರರನ್ನು ನಾನು ಕಾಣಲಿದ್ದೆ. ಅವರು ನನ್ನನ್ನು ತಡೆಹಿಡಿದಿಟ್ಟುಕೊಂಡು, ದೂರದ ಪ್ರಸಿದ್ಧ ನೆಗೆವ್ ಸಂಬಂಧವಾದ ಕತೆಗಳನ್ನೆಲ್ಲ – ಅದರ ಫಲ ನಿರೀಕ್ಷೆಗಳು, ಅದರ ಹಿಂದಿನ ಸಾಮರ್ಥ್ಯ ಇತ್ಯಾದಿ ವಿಷಯಗಳನ್ನೆಲ್ಲ –ನನ್ನಿಂದ ತಿಳಿದುಕೊಳ್ಳುವವರೆಗೂ ನನ್ನನ್ನು ಬಿಡರೆಂದು ನಾನು ನಿರೀಕ್ಷಿಸುತ್ತಿದ್ದೆ. ನಾವು ಅಲ್ಲಿ ಹೇಗೆ ಬಾಳುತ್ತಿದ್ದೇವೆಂಬುದನ್ನು ತಿಳಿದುಕೊಳ್ಳಲು ಅವರು ನಿಜವಾಗಿಯೂ ಬಯಸುತ್ತಾರೆ ; ಶನಿವಾರದ ಸಂಜೆ 'ಪಿನಾತಿ ಉಪಾಹಾರ ಗೃಹ'ದಲ್ಲಿನ ಕೂಟಗಳಲ್ಲಿ, "ತಂಡದವರೇ, ನಮ್ಮ 'ನಾನು – ಸಿಳ್ಳುಹಾಕಿದೆ' ಈಗೊಬ್ಬ ಮುಖ್ಯ ವ್ಯಕ್ತಿ ಆಗಿದ್ದಾನೆಂಬುದನ್ನು ನೀವು ಕೇಳಿದ್ದೀರಾ ? ಆತನು ನೆಗೆವ್‌ನ ಸಾಮುದಾಯಿಕ ಕೃಷಿ ಕ್ಷೇತ್ರಕ್ಕೆ ಸೇರಿದ್ದಾನೆ" – ಎಂದು ಯಾರಾದರೊಬ್ಬರು ನೆನಪಿಗೆ ತರುವುದು ಖಂಡಿತ ; ಪ್ರಾಯಶಃ ಯಾರಾದರೊಬ್ಬ ಕುತೂಹಲಿ ಪತ್ರಿಕೋದ್ಯಮಿಯು ನನ್ನಿಂದ ನೆಗೆವ್ ನೀರಿನ ಬಗೆಗೆ ನಿಜವಾದ ಸಂಗತಿಯನ್ನು ತಿಳಿದುಕೊಳ್ಳಲು ಪ್ರಯತ್ನಿಸಬಹುದು, – ಎಂದೆಲ್ಲ ನಾನು ಭಾವಿಸಿಕೊಂಡಿದ್ದೆ.

ಐದು ಗಂಟೆಗಳ ಮೂಳೆ – ಮುರಿತದ ಪ್ರಯಾಣದ ತರುವಾಯ ನಾನು ಬಸ್ಸಿನಿಂದ

ಇಳಿದೊಡನೆಯೇ ನಗರವು ನನಗೆ ಹನ್ನೆರಡು ಬಣ್ಣಗಳ ಭಾರಿ ಭಿತ್ತಿ ಪತ್ರದ ಸ್ವಾಗತವನ್ನು ನೀಡಿತು, **ಯುವಕ ಯುವತಿಯರೇ, ಅಂಚೆ ಕಛೇರಿಗೆ ಸೇರಿರಿ. ಒಳ್ಳೆಯ ಸಂಬಳ ಮತ್ತು ಬಡ್ತಿಯ ಅವಕಾಶಗಳು** –ಎಂದು ಆ ದೊಡ್ಡ ಭಿತ್ತಿ ಪತ್ರದಲ್ಲಿ ಸೂಚಿಸಲಾಗಿತ್ತು.

ಅದರ ವಿಷಯವೆಲ್ಲ ಏನೆಂದು ತಿಳಿಯದೆ ಅಚ್ಚರಿಗೊಂಡು, ನಾನು ಬೀದಿಗಳಲ್ಲಿ ಓಡಾಡಿದೆ. ಕಾರುಗಳ ಮತ್ತು ಜನರ ಗದ್ದಲವು ಗೊಂದಲಮಯವಾಗಿತ್ತು. ಕಡಿದಾದ ಗೋಡೆಗಳುಳ್ಳ ಯಾವುದೋ ಒಣಕಲು ತೊರೆಯಲ್ಲಿ ಹೋಗುತ್ತಿದ್ದ ಭಾವನೆಯು ನನಗೆ ಉಂಟಾಯಿತು ಮತ್ತು ನನ್ನ ಹಿಂದೆಯೇ ದಿಢೀರ್ ಪ್ರವಾಹದ ಗರ್ಜನೆಯು ಕೇಳಿಸಬಹುದು ಎಂದೆನಿಸತೊಡಗಿತು.

ಇದ್ದಕ್ಕಿದ್ದಂತೆಯೇ ನನ್ನ ಹಳೆಯ ಮಿತ್ರ ಡೇವಿಡ್ ನನಗೆದುರಾಗಿ ಬಂದನು. ಆತನು ತನ್ನ ಕೈಯಲ್ಲೊಂದು ಕಡತವನ್ನು ಹಿಡಿದುಕೊಂಡು, ಠೀವಿಯಿಂದ ನಡೆದು ಬರುತ್ತಿದ್ದನು.

"ಶೋಲಾಮ್,* ಡೇವಿಡ್ !" ಎಂದು ನಾನು ಅವನ ಮುಂದೆ ಗುಡುಗಿದೆನು.

"ಶೋಲಾಮ್, ಹೇಗಿದ್ದೀಯ ?" ಎಂದು ಆತನು ಸೌಮ್ಯವಾಗಿ ಉತ್ತರವಿತ್ತನು. ಆದರೆ ನಾನು ಅವನಿಂದ ಸಾಲವನ್ನು ಕೇಳಲು ಬಂದಿದ್ದೇನೇನೋ ಎಂಬಂತೆ ಅವನ ಮುಖಭಾವವಿತ್ತು. ತಲೆತುದಿಯಿಂದ ಪಾದದವರೆಗೆ ನನ್ನನ್ನು ಪೂರ್ತಿಯಾಗಿ ಅವನು ಪರೀಕ್ಷಿಸುತ್ತಿದ್ದಂತೆ ನೋಡುತ್ತಿದ್ದನು.

"ನೀನು ಎಲ್ಲಿ ಕೆಲಸ ಮಾಡುತ್ತಿ ?" ಎಂದು ಅವನು ನನ್ನನ್ನು ಕೇಳಿದನು.

"ನೆಗೆವ್‌ನಲ್ಲಿ," ಎಂದು ಹೆಮ್ಮೆಯಿಂದಲೇ ನಾನು ಉತ್ತರ ಕೊಟ್ಟೆ.

"ಯಾವ ಶಾಖೆಯಲ್ಲಿ ? ಯಾವ ಸಚಿವಾಲಯದಲ್ಲಿ ?" ಎಂದು ಅವನು ನನ್ನನ್ನು ವಿಶಿಷ್ಟವಾಗಿ ಪ್ರಶ್ನಿಸಿದನು.

"ಯಾವ ಸಚಿವಾಲಯ !" ಎಂಬ ಪ್ರಶ್ನೆಯಿಂದ ನನ್ನ ಮನಸ್ಸಿಗೆ ಒಂದು ಬಗೆಯ ತಿರಸ್ಕಾರದ ಅನುಭವ ಉಂಟಾಯಿತು. "ನಾನು ನೆಗೆವ್‌ನಲ್ಲಿ ಸಾಮುದಾಯಿಕ ಕೃಷಿ ಕ್ಷೇತ್ರಕ್ಕೆ ಸೇರಿದ್ದೇನೆ" ಎಂದು ಉತ್ತರವಿತ್ತೆ.

"ಓಹೋ, ಹಾಗೋ ವಿಷಯ ? ಒಳ್ಳೆಯದು, ಹಾಗಾದರೆ ಮತ್ತೆ ಶೊಲಾಮ್ !" ಎನ್ನುತ್ತ ಅವನು ತನ್ನ ಪಾಡಿಗೆ ತಾನು ಮುನ್ನಡೆದನು.

ಪೂರಾ ಆರು ನಿಮಿಷ ಕಾಲ ನಾನು ಅಲ್ಲಿ ಹಾಗೆಯೇ ನಿಂತುಕೊಂಡಿದ್ದೆನು. ಡೇವಿಡ್ ಕಣ್ಮರೆಯಾದ ಆ ಮೂಲೆಯ ಸ್ಥಳವನ್ನೇ ನಾನು ದಿಟ್ಟಿಸಿ ನೋಡುತ್ತಿದ್ದೆನು. ಏಳನೆಯ ನಿಮಿಷ ಪ್ರಾರಂಭವಾದಾಗ, ನಿಟ್ಟುಸಿರು ಬಿಡುತ್ತ, ಆಳವಾದ ನಿಟ್ಟುಸಿರಿಡುತ್ತ, ನಾನು ನನ್ನ ತಾಯ್ತಂದೆ ವಾಸಿಸುತ್ತಿದ್ದ ನನ್ನ ಮನೆಗೆ ಹೋದೆನು. ಮಾರನೆಯ ದಿನವೇ ನಾನು ನನ್ನ ಮಿತ್ರರ, ಬಂಧುಗಳ ಮನೆಗಳಿಗೆ ಭೇಟಿ ಕೊಡತೊಡಗಿದೆನು. ವಾತಾವರಣದಲ್ಲಿ ಉಂಟಾಗಿದ್ದ ಬದಲಾವಣೆಗಳು ನನ್ನ ಕಣ್ಣುಗಳಿಗೆ ಆ ವೇಳೆಗಾಗಲೇ ರೂಢಿಯಾದುವು. ಅಲ್ಲಲ್ಲಿನ ಭಿತ್ತಿಪತ್ರಗಳು ವಿಚಿತ್ರ ಶೈಲಿಯಲ್ಲಿ ರಚಿತವಾಗಿದ್ದುದು ಸಹ ನನಗೆ ಕಂಡುಬಂದಿತು. ಒಂದು ಪ್ರಕಟನ ಫಲಕದ ಮೇಲಿನ ಘೋಷಣೆಯು ಹೀಗಿತ್ತು : **ಅಗ್ರಗಾಮಿ ಯುವಜನರೇ, ರಾಜ್ಯದ ಸ್ಥಾಪನೆಯ ತರುವಾಯ ಕಾನೂನು ವೃತ್ತಿಗೆ ಅತ್ಯುತ್ತಮ ಅಗ್ರಗಾಮೀ ಯುವದಳಗಳ ಆವಶ್ಯಕತೆ ಉಂಟಾಗಿದೆ. ಅಗ್ರಗಾಮೀ**

* ಹೀಬ್ರೂ ಭಾಷೆಯಲ್ಲಿ ಸಂಧಿಸಿದಾಗಿನ ವಂದನೆಗೂ ಬೀಳ್ಕೊಡುಗೆಯ ವಂದನೆಗೂ ಒಂದೇ ಪದ ಬಳಸುತ್ತಾರೆ "ಶೊಲಾಮ್,"

ಯುವಜನರೇ, ಅರ್ಥಶಾಸ್ತ್ರದ ಮತ್ತು ಕಾನೂನಿನ ವಿದ್ಯಾಲಯಕ್ಕೆ ಸೇರಿರಿ !

ರಾಜಕೀಯ ಪಕ್ಷಗಳಲ್ಲೊಂದರ ಪ್ರಕಟನೆಯಿಂದ ಆಯ್ದುಕೊಂಡ ಪ್ರಕಟನೆಯ ಒಂದು ಭಾಗದಲ್ಲಿ ಹೀಗೆ ಬರೆಯಲಾಗಿತ್ತು ; **ರಾಜ್ಯದ ಸ್ಥಾಪನೆಯ ಮಹಾಲಕ್ಷ್ಯ ಸಾಧನೆಯಲ್ಲಿ ಭಾಗವಹಿಸ ಬೇಕೆಂದೂ, ನಾಗರಿಕ ಸೇವಾವ್ಯವಸ್ಥೆಯಲ್ಲಿ ಅಗ್ರೇಸರರಾಗಿ ತೊಡಗಿರಬೇಕೆಂದೂ ಅಗ್ರಗಾಮೀ ಯುವಜನರಿಗೆ ಕರೆ ಕೊಡಲಾಗುತ್ತದೆ.**

ಸ್ವಲ್ಪಮಟ್ಟಿಗೆ ಭಿನ್ನ ಶೈಲಿಯ ಅಧಿಕೃತ ಪ್ರಕಟನ ಪತ್ರವೊಂದರಲ್ಲಿ ಒಕ್ಕಣೆಯು ಹೀಗಿದ್ದಿತು : ಯುವ ಜನರೇ ! ಕೇಳಿರಿ, **ಒಣ ಭೂಮಿಯನ್ನು ಗೆದ್ದ ನೀವು, ಸಮುದ್ರದಲ್ಲಿ ಸೇವೆಮಾಡಲು ಸ್ವಯಂಸೇವಕರಾಗಿ ಬನ್ನಿರಿ ! ವಾಣಿಜ್ಯ ನೌಕಾಸಿಬ್ಬಂದಿಗೆ ಸೇರಿರಿ ! ಮೇಲಿನ ದರ್ಜೆಯ ಹುದ್ದೆಗಳಿಗೇರಲು ಒಳ್ಳೆಯ ಅವಕಾಶಗಳಿವೆ.**

ಪ್ರೌಢ ಶಾಲೆಯಲ್ಲಿ ನನ್ನ ಹಿಂದಿನ ಅಧ್ಯಾಪಕರನ್ನು ಕಾಣಲು ನಾನು ಹೋದೆನು. ಅವರ ಬಗೆಗೆ ನನಗೆ ವಿಶೇಷ ಗೌರವಾದರಗಳಿದ್ದುವು. ತಮ್ಮ ಬೆನ್ನ ಹಿಂದೆ ಹುಡುಗರು ಏನು ಮಾಡುತ್ತಿದ್ದರೆಂಬುದನ್ನು ಅವರು ತಿಳಿದುಕೊಂಡಿದ್ದರೆಂಬ ಅಭಿಪ್ರಾಯವು ನನಗೆ ಸದಾ ಉಂಟಾಗಿತ್ತು. ಎರಡನೆಯ ಬಟ್ಟಲು ಚಹಾ ಸೇವಿಸಿದ ತರುವಾಯ, ನನ್ನ ಸಹಪಾಠಿಗಳಾಗಿದ್ದ, ಅವರ ಇತರ ವಿದ್ಯಾರ್ಥಿಗಳ ಬಗೆಗೆ ನಾವು ಮಾಡಿಕೊಳ್ಳತೊಡಗಿದೆವು. ನಾನು ಕೇಳಿದ ಪ್ರಶ್ನೆಗಳಿಗೆ ಅವರು ಉತ್ತರಗಳನ್ನು ಕೊಟ್ಟರು.

"ಷ್ಮೂಲಿಕ್ ಎಲ್ಲಿದ್ದಾನೆ ?"

– "ಷ್ಮೂಲಿಕ್ ವೈಮಾನಿಕನಾಗಿದ್ದಾನೆ."

– "ಷೀಮೊನ್ ಎಲ್ಲಿದ್ದಾನೆ ?"

– "ವಿದೇಶ ವ್ಯಾಸಂಗಕ್ಕೆ ಹೋಗಿದ್ದಾನೆ."

– "ಜೋಷುವ ?"

– "ಸಚಿವಾಲಯದಲ್ಲಿ ಕೆಲಸ ಮಾಡುತ್ತಿದ್ದಾನೆ."

– ಇದೇ ರೀತಿಯಲ್ಲಿ ಉತ್ತರಗಳು ದೊರೆತುವು. ಆದರೆ ಕಟ್ಟಕಡೆಗೆ ಅಧ್ಯಾಪಕರು ನಿಟ್ಟುಸಿರು ಬಿಟ್ಟರು, "ಅದು ಸರಿ, 'ನಾನು ಸಿಳ್ಳುಹಾಕಿದೆ.' ನೀನೊಬ್ಬ ಪ್ರತಿಭಾವಂತ ವಿದ್ಯಾರ್ಥಿಯಾಗಿದ್ದೆ. ನಿನಗೆ ಏನಾದರೂ ಗಣ್ಯಸ್ಥಾನ ಲಭಿಸ್ತದೇಂತ ನಾನು ನಿರೀಕ್ಷಿಸಿಕೊಂಡಿದ್ದೆ. ನೀನು ಈಗ ದೂರ ಹೊರಟು ಹೋಗಿಬಿಟ್ಟೆ. ಅಲ್ಲಿ ನೆಗೆವ್‌ನಲ್ಲಿ ನಿನ್ನ ಅಸ್ತಿತ್ವವನ್ನೇ ನೀನು ಕಳೆದುಕೊಂಡೆ. ಇದು ತುಂಬ ಕನಿಕರಪಡಬೇಕಾದ ವಿಷಯ, ನಿಜವಾಗಿಯೂ ಕನಿಕರದ ವಿಷಯ," ಎಂದು ಅಧ್ಯಾಪಕರು ಹೇಳಿದರು.

ಚೆನ್ನಾಗಿ ಮುಂದಾಲೋಚನೆ ಮಾಡುವ ಕಾರ್ಯಪ್ರವೃತ್ತಿಯ ಹುಡುಗಿಯಾಗಿದ್ದ ಗೀಲಾಳ ಮನೆಗೆ ನಾನು ಭೇಟಿ ಕೊಟ್ಟೆ, ಅವಳಿಗೆ ಹನ್ನೆರಡು ವರ್ಷ ವಯಸ್ಸಾಗಿದ್ದಾಗಲೇ, ಕಾಲ ಒದಗಿ ಬಂದಾಗ ನಾನು ಅವಳಿಗೆ ತಕ್ಕ ಮಾದರಿಯ ಗಂಡನಾಗುವೆನೆಂದು ಅವಳು ನಿರ್ಧರಿಸಿ ಕೊಂಡಿದ್ದಳು. ನಾನು ನಿಯತಿವಾದಿಯಾಗಬೇಕೆಂದೂ ಪಾಲಿಗೆ ಬಂದುದರಿಂದ ಸಮಾಧಾನ ಪಡಬೇಕೆಂದೂ ಕಳೆದ ಆರು ವರ್ಷಗಳಿಂದಲೂ ಆಕೆಯು ನನಗೆ ಹೇಳುತ್ತ ಬಂದಿದ್ದಳಲ್ಲದೆ ನನ್ನನ್ನು ಒಡಂಬಡಿಸಲು ಸ್ವತಃ ಪ್ರಯತ್ನಿಸುತ್ತಿದ್ದಳು. ಕಛೇರಿಗಳ ಮತ್ತು ಉಪಾಹಾರ ಗೃಹಗಳ ಭಿತ್ತಿ ಪತ್ರಗಳಲ್ಲೂ ಪ್ರಕಟನ ಪತ್ರಗಳಲ್ಲೂ ಕಂಡುಬರುತ್ತಿದ್ದ ವಿಚಿತ್ರ ಪ್ರಚಾರದಿಂದ ನನಗೆ ಬೇಸರವಾಗುತ್ತಿತ್ತು, ನಾನು ಧೂಳಿನಲ್ಲಿಯೇ ತೆವಳುತ್ತಿದ್ದೇನೇನೋ ಎಂಬ ಭಾವನೆಯು ನನಗೆ

ಅವುಗಳಿಂದ ಉಂಟಾಗುತ್ತಿತ್ತು. ಆದುದರಿಂದ ಗೀಲಾಳ ಕಡೆಗೆ ತಿರುಗಿ, ಬೇಷರತ್ತಾಗಿ ಅವಳ ಮಾತುಗಳಿಗೆ ಅನುಗುಣವಾಗಿ, "ಗೀಲಾ, ಆರು ತಿಂಗಳ ಹಿಂದೆ ನಾವು ಪರಸ್ಪರ ವಿದಾಯ ಹೇಳಿಕೊಂಡಾಗ, ನೀನು ನನಗೆ ಏನು ಹೇಳಿದ್ದೆಯೆಂಬುದು ನೆನಪಿದೆಯೆ ?" ಎಂದು ಅವಳನ್ನು ಕೇಳಿ, ಅವಳಿಗೆ ಶರಣಾಗಲು ನನಗೆ ಹೆಚ್ಚೇನೂ ಪ್ರಯತ್ನ ಬೇಕಾಗುತ್ತಿರಲಿಲ್ಲ.

ನಾನು ಒಳ ಹೊಕ್ಕೊಡನೆಯೇ ವಿಚಿತ್ರ ಭಕ್ಷ್ಯಗಳು, ಕಾಯಿಗಳು ಮತ್ತು ಚಾಕೊಲೇಟು ಮಿಠಾಯಿಗಳೊಂದಿಗೆ ನನ್ನ ಕೊರಳಿಗೆ ಅವಳು ಜೋತುಬಿದ್ದಳು. ಅವುಗಳೆಲ್ಲದರ ಜೊತೆಗೆ ಮುಗುಳ್ನಗೆಗಳಿಂದ ನನ್ನನ್ನು ಸ್ವಾಗತಿಸಿದಳು.

"ನೀನೇನು ಮಾಡುತ್ತಿದ್ದೀಯಾ ! 'ನಾನು ಸಿಳ್ಳು ಹಾಕಿದೆ ?' ಇಷ್ಟು ದಿನ ನೀನೆಲ್ಲಿ ಮಾಯವಾಗಿಬಿಟ್ಟೆ ?"

"ನಾನೇ ? ನಾನು ಪಟ್ಟಣದಲ್ಲೇ ಇಲ್ಲವಲ್ಲಾ !" ಎಂದು ಹೇಳುತ್ತ, ಜಾಗರೂಕನಾಗಿರಲು ನಾನು ನಿರ್ಧರಿಸಿಕೊಂಡೆನು.

"ಏನು ಮಾಡುತ್ತಿದ್ದೀಯ ?" ಎಂದು ಆಕೆಯು ಕೇಳಿದಳು.

"ನಾನು ವೈಮಾನಿಕನೇನೂ ಅಲ್ಲ"

"ಎಂಥ ಕನಿಕರದ ಮಾತು ? !" ಎಂದು ಆಕೆಯು ನಿಟ್ಟುಸಿರು ಬಿಟ್ಟಳು.

"ಈಗ ನೀನೆಲ್ಲಿ ಕೆಲಸ ಮಾಡುತ್ತಿ ?" ಎಂದು ಕೇಳಿದಳು.

"ನಾನು ಸರಕಾರಿ ಅಧಿಕಾರಿಯೇನೂ ಅಲ್ಲ" ಎಂದು ಹೇಳಿದೆ. ಯಾವುದಕ್ಕಾದರೂ, ಎಂತಹ ಉತ್ಕಟ ಪರಿಸ್ಥಿತಿಗಾಗಿಯಾದರೂ ಅವಳನ್ನು ಸಿದ್ಧಪಡಿಸುವುದಕ್ಕಾಗಿ ನಾನು ಪ್ರಯತ್ನಿಸಿದೆ.

"ನಿನಗೆ ತಿಂಗಳಿಗೆಷ್ಟು ಬರುತ್ತೆ ?" ಎಂದು ಆಕೆಯು ತನ್ನ ಮಾತಿನ ಕೋವಿಯನ್ನು ನನ್ನ ಮೇಲೆ ಇನ್ನೂ ಬಳಸುತ್ತಲೇ ಇದ್ದಳು.

"ನನಗೆ ನನ್ನ ಸ್ವಂತ ಕಾರೇನೂ ಇಲ್ಲ" ಎಂದು ಹೇಳುತ್ತ, ಸಮಸ್ಯೆಯ ಬಗೆಗೆ ಉತ್ತರ ಕೊಡಲು ಹಿಂಜರಿಯುತ್ತ, ನಾನು ಸುತ್ತು ಬಳಸುವ ರೀತಿಯ ಮಾತನ್ನಾಡಿದೆ.

ಆದರೆ ಗೀಲಾ ಇಂತಹ ನುಸುಳು ಮಾತಿಗೆ ಜಗ್ಗುವವಳಲ್ಲ. ನನ್ನ ಅಂಗಿಯ ಗುಂಡಿಯ ಮೇಲೆ ಕೈಯಾಡಿಸುತ್ತ, ಅವಳು ನನ್ನ ಕಡೆ ನೋಡಿದಳು.

"ನಿನಗೆಷ್ಟು ಸಿಕ್ಕುತ್ತೆ ?" ಎಂದು ಅವಳು ಮತ್ತೆ ಕೇಳಿದಳು.

ತೀವ್ರ ನಿರಾಶೆಯಿಂದ ನಾನು ನಗತೊಡಗಿದೆ. "ನನಗೆ ದೊರೆಯುತ್ತಿರುವುದು ಮೂರು ಪೌಂಡ್ !" ಎಂದೆ.

"ದಿನಕ್ಕೆ ಮೂರು ಪೌಂಡೇ ! ಹಾಗಾದರೆ ಅದು ಅದ್ಭುತವಾದದ್ದೇ !" ಎನ್ನುತ್ತ ಅವಳು ತನ್ನ ಬೆರಳುಗಳಿಂದ ಲೆಕ್ಕ ಹಾಕತೊಡಗಿದಳು.

"ಒಂದು ದಿನಕ್ಕಲ್ಲ !" ಎಂದು ನಾನು ನಗುತ್ತಲೇ ಹೇಳಿದೆ : "ಒಂದು ವಾರಕ್ಕೆ."

"ಒಂದು ವಾರಕ್ಕೆ ?" ಎಂದು ಅವಳು ಆಶ್ಚರ್ಯದಿಂದ ಕೇಳಿದಳು. "ಅದು ಹೇಗೆ ಸಾಧ್ಯ ?" ಎಂದು ಪ್ರಶ್ನಿಸಿದಳು.

"ಹೌದು" ಎನ್ನುತ್ತ ನಾನು ವಿವರಿಸತೊಡಗಿದೆ : "ಒಂದು ವಾರಕ್ಕೆ ಮೂರು ಪೌಂಡ್ ಮತ್ತು ಪ್ರತಿ ಆರು ತಿಂಗಳಿಗೆ ಒಂದು ವಾರದ ರಜೆ." ನನ್ನ ಮನಸ್ಸಿನಲ್ಲಿದ್ದುದನ್ನು ಹೇಳಿಬಿಟ್ಟೆನೆಂದು ನನಗೆ ಸಮಾಧಾನ ಉಂಟಾಯಿತು. ಮತ್ತೆ ಹಾಗೆಯೇ ನಾನೂ ಕೇಳಿದೆ : "ನಾನು ನೆಗೆವ್‌ನಲ್ಲಿ ಸಾಮೂಹಿಕ ಕೃಷಿಕ್ಷೇತ್ರದ ಸದಸ್ಯ. ಅದರ ವಿಷಯದಲ್ಲಿ ನಿನ್ನದೇನು ಅಭಿಪ್ರಾಯ ?"

ಆಕೆಯು ನನ್ನ ಪ್ರಶ್ನೆಗೆ ಉತ್ತರವನ್ನು ಕೊಡುವ ತೊಂದರೆಯನ್ನೇನೂ ತೆಗೆದುಕೊಳ್ಳಲಿಲ್ಲ. ಬೇರೆ ಕೋಣೆಯಲ್ಲಿದ್ದ ತನ್ನ ತಾಯಿಯನ್ನು ಕೂಗಿ ಹೇಳಿದಳು : "ಅಮ್ಮಾ, ನನ್ನ ಬಿಳಿಯ ಉಡುಪನ್ನು ಪುನಃ ಪೆಟ್ಟಿಗೆಯಲ್ಲೇ ಇಡು. ನಾನು ಇವತ್ತು ಸಂಜೆ ಹೊರಗೆ ಹೋಗುತ್ತಿಲ್ಲ. ನನಗೆ ತಲೆ ನೋಯ್ತಿದೆ."

ಹಾಗೆ ನಾನು ಈ ಕೆಟ್ಟ ರಾತ್ರೆಯನ್ನು ತಲಪಿದೆ. "ಅದು ಸರಿಯೆ, ನೀನೊಂದು ಸಾಮೂಹಿಕ ಕೃಷಿ ಕ್ಷೇತ್ರದಲ್ಲಿ ಇರಬಹುದು. ಆದರೆ ಅದು, ಆ ಕೆಲಸ ನೆಗೆವ್‌ನಲ್ಲೇ ಯಾಕಾಗಬೇಕು ?" ಎಂದು ಹೃತ್ಪೂರ್ವಕವಾಗಿ ನನ್ನನ್ನು ಪುಸಲಾಯಿಸಲು ಪ್ರಯತ್ನಿಸಿದ ನನ್ನ ತಾಯಿಯ ಬಳಿಯಿಂದ ಓಡಿಬಂದ ತರುವಾಯ, ಪಟ್ಟಣದ ಬೀದಿಗಳಲ್ಲೆಲ್ಲ ನಾನು ಒಬ್ಬನೇ ತಿರುಗಾಡಿದೆನು. ನನ್ನ ಸ್ನೇಹಿತರೂ ಮತ್ತು ಪರಿಚಿತರೂ ಮುಖ್ಯ ವಿಷಯಗಳ ಬಗೆಗೆ ತುಂಬ ವ್ಯಸ್ತರಾಗಿ ಇರುತ್ತಿದ್ದರಾದ ಕಾರಣ, ಇಲ್ಲಿ ಅವರೆಲ್ಲರೂ ನನ್ನನ್ನು ಒಡನೆಯೇ ಮರೆತುಬಿಡುತ್ತಾರೆ ಎಂದು ನಾನು ಭಾವಿಸಿಕೊಂಡೆನು. ಇಡಿಯ ಪಟ್ಟಣವು ತನ್ನೆಲ್ಲ ಗದ್ದಲ ಮತ್ತು ಧಾವಂತದೊಂದಿಗೆ ಮುಂದುವರಿಯುತ್ತದೆ. ದೂರದ ಆ ಬರಡು ಪಾಳು ಭೂಮಿಗಳಲ್ಲಿ ಪ್ರತಿಯೊಂದು ಗಿಡವನ್ನೂ ಸಸಿಯನ್ನೂ ದೃಢಮನಸ್ಸಿನಿಂದ ನೆಟ್ಟು ಬೆಳೆಸುತ್ತಿರುವ ಯುವ ಜನರ ಬಗೆಗೆ ಯಾರಿಗೂ ನೆನಪು ಉಳಿಯದು. ಆದರೂ ನಾವು ಇದೇ ಪಟ್ಟಣದಲ್ಲಿಯೇ ಹುಟ್ಟಿ ಬೆಳೆದವರು, ನಾವು ಇವರ ಶಾಂತಿ, ಕ್ಷೇಮಗಳನ್ನು ಖಾತರಿಪಡಿಸಿದವರು. ಖಾಲಿಯಾಗಿದ್ದ ಬೀದಿಗಳಲ್ಲಿ ನಾನು ತಿರುಗಾಡಿದೆನು. ಆ ವೇಳೆಗಾಗಲೇ ಮಧ್ಯರಾತ್ರೆಯಾಗಿತ್ತು. ಹೊಗೆಯಂತೆ ಮಾಯವಾದ ನನ್ನ ರಜೆಯ ಬಗೆಗೆ ನಾನು ಆಲೋಚಿಸಿದೆನು. ನಮ್ಮನ್ನೊಮ್ಮೆ ವಿಶೇಷ ಸಂತಸ ಮತ್ತು ಸಂಭ್ರಮಗಳಿಂದ ಇಲ್ಲಿ ಹೇಗೆ ಸ್ವಾಗತಿಸಿದ್ದರೆಂಬುದನ್ನು ನಾನು ಸ್ಮರಿಸಿಕೊಂಡೆನು. ಮರುಭೂಮಿಯನ್ನು ಬಾಳಿಗೆ ಯೋಗ್ಯಗೊಳಿಸುವುದಕ್ಕಾಗಿ ಮಾಡಬೇಕಾದ ಪ್ರಯತ್ನವು ಎಷ್ಟು ಅವಶ್ಯಕವೆಂಬುದನ್ನು ಪ್ರತಿಯೊಂದು ಗೋಡೆಯ ಬಳಿಯಿಂದಲೂ ಬೊಬ್ಬಾಟದ ಮೂಲಕ ಕೂಗಾಡುತ್ತಿದ್ದುದನ್ನು ನಾನು ಸ್ಮರಿಸಿಕೊಂಡೆನು. ಆ ತರುವಾಯದ ಈ ತಿಂಗಳುಗಳಲ್ಲಿ ಏನೋ ಪರಿವರ್ತನೆಯುಂಟಾಗಿದೆ ಎಂಬ ತೀರ್ಮಾನಕ್ಕೆ ಬಂದೆನು. ಗಾಳಿಯಲ್ಲಿ ಹೊಸ ಹಾಡುಗಳು ಅಲೆಯಲೆಯಾಗಿ ಕೇಳಿಬರುತ್ತಿದ್ದುವು. ಹಳೆಯ ಕಾಲದ ಯುದ್ಧದ ಕರೆಗಳನ್ನು ಮರೆಯಲಾಗಿತ್ತು.

ಇದ್ದಕ್ಕಿದ್ದಂತೆಯೇ ನನ್ನ ವಿಷಣ್ಣ ಆಲೋಚನೆಗಳು ಒಂದು ಕಪ್ಪು ವಸ್ತುವಿನ ಮೇಲೆ ತಾಕಿದುವು. ಅದು ರಸ್ತೆಗಳ ದುರಸ್ತಿಗಾಗಿ ಇಡಲಾಗಿದ್ದ ತಾರೆಣ್ಣೆಯ ಪಾತ್ರೆಯಾಗಿತ್ತು. ಈ ಪಾತ್ರೆಯನ್ನು ನಾನು ನನ್ನ ಸ್ವಂತ ಮನಸ್ಥಿತಿಯೊಂದಿಗೆ ಹೋಲಿಸಿಕೊಂಡೆನು. ಅವು ಎರಡೂ ಸಮಾನ ಸ್ಥಾಯಿಯಲ್ಲಿಯೇ ಕಪ್ಪಾಗಿದ್ದುವೆಂದು ನಾನು ಖೇದಪೂರ್ವಕವಾಗಿ ನಿರ್ಧರಿಸಿದೆನು. ಆಮೇಲೆ ಒಡನೆಯೇ ನನಗೊಂದು ವಿಚಾರವು ಹೊಳೆಯಿತು. ನಾನು ಹುಡುಗನಾಗಿದ್ದಾಗಲೇ ಯುವಜನರ ಚಳವಳಿಗಳಲ್ಲಿ ಭಾಗವಹಿಸಿದ್ದು, ನಾವು ಅಂಟಿನ ಡಬ್ಬಿಗಳನ್ನು ಹೊತ್ತುಕೊಂಡು ಮಧ್ಯರಾತ್ರೆಯಲ್ಲಿಯೇ ಇಡಿಯ ಪಟ್ಟಣದಲ್ಲಿ ಸುತ್ತಾಡಿ, ಭಿತ್ತಿಪತ್ರಗಳನ್ನೂ ಪ್ರಕಟನ ಪತ್ರಗಳನ್ನೂ ಅಲ್ಲಲ್ಲಿ ಹೇಗೆ ಅಂಟಿಸುತ್ತಿದ್ದೆವು ಎಂಬ ವಿಷಯವು ನನಗೆ ನೆನಪಾಯಿತು. ಒಡನೆಯೇ ನನ್ನಲ್ಲಿ ಉತ್ಸಾಹವು ಮೂಡಿತು. ನನ್ನ ಎದೆಯಲ್ಲಿ ಅದೇನೋ ಮರಳು ಬಿರುಗಾಳಿಯಂತಹುದು ಬೀಸತೊಡಗಿದ್ದಂತೆ ನನಗೆನಿಸಿತು. ನನ್ನ ಕಂಗೆಟ್ಟ ಒಂಟಿತನದ ಸ್ಥಿತಿಯ ಬಗೆಗೆ ಕೂಗಾಡಬೇಕೆಂದು ನಾನು ನಿರ್ಧರಿಸಿಕೊಂಡೆನು. ರಭಸದಿಂದ ಕೆಲವು ಕಟ್ಟಿಗೆ ಚೂರುಗಳನ್ನು ಆರಿಸಿಕೊಂಡು ಆ ಪಾತ್ರೆಯ ಅಡಿಯಲ್ಲಿ ನಾನು ಬೆಂಕಿಯನ್ನು ಹೊತ್ತಿಸಿದೆನು. ಆಮೇಲೆ ನಾನು ಮನೆಗೆ

ಧಾವಿಸಿದೆನು. ದುಡಿಮೆಯ ಉಡುಪನ್ನು ಮನೆಯಲ್ಲೇ ಧರಿಸಿಕೊಂಡೆನು. ನನ್ನ ಬೈಸಿಕಲ್ಲನ್ನು ತೆಗೆದುಕೊಂಡು ಹೊರನಡೆದೆನು. ಪಾತ್ರೆಯಲ್ಲಿದ್ದ ತಾರೆಣ್ಣೆಯು ಕುದಿಯುತ್ತಿತ್ತು. ನಾನೊಂದು ದೊಡ್ಡ ಕುಂಚವನ್ನು ತೆಗೆದುಕೊಂಡೆನು. ಬಳಿಕ ತಾರೆಣ್ಣೆಯಲ್ಲಿ ಅದನ್ನು ಅದ್ದಿ, ಭಾರಿ ಅಕ್ಷರಗಳಲ್ಲಿ **ಯುವಜನರೇ, ಮರುಭೂಮಿಯು ಇನ್ನೂ ಬರಿದಾಗಿದೆ !** ಎಂದು ಬರೆಯತೊಡಗಿದೆನು.

ತನ್ನ ಹೊರತು ಬೇರೆ ಯಾರಿಗೂ ಅರಿವಾಗದಂತಹ ಕೃತಿಗಳನ್ನು ರಚಿಸುವ ಆಧುನಿಕ ಚಿತ್ರ ಕಲಾವಿದನು ನಾನೇ ಏನೋ ಎಂಬಂತೆ, ನನ್ನ ಕಾರ್ಯಕೌಶಲದಿಂದ ನನಗೇ ಸಂತೋಷವಾಯಿತು. ಉತ್ಸಾಹದಿಂದ ನಾನು ಮುಂದ ಮುಂದೆ ಹೋದೆನು.

ಅಲ್ಲೊಂದು ಔಷಧಾಲಯವಿತ್ತು. ಅದರ ಕಿಟಕಿಯ ಗಾಜಿನ ಮೇಲೆ **"ಮರುಭೂಮಿಯಲ್ಲಿನ ವಸತಿಯೇ ನಿಜವಾದ ಚಿಕಿತ್ಸೆ"** ಎಂದು ಬರೆದೆನು.

ನನ್ನ ಮೈಮೇಲೆಲ್ಲ ತಾರೆಣ್ಣೆಯ ಚುಕ್ಕೆಗಳು ಬಿದ್ದುವು. ಆದರೂ ನಾನು ನನ್ನ ಆ ಕೆಲಸದಲ್ಲಿಯೇ ತಲ್ಲೀನನಾಗಿದ್ದೆನು. ಸೈಕಲ್ಲಿನ ಮೇಲೆ ತಾರೆಣ್ಣೆ ಮತ್ತು ಕುಂಚ ತೆಗೆದುಕೊಂಡು ನಾನು ಮನೆಯಿಂದ ಮನೆಗೆ ಧಾವಿಸಿದೆನು. ಒಂದೇ ರಾತ್ರೆಯಲ್ಲಿ ನಾನು ಇಡೀ ಜೆರೂಸಲೆಮ್ ನಗರದಲ್ಲಿ ತಾರು – ಘೋಷಣೆಗಳನ್ನು ಬರೆಯಬಲ್ಲೆ ಎನಿಸಿತು. ಆ ವಿಷಯದ ಬಗೆಗೆ ನನಗೆ ವಿಶೇಷ ತೃಪ್ತಿಯಾಯಿತು.

ಕಟ್ಟಕಡೆಗೆ ನಾನು ಸಂಸತ್ತಭೆಯ ಕಟ್ಟಡವನ್ನು ತಲಪಿದೆನು. ಕುಂಚವನ್ನು ತಾರೆಣ್ಣೆಯಲ್ಲಿ ಅದ್ದಿಕೊಂಡು **ಸಂಸತ್ಸದಸ್ಯರೇ, ನಿಮ್ಮ ಮಕ್ಕಳು ಎಲ್ಲಿದ್ದಾರೆ** ? ಎಂದು ಬರೆದೆನು.

"ಚಿಂತಿಸಬೇಡ, ನಾವು ಇಲ್ಲಿಯೇ ಇದ್ದೇವೆ !" ಎನ್ನುತ್ತಿದ್ದ ಧ್ವನಿಯೊಂದು ನನ್ನ ಹಿಂದೆಯೇ ಉತ್ತರ ಕೊಟ್ಟಿತು. ಇಬ್ಬರು ಪೊಲೀಸ್ ಪೇದೆಗಳು ಬಂದು ನನ್ನನ್ನು ಮಧ್ಯದಲ್ಲೇ ಕೈ ಹಿಡಿದರು, "ನೀನು ಏನು ಮಾಡುತ್ತಿದ್ದಿ ? ಎಲ್ಲಿಂದ ಬಂದೆ ?" ಎಂದೆಲ್ಲ ಅವರು ನನ್ನನ್ನು ಪ್ರಶ್ನಿಸಿದರು.

"ಕೈ ತೆಗೆಯಿರಿ !" ಎಂದು ನಾನು ಅವರಿಗೆ ಹೇಳಿದೆನು. "ನಾನು ನೆಗೆವ್‌ನಿಂದ ಬಂದಿದ್ದೇನೆ" ಎಂದು ಅವರಿಗೆ ತಿಳಿಸಿದೆನು.

"ನೆಗೆವ್‌ನಿಂದಲೆ ?" ಎನ್ನುತ್ತ, ಆ ಪೊಲೀಸರಲ್ಲೊಬ್ಬಾತನು ಗಾಬರಿಗೊಂಡನು. "ಹಾಗಾದರೆ, ಹೊರಗಿನಿಂದ ಒಳನುಗ್ಗಿ ಬಂದಿರಬೇಕು" ಎನ್ನುತ್ತ, ತನ್ನ ಸೀಟಿಯನ್ನು ಜೋರಾಗಿಯೇ ಊದಿದನು. ಒಡನೆಯೇ ಇನ್ನೂ ಕೆಲವು ಮಂದಿ ಕಾವಲುಪಡೆಯ ಪೇದೆಗಳು ಓಡೋಡಿ ಬಂದು ಅಲ್ಲಿ ಗುಂಪುಗೂಡಿದರು.

"ಏನಾಯಿತು ? ಏನಾಗ್ತಿದೆ ?"

"ಹೊರಗಿನಿಂದ ಬಂದವನನ್ನು ಹಿಡಿದಿದ್ದೇವೆ," – ಎಂದು ಆ ಪೇದೆಯು ಉತ್ಸಾಹದಿಂದ ಅವರಿಗೆ ತಿಳಿಸಿದನು.

"ಹೊರಗಿನಿಂದ ಬಂದವನು ಇವನೇಕೆ ಆದಾನು ?" ಎಂದು ಇನ್ನೊಬ್ಬನು ಸಿಟ್ಟಿನಿಂದ ಕೇಳಿದನು. "ಇವನು ಯಾರೊ ಹುಚ್ಚನಿರಬೇಕು, ಅಷ್ಟೇ. ನೆಗೆವ್‌ನ ಬಗೆಗೆ ಎಲ್ಲ ರೀತಿಯ ಹಳೆಯ ಘೋಷಣೆಗಳನ್ನು ಗೀಚಿ, ಎಲ್ಲ ಬೀದಿಗಳನ್ನೂ ಅವನು ಅಂದಗೆಡಿಸಿಬಿಟ್ಟಿದ್ದಾನೆ" ಎಂದನಾತ.

"ಹಳೆಯ ಕಾಲದ ವಾರ್ತಾಪತ್ರಿಕೆಗಳನ್ನು ತುಂಬ ಓದಿದವನಿರಬೇಕು. ಅದರಿಂದಲೇ ಈ ಗೊಂದಲದ ಕೆಲಸಕ್ಕೆ ಕೈಹಾಕಿರಬೇಕು," ಎಂದು ಮೂರನೆಯ ಪೇದೆಯು ತನ್ನ ಅಭಿಪ್ರಾಯವನ್ನು ವ್ಯಕ್ತಪಡಿಸಿದನು.

"ಏನು ? ಘೋಷಣೆಗಳೆ ?" ಎನ್ನುತ್ತ ನಾಲ್ಕನೆಯವನು ಮಧ್ಯೆ ಮಾತನಾಡತೊಡಗಿದನು : "ಮತ್ತೆ ಘೋಷಣೆಗಳೆ ? ಅದಕ್ಕೆ ಅವರು ನಿನಗೆಷ್ಟು ಕೊಟ್ಟರು ? ಇನ್ನೂ ಹೆಚ್ಚು ಚಿತಾವಣೆಯೆ ? ಇದು ವಿಧ್ವಂಸಕ ಚಟುವಟಿಕೆ ! ಅಪನಿಂದೆ !"

ಆ ವೇಳೆಗೆ ಆ ಕಾವಲು ಪಡೆಯ ಪೇದೆಗಳೆಲ್ಲರೂ ಉಗ್ರವಾಗಿ ಉದ್ರೇಕಿತರಾಗಿದ್ದರು ಮತ್ತು ವಿಶೇಷ ಗೊಂದಲಕ್ಕೆ ಸಿಕ್ಕಿ, ವಿಲಕ್ಷಣ ಶಬ್ದಗಳನ್ನು ಕೂಗತೊಡಗಿದ್ದರು. ನಾನು ನನ್ನ ಕುಂಚವನ್ನು ಮೇಲಕ್ಕೆತ್ತಿಕೊಂಡು, ನಮ್ಮ ಸಭೆಗಳಲ್ಲಿ ನಮ್ಮ ಕ್ಷೇತ್ರಾಧ್ಯಕ್ಷೆಯು ಕೂಗಿ ಹೇಳುವಂತೆಯೇ ಏರುದನಿಯಲ್ಲಿ ಅವರಿಗೆ ಹೀಗೆ ಹೇಳಿದೆ :

"ಸಂಗಾತಿಗಳೇ ! ಸುಮ್ಮನೆ ಇರಿ ! ನಿಶ್ಶಬ್ದ !"

ಆ ಮಾತಿನಿಂದ ಅವರ ಮೇಲೆ ಅದ್ಭುತ ಪರಿಣಾಮ ಉಂಟಾಯಿತು. ಅವರು ಕೂಡಲೇ ಸುಮ್ಮನಾದರು ; ಬಳಿಕ ಗೊಣಗತೊಡಗಿದರು ; "ನಿಶ್ಶಬ್ದ ! ಆದರೆ ನಿಜವಾದ ನಿಶ್ಶಬ್ದ, ನಿಶ್ಶಬ್ದ ಕಾರ್ಯಾಚರಣೆ ! ಆಪರೇಷನ್ ಸೈಲೆನ್ಸ್ !"

"ಮಿತ್ರರೇ !" ಎಂದು ನಾನು ಅವರನ್ನು ಮತ್ತೆ ಸಂಬೋಧಿಸಿದೆನು. ಒಡನೆಯೇ ಈ ಅವಕಾಶವನ್ನು ಬಳಸಿಕೊಳ್ಳುತ್ತ, ನಾನೊಂದು ಭಾಷಣವನ್ನೇ ಅವರಿಗೆ ನೀಡಲಾರಂಭಿಸಿದೆನು ; "ನೆಗೆವ್‌ನ ವಿಸ್ತಾರವಾದ ಭೂಮಿಯು ಹಾಳು ಬಿದ್ದಿದೆ. ಅಲ್ಲಿ ಜನವಸತಿ ಇಲ್ಲ. ನಾವು ಆ ಭೂಮಿಯ ಮೇಲೆ ಜನರನ್ನು ನೆಲೆಗೊಳಿಸಲೇಬೇಕು. ಮರುಭೂಮಿ ಸಹ ಗುಲಾಬಿಯ ಹಾಗೆ ವಿಕಸಿಸುವಂತೆ ನಾವು ಮಾಡಲೇಬೇಕು. ಸಂಗಾತಿಗಳೇ ! ನಮ್ಮ ಅಗ್ರಗಾಮೀ ಯುವಜನರೆಲ್ಲಿದ್ದಾರೆ ?"

"ಏನು ನೀನು ಹೇಳುವುದು ? ಎಲ್ಲಿ ?" ಎನ್ನುತ್ತ, ಆ ಕಾವಲು ಪೇದೆಗಳಲ್ಲೊಬ್ಬಾತನು ನನ್ನ ಭಾಷಣವನ್ನು ತಡೆದನು. "ಅಗ್ರಗಾಮೀ ಯುವಜನರು ಪೊಲೀಸ್ ಪಡೆಯಲ್ಲಿ ಇದ್ದಾರೆ," ಎಂದು ಅವನೇ ನುಡಿದನು. ಅವರಲ್ಲೊಬ್ಬಾತನು ಹಳೆಯದಾಗಿದ್ದ ವಾರ್ತಾ ಪತ್ರಿಕೆಯೊಂದನ್ನು ತೆಗೆದು, ಅದರಲ್ಲಿ ಅಚ್ಚಾಗಿದ್ದ ವಾಕ್ಯಗಳ ಕಡೆಗೆ ತನ್ನ ವಿದ್ಯುದ್ದೀಪದ ಬೆಳಕನ್ನು ಚೆಲ್ಲಿದನು. ಅದರಲ್ಲಿ ಹೀಗೆ ಮುದ್ರಿಸಲಾಗಿತ್ತು : **"ತನ್ನ ಶ್ರೇಣಿಗಳಲ್ಲಿ ಸೇರಬೇಕೆಂದು, ಪೋಲಿಸ್ ದಳವು ಅತ್ಯಂತ ಶ್ರೇಷ್ಠ ಅಗ್ರಗಾಮೀ ಯುವಜನರಿಗೆ ಕರೆ ಕೊಡುತ್ತದೆ ! ಅವರಿಗೆ ಅತ್ಯುತ್ತಮ ವೇತನ ವ್ಯವಸ್ಥೆ ಇದೆ."**

ಇಲ್ಲಿ ನನ್ನ ಧೈರ್ಯವು ಕುಸಿಯಿತೆಂದು ನನಗೆನಿಸುತ್ತದೆ. ಅದೆಲ್ಲವೂ ಮುಗಿದ ಮೇಲೆ, ನಾನು ಸೆರೆಮನೆಯ ಕೋಣೆಯಲ್ಲಿ ಕುಳಿತುಕೊಳ್ಳಬೇಕಾಯಿತು.

ನಾನಿನ್ನೂ ಗಾಢಾಲೋಚನೆಯಲ್ಲಿ ಮಗ್ನನಾಗಿದ್ದಾಗಲೇ, ಹೊರಗೆ ಹೋಗಿದ್ದ ಅಧಿಕಾರಿಯು ಹರ್ಷಚಿತ್ತನಾಗಿ ಮತ್ತೆ ಕೋಣೆಯೊಳಕ್ಕೆ ಬಂದನು. ಬೇರೊಬ್ಬರ ಕೋಣೆಯಲ್ಲಿ ಮಲಗಿ ನಿದ್ರಿಸುತ್ತಿದ್ದ ಕಳ್ಳರನ್ನು ಹಿಡಿದುದಕ್ಕೆ ತನ್ನ ಹುದ್ದೆಯ ಶ್ರೇಣಿಯಲ್ಲಿ ಬಡ್ತಿ ದೊರೆಯುವ ಬಗೆಗೆ ಆತನು ಲೆಕ್ಕ ಹಾಕುತ್ತಿದ್ದನೆಂದು ನನಗೆನಿಸಿತ್ತು.

"ಹುಡುಗಾ, ಇಲ್ಲಿ ನನ್ನ ಮಾತು ಕೇಳು." –ಎಂದು ಆತನು ನನ್ನನ್ನೇ ಸಂಬೋಧಿಸುತ್ತ, ನುಡಿದನು ; "ನಾವು ಈ ಇಡಿಯ ವ್ಯವಹಾರವನ್ನು ಮರೆತುಬಿಡುವೆವು. ನಿನ್ನ ಮನಸ್ಥಿತಿಯನ್ನು ತಿಳಿದುಕೊಳ್ಳುವುದು ನಮಗೆ ಸಾಧ್ಯವಾಗಿದೆಯೆಂಬುದು ನಿನ್ನ ಅದೃಷ್ಟವೇ. ಒಂದಾನೊಂದು ಕಾಲದಲ್ಲಿ ನಾನು ಕೂಡ ಸಾಮೂಹಿಕ ಕೃಷಿ ಕ್ಷೇತ್ರದ ಸದಸ್ಯನಾಗಿದ್ದೆ. ಆದರೆ ಕಾಲವು ಬದಲಾಯಿಸ್ತದೆ ಅನ್ನೋದನ್ನು ನೀನು ತಿಳಿದುಕೊಳ್ಳಬೇಕು. ಇಲ್ಲ, ನಾನು ಸಂತೃಪ್ತಿಯನ್ನು ಹುಡುಕುತ್ತಿಲ್ಲ, ಪೊಲೀಸ್ ಇಲಾಖೆಯಲ್ಲಿ ಪ್ರತಿಯೊಂದು ಸಲ ನಾವು ಕಳ್ಳನನ್ನು ಹಿಡಿದಾಗಲೂ ನಾನು ಉತ್ತೇಜಿತನಾಗ್ತೇನೆ."

"ಆದ್ದರಿಂದ ನೀವು ನನ್ನನ್ನು ಹೋಗಗೊಡ್ತೀರಿ ಅಲ್ಲವೇ ?"

"ಹೌದು" ಎಂದು ಹೇಳುತ್ತ, ಆತನು ಪೊಲೀಸರ ಕೋಣೆಯೊಳಹೊಕ್ಕು ಅವರಿಗೆ ಹೀಗೆ ಹೇಳತೊಡಗಿದನು : "ಎಲ್ಲ ಕಡೆಗೂ ಎಚ್ಚರಿಕೆಯ ಕರೆ ಕೊಡಿರಿ. ಪೊಲೀಸ್ ಪಡೆಯವರೆಲ್ಲರನ್ನು ಕರೆಯಿರಿ, ಕೆಲವು ಡಬ್ಬಗಳಷ್ಟು ಬೆನ್‌ಜೈನ್ ತೆಗೆದುಕೊಂಡು, ನಗರವನ್ನು ಅಂದಕೆಡಿಸಿರುವ ಘೋಷಣೆಗಳೆಲ್ಲವನ್ನೂ ಅಳಿಸಿಹಾಕಿ, ಬೆಳಗಾಗುವ ವೇಳೆಗೆ ನಾವು ಪಟ್ಟಣವನ್ನು ಚೊಕ್ಕಟಗೊಳಿಸಬೇಕು."

ಆಮೇಲೆ ಆತನು ನನ್ನ ಕಡೆಗೊಂದು ಗಡುಸಾದ ನೋಟವನ್ನು ಬೀರುತ್ತ, ಹೀಗೆ ಹೇಳಿದನು :

"ಊಹಿಸಿಕೋ, ನಿನ್ನಂತಹ ಒಬ್ಬ ವಿಚಿತ್ರ ವ್ಯಕ್ತಿಯ ಕಾರಣದಿಂದ ನಾವು ಇಡಿಯ ಕಾವಲು ಪಡೆಯನ್ನೇ ಈಗ ಕೆಲಸಕ್ಕೆ ಕರೆಯಬೇಕಾಗಿದೆ."

ಇದನ್ನು ಕೇಳಿ ನಾನೂ ಹಿರಿದನಿಯಲ್ಲಿಯೇ ಆತನಿಗೆ ತಕ್ಕ ಉತ್ತರವನ್ನು ಕೊಟ್ಟೆನು: "ಅಯ್ಯಾ, ಪರೋಪಜೀವಿ. ನಿನಗೇ ಸ್ವತಃ ನಾಚಿಕೆಯಾಗಬೇಕು ! ನೀವು ಇಲ್ಲಿ ಏನು ಮಾಡುತ್ತಿದ್ದೀರಿ ? ನೆಗೆವ್‌ನಲ್ಲಿ ನೀವು ಯಾಕೆ ಇಲ್ಲ ?"

"ಯಾಕೆ, ಏನಾಗ್ತಿದೆ ಅಲ್ಲಿ? ಏನು, ಅಲ್ಲೂ ಒಂದು ಪೋಲಿಸ್ ಠಾಣೆಯನ್ನು ತೆರೆದಿದ್ದಾರೇನು ?" – ಎಂದು ಆತನು ನೈಜ ಆಸಕ್ತಿಯಿಂದಲೇ ಕೇಳಿದನು. ಒಳ್ಳೆಯದೇ ಆಯಿತು.

"ಸರಿ, ಹಾಗಾದರೆ," ಎನ್ನುತ್ತ ಆ ಪೊಲೀಸ್ ಅಧಿಕಾರಿಯು ಇನ್ನೂ ಹೇಳಿದನು : "ಇಲ್ಲಿಂದ ಶಾಂತವಾಗಿ ಹೊರಟು ಹೋಗು. ಆದರೆ ನೀನು ಯಾವ ಕಾಲದಲ್ಲಿದ್ದೀ ಎಂಬುದು ಮಾತ್ರ ನಿನಗೆ ನೆನಪಿರಲಿ."

"ಗೊಂದಲಮಯವಾದ ಕಾಲ" – ಎಂದು ನಾನು ಉತ್ತರ ಕೊಟ್ಟೆನು. "ನೀವು ನನ್ನ ಘೋಷಣೆಗಳನ್ನು ಅಳಿಸಿಹಾಕುವ ಸಾಹಸವನ್ನು ಮಾಡಬೇಕಾಗಿಲ್ಲ. ಪರಿಸ್ಥಿತಿಯು ನಿಜವಾಗಿಯೂ ಹೇಗಿದೆಯೆಂಬುದನ್ನು ಇಲ್ಲಿನ ನಾಗರಿಕರಿಗೆ ನೆನಪು ಮಾಡಿಕೊಡಲೇಬೇಕು" ಎಂದು ನಾನು ಆತನಿಗೆ ಹೇಳಿದೆನು.

"ಆದರೆ, ಅವು ಗೋಡೆಗಳನ್ನೆಲ್ಲ ಅಂದಗೆಡಿಸಿಬಿಟ್ಟಿವೆಯೆಂದು ನನಗೆ ವಿಷಾದವಾಗಿದೆ." – ಎಂದು ಆತನು ಹೇಳಿದನು.

"ನಾನು ಅದನ್ನು ವಾರ್ತಾ ಪತ್ರಿಕೆಗಳಲ್ಲಿ ಪ್ರಕಟಿಸ್ತೇನೆ" ಎಂದು ಹೇಳುತ್ತ, ನಾನು ಇನ್ನೇನು ದುಃಖ ಪ್ರದರ್ಶನ ಮಾಡುವ ಸ್ಥಿತಿಯಲ್ಲಿದ್ದೆ. "ಯುವಜನರನ್ನು ಯಾವುದಕ್ಕಾಗಿ ತರಬೇತುಗೊಳಿಸಲಾಗ್ತಿದೆ ಎಂಬುದನ್ನು ಪ್ರತಿಯೊಬ್ಬರಿಗೂ ತಿಳಿಸ್ತೇನೆ" ಎಂದು ನುಡಿದೆನು.

"ನಾವು ಅದನ್ನು ನಿರಾಕರಿಸ್ತೇವೆ. ಅವರು ನಿನ್ನ ಮಾತು ನಂಬುವುದಿಲ್ಲ" ಎಂದು ಆ ಅಧಿಕಾರಿಯು ಹೇಳಿದನು.

"ಅವರು ನನ್ನ ಮಾತನ್ನು ನಂಬ್ತಾರೆ, ಅದನ್ನು ನೀವೇ ನೋಡುವಿರಿ ! ನನ್ನೆಲ್ಲ ಶಕ್ತಿಯನ್ನು ಬಳಸಿ, ನಾನು ಕೂಗಿ ಹೇಳ್ತೇನೆ."

"ನೀನು ಹಾಗೆ ಮಾಡೋದೇನೋ ಖಂಡಿತ, ಆದರೆ ಅದನ್ನು ಕೇಳುವವರು ಇಲ್ಲಿ ಯಾರೂ ಇಲ್ಲ. ನೀನು ಎಷ್ಟಾದರೂ ಮತ್ತೆ ಆ ಮರುಭೂಮಿಯಲ್ಲಿಯೇ ಇರ್ತೀಯ. ಇಲ್ಲಿಂದ ಅದು ತುಂಬ ದೂರ..."

ವಿಶೇಷ ಕೃತಜ್ಞತೆ

ಈ ಸಂಪುಟದ ಕಥೆಗಳ ಆಯ್ಕೆಗಾಗಿ ಆಕರ ಸಾಮಗ್ರಿ ದೊರಕಿಸುವ ಕಾರ್ಯದಲ್ಲಿ ನೆರವು ನೀಡಿದ

– ಶ್ರೀ ಶಾ. ಬಾಲು ರಾವ್
– ಕೇಂದ್ರ ಸಾಹಿತ್ಯ ಅಕಾದೆಮಿ, ನವದೆಹಲಿ
– ಶ್ರೀ ನೀಲಕಂಠನ್, ಮದರಾಸು
– ಡಾ. ಭೀಷಮ್ ಸಾಹನಿ, ನವದೆಹಲಿ
– ಯು. ಎಸ್. ಶ್ರೀನಿವಾಸನ್, ಬೆಂಗಳೂರು
– ಎಂ. ಎಸ್. ಕೃಷ್ಣನ್, ಬೆಂಗಳೂರು
– 'ಪ್ಯಾಲೆಸ್ತೀನ್ ರೆವ್ಯೂ,' ನವದೆಹಲಿ

ಈ ಸಂಪುಟದಲ್ಲಿ ಬರುವ ಸ್ಥಳನಾಮ ವ್ಯಕ್ತಿನಾಮಗಳ ಸರಿಯಾದ ಉಚ್ಚಾರ ತಿಳಿಯಲು ನೆರವಾದ ಬಹರೀನ್‌ನ

– ಶ್ರೀ ರವಿ ಮತ್ತು ಶ್ರೀ ಸಾಲಿಮ್

ಸಂಪುಟದ ಮೂಲ ಆಂಗ್ಲ ರೂಪದ ಬೆರಳಚ್ಚು ಪ್ರತಿಗಳ ತಯಾರಿಕೆ ಮತ್ತಿತರ ಸಂಪಾದಕೀಯ ನೆರವಿಗಾಗಿ

– ಕುಮಾರಿ ಸೀಮಂತಿನೀ ನಿರಂಜನ

ಇವರೆಲ್ಲರಿಗೆ ನಾವು ವಿಶೇಷವಾಗಿ ಕೃತಜ್ಞರು.

ವಿಶ್ವಕಥಾಕೋಶ

ಸಂಪುಟ - ೨೩

ಮರಳುಗಾಡಿನ ಮದುವೆ

ಲೇಖಕರ ಪರಿಚಯ

ಮರಳುಗಾಡಿನ ಮದುವೆ

ಅಲ್ ಅಸ್ಮಾ'ಇ (9ನೆಯ ಶತಮಾನ)

'ಅಂತಾರ್, ಖಾಲೆದ್ ಮತ್ತು ಜಾಯಿದಾರ ರಮ್ಯ ಕಥೆಗಳು' ಎಂಬ ಬೃಹತ್ ಸಂಗ್ರಹದ ಕರ್ತೃ. ಅತ್ಯಂತ ಆಹ್ಲಾದಕಾರಿ ಕಥೆಗಳು. ಕುಸುರಿ ಕೆಲಸವೆನ್ನುವಂತಹ ಕಲೆ. ಅರೇಬಿಕ್ ಕಾವ್ಯದ ಸಂಪಾದಕ, ಅದರಿಂದ ಮುಂದಿನ ಪೀಳಿಗೆಗೆ ಅದು ಜೋಪಾನ. ಈ ಸಂಗ್ರಹದಿಂದ ಇಸ್ಲಾಂ ಪೂರ್ವ ಜನಜೀವನದ ವಿವರಗಳು ಲಭ್ಯ. ಈ ಸಂಗ್ರಾಹಕನ ಬಗ್ಗೆ ಹೆಚ್ಚಿಗೆ ಏನೂ ತಿಳಿದಿಲ್ಲ. ❍

ಸಿಹಿ ನೀರು

ಘಾನೆಮ್ ಅಲ್ ದಬ್ಬಾಘ್

ಕವಿ, ಕಾದಂಬರಿಕಾರ, ಸಣ್ಣಕಥೆಗಾರ ಮತ್ತು ನಾಟಕಕಾರ. ಇರಾಕ್‌ನ ಹೆಸರಾಂತ ಬರಹಗಾರ. ಬಾಗ್ದಾದ್‌ನಲ್ಲಿ ಶಿಕ್ಷಕನಾಗಿ ಕೆಲಸ. ಅವರ ಕವಿತೆಗಳು ಮತ್ತು ನಾಟಕಗಳು ಇಂಗ್ಲಿಷ್‌ಗೆ ಅನುವಾದಗೊಂಡು ಅನೇಕ ಪ್ರಸಿದ್ಧ ಸಂಗ್ರಹಗಳಲ್ಲಿ ಸೇರ್ಪಡೆ. ❍

ನಾವಿಕ ಮತ್ತು ಮುತ್ತು ವ್ಯಾಪಾರಿ

ಅನಾಮಿಕ

ಈ ಲೇಖಕರ ಮಾಹಿತಿ ಲಭ್ಯವಿಲ್ಲ. ❍

ಮತ್ಸರದ ಮಡದಿ

ಹೆಲೆನ್ ದವೀದಿಯನ್

ಆರ್ಮೇನಿಯ ರಾಷ್ಟ್ರೀಯ ಲೇಖಕಿ. ತಾಯಿ ತುರ್ಕಿ ಮಹಿಳೆ. ತಂದೆ ಇರಾನಿ. ಶಿಕ್ಷಣದ ಬಳಿಕ 1937ರಲ್ಲಿ ಅಮೆರಿಕಕ್ಕೆ ವಲಸೆ. ಮನುಷ್ಯ

ಸಂಬಂಧಗಳ ಸೂಕ್ಷ್ಮ ಚಿತ್ರಣಕ್ಕೆ ಹೆಸರುವಾಸಿ. ಏಷ್ಯಾದ ಪ್ರಮುಖ ಸಾಹಿತಿಗಳ ಸಣ್ಣಕಥೆಗಳ ಸಂಕಲನಗಳಲ್ಲಿ ಸ್ಥಾನ. ❍

ಪುಟ್ಟ ಕಪ್ಪು ಮೀನು

ಸಮದ್ ಬೆಹ್ರ್‌ಗನಿ (1939–1967)

ಸಣ್ಣ ಕಥೆಗಾರ ಮತ್ತು ಅನುವಾದಕ. ಪ್ರಗತಿಶೀಲ ಇರಾನಿ ಶಿಕ್ಷಕ, ಸಾಮಾಜಿಕ ಚಿಂತಕ. ಪ್ರಚಂಡ ಜನಪ್ರಿಯತೆ. ಮಕ್ಕಳ ಕಥೆಗಳಿಗೆ ಪ್ರಸಿದ್ಧ. ಜಾನಪದ ಸಾಹಿತ್ಯದ ಸಂಶೋಧಕ. ಇರಾನ್ ಶಿಕ್ಷಣದ ಸಮಸ್ಯೆಗಳ ಕಟು ಟೀಕೆ ಮತ್ತು ವಿಶ್ಲೇಷಣೆ. ರಾಜಪ್ರಭುತ್ವದ ಬಗ್ಗೆ ವಿಡಂಬನಾತ್ಮಕ ಬರವಣಿಗೆಗಳಿಂದಾಗಿ ದೊರೆಯ ಅವಕೃಪೆಗೆ ಪಾತ್ರ. ಒಂದು ದಿನ ದೋಣಿಯೊಂದರ ಬಳಿ ಮೃತದೇಹ ಪತ್ತೆ; ಆತನನ್ನು ಕೊಲೆ ಮಾಡಲಾಗಿತ್ತು. ಮರಣಾನಂತರ ಸ್ನೇಹಿತನಿಂದ ಕೆಲವು ಕೃತಿಗಳ ಪ್ರಕಟನೆ. ❍

ಮನೆಗೊಂದು ಜಮಖಾನ

ಇಬ್ರಾಹಿಂ ಶೇಖ್

ಈ ಲೇಖಕರ ಮಾಹಿತಿ ಲಭ್ಯವಿಲ್ಲ. ❍

ಗುಡ್ಡ ಗಾಡಿನ ಹದಿವಯಸ್ಕರು

ಅರಫ್ ಅಲ್ ಖೌರಿ

ಸಣ್ಣಕಥೆಗಾರ. ಪ್ರಸ್ತುತ ಕಥೆಯ ಇಂಗ್ಲಿಷ್ ಅನುವಾದ 1936ರಲ್ಲಿ ಪ್ರಕಟ. ಸಣ್ಣ ವಯಸ್ಸಿನಲ್ಲಿ ವಿಸ್ತೃತ ಪ್ರವಾಸ. ವಿಶ್ವಖ್ಯಾತ ಕಥಾಸಂಗ್ರಹಗಳಲ್ಲಿ 'ಹಿಲ್‌ಬ್ರೆಡ್', 'ದಿ ಸ್ನೇರ್' ಕಥೆಗಳ ಸೇರ್ಪಡೆ. 'ದಿ ಗ್ಲೋರಿ ರೋಡ್', 'ದಿ ರೋಡ್ ಆಫ್ ಹರ್ ಫೀಟ್' 'ದಿ ಸಿಂಪಲ್‌ಟನ್'ಗಳೂ ಪ್ರಸಿದ್ಧ. ❍

ಐಸ್‌ಕ್ರೀಮ್

ಹುಸ್ನೆ ಫರೀದ್

ಸಣ್ಣಕಥೆಗಳು, ಕಾದಂಬರಿಗಳ ಬರಹಕ್ಕೆ ಖ್ಯಾತನಾದ ಜೋರ್ಡಾನ್ ಬರಹಗಾರ. ವಿಶ್ವದ ಅತ್ಯುತ್ತಮ ಕಥೆಗಳ ಸಂಕಲನಗಳಲ್ಲಿ 'ದಿ ಷೆಪರ್ಡ್ ಬಾಯ್' ಸಣ್ಣಕಥೆ ಸೇರ್ಪಡೆ. 1965ರಲ್ಲಿ 'ಸ್ಟೋರೀಸ್ ಫ್ರಂ ದಿ ಅರಬ್ ವರ್ಲ್ಡ್' ಕಥಾಸಂಗ್ರಹ ಪ್ರಕಟನೆ. ದೇಶದ ಸಾಂಸ್ಕೃತಿದ ವಲಯದಲ್ಲಿ ಜನಪ್ರಿಯತೆ. ❍

ಯಾರ ಭೂಮಿ

ಘಸನ್ ಕನಫಾನಿ (1936–1972)

ಪ್ಯಾಲೆಸ್ತೀನ್ ಹೋರಾಟದೊಂದಿಗೆ ಸಾಹಿತ್ಯಕ ಜೀವನ ಬೆರೆತ ಕಾದಂಬರಿಕಾರ, ನಾಟಕಕಾರ, ಸಣ್ಣಕಥೆಗಾರ. ಪತ್ರಕರ್ತ, ಸಂಪಾದಕ, ಶಿಕ್ಷಕ, ಪ್ಯಾಲೆಸ್ತೀನ್ ವಿಮೋಚನಾ ಸೇನೆಯ ಸದಸ್ಯ ಮತ್ತು ವಕ್ತಾರ. ಅದರ ಪತ್ರಿಕೆಯ ಸಂಪಾದಕ. 'ಲೆಟರ್ ಫ್ರಂ ಗಾಜಾ' ಪ್ರಸಿದ್ಧ ಕಥೆ. 1972ರಲ್ಲಿ ಗೂಢಚಾರರಿಂದ ಕಾರ್ ಸ್ಫೋಟದಲ್ಲಿ ಹತ್ಯೆ. 'ಮೆನ್ ಇನ್ ದಿ ಸನ್' ಮೂರು ಪೀಳಿಗೆಗಳ ಕಥೆ ಹೇಳುವ ಖ್ಯಾತ ಕೃತಿ. 36 ವರ್ಷಗಳ ಜೀವನದಲ್ಲಿ 20 ಪುಸ್ತಕಗಳ ಪ್ರಕಟನೆ. ಅರಬ್ ಗದ್ಯ ಸಾಹಿತ್ಯದಲ್ಲಿ ಗಣ್ಯ ಸ್ಥಾನ. ❍

ಮಳೆಗೆ ಮುಂಚೆ

ರಶೀದ್ ಅಬೂ ಶವರ್

ಪ್ಯಾಲೆಸ್ತೀನಿ ಸಣ್ಣಕಥೆಗಾರ ಮತ್ತು ಪತ್ರಕರ್ತ. ವಾಸ್ತವವಾದಿ ಸಾಹಿತ್ಯ ಸಿದ್ಧಾಂತದಲ್ಲಿ ನಂಬಿಕೆ. ರಾಜಕೀಯ ವಿಚಾರಗಳ ಬಗ್ಗೆ ಬರವಣಿಗೆ. 'ದಿ ಗ್ರೀನ್ ಹೌಸ್ ವಿತ್ ಎ ಬ್ರಿಕ್ ರೆಡ್ ರೂಫ್' ಸಣ್ಣಕಥೆ ಪ್ರಸಿದ್ಧ ಸಂಕಲನಗಳಲ್ಲಿ ಸೇರ್ಪಡೆ. 'ರೈಹತ್ ಅಲ್ ತಮರ್‌ಹನ', 'ಲವರ್ಸ್' ಹೆಸರಾಂತ ಕೃತಿಗಳು. ❍

ಮೊದಲ ಬಲಿದಾನ ಖಮೀಸನದೇ

ಜೈನ್ ಅಲ್ ಅಬಿದಿನ್ ಅಲ್ ಹುಸ್ಸೈನಿ

ಈ ಲೇಖಕರ ಮಾಹಿತಿ ಲಭ್ಯವಿಲ್ಲ. ❍

ತಾಯಿ ತೊರೆದ ತಬ್ಬಲಿ

ಷೋಲೋಮ್ ಅಸ್ಜ್ (1880–1957)

ಸಣ್ಣಕಥೆಗಾರ, ಕಾದಂಬರಿಕಾರ ಮತ್ತು ನಾಟಕಕಾರ. ಪೋಲೆಂಡ್‌ನಲ್ಲಿ ಜನನ. ಯಿಡ್ಡಿಶ್ ಬರಹಗಾರರಲ್ಲಿ ಅತ್ಯಂತ ಪ್ರತಿಭಾವಂತನೆಂದು ಜೀವಿತಕಾಲದಲ್ಲೇ ಖ್ಯಾತಿ. ಹೀಬ್ರೂನಲ್ಲಿ ಬರವಣಿಗೆಯ ಆರಂಭ. ಅನಂತರ ಹೆಚ್ಚು ಜನರನ್ನು ತಲುಪುವ ಉದ್ದೇಶದಿಂದ ಯಿಡ್ಡಿಶ್‌ಗೆ ಬದಲಾವಣೆ. 1919ರಲ್ಲಿ ಚಾರಿತ್ರಿಕ ಕಾದಂಬರಿ ಸೇರಿ ವಿಪುಲ ಬರವಣಿಗೆ. 1923ರಲ್ಲಿ ನ್ಯೂಯಾರ್ಕ್‌ನ ಬ್ರಾಡ್‌ವೇನಲ್ಲಿ ಈ ಲೇಖಕನ 'ಗಾಡ್ ಆಫ್ ವೆಂಜೆನ್ಸ್' ನಾಟಕ ಪ್ರದರ್ಶನ ನಡೆದಾಗ ಇಡೀ ರಂಗತಂಡದ ಬಂಧನ

ಮತ್ತು ಶಿಕ್ಷೆ. ಆದರೆ ನಾಟಕ ಹಲವು ಭಾಷೆಗಳಿಗೆ ಅನುವಾದ. ಒಟ್ಟಾರೆ ಸಾಹಿತ್ಯ ಕೃಷಿಗೆ ಅನೇಕ ಪ್ರಶಸ್ತಿಗಳ ಗೌರವ. ❍

ಊರಿಗೆ ಮರಳಿದ ಅಗ್ರಗಾಮಿ

ಅಮೋಸ್ ಮೊಸ್ಸೆನ್‌ಸನ್

ಇಸ್ರೇಲ್‌ನ ಸಣ್ಣಕಥೆಗಾರ. 1927ರಲ್ಲಿ ಜನನ. ದೈಹಿಕ ಕೆಲಸವೂ ಸೇರಿದಂತೆ ನಾನಾ ಕ್ಷೇತ್ರಗಳಲ್ಲಿ ಪಡೆದ ಅನುಭವಗಳು ಕಥಾವಸ್ತು. ಪ್ರಸ್ತುತ ಕಥೆ 1949ರಲ್ಲಿ ಹೀಬ್ರೂನಲ್ಲಿ ಪ್ರಕಟ. ಏಷ್ಯಾದ ಅತ್ಯುತ್ತಮ ಕಥೆಗಳ ಸಂಕಲನದಲ್ಲಿ ಸೇರ್ಪಡೆ. 'ಟಂಕಲ್ ಮಿತ್ವಾಲ್ಲಿ' ಖ್ಯಾತ ಸಣ್ಣಕಥೆ. ❍

ಈ ಸಂಪುಟದ ಅನುವಾದಕರು

ವಾಸುದೇವ [ಕಾರಹಳ್ಳಿ ವಾಸುದೇವ ರಾವ್ (1912–2002)]

ಕೋಲಾರ ತಾಲ್ಲೂಕಿನ ಶಾನುಭೋಗನ ಹಳ್ಳಿಯಲ್ಲಿ ಜನನ. 1930ರಲ್ಲಿ ಕಾಲೇಜಿನಲ್ಲಿದ್ದಾಗ ಸ್ವಾತಂತ್ರ್ಯಸಂಗ್ರಾಮಕ್ಕಾಗಿ ವಿದ್ಯಾಭ್ಯಾಸಕ್ಕೆ ಶರಣು. ಸೇವಾದಳದ ಸ್ವಯಂಸೇವಕ. ಸೋಲಾಪುರದ ಧ್ವಜಸತ್ಯಾಗ್ರಹದಲ್ಲಿ ಭಾಗಿ. ಸ್ವಲ್ಪ ಕಾಲ ಬೆಂಗಳೂರಿನ ಖಾದಿ ವಸ್ತ್ರಾಲಯದಲ್ಲಿ ದುಡಿಮೆ. 1955ರಲ್ಲಿ ನವದೆಹಲಿಯಲ್ಲಿ ಸೋವಿಯತ್ ದೂತಾವಾಸದ ಪ್ರಸಾರ ಶಾಖೆ ಸೇರಿದ ಮೇಲೆ ಕನ್ನಡದಲ್ಲಿ ವಾರ್ತಾಪತ್ರದ ಪ್ರಥಮ ಸಂಪಾದಕ. ಪತ್ರಿಕೆಗಳಲ್ಲಿ ಸಮಾಜವಾದಿ ಜಗತ್ತಿನ ಬಗ್ಗೆ ಲೇಖನಗಳು. ಜ್ಯೂಲಿಯಸ್ ಫ್ಯೂಚಿಕ್‌ರ 'ಉರುಳಿನ ನೆರಳಲ್ಲಿ' ಅನುವಾದ ಸೇರಿದಂತೆ ತೆಲುಗು ಮತ್ತು ಇಂಗ್ಲಿಷ್‌ನಿಂದ ಹಲವು ಕೃತಿಗಳ ಅನುವಾದ. ಸ್ವರಚಿತ ಕಥೆಗಳು, ನಾಟಕಗಳು ಇತ್ಯಾದಿ. ಪ್ರಗತಿಶೀಲ ಸಾಹಿತ್ಯ ಚಳವಳಿಯ ನೇತಾರ. ❍